D1771477

சுந்தர ராமசாமி நேர்காணல்கள்

சுந்தர ராமசாமி நேர்காணல்கள்

சுந்தர ராமசாமி (1931 - 2005)

நவீன தமிழ் இலக்கியத்தின் முக்கியமான எழுத்தாளர்களில் ஒருவரான சுந்தர ராமசாமி 1931ஆம் ஆண்டு நாகர்கோவிலில் பிறந்தார். பள்ளியில் மலையாளமும் ஆங்கிலமும் சமஸ்கிருதமும் கற்றார். மூன்று நாவல்கள், 74 சிறுகதைகள் 110 கவிதைகள் 100க்கு மேற்பட்ட கட்டுரைகள் ஆகியவற்றை எழுதியிருக்கிறார். தகழி சிவசங்கரப் பிள்ளையின் இரண்டு நாவல்களை மலையாளத்திலிருந்து மொழிபெயர்த்திருக்கிறார். 1988இல் காலச்சுவடு இதழை நிறுவினார்.

புனைவு வடிவங்களில் குறிப்பிட்ட எந்த வகைமையிலும் தங்கிவிடாமல் தொடர்ந்து புதிய முயற்சிகளில் ஈடுபட்டுவந்தவர் சுந்தர ராமசாமி. இவருடைய இரண்டாவது நாவலான ஜே.ஜே.: சில குறிப்புகள் மாறுபட்ட வடிவத்திற்காகவும் உள்ளடக்கத்திற்காகவும் இன்றளவிலும் பேசப்பட்டுவருகிறது. சு.ரா.வின் இலக்கிய அலசல்கள் இலக்கியத்தில் தர வேற்றுமைகளின் அடிப்படைகளை விரிவாக விவாதிக்கின்றன. இவர் முன்வைத்த இலக்கிய அளவுகோல்கள் தமிழ் விமர்சனப் பரப்பில் ஆழ்ந்த தாக்கத்தைச் செலுத்தியிருக்கின்றன.

சுந்தர ராமசாமிக்கு டொரொன்டோ (கனடா) பல்கலைக் கழகம் வாழ்நாள் இலக்கியச் சாதனைக்கான 'இயல்' விருதை (2001) வழங்கியது. வாழ்நாள் இலக்கியப் பணிக்காகக் 'கதா சூடாமணி' விருதையும் (2003) பெற்றார்.

சுந்தர ராமசாமி 14.10.2005 அன்று அமெரிக்காவில் காலமானார். மனைவி: கமலா. குழந்தைகள்: தைலா, கண்ணன், தங்கு. (மூத்த மகள் சௌந்தரா 1996இல் காலமானார்.)

சுந்தர ராமசாமியின் பிற நூல்கள்

நாவல்கள்

- ஒரு புளியமரத்தின் கதை (1966)
- ஜே.ஜே: சில குறிப்புகள் (1981)
- குழந்தைகள் பெண்கள் ஆண்கள் (1998)

குறுநாவல்கள்

- திரைகள் ஆயிரம் (2008)

சிறுகதைகள்

- காகங்கள் (2000)
- மறியா தாமுவுக்கு எழுதிய கடிதம் (2004)
- சுந்தர ராமசாமி சிறுகதைகள் (2006)
- பள்ளியில் ஒரு நாய்க்குட்டி (2008)

கவிதை

- நடுநிசி நாய்கள் (2008)
- சுந்தர ராமசாமி கவிதைகள் (2005)

விமர்சனம்/கட்டுரைகள்

- ந. பிச்சமூர்த்தியின் கலை: மரபும் மனித நேயமும் (1991)
- அந்தரத்தில் பறக்கும் கொடி (2014) (தமிழ் கிளாசிக்)
- இவை என் உரைகள் (2003)
- வானகமே இளவெயிலே மரச்செறிவே (2004)
- மனக்குகை ஓவியங்கள் (2011) (கட்டுரைகள் உரைக விவாதங்கள்)
- வாழ்க சந்தேகங்கள் (2004) (கேள்வி – பதில்)
- புதுமைப்பித்தன் கதைகள்: சு.ரா குறிப்பேடு (2005)
- வாழும் கணங்கள்(2005) (படைப்புகளின் தொகுப்பு)
- புதுமைப்பித்தன்: மரபை மீறும் ஆவேசம் (2006)
- ஒரு கலை நோக்கு: ஆளுமைகள் தோழமைகள் (2019)

மொழிபெயர்ப்பு

- செம்மீன் (1962) தகழி சிவசங்கரப் பிள்ளை
- தோட்டியின் மகன் (2000) தகழி சிவசங்கரப் பிள்ளை
- தொலைவிலிருக்கும் கவிதைகள் (2004)

நினைவுக்குறிப்புகள்

- ஜீவா (2003), கிருஷ்ணன் நம்பி (2003), க.நா.சு. (2003), சி.சு. செல்லப்பா (2003), பிரமிள் (2005), ஜி. நாகராஜன் (2006), தி. ஜானகிராமன் (2007), கு. அழகிரிசாமி (2011), கவிமணி (2019) மௌனி வெ. சாமிநா சா்மா என்.எஸ். கிருஷ்ணன் (2019)

பிற

- தமிழகத்தில் கல்வி: வே. வசந்தி தேவியுடன் ஓர் உரையாடல் (2000)
- இதம் தந்த வரிகள் (2002) (கு. அழகிரிசாமி – சுந்தர ராமசாமி கடிதங்கள்)
- மூன்று நாடகங்கள் (2006)
- ஒரு தடா கைதிக்கு எழுதிய கடிதங்கள் (2006)
- இந்திய இலக்கியச் சிற்பிகள்: கிருஷ்ணன் நம்பி (சாகித்திய அக்காதெமி, 2006)

சுந்தர ராமசாமி

சுந்தர ராமசாமி நேர்காணல்கள்

காலச்சுவடு பதிப்பகம்

அன்பார்ந்த வாசகருக்கு,
வணக்கம்.

காலச்சுவடு நூலை வாங்கியமைக்கு நன்றி.

நூலின் உள்ளடக்கம், உருவாக்கம், அட்டைப்படம் இன்ன பிற அம்சங்கள் பற்றிய உங்கள் கருத்துகளையும் ஆலோசனைகளையும் காலச்சுவடு வரவேற்கிறது. தகவல், எழுத்து, வாக்கியப் பிழைகள் தென்பட்டால் கட்டாயம் தெரிவித்து உதவுங்கள். நூல் தயாரிப்பில் கடும் குறைபாடு இருப்பின் மாற்றுப் பிரதி உங்களுக்குக் கிடைக்கக் காலச்சுவடு ஏற்பாடு செய்யும்.

மின்னஞ்சல்: publisher@kalachuvadu.com

காலச்சுவடு நாகர்கோவில் அலுவலகத்திற்குக் கடிதம் அனுப்பலாம்.

தங்கள்
எஸ்.ஆர். சுந்தரம் (கண்ணன்)
பதிப்பாளர் – நிர்வாக இயக்குநர்

சுந்தர ராமசாமி நேர்காணல்கள் ♦ ஆசிரியர்: சுந்தர ராமசாமி ♦ © கமலா ராமசாமி ♦ முதல் பதிப்பு: மே 2011, மேம்படுத்தப்பட்ட இரண்டாம் (குறும்) பதிப்பு: மே 2016, ஐந்தாம் பதிப்பு: செப்டம்பர் 2023 ♦ வெளியீடு: காலச்சுவடு பப்ளிகேஷன்ஸ் (பி) லிட்., 669 கே. பி. சாலை, நாகர்கோவில் 629001

suntara raamasaami neerkaanalgaL ♦ Interviews ♦ Author: Sundara Ramaswamy ♦ © Kamala Ramaswamy ♦ Language: Tamil ♦ First Edition: May 2011, Improved Second (Short) Edition: May 2016, Fifth Edition: September 2023 ♦ Size: Demy 1 x 8 ♦ Paper: 18.6 kg maplitho ♦ Pages: 312

Published by Kalachuvadu Publications Pvt. Ltd., 669 K.P. Road, Nagercoil 629 001, India ♦ Phone: 91-4652-278525 ♦ e-mail: publications @kalachuvadu.com ♦ Printed at Clicto Print, Jaleel Towers, 42 KB Dasan Road, Teynampet Chennai 600018

ISBN: 978-93-80240-48-0

09/2023/S.No. 394, kcp 4724, 18.6 (5) 1k

பொருளடக்கம்

முன்னுரை	9
ஜே.ஜே: சில குறிப்புகள்:– வாழ்க்கை பற்றிய என் விமர்சனம்	19
ஓர் இடைவெளி தேவை	33
எந்தத் தத்துவத்தையும் சாவதுவரை சுமந்துகொண்டிருப்பது பெருமையல்ல	36
கவிதை என்பது புதுமையின் முன்னோடி	45
இன்றைய இலக்கியம் உண்மை சார்ந்தது அல்ல	63
கற்பனையின் பங்கு வாழ்க்கையைச் சார்ந்தது	69
தமிழில் வணிக சினிமா மட்டுமே உள்ளது	79
அவசர மனநிலையில் இலக்கியத்தைப் படிக்க முடியாது	83
என் வாழ்வில் மதத்திற்கு முக்கியத்துவம் கிடையாது	91
கலைஞன் ஓர் அதிருப்தியாளன்	106
நான் மிகவும் வெறுக்கும் விஷயம் – சர்வாதிகாரம்	115
இன்றைய ஆட்சி முறையில் எனக்குச் சிறிதும் திருப்தியில்லை	122
பொய்கள் உண்மைகளை ஈன்றது இல்லை	124
சுயசிந்தனையின் பேரழகு	134
நான் ஒரு முற்போக்கு எழுத்தாளன்தான்	145
தமிழர்களுக்கு எதார்த்தப் பார்வையில்லை	152
பதில்கள் அல்ல; கேள்விகள்தான் முக்கியமானவை	164

இன்றும் வசீகரம் குறையாத ஊர்	178
போலிகளுடன் விவாதத்தில் ஈடுபட முடியாது	184
புதிதாகச் சொல்ல எதுவும் இல்லாதபோது	198
தமிழ்ச் சூழலில் பெரும் மாற்றத்தைக் கொண்டுவர வேண்டும்	214
ஜெயிலுக்குப் போக ஆசைப்பட்டேன்	223
என்னைப் பாதித்த மூன்று பேர்	232
சுதந்திரத்தைப் பறிக்கும் சட்டம்!	250
தமிழ் மொழியையும் நாகரிகத்தையும் காசுக்காக அவமதிப்பது கவிதை அல்ல	254
எனது இடதுசாரி நாட்கள்	262
வாழ்க்கை அனுபவத்தைப் புரிந்துகொள்ள வாசிப்பு தேவை	303

முன்னுரை

நவீனத் தமிழ் இலக்கியத்தின் வளர்ச்சிப் போக்குகளைத் தீர்மானிக்கும் சக்தியாக சுந்தர ராமசாமி திகழ்ந்தது இரண்டு வழிகளில். முதலாவது, அவர் 'ஒரு புளிய மரத்தின் கதை', 'ஜே.ஜே. சில குறிப்புகள்' ஆகியவற்றின் படைப்பாளியாக; இரண்டாவது, விட்டுக்கொடுக்காத மன உறுதியோடு மொத்தத் தமிழ்ச் சமூகத்தையும் சமூகப் பற்றுதலோடு விமர்சித்து வந்தவராக.

சு.ராவைத் தத்தமது விருப்பத்திற்கேற்ப ஒவ்வொருவரும் வரித்துக்கொண்டிருப்பது இந்தக் காரணங்களைக் கொண்டுதான். இதற்குமேல் வரித்துக்கொள்வதற்கான மூன்றாவது காரணம் ஏதுமில்லை.

சு.ராவை முக்கியப் படைப்பாளியாக இன்று அறிய நேர்ந்திருக்கிற இளைய தலைமுறை வாசகர்கள் கடந்த காலத்தின் தொடர்புகள் அற்றவர்களாக இருக்கிறார்கள்; இது ஒருவகையில் நல்லது. அவர்கள் தாமே அவரைக் குறித்து ஒரு முடிவெடுக்கும் வாய்ப்பைப் பெறுகிறார்கள். எனினும் இலக்கியத் தளத்தில் இது ஏற்பான விஷயமில்லை. இலக்கியப் படைப்புகள் ஆயுள் பரியந்தமும் நம்மைத் தழுவிநிற்கின்றன; நம் ஆன்மாவைச் சுடரச் செய்வனவாக இருக்கின்றன; இதுபோன்ற அவசியமற்ற நிபந்தனைகளில் குளிர்காயவோ விமர்சனங்களைத் தவிர்க்கவோ சு.ரா. விரும்பியிருக்கமாட்டார்; இந்நேர்காணல்கள் நமக்கு இந்த உண்மையை உணர்த்துகின்றன.

எல்லோருக்கும் பேசுவதற்கான வலிமையும் பேசப்படுவதற்கான வாய்ப்பும் போதிய அளவில் அளிக்கப்பட்டிருந்தும், சரியான திசையில் தன் மீதான விமர்சனங்கள் உருவாகவில்லை என்பது அவரின் ஆதங்கமாக இருந்தது.

சு.ராவின் தொடர்ச்சியான வலியுறுத்தல்களின்மூலம் தமிழ்ப் படைப்புலகிலும் சமூகத்தினுள்ளும் புதிய சிந்தனைகள், படைப்பு உத்திகள் தோன்றி மெல்லமெல்ல வளர ஆரம்பித்தன. அவை வெகுஜனங்களிடம் உடனடியாகப் போய்ச் சேரவில்லை; வழுக்குப் பாறையில் மெல்லமெல்ல ஏறியே உச்சியைத் தொடவேண்டும்; அதையே அவர் செய்தார்.

தமிழ்ச் சமூகத்தின் பல நெருடல்கள் சு.ராவின் வாழ்நாள் கவலைகளாக இருந்தன. அவற்றைப் பற்றி அவர் மீண்டும்மீண்டும் தன் நேர்காணல்களில் கூறிக்கொண்டிருக்கிறார். திரும்பத்திரும்ப அவர் ஏன் இதைச் சொல்லிக்கொண்டிருக்க வேண்டும்? இந்தக் கேள்வியை நாம் எழுப்புவது நல்லது. காலம் தன்போக்கில் செல்லுகிறது. நம் பார்வைகளும் அதற்கேற்ற வேகத்துடன் விரைவாக நகர்ந்துவருவதன் மூலம்தானே ஒருவர் அந்தச் சமூகத்தின் ஆளுமையாக இருக்க முடியும்? சமூகத்தை வழிநடத்தும் பெரும் பொறுப்பு தனக்கு இருப்பதாக அவர் கருதவில்லை. ஆனால் தனக்கும் அந்தப் பொறுப்பு உண்டு என்பதில் அவர் கொண்டிருந்த உறுதி அசைவில்லாமல் மலைபோல் நிமிர்ந்திருப்பதை இந்நேர்காணல்கள் அனைத்திலும் காணலாம். ஆகவே, ஒரு கருத்தை அவர் திரும்பத்திரும்பப் பேச நேர்ந்ததற்கான காரணம் அவர் பேசியதெல்லாம் சிறுசிறு இதழாளர்களிடம் என்பதில் பொதிந்துகிடக்கிறது. அவை வெகுஜன ஈர்ப்பைப் பெற சுலபமான வழிகள் இல்லை. அதற்குப் பல காலங்கள் ஆயின. இத்தனைக்குப் பின்னரும் நாம் கவனிக்கத்தக்க வேண்டிய பிறிதொன்று: தன்னைத் தானே வியக்கும் தற்காலச் சூழல்கள் அவரை நெருங்கவில்லை.

தமிழ்ச் சமூகமும் தமிழ் அரசியலும் தமிழை உயிரினும் மேலாக எண்ணியிருந்தன. இன்னல்கள் வருமாயின் தம்முடலைத் தீக்குளிக்க வைத்தேனும் மொழியைக் காத்துவிட வேண்டும் என்று ஆர்வம் கொண்டிருப்பது தமிழ்ச் சமூகம். ஆனால் அது தன் இலக்கியப் பரப்பை, பண்பாட்டைச் சங்க இலக்கியத்தோடு மட்டும் பிணைத்து, ரகசியச் சங்கதிக்குரிய கள்ள மனத்தால் மூடுதிரை கொண்டு மூடிவைத்திருக்கிறது. கழக அரசியல், காங்கிரஸ் ஆட்சியை முடிவுக்குக் கொண்டுவந்த வேகத்தைவிடவும் அது, நவீனத் தமிழ் இலக்கியத்துக்கு இரும்புக் கதவுகள் போட்டு அடைத்துவைத்ததில் உண்டான வேகம்

அதீதமாகும். தொன்மைச் சமூகத்தின் இன்பச் சுமையை அதன் தலையில் ஏற்றினால் அதுசார்ந்த பெருமித உணர்வுகள் தனது அரசியல் அறுவடைக்கான அரிவாளாக இருக்கும் என அது கருதியிருந்தது. (இந்த உண்மைகளை இப்போதுதான் நம்மால் அறியவும் முடிந்திருக்கிறது.) சு.ரா. தமிழ் இலக்கியம்பற்றிப் பேசினாலும், ஏதோ அந்நியமான கலை ஒன்றை நமக்கு அவர் அறிமுகப்படுத்துகிறார் என்கிற அச்சம் இருந்திருக்கிறது; அப்படி இருந்ததா என ஆராய்வதைத் தமிழ்ச் சமூகம் அன்று, தொடங்கவில்லை.

கழக அரசியலை மீறி சு.ரா. பேச வேண்டியிருந்தது; இரும்புக் கதவுகளைச் சிலர் திறக்க முயற்சி செய்துகொண்டிருந்தார்கள். அதில் ஒருவர் சு.ரா! இலக்கிய மறுமலர்ச்சிக்காக, தமிழ்ச் சமூகத்தின் மேன்மைக்காகத் தாங்கள் அதைச் செய்வதாக மற்றவர்கள் கருதியிருந்தனர். சு.ரா. இதிலிருந்தும் மாறுபட்டவர். உரிமை கொண்டாடிப் பிறர் செய்துவந்ததை சு.ரா. உரிமை கோராமல் செய்துகொண்டிருந்தார். இன்று வியந்து பேசப்படும் பல இலக்கியத் திருவுருக்களின் இலக்கியப் பார்வைகள் சமூகப்புரிதல் இல்லாமல் இருந்தன. அவர்கள் மார்க்ஸியம் என்ற சித்தாந்தத்திற்கு நடுங்குபவர்களாக இருந்தார்கள்; அதைச் செவிமடுக்க அஞ்சினார்கள். சமூகத்தில் நிலவுகின்ற பேதங்க ளோடும் ஏற்றத்தாழ்வுகளோடும் இப்படியே இலக்கியம் மட்டும் பேசி அமைதியாகப் பிழைத்துவிட்டுப் போகலாம் என்பதற்கான முயற்சிகளில் இலக்கியவுலகைத் திசைதிருப்ப முயன்றவர்கள் அவர்கள். அதே சமயம் கழக அரசியலில் ஆர்வம் கொண்ட தமிழ் அறிஞர்கள் திராவிட இயக்கச் சிந்தனையில் மட்டுமே மூழ்கியிருந்தார்கள். உள்ளும் வெளியிலுமான இரண்டு மாபெரும் சிந்தனைத் தடைகளை மீறி, சு.ரா மார்க்ஸியத்தை உள்வாங்கிக் கொண்டார்; இறுகிப்போன சமூக இயல்பின் சகல அம்சங்களிலிருந்தும் தன்னை விலக்கிக்கொள்ள மார்க்ஸியம் அவருக்குக் கை கொடுத்தது; அல்லது அவர் மனதளவில் வெறுத்தொதுக்கிய சமூக உறுத்தல்களை மார்க்ஸியமும் வெறுத்தொதுக்கி அவரின் இலட்சியங்களுக்கு வலுவேற்றியது. நடைமுறைச் சிக்கல்களால் உண்டான மார்க்ஸிய மலினப்படுத்தல்களுக்கு எதிரான நிலைபாட்டை அவர் கொண்டிருந்தார்; மார்க்ஸியத்தின் இலக்கு எதுவோ அதுவே அவரின் இலக்கும் ஆகும். அவர் தெளிவாக்குகிறார் தன் தரப்பை: "மார்க்ஸின் சிந்தனைகளை நான் ஒப்புக்கொள்கிறேன்; அதில் சந்தேகம் கிடையாது . . . வேறொரு விதமான கலாச்சாரப் பின்னணியும் மனோபாவங்களும் மத நம்பிக்கைகளும் கொண்ட நம்முடைய மக்கள் ஏற்கும்வகையில் மார்க்ஸியத்தை

வளர்த்தெடுக்கவில்லை.” இந்த ஒப்புதலைச் சு.ராவின் சக இலக்கியவாதிகள் கண்டுகொள்ளவில்லை.

தன் வாழ்வில் மதத்திற்கு முக்கியத்துவம் இல்லை என்று வெளிப்படையாக அறிவிக்கிறவர் ஒரு சமூகப் போராளி ஆவார். பல சமயங்களிலும் சு.ரா. இந்த நிலைபாட்டை வலியுறுத்துகிறார். அவருடைய இறுதிச் சடங்குகள் சாதிய, மத அனுஷ்டானங்கள் இல்லாமல் நடந்தன; அவர் செயல்முறை மார்க்ஸியவாதி என நான் புரிந்துகொள்வது இத்தகைய நடைமுறைகளால்தான்.

தான் எதிர்கொள்ளும் உலகத்தின் சகல நற்பயன், தீவினைகளின் மீதும் சு.ராவுக்கு அடிப்படையான பார்வைகள் இருந்தன. அனைத்துக் கலைகள், பண்பாடு, பொருளாதாரத் தேடல்கள் எனும் வாழ்வின் பல்வேறு கூறுகளிலும் மறைந்திருக்கும் கருத்தியல்களின் அடிமைத்தனங்களை அவர் துண்டித்துக்கொண்டார். மாற்றுச் சிந்தனைகளில் மனம் தோய்ந்ததில் எதையும் எங்கேயும் வெளிப்படையாக அவரால் விலக்க முடிந்தது.

சு.ரா. இலக்கியப் படைப்புகள் இந்த அடிப்படையின் தார்மீக எழுச்சியாய் இருப்பதால் அவை கவனத்தில் பதிகின்றன. இந்தச் சிந்தனைகள் அவரது எழுத்தை, நடையை, உத்தியை வகுத்தன. சமூகம் அதன் விலங்குகளை விட்டு விலகியிருக்க வேண்டும் என்று அவர் நினைக்கவில்லை; அவை தெறிக்கப்பட்டுத் துகள்களாக்கிவிடும் எழுச்சியை உருவாக்கினார்.

‘ஒரு புளிய மரத்தின் கதை’ வெளியானபோது பலருக்கும் அது ஒரு முன்மாதிரியான நாவலாக இருந்தது. அதை சோஷலிச யதார்த்தவாதக் கோட்பாட்டுக்கு இசைவான படைப்பாகப் பார்த்தனர். ‘ஜே.ஜே: சில குறிப்புகள்’ நவீன உத்திக்கு முன்னோடி. தமிழ் இலக்கியத்தின் சுழல் பக்கங்களில் ஒரே எழுத்தாளரின் இருவேறு படைப்புகளும் முன்னோடித் தன்மையைக் கொண்டிருக்கின்றன. இது அபூர்வமான தன்மையாகும்.

‘ஜே.ஜே: சில குறிப்புகள்’ நாவலைக் கொண்டாடியவர்களும் அதற்குத் தக்க ஏற்பை வழங்கவில்லை; அந்நாவல் இன்னும் ஆழமாகப் பார்க்கப்பட்டிருக்க வேண்டும் என்று அவர் விரும்பினார். விமர்சன முனைகள் அவரைக் காயப்படுத்தவில்லை. தன் நாவல் குறித்து அவர் கருதியிருந்த நம்பிக்கை பலமானது. பிரபஞ்சம் நம் பூமியிலே வந்து இறங்கும் என்று சொல்லுமளவில் பெரும் மனக்கிளர்ச்சியை அவருக்குள் அந்நாவல் உருவாக்கியிருந்தது. தன்னுடைய கலாச்சாரத்தின் உயிர்ப்புக்குத் தன்னாலான இலக்கியக் கொடை அது என்ற அளவில் அவர் மன நிறைவைக் கொண்டிருக்க வேண்டும்.

படைப்பு முற்போக்கானதாக இருக்கவேண்டும் என்பதில் சு.ராவுக்கு மாற்றுக் கருத்து இல்லை. அதை அவர் கலைப்பாங்கான முற்போக்கு என்று வரையறுக்கிறார். அதற்கான மெனக்கிடல் அவரை இழுத்துச் சென்றது. இந்தக் கலைப்பாங்கு, நமக்குக் கசக்க வேண்டிய அவசியமில்லை.

இந்திய அரசியல் இயக்கத்தில் எங்கேனும் சிறு இடைவெளி கிடைத்தாலும் அதில் மதவாத சக்திகள், பிற்போக்குச் சக்திகள், நிலவுடைமைக் கருத்தாளர்கள் புகுந்துவிடலாம் என்ற அச்சம் மார்க்ஸியவாதிகளிடத்தில் இருந்தது. அதன்பொருட்டாக அவர்கள் கலைப்பாங்கான முற்போக்கு இலக்கியத்துக்கு முகம்கொடுக்கவில்லை. ஆனால் அரசியல் செயல்பாட்டுக் களத்திற்குச் சற்று அருகே நின்று இவ்வாறான குரலை சு.ரா. எழுப்புவதை நான் வெகுவாக ரசிக்கிறேன். ஏனெனில் அவருக்கு மதம் என்றால் என்னவென்ற உறுதி இருந்தது. மதத்தால் மக்களுக்கு எந்தப் பயனும் இல்லை என்ற அற முழக்கம் எழுகிறது அவரிடமிருந்து. மதம், கடவுள் ஆகியனவற்றிலிருந்து மனித இனம் உதிர்ந்து தன்னைச் சுயம்புவாக உணர்ந்து நிலைநிறுத்திக்கொள்ளும் காலத்தை அவர் எதிர்பார்க்கிறார். அதற்கான முயற்சியில் ஆர்வம் காட்டுகிறார். அதன் வழியாக அவர் எண்ணங்களும் வாழ்க்கையும் தொடர்ந்து மலர்ந்தபடி இருக்கின்றன.

சு.ராவின் படைப்புகள் மற்றும் விமர்சனங்களை முன்வைத்து அவரின் படைப்புகளில் உத்தி, உருவம், நடை போன்றவற்றிற்கு மட்டும் அவர் முக்கியத்துவம் அளிப்பதாகக் கருதுகிற போக்கு நிலவியது. முற்போக்கு இலக்கியவுலகம் அவரிடம் எச்சரிக்கையான தூரத்தைக் கைக்கொண்டிருப்பது இன்றைய அளவிலும் உள்ள நடைமுறை. உள்ளடக்கத்தின் வலு என்னவோ அதுவே நடை, உத்தி, உருவத்திற்கான பொறுப்பை ஏற்கிறது என்பது சு.ராவின் வாதம். இதற்கான வலு இந்த நேர்காணல்களில் தொடர்கிறது.

மாக்ஸீம் கார்க்கியின் படைப்புகள் பற்றித் தமிழின் நவீன இலக்கியகர்த்தாக்கள், அதன் முன்னோடிகள் எவரேனும் பேசக் கேட்டிருக்கிறீர்களா? அவர்கள் வாய்திறவாத சூழலில் சு.ரா. கார்க்கியைப் புரிந்துகொண்ட விதம் எப்போதும் உதவக்கூடியது. பாரதியை ஏற்றுக்கொண்ட தமிழ் இலக்கியகர்த்தாக்கள் பாரதிதாசனைக் காணாமல் நகரும் போக்கு அதிசயமானது; சு.ரா., தான் ஒரு நவீன இலக்கியவாதி என்பதாலோ பிறரைப் போல மேலைய இலக்கியப் பரிச்சயத்தின் ஆர்வலர் என்பதாலோ பாரதிதாசனை நிராகரிக்கவில்லை. பாரதி, பாரதிதாசனுக்குப்

பிறகு தமிழ்க் கவிதையில் தேக்கம் ஏற்பட்டது என்கிற உண்மையை அவர்களில் எவரும் இதுவரை பேசியிருக்கவில்லை. பாரதிதாசனிடமிருந்து அவர்கள் ஒதுங்குவதற்கு என்ன காரணம் இருக்கக் கூடும்? சு.ரா. தெளிவான உண்மையைப் பேசத் தயங்காதவராக இருக்கிறார். எளிமைகூடித் தன் எழுத்துக்கள் எல்லாரையும் சென்று சேர வேண்டும் என்று விரும்புகிற இலக்கியப் பார்வைகளும் வழிகாட்டல்களும் சு.ராவின் இந்த நேர்காணலில் வெளிப்படுகின்றன.

சு.ராவின் இலக்கியப் பார்வை சமூக, பண்பாட்டு, அரசியல் அம்சங்களை உள்ளடக்கியது. மேற்பூச்சான முற்போக்குச் சாயத்தை மெய்யெனக் கருதாதது.

தொண்ணூறுகளின் இறுதியில் அமெரிக்கா சென்ற ஜெயகாந்தன், கொள்கை மயக்கநிலையில் அமெரிக்காவை ஒரு சோஷலிஸ நாடு என்று வர்ணித்திருந்தார். இந்தப் பேட்டி கணையாழி இதழில் வெளியாகியிருந்தது. (அந்தப் பேட்டியைப் படித்து நானும் ஒரு கடுமையான எதிர்வினையைக் கணையாழி இதழில் எழுதினேன்.) ஜெயகாந்தன் ஒரு குறுகிய காலச் சுற்றுப்பயணம்தான் போயிருந்தார். ஆனால் சு.ரா. அமெரிக்காவுக்கு அடிக்கடி சென்றுவரும் வாய்ப்பைப் பெற்றவர். அப்படியிருந்தும் அவர் அமெரிக்க நாட்டின் அரசியல் உள்ளிட்ட செயல்பாடுகளை ஏற்றுக்கொண்டவர் அல்ல. அவர் ஜெயகாந்தனின் கூற்றை ஆணித்தரமாக மறுத்துப் பேசுகிறார். ஜெயகாந்தனுக்குத் தன் கருத்துக்களைக் கொண்டு செல்லும் நோக்கில் அவர் சொன்ன வாக்கியம் உவகையைத் தந்தது. "அமெரிக்காவில் சில நாட்கள் இருந்துவிட்டு வந்த ஜெயகாந்தன் அந்நாட்டை சோஷலிஸக் கனவு நிறைவேறிய நாடு என்று உணர்ச்சிப்பட வர்ணித்திருக்கிறார். இந்தக் கருத்தை உலக அறிவாளிகள் எவரும் ஏற்றுக்கொள்ள மாட்டார்கள் என்றே நினைக்கிறேன்" என்ற அவரின் புரிதலைப் புன்னகையோடு நாமும் அங்கீகரிக்கிறோம்.

எல்லாப் பக்கச் சார்புகளையும் துல்லியமான அவரின் கொள்கை வலு புறமொதுக்கித் தள்ளிவிடுகின்றது. காந்தி எந்த இடத்தில் தேவை, எந்த இடத்தில் அவரைப் பொருத்தக் கூடாது என்று அவர் எடுக்கும் அதே முடிவில்தான் மார்க்ஸியம் பற்றிய அவரின் பார்வையும் இழைந்தோடுகிறது. வாழ்க்கையை அதனதன் தளத்தில் நாம் அனுபவிக்கும்போது அதற்கு எவ்வகையில் கற்பனையின் பங்களிப்பு தேவை என அவருக்கு ஒரு கணக்கு இருந்திருக்கிறது. அவை சு.ராவின் படைப்புகளில் கூர்மையான பங்கைச் செலுத்தியிருக்கின்றன.

சு.ரா. என்ற கலைஞன் உருவானது, புதுமைப்பித்தனின் 'மகாமசானம்' சிறுகதையிலிருந்து! ஒவ்வொருவரின் வாழ்க்கை இலட்சியமும் பணம், பதவி இணைந்த அதிகாரத்தை வேண்டுவனவாக ஆவதையே நாம் பார்த்துவந்திருக்கிறோம்; ஆனால் ஒரு படைப்பாளியின் படைப்பிலிருந்து வாழ்க்கை லட்சியம் விரிவது முக்திநிலை போன்ற செயல்பாடாகும். தமிழின் வேறு படைப்புக் களம் அவரிடமிருந்து உருவாக இந்த ஆசையே தூண்டுகோலாக இருந்திருக்க வேண்டும். அவர் அதுவரைக்கும் வரித்துக்கொண்ட கொள்கைகளை இந்தப் படைப்பு அவா கனல்கொள்ள வைத்தது.

இந்த நேர்காணல்கள் ஒரே மூச்சில் வாசிக்கப்பட வேண்டியவை அல்ல. அவற்றின் உள்ளார்ந்த தொனியை உள்வாங்கக் கால அவகாசம் நமக்குத் தேவைப்படும். "நீ விரும்பும் அழுக்கை நான் தரமாட்டேன்" எனும் கொள்கைப் பிடிவாத நேர்காணல்கள் இவை. ஆகையால் மெதுநடை பயின்று இந்நூலை வாசிப்பது நீண்டகாலச் செயல்பாட்டுக்கும் புதிய தெளிவுக்கும் வழியுண்டாக்கும்.

இலக்கியம் குறித்த சிந்தனைகளை, சமூகக் கோணல்களை எதிர்கொள்ளும் ஆற்றலை இந்நேர்காணல்கள் எனக்கும் உருவாக்கித் தந்துள்ளன. இந்த வாய்ப்புக்காகக் காலச்சுவடு பதிப்பகத்திற்கு என் நன்றிகள்.

நாகர்கோவில்   களந்தை பீர்முகம்மது
04.03.2016

சுந்தர ராமசாமி நேர்காணல்கள்

ஜே.ஜே: சில குறிப்புகள்: வாழ்க்கை பற்றிய என் விமர்சனம்

சுந்தர ராமசாமி: *1950*இல் புதுமைப்பித்தன் நினைவு மலர் என்று ஒரு புத்தகம் கொண்டு வந்தேன். புதுமைப்பித்தனிடம் எனக்கு ஏற்பட்டிருந்த ஈடுபாடு காரணமாக அவருடைய குடும்பத்திற்கு ஒரு நிதி சேர்த்தபோது என்னுடைய சொந்த முயற்சியில் நான் ஏதாவது செய்து உதவ வேண்டும் என்று எண்ணினேன். புதுமைப்பித்தன் பெயரில் ஒரு நினைவு மலரைக் கொண்டுவந்து அதை விற்று அதிலிருந்து கிடைக்கக்கூடிய லாபத்தை அவர்களுக்குக் கொடுக்கலாம் என்று நினைத்தேன்.

நான் பள்ளியில் தமிழ் படிக்கவில்லை. என் சிறுவயதில் எங்கள் குடும்பம் கோட்டயம் என்ற ஊரில் இருந்தது. பதினேழு வயதுக்கு மேல் நானே சொந்தமாக என்னுடைய தாய்மொழியை சிலேட்டில் எழுதிக் கற்றுக்கொண்டேன். குடும்பத்தில் 'எதற்கும் உதவாதவன்' என்ற எண்ணம் என்னைப் பற்றி இருந்தது. அதற்கு முக்கியமான காரணம் நான் சரியாகப் படிக்கவில்லை என்பது. நான் சரியாகப் படிக்கவில்லை என்று சொல்வதைவிடப் பள்ளியில் ஆசிரியர்கள் என்னிடம் சொன்ன விஷயங்கள் எதுவும் எனக்குப் புரிந்திருக்கவில்லை என்பதுதான் உண்மை. இப்படியான ஒரு பையன் வீட்டில்

22.05.1982 அன்று கோவை வானொலியில்
ஞானிக்கு அளித்த பேட்டி

கெட்டபெயர் எடுப்பது இயற்கையான விஷயம்தான். அதோடு என்னுடைய உடல்நிலையும் சின்ன வயதிலேயே கடுமையாகப் பாதிக்கப்பட்டிருந்தது. பத்துப் பதினொரு வயதிலேயே நான் மிகப்பெரிய நோயாளி ஆகிவிட்டிருந்தேன். இந்த இரண்டு காரணங்களாலேயும் நான் வாழ்க்கையிலிருந்து ரொம்ப அந்நியமாகி ஒதுங்கிப்போகும் தன்மை ஏற்பட்டது. அதிலிருந்து விடுதலை பெறவேண்டும்; வாழ்க்கையின் மையத்திற்குத் திரும்பி வரவேண்டும்; நம்மாலும் சில விஷயங்களைச் செய்ய முடியும்; நமது குடும்பத்தினரும் நம்மைச் சூழ்ந்திருப்பவர்களும் மதிக்கும்படியாக நாம் நடந்துகாட்ட வேண்டும் என்ற எண்ணம் ஏற்பட்டுத்தான் நான் என்னுடைய தாய்மொழியை எழுதக் கற்றுக்கொண்டேன் என்று நினைக்கிறேன். இப்போது கடந்த காலத்தைத் திரும்பிப் பார்க்கும்போது அப்படித்தான் சொல்லத் தோன்றுகிறது.

என்னை முதன்முதலாகக் கவர்ந்த ஆசிரியர் புதுமைப்பித்தன். நிறையப் புத்தகங்களைப் படித்த பிறகுதான் நான் புதுமைப்பித்தனைத் தெரிந்துகொண்டேன் என்று இல்லை. ஏதோ இயற்கையின் ஒரு விந்தையான விதி என்றுகூடச் சொல்லலாம் – நான் ஆரம்பத்திலேயே படித்த புத்தகமோ, இரண்டாவதாகவோ மூன்றாவதாகவோ படித்த புத்தகமோ புதுமைப்பித்தனுடையதுதான். அது ‘காஞ்சனை’ என்ற சிறுகதைத் தொகுதி. ‘காஞ்சனை’ தொகுதியில் இருந்த கதைகள் எல்லாம் எனக்கு முதலில் அவ்வளவாகப் புரியவில்லை. என்ன சொல்ல வருகிறார் என்பது தெளிவாகத் தெரியவில்லை. ஆனால் மூன்றாவதாகவோ நான்காவதாகவோ அந்தத் தொகுதியில் இருந்த ‘மகாமசானம்’ என்ற கதையைப் படித்த மாத்திரத்திலேயே என்னுடைய மனத்தில் பெரிய கிளர்ச்சி ஏற்பட்டது. அந்தக் கிளர்ச்சிதான் என்னுடைய முதல் விதை. என்னிடம் இருக்கக்கூடிய ஒரு விஷயத்தை நான் தெரிந்துகொண்ட முதல் காரியம் அதுதான். அதிலிருந்து தொடர்ந்து அவருடைய கதைகளைப் படிக்க ஆரம்பித்தேன். படிக்கப்படிக்க எனக்கு அவர் பேரில் மதிப்பு ஏற்பட்டது. புதுமைப்பித்தன் உயிரோடு இருக்கிறாரா இல்லையா என்பதுகூட எனக்குத் தெரியாது. பின்னால்தான் யாரோ சொன்னார்கள்: அவர் இறந்துபோய்விட்டார், அவரது சம்சாரம் திருவனந்தபுரத்தில் இருக்கிறார் என்று. சரி, அவரைப் போய்ப் பார்ப்போம் என்று திருவனந்தபுரம் போய்ப் பார்த்தேன். அவர் பலவிதமான கஷ்டத்தோடு இருந்தார். அந்தச் சந்தர்ப்பத்தில் நான் புதுமைப்பித்தனுக்காக ஒரு நிதி திரட்டினேன். 1950இல் புதுமைப்பித்தன் நினைவு மலர் என்னும் புத்தகம் கொண்டுவந்தேன்.

ஞானி: நீங்க சொன்னதிலிருந்து நீங்க படிக்காமல் இருந்தது, நோயாளியாக இருந்தது ஆகிய இரண்டு காரணங்கள் உங்களைப் படைப்பாளியாக்குவதற்கான காரணங்கள்மாதிரி நான் புரிந்துகொள்கிறேன். படிக்காமல் இருப்பதன் மூலம் உலகத்தைப் புதிதாகப் பார்க்க முடியும். நோயாளியாக இருக்கிறதன் மூலம் தனக்குள்ளேயே ஆழ்ந்துபோய்விடக் கூடிய ஒரு மனப்பாங்கு ஏற்பட்டுவிடும். அதே சமயத்தில் புற உலகப் பாதிப்பைப் போதுமான அளவுக்கு ஏற்றுக்கொள்ள அது தடையாகவும் இருக்க முடியும். நீங்கள் கடுமையான சிக்கலில் இருந்திருக்க வேண்டும். இதிலிருந்துதான் உங்கள் கலைப்படைப்புகள் எல்லாம் உருவாகின்றனவா? புதுமைப்பித்தன் மட்டும்தான் உங்கள் இலக்கிய வாழ்க்கையிலே பெரும் பாதிப்பை ஏற்படுத்தியவரா? வேறு யாராவது உண்டா?

பின்னால் வந்த 30 வருடங்களிலே பல ஆசிரியர்களின் பாதிப்பை நான் பெற்றிருக்கிறேன் என்றுதான் நினைக்கிறேன். இளவயசிலே, என்னை அதற்குமுன் எதுவுமே பாதித்திராத நிலையில், புதுமைப்பித்தனின் பாதிப்பைத் துல்லியமாக என்னால் உணர முடிந்திருந்தது. என்னுடைய வாழ்க்கையில் புற உலகத்துக்கும் எனக்கும் ஏற்பட்ட உறவினால் விளைந்த பிரச்சனைகள். முக்கியமாகப் பொருளாதாரம் சம்பந்தப்பட்ட பிரச்சனைகள். என்னைச் சுற்றியிருக்கும் ஆட்கள் மகிழ்ச்சியாக இல்லை. அவர்கள் வறுமையினால் அல்லது வேறு பிரச்சனைகளினால் துன்பப்படுகிறார்கள். அவர்களோடு என்னை அடையாளப்படுத்திக்கொண்டேன். அதற்குக்கூட என் குடும்பச் சூழ்நிலைகள்தான் காரணம். என் வீட்டுக்குச் சம்பந்தமில்லாத ஒரு கலாச்சாரத்துடன், என் வீட்டிற்குச் சம்பந்தமில்லாத மனோபாவத்துடன், அவர்களுடைய குறுகிய எண்ணங்களிலிருந்து விலகி, வித்தியாசமாக, புரட்சிகரமாக, இன்னும் விரிந்த தளத்திலே போய் என்னை நான் சம்பந்தப்படுத்திக் கொள்ள வேண்டும் என்ற பாதிப்புக்கு நான் ஆளாகியிருக்கலாம்.

கடினமான தத்துவப் புத்தகங்களைப் படித்துத் தெரிந்து கொள்ளக்கூடிய மூளை என்னுடையது அல்ல. அதற்காக நான் பிரயத்தனப்படாமல் இல்லை. ஆனால் எந்த அளவிற்கு நான் எதிர்பார்க்கிறேனோ அதிலிருந்து அந்த அளவிற்குப் பயன் கிடைக்கவில்லை. என்னுடைய 'அக்கரைச் சீமையிலே' என்னும் சிறுகதைத் தொகுதியைப் படித்தால் யாரும் அதை உணர்ந்துகொள்ள முடியும். சமூகப் பிரச்சனைகளைப் பிரச்சார ரீதியில் சொல்லாமல், சாதாரணத் தளத்திலே சொல்லாமல், இன்னும் அழகுடன் இன்னும் நயத்துடன், படிக்கிறவர்கள் மனத்தில் போய்ச்சேருவதுபோல் ஒரு கலைப்பாங்குடன் சொல்ல

முயற்சி செய்கிறேன். அந்த முயற்சியுடைய விளைவுகள் தான் 'அக்கரைச் சீமையிலே'யில் உள்ள கதைகள்.

முப்பதாண்டு காலப் படைப்புகளை ஒருசேரத் தொகுத்துப் பார்க்கிற போது 'அக்கரைச் சீமையிலே', 'பிரசாதம்' ஆகிய தொகுதிகளிலிருந்து தெரிகிற சுந்தர ராமசாமியும், பின்னால் 'பல்லக்குத் தூக்கிகள்', அண்மையில் வெளிவந்த 'ஜே.ஜே: சில குறிப்புகள்' இவற்றில் தெரியும் சுந்தர ராமசாமியும் முற்றிலும் மாறுபட்டவர்களாகத் தெரிகிறார்கள். முந்தைய படைப்புக்களில் சமூகப் பிரச்சனைகளுக்கு அழுத்தம் கொடுத்திருப்பது வெளிப்படையாகத் தெரிகிறது. பிந்தைய படைப்புக்களில் அது இல்லை என்று நான் சொல்லவில்லை. ஆனால் சமூகப் பிரச்சனைகளைச் சொல்வதைவிட ஒரு ஆத்மிகம் அல்லது பண்பாட்டுத் தன்மை இவைகளெல்லாம் ரொம்பவும் மிகுந் திருப்பதுபோல் தோன்றுகிறது. இந்த மாற்றத்திற்கான காரணங்கள் என்ன?

1950இல் எழுத ஆரம்பித்து முப்பது வருஷங்களாகத் தொடர்ந்து எழுதிக்கொண்டிருக்கிறேன். இந்த நீண்ட காலப்பகுதி என்னிடம் பலவிதமான மாற்றங்களை ஏற்படுத்திவிடவில்லை. ஒவ்வொரு சந்தர்ப்பத்திலேயும் இந்த உலகத்தைப் பற்றி, என்னைப் பற்றி என்னுடைய எண்ணங்கள் குறைவானதாகவே இருந்து வந்திருக்கிறது, போதுமானதாக இல்லை என்னும் எண்ணம் எனக்கு உண்டு. ஆரம்பக் காலத்தில் பொருளாதார மாற்றங்களை ஏற்படுத்துவதன் மூலம் மேலான சமூகத்தை உருவாக்கிவிட முடியும் என்று நம்பினேன். இப்போதுகூட அந்த எண்ணம் இருக்கிறது. ஆனால் அது மட்டுமே போதும் என்ற எண்ணம் ஆரம்பத்தில் இருந்தது. எல்லாத் துன்பங்களும் பொருளாதார அடிப்படை சார்ந்ததுதான்; அதற்கு ஒரு நிவர்த்தி ஏற்படுத்திவிட்டோமென்றால் பிற விஷயங்கள் தானாகச் சரியாகிவிடும்; உலகில் அப்படியான ஒரு தத்துவம் உருவாகியிருக்கிறது; அந்தத் தத்துவம் குறிப்பிட்ட இடத்தில் சோதிக்கப்பட்டுச் சில வெற்றிகளைத் தேடித் தந்திருக்கிறது. இப்போது அதிலிருந்து நாம் சில படிப்பினைகளைப் பெற்று நம் சமுதாயத்திற்கு ஏற்றவாறு புகுத்தினால் நாம் மேலான ஒரு சமுதாயத்தை உருவாக்கிவிட முடியும். இந்த மனநிலையிலிருந்து ஏற்படக்கூடிய கதைகள்தான் 'அக்கரைச் சீமையிலே' தொகுதியில் இருக்கின்றன. பின்னால் இந்த மனநிலை, இந்த எண்ணம், இந்த நம்பிக்கை, பலவிதமான அதிர்ச்சிகளைப் பெற்றது.

நான் நம்பிக்கொண்டிருக்கக்கூடிய தத்துவம் எந்த விதமான பலனைத் தரும் என்று நான் நினைக்கிறேனோ அந்த

விதமான பலனைத் தரவில்லையோ, இன்னும் அதிகமாகச் சிக்கல்களை ஏற்படுத்தியிருக்கிறதோ என்பது போன்ற சந்தேகங்கள் எனக்கு ஏற்பட்டன. எனவே எந்த இடத்தில் இந்தத் தத்துவம் சோதிக்கப்பட்டதோ அந்த இடங்கள் சார்ந்து அவர்கள் வெளியிட்டுள்ள பல விஷயங்களை நான் தொடர்ந்து படித்துக்கொண்டு வந்தேன்.

தத்துவத்தினுடைய பலவீனம் என்று சொல்கிறீர்களா அதை ..?

தத்துவத்தினுடைய பலவீனம் என்று சொல்லவில்லை நான். அந்தப் பிரச்சனைக்குப் பின்னால் வருகிறேன். பலவிதமான சிக்கல்கள் அங்கே ஏற்பட்டிருக்கின்றன என்ற எண்ணம் எனக்கு ஏற்பட்டது. இந்த எண்ணத்திலிருந்து நான் இரண்டுவிதமான முடிவுக்கு வரலாம். ஒன்று, தத்துவம் சரியில்லை என்ற முடிவு. இரண்டாவது தத்துவத்திற்கும் மனிதனுக்கும் இடையிலான உறவு சரியில்லை என்ற முடிவு. நான் இரண்டாவது முடிவுக்குத்தான் வந்தேன்.

ஒரு தத்துவத்தை முழுமையாகப் படித்துப் பார்த்து விட்டுத்தான் ஒருவர் அந்த முடிவுக்கு வரவேண்டும்; அதற்கு முன்னால் அந்தத் தத்துவத்திற்கும் மனிதனுக்குமான உறவு சரியில்லை என்ற முடிவுக்கு எப்படி வரலாம்; என்ன அடிப் படையில் அந்த முடிவுக்கு வந்தீர்கள் என்று ஒரு கேள்வி கேட்கப்படலாம். இந்தத் தத்துவம் கருத்து ரீதியாகப் பரவும் காலத்திலேயே நான் வாழ்ந்துகொண்டிருக்கிறேன். புற உலகத்தைக் கவனித்துக்கொண்டிருக்கிறேன். தத்துவத்தை விட்டுவிடுங்கள். மனிதனுக்கு எந்த ஒரு சின்ன காரியத்தையும் சரியாகச் செய்யத் தெரியவில்லை என்ற முடிவுக்கு நான் வந்திருக்கிறேன். இது என் கண் முன்னால் தெளிவாகத் தெரியக்கூடிய ஒன்று. உதாரணமாக ஏழைக் குழந்தைகளுக்குத் தருவதற்காக ஏதோ ஒரு தேசத்திலிருந்து பால்பொடி புட்டிகள் தர்ம ஸ்தாபனங்களுக்கு வந்து சேர்கின்றன. குழந்தைகள் பேரில் அபிமானம் உள்ளவர்கள் என்று நாம் நினைக்கக்கூடிய ஆசிரியர்கள்தான் அந்த நிறுவனத்தில் இருக் கிறார்கள். ஆனால், குழந்தைகளுக்கு அந்தப் பால்பொடி போய்ச் சேருவதில்லை. இடையில் சுருட்டப்பட்டுவிடுகிறது. இவ்வளவு பெரிய மனிதர்களாலேயே, இலவசமாகத் தரப்பட வேண்டிய பாலைக் குழந்தைகளின் வயிற்றில் செலுத்த முடியவில்லை என்றால் சமத்துவம் பேசும் தத்துவம் இங்கு வந்தால் என்ன, வராவிட்டால் என்ன போன்ற எண்ணங்கள் என் மனத்தில் எழுந்தன.

அதாவது இன்றைய சமூக அமைப்புக்குப் பலியான மனிதர்கள் அந்த மாதிரியான செயல்களில் ஈடுபடுகிறார்கள் என்று நீங்கள் புரிந்து

கொள்கிறீர்களா அல்லது மனிதன் இயல்பிலேயே நல்லவனாக இருக்க வேண்டும் என்னும் அடிப்படையிலே இந்தப் பிரச்சனையைப் பார்க்கிறீர்களா?

மனிதன் நல்லவனாக இருக்க வேண்டும் என்ற அடிப்படையில் பிரச்சனையைப் பார்க்கவில்லை. மனிதன் அடிப்படையில் நல்லவனாகத்தான் இருக்கிறான் என்பது என் எண்ணம். புறச் சக்திகள்தான் அவனை வீழ்த்தி அவனிடம் மோசமான குணங்களை ஏற்படுத்துகின்றன என்னும் எண்ணம் கூட என்னிடம் இருக்கிறது. அதனால்தான் சமூகத்தை மாற்றினால் பெரிய அளவுக்கு மனிதக் குணங்களை மாற்றிவிடலாம் என்று நம்புகிறேன். ஆனால் சமூகத்தை மாற்றுவதற்கும் மனிதக் குணங்களைத்தான் கருத்தில் கொள்ளவேண்டியதாக இருக்கிறது. மனிதக் குணத்தை ஆதாரமாக வைத்துத்தான் சமூகத்தை மாற்ற முடியும்.

இந்த இரண்டுமே ஒன்றை ஒன்று சார்ந்துதான் இருக்கிறது. சமூக மாற்றம், மனிதக் குணங்களின் மாற்றம். எது முதலில், எது பின்னால் என்று திட்டவட்டமாகச் சொல்ல முடியாது. இந்த இரண்டும் ஒன்றோடு ஒன்று அனுசரணையாகப் போச்சு என்றால் ரொம்பவும் பெரிய அளவிற்கு உதவியாக இருக்கும்.

இரண்டும் ஒன்றை ஒன்று சார்ந்துதான் இருக்கிறது. எது சரி, எது தவறு என்பதை நான் சொல்ல வரவில்லை. எனக்குள்ளே என்ன நடந்தது என்பதைத்தான் சொல்லிக்கொண்டு வருகிறேன். இந்த எண்ணம் ஏற்பட்டதும் சகல துறைகளிலும் மனிதனுக்கும் அவன் மேற்கொண்டிருக்கும் காரியங்களுக்கும் நடுவில் ஒரு இடைவெளி இருப்பதை உணருகிறேன். தத்துவ உலகில் மட்டுமல்ல, அரசியல் உலகில் மட்டுமல்ல, வியாபார உலகில் மட்டுமல்ல. எல்லா உலகங்களிலும் மனிதன் தான் பொருட்படுத்தக்கூடிய விஷயங்களை ஒழுங்காகச் செய்ய முடியாதபடி ஏதோ ஒன்று தடை செய்கிறது. அவனுக்கும் காரியத்திற்குமான உறவு சீராக இல்லை என்ற எண்ணம் எனக்கு ஏற்பட்டது.

அந்த ஏதோ ஒன்று என்ன என்பதை நீங்கள் கண்டுபிடிக்கவில்லையா?

கண்டுபிடித்துவிட்டேன் என்று சொல்வதைவிடக் கண்டுபிடிக்க முயற்சி செய்கிறேன் என்று சொல்லலாம். தொடர்ந்து முயற்சி செய்துகொண்டிருக்கிறேன் என்று சொல்வது சரியாக இருக்கும். என் அளவில் நான் கண்டுகொண்டிருப்பது என்னவென்றால் ஒரு மனிதனுக்குத் தான் செய்யும் காரியத்தில் ஒருவிதத் தெளிவு இல்லை. பழக்கத்தின் பேரில் ஒரு காரியத்தைச் செய்ய ஆரம்பிக்கிறான். இந்தப் பழக்கத்திலிருந்து விடுதலை

சுந்தர ராமசாமி

கிடைத்து, காரியத்தின் அர்த்தத் தளத்திற்கு அதாவது இந்தக் காரியத்தை இன்ன காரணத்திற்காகச் செய்கிறேன் என்ற தெளிவு அவனுக்கு ஏற்படுமென்றால், அந்தத் தெளிவு அவன் மனத்தில் நீங்காமல் இருக்குமென்றால், அவன் அந்தக் காரியத்தை மிக மேலான முறையில் செய்யமுடியும் என்பது என் எண்ணம்.

இன்றைய என் எழுத்திற்கும் ஆரம்பக் கால எழுத்திற்கும் இடையில் வித்தியாசம் இருக்கிறது. இந்த இடைவெளியில் என்னுடைய அனுபவங்கள் வேறுவேறுவிதமாக இருந்திருக்கின்றன. நான் உலகத்தைப் பார்த்து வந்ததில் எனக்குக் கிடைத்த படிப்பினைகள் வேறுவேறு விதமாக இருந்திருக்கின்றன. அந்தப் படிப்பினைகள் சார்ந்து நான் இந்த விஷயங்களைச் சொல் கிறேன். ஒரு படைப்பாளி எழுத ஆரம்பிக்கக்கூடிய சமயத்தில் தத்துவ ரீதியாக எதைத் தெரிந்து வைத்திருக்கிறானோ அதையே அவன் தொடர்ந்து எழுதிக் கொண்டிருப்பதில்லை. அப்படி எழுதுபவன் படைப்பாளியே இல்லை. படைப்பு என்பதன் அர்த்தம், இருக்கக்கூடிய நிலையிலிருந்து அடுத்த படிக்குப் போகக்கூடிய முயற்சி என்பதுதான்.

ஜே.ஜே: சிலகுறிப்புகள் நாவலுடைய அடிப்படையே உண்மையைச் சொல்லப்போனால் நீங்க எந்த தளத்தைச் சேர்ந்தாலும், உங்களுடைய பார்வை எப்படியிருந்தாலும், நீங்க உண்மைவாதியாக இருப்பீர்கள் என்றால் ஏதோ ஒரு விதத்தில் உலகத்திற்கு *Contribute* செய்ய வேண்டும். பரஸ்பரம் சந்தித்து உரையாடுவதன் மூலம் நம்மைத் திருத்திக்கொள்ள முடியும். ஆனால் நீங்கள் ஒரு பொய்யனாக இருந்தால் எந்தவிதமான பயனும் இல்லை. இதுதான் இந்த நாவலின் அடிப்படைச் செய்தி. இந்த நாவலில் தமிழ்க் கலாச்சாரம், தமிழ்ப் புத்தகங்கள் பற்றிய உயர்வான விஷயங்களைச் சொல்கிறேன். ஒரு பெரும் நம்பிக்கையைத் தமிழ் வாசகனுக்கு ஊட்டுகிறேன். நாம் மேலே போய்விட முடியும்; உலக அளவுக்குப் போய்விட முடியும்; பிரபஞ்சம் நம் பூமியிலே வந்து இறங்கும் என்றெல்லாம் சொல்லியிருக்கிறேன். என்னுடைய கலாச்சாரத்தின் சாரமான அம்சங்கள் எவை என நான் நினைக்கிறனோ அவற்றைச் சொல்கிறேன். நான் மிகையாகச் சொல்லி வாசகனை ஏமாற்றவில்லை. ஆனால் நான் ஏன் இந்த நாவலை மலையாளச் சூழலைப் பின்னணியாக வைத்து எழுதினேன் என்பதைச் சொல்லியாக வேண்டும். நேரடியாக ஒரு விமர்சனத்தை ஒருவரைப் பற்றிச் சொல்லும் போது, அவர் சற்றுப் பதற்றப்பட்டு, சொல்லப்படும் விஷயத்தைச் சரியாகக் கவனத்தில் எடுத்துக்கொள்ளாமல் போகும் வாய்ப்பு உருவாகிவிடும் என்பதால் இன்னொரு சூழலை முன்வைத்து அந்த விமர்சனத்தைச் சொல்லியிருக்கிறேன். என்னைப்

பற்றித்தான் எழுத வேண்டும். சென்னையைப் பற்றித்தான் எழுத வேண்டும். நகரங்களில் இருக்கும் ஃபேஷனைப் பற்றித்தான் எழுத வேண்டும் என்று வாசகர்கள் எதிர்பார்த்தால் அதைப் பூர்த்திசெய்வது என் நோக்கமல்ல. அதைப் பூர்த்திசெய்ய நிறையபேர்கள் இருக்கிறார்கள். அது அவர்களுடைய வேலை.

ஜே.ஜே. என்னும் பெரிய கலைஞனைப் புரிந்துகொள்வதற்கு ஏற்ற முறையில் அவனுடைய வாழ்க்கை நிகழ்வுகள் விரிவாகத் தொகுத்துச் சொல்லப்படவில்லை என்பது போன்ற தோற்றம் தருகிறது நாவல். அப்படி விரிவாகச் சொல்லித் தீர வேண்டும் என்ற அவசியமில்லைதான். ஆனால் கலைத் துறையில் அவனுடைய மேன்மைகளைப் புரிந்துகொள்ளக்கூடிய அளவிற்கு அவன் எப்படி உருவானான் என்பது நாவலில் இருந்திருந்தால் ஜே.ஜே. வினுடைய பார்வையைப் புரிந்துகொள்வதற்குப் பேருதவியாக இருந்திருக்கும். இது நாட்குறிப்பு வடிவத்தில் இருப்பதும், நிகழ்ச்சிகள் தொடர்ச்சியாகச் சொல்லப்படாமல் விட்டுவிட்டு முன் பின் மாற்றிச் சொல்லப்பட்டிருப்பதும் வாசகனுக்கு ஒருவகையில் தடையாக இருந்திருக்கலாம். நிகழ்ச்சிகளை மாற்றிச் சொன்னதினாலே நிகழ்ச்சித் தொகுப்பை அவனால் புரிந்துகொள்ள முடியவில்லையா என்பது ஒரு கேள்வி.

முதலில் ஜே.ஜே. ஒரு கடினமான நாவல் என்னும் எண்ணம் ரொம்பப் பேருக்கு இருக்கிறது என்று நினைக்கிறேன். நான் அப்படி நினைக்கவில்லை. எளிமையான புத்தகம்தான் என்பது என்னுடைய எண்ணம். தமிழை ஒழுங்காக, சுத்தமாகப் படிக்கத் தெரிந்த ஒருவன், வீட்டில் வேலை செய்யக்கூடிய பெண்கள், ஆபீஸில் வேலை பார்க்கக் கூடியவர்கள், இலக்கியத்தில் ஈடுபாடு இல்லாதவர்கள், வியாபாரிகள் எல்லாரும் அந்தப் புத்தகத்தைப் படிக்க முடியும் என்று நான் மனப்பூர்வமாக நம்புகிறேன். ஆனால் ஒருசில குறிப்பிட்ட ஆட்களுக்கு மட்டும் இந்த நாவல் போய்ச் சேராது. அதாவது ஒரு நாவலில் என்ன சொல்லியிருக்கிறது, ஒரு புத்தகத்தில் என்ன சொல்லியிருக்கிறது என்று அணுகுவது ஒரு மனோபாவம். தாங்கள் எதிர்பார்ப்பதை இந்த நாவல் சொல்லியிருக்கிறதா என்று முன் தீர்மானத்துடன் அணுகுவது இன்னொரு மனோபாவம். இரண்டாவது மனோபாவத்தோடு அணுகுபவர்களுக்கு இந்த நாவல் எட்டாது. இந்த முன் தீர்மானம் இல்லாமல் – இதுதான் உண்மையானது, இதுதான் சமூகக் கருத்துக்கள், இதுதான் இலக்கியம், இதுதான் என் நம்பிக்கைகள் என்ற முன் தீர்மானங்கள் இல்லாமல், அவற்றிலிருந்து விடுதலை பெற்று, இந்த நபர் என்ன சொல்ல வருகிறான், இவனுக்காக நான் இரண்டு நாட்கள் செலவழிக்கிறேன், என்ன சொல்லியிருக்கிறான் பார்ப்போம் என்ற எளிய மரியாதையை

அந்தப் புத்தகத்திற்குக் கொடுத்து, யார் அந்தப் புத்தகத்தை அணுகுகிறார்களோ அவர்களுக்கு அந்தப் புத்தகம் தன்னைக் காட்டக்கூடிய நிலையில் இருக்கிறது என்று நம்புகிறேன். அதில் எந்தப் பிரச்சனையும் இல்லை.

பிரச்சனை என்னவென்றால் இலக்கியம் என்று நினைத்து இலக்கியம் அல்லாத விஷயங்களைப் படித்து வந்திருக்கிறார்கள். ரொம்ப மோசமான விஷயங்களைப் படித்து வந்திருக்கிறார்கள். இவையெல்லாம் அவர்களுடைய மூளையில் வண்டிவண்டியாகப் போய் உட்கார்ந்திருக்கின்றன. அவர்கள் ஜே.ஜே. போன்ற ஒரு நாவலைப் படிக்கும்போது தம்முடைய அழுக்கைக் காணவில்லையே என்கிறார்கள். எனக்குச் சில விஷயங்கள் பிடிக்குமே அதை நீ ஏன் கொடுக்க மாட்டேன் என்கிறாய் என்று கேட்கிறார்கள். இதிலிருந்து அவர்கள் விடுதலை பெற வேண்டும். வாசிப்பே இல்லாத ஒருவர், இந்த இலக்கிய உலகத்துக்கே சம்பந்தமில்லாத ஒருவர் ஜே.ஜே. யைப் படித்தார். அவர் அதுவரை எந்தப் புத்தகமும் படித்ததில்லை. 'ரொம்பச் சுவையா இந்த ஆள் சொல்றாம்பா' என்று சொன்னார் என்று என் நண்பர் மூலம் தெரியவந்தது. அந்த ஆள், அவர் வீட்டிலே வேலை பார்க்கக்கூடியவர்; சும்மா ஏதோ படிக்க ஆரம்பித்தவர் தொடர்ந்து படித்தார். 'பல விஷயம் எனக்குப் புரியவில்லை. ஆனால் ரொம்ப ஜோராயிருக்கு' என்று சொன்னாராம்.

அதாவது ஜே.ஜே.யைப் புரிந்துகொள்ளக்கூடிய அளவுக்குத் தேவையான நிகழ்வுகள் அந்த நாவல்லே இருக்குங்கிறீங்க நீங்க . . .

இருக்கின்றன.

முன்பின்னாக இருந்தாக்கூட நாம அதைத் தொகுத்துக்க முடியும். அதிலே பிரச்சனையே கிடையாது. கஷ்டமே இல்லை. சில இடங்களை இரண்டு தடவை படிக்க வேண்டியிருக்கும். அது முடியும். நிச்சயமா அது நல்ல அனுபவமாக இருக்கலாம்.

இது சம்பந்தமாக இன்னொன்று. இந்த நாவலில் ஜே.ஜேக்கு முக்கியத்துவம் அதிகம். ஜே.ஜே.வோட முரண்படுகிற முல்லைக்கல்லை ஒரு சாதாரண வாசகன் பார்க்கிறபோது வெறுக்கத்தக்கவர் மாதிரி சித்தரித்திருக்கிறீர்களோ என்ற அபிப்பிராயம் ஏற்படுகிறது. அப்படி யொரு எண்ணத்துடனா நீங்கள் முல்லைக்கல் மாதவன் நாயரைச் சித்தரிக்கிறீர்கள்?

நான் அப்படிச் சித்தரிக்கவில்லை. முல்லைக்கல் மாதவன் நாயர் பேரில் வாசகர்களுக்கு வெறுப்பு வரவேண்டும் என்ற எண்ணம் எனக்கு இல்லை.

முல்லைக்கல் மாதவன் நாயர் ஒரு முற்போக்கு இலக்கியவாதி. அவன் பேரில் வெறுப்பு வரவேண்டும் என்பதற்காக அப்படிச் சித்தரிக்கவில்லையா?

இல்லை. முல்லைக்கல் மாதவன் நாயரிடம் ஒரு பொய்மை இருக்கிறது. ஒரு போலித்தனம் இருக்கிறது. அதன் பேரில் வெறுப்பு வரவேண்டும் என்ற எண்ணம்தான் திட்டவட்டமாக இருக்கிறது.

சமூகப் பிரச்சனைகள் பேரில் முல்லைக்கல்லுக்கு ஆர்வமிருப்பதை நீங்கள் . . . இல்லை இல்லை ஜே.ஜே. ஒத்துக்கறான். கூடவே அவனுடைய பொய் மேலே ஜே.ஜேக்குக் கோபம்.

முல்லைக்கல்லுக்கு ஆர்வமிருந்து அதை அவன் கதையில் எழுதுகிறான். எழுதக்கூடிய சமயத்தில் அவனுக்குப் புகழ் கிடைக்கிறது. நாவலில் முல்லைக்கல் அறிமுகமாகும் இடத்தை நீங்கள் பாருங்கள். ஜே.ஜே.யைத் தேடிக்கொண்டு ஒரு மாநாட்டில் அவன் இருக்கும் பந்தலுக்கு முல்லைக்கல் வருகிறான். ஜே.ஜே.யைப் பார்ப்பதற்குத்தான் பாலு போயிருக்கிறான். ஜே.ஜே.யைச் சுற்றி வாசகர் கூட்டம் இல்லை. ஒரே ஒரு எழுத்தாளர் அவனிடம் பேசிக்கொண்டிருக்கிறார், அவ்வளவுதான். ஆனால் முல்லைக்கல் மாதவன் நாயர் வரும் சமயத்தில் பெருங்கூட்டம் ஒன்று வருகிறது.

முல்லைக்கல்லுடன் . . ?

ஆமாம் முல்லைக்கல்லுடன். அவன் புகழ் வாய்ந்தவனாக ஆகிவிட்டான். இந்தப் புகழுக்குப் பின்னால்தான் முல்லைக்கல்லுக்கு ஒரு சரிவு ஏற்படுகிறது. அது ரொம்ப சாதாரண விஷயம். புகழ் வாய்ந்தவனுக்குப் பின்னால் ஏற்படும் சரிவுகளை நீங்கள் நினைத்துப்பார்த்தால் பல பேர்கள் உங்களுக்குக் கிடைக்கும்.

முற்போக்கு இலக்கியவாதிக்கு மட்டுமா, எந்த இலக்கியவாதிக்குமா?

எந்த இலக்கியவாதிக்கும். நான் முற்போக்கு இலக்கியவாதிக்கு மட்டும் என்று சொல்லவில்லை. எந்த இலக்கியவாதிக்கும்தான். இந்தச் சரிவைப்பற்றித்தான் ஜே.ஜே. விமர்சனம் பண்ணுகிறான். உனக்கு இப்போது ஒரு சரிவு ஏற்பட்டுவிட்டது. உன்னிடம் ஒரு கெட்டிக்காரத்தனம் ஏற்பட்டுவிட்டது. நீ புகழைத் தக்க வைத்துக்கொள்வதற்காக எந்த உண்மையைச் சொல்லிப் புகழை அடைந்தாயோ, எந்த விமர்சனத்தை வைத்து வாசகர்களைக் கவர்ந்தாயோ, அதிலிருந்து தலைகீழான அதற்கு நேர் எதிரான திசையை நோக்கி இப்போது போய்க்கொண்டிருக்கிறாய்.

சுந்தர ராமசாமி

நீ எந்தத் தளத்தில் வேலை செய்கிறாயோ அவர்களுக்கு உபயோகமானவனாக இருக்க வேண்டும், அவர்களிடம் நல்ல பெயர் வாங்கவேண்டும் என்று ஆசைப்படுகிறாய் என்று சொல்லி ஜே.ஜே. அவன் பேரில் விமர்சனம் செய்கிறான். ஆரம்பத்தில் ஜே.ஜே. அவனைப் பாராட்டுவதற்கான காரணம் என்ன? அவனுடைய உண்மை உணர்வுதான். அந்த உண்மை உணர்வைச் சார்ந்து அவன் எழுதுகிறான். முதலில் ஜே.ஜே. அவனைப் பாராட்டினதும் பின்னால் அவனை விமர்சனம் செய்ததும் இரண்டும் ஒரே விஷயத்தின் இரண்டு பகுதிகள் தான். ஒன்றிலிருந்து மற்றொன்று வித்தியாசப்பட்டதில்லை, முரண்பட்டதில்லை.

வாழ்க்கையில் ஒரு பாதுகாப்பான இடத்தைத் தேடிக்கொண்டிருக்கும் முல்லைக்கல் நூறாண்டு உயிர் வாழ்ந்துவிடுவான். ஆனால் வாழ்க்கையில் இருக்கிற பாதுகாப்பை உதறிவிட்டு வாழ்க்கைப் பிரச்சனைகளில் பதற்றம் அடைந்து வாழ்க்கையை விட்டு விலகி விடலாம், ஒதுங்கிவிடலாம் என்னும் முறையில் இருந்த கலைஞனாகிய ஜே.ஜே. தன்னுடைய சாவைத் தானே தேடிக்கொள்வது மாதிரி நாவலில் இருக்கிறது . . . அப்படியா . .?

நாவல் ஆரம்பிப்பதே ஜே.ஜே. இறந்து போனதிலிருந்துதான். ஏன் இறந்துபோனான் என்பதற்கான தடயங்களை நாவலில் தேடுவோம். ஜே.ஜே. சின்ன வயதில் இறந்துவிட்டான் என்று இருக்கிறது. சமூகத்துக்கும் அவனுக்குமான உறவில் பதற்றம் இருக்கிறது என்பது தெளிவாகத் தெரிகிறது. அவன் வெளியுலகத்தினால் பாதிக்கப்படுகிறான். மற்றவர்களால் பாதிக்கப்படுகிறான். அவர்களது பழக்க வழக்கங்களினால் பாதிக்கப்படுகிறான். தெருவில் நடந்துபோகும் சமயத்தில் ஒருவன் துப்பிக்கொண்டே போகிறான். அது அவனைப் பாதிக்கிறது. ஒருவன் வெயிலில் குடையை மடக்கிவைத்துக்கொண்டே போகிறான். குடை கையில் இருக்கிறது, பிரித்துக்கொள்ள மாட்டேன் என்கிறான். அது அவனைப் பாதிக்கிறது. சின்ன வயதில் அவன் பள்ளியில் படிக்கும்போது ஒரு அம்மா வாயிலே குண்டூசியைப் போட்டுக்கொண்டே பேசுகிறார். ஏதோ ஆயிடுமோ என்று அவன் பதற்றமடைகிறான். ஏன் அந்த அம்மா அந்தப் பழக்கத்தை மேற்கொண்டிருக்கிறார் என்று அவனுக்குப் புரியவில்லை. இதுமாதிரி சின்னவயதில் இருந்து அவன் புற உலகத்தினாலே கடுமையாகப் பாதிக்கப்படுவதனாலே ஓரளவுக்குப் பதற்றம் அவனிடம் இருந்து வந்திருக்கிறது. இதற்கு மேலே அவன் இறந்ததற்குக் காரணம் அவன் குடிகாரனாக இருந்ததுதான்.

வாழ்க்கையிலிருந்து தப்பவா?

அதை நாம் யோசித்துப்பார்ப்போம். இப்போது நாம் சாவைப் பற்றிப் பார்க்கலாம். மருத்துவக் காரணம் என்னவென்றால் அவனுடைய லிவர் பலவீனமாகிவிட்டது என்பதுதான். அது அவனுக்குச் சொல்லவும்பட்டிருக்கிறது. மருத்துவ ரீதியான காரணம் இதுதான். ஆனால் இன்னொரு வித்தியாசமான சமுதாயத்தில் ஜே.ஜே. இன்னும் அதிக நாட்கள் வாழ்ந்திருக்கமாட்டானா என்று நீங்கள் கேட்டால் வாழ்ந்திருப்பான் என்றுதான் தோன்றுகிறது. அதற்கான சாத்தியம் உண்டு என்றுதான் தோன்றுகிறது. உயிர் வாழ்தல் என்றால் என்ன? சாப்பிடுவதா? சவரம் செய்துகொள்வதா? அதுவா உயிர் வாழ்தல் என்பது? புதுமைப்பித்தன் எப்போது இறந்துபோனார்? நாம் என்று இறந்துபோனதாக நினைத்தோமோ அன்று அல்ல. என்று எம்.கே.டி. பாகவதருக்கு வசனம் எழுதப் போனாரோ அன்றே இறந்துபோனார். பாரதி எப்போது இறந்து போனார்? நாம் ஒரு வருடமும் தேதியும் சொல்கிறோமே அன்று அல்ல. எட்டையபுரம் மகாராஜாவுக்கு அவன் ஒரு தூக்கு எழுதினான். நான் ரொம்பக் கஷ்டப்படுகிறேன்; எனக்கு ஏதாவது உதவி பண்ண வேண்டும் என்று எழுதினானே அன்றே இறந்துபோனான். ஒவ்வொருத்தனும் செத்துப்போனதற்கு ரொம்ப நாளைக்குப் பிறகுதான் இந்த உடலைவிட்டுப் பிரிந்து போயிருக்கிறான். வாழ்நாளிலே இது போன்ற அவமானம் இந்த அவலம் அவர்களுக்கு எப்படி ஏற்பட்டது? இதுதான் முக்கியமான பிரச்சனை. சாவு வருவதற்கு முன்னாலேயே செத்துப் போகிறான். ஜே.ஜே. இறந்துபோனதற்குக் காரணம் உலகத்தில் இருக்கக்கூடிய பொய்மை. எல்லோர்கிட்டயும் இருக்கக்கூடிய கீழ்த்தரமான மனோபாவங்கள். ஒரு விஷயத்தை, உண்மையை, நேரடியாகப் பார்க்க முடியாத பிரச்சனை. இவன் என்ன சொல்கிறான்? இவன் உண்மையைத்தான் சொல்கிறானா, இதை நாம் கவனிப்போம் என்ற எண்ணம் யாருக்கும் இல்லை.

இன்னும் சொல்லப்போனால் முல்லைக்கல் மாதிரி ஆட்களிடம் இருக்கக்கூடிய பொய்மை – அதை முல்லைக்கல்லிசம் என்று பொதுவாகச் சொல்லலாம். அது ஒரு கட்சிக்குள்தான் இருப்பதாக நான் சொல்வதாக நினைக்க வேண்டாம். அது எல்லா இடங்களிலும் இருக்கிறது. எல்லாத் துறைகளிலும் இருக்கிறது. நீக்கமற எல்லா இடங்களிலும் இருக்கிறது. ஒவ்வொரு நிமிஷமும் நீங்கள் அதைத்தான் சந்திக்க வேண்டியிருக்கிறது. இதனாலேதான் அவன் பாதிக்கப்பட்டு இறந்துபோனான் என்று நாம் எடுத்துக்கொள்ள வேண்டும். இந்த அம்சம் இல்லை

என்றால் அவன் இன்னும் அதிக நாள் உயிர் வாழ்ந்திருக்க முடியும். அதற்கான சாத்தியம் உண்டு.

இந்த நாவலில் ஜே.ஜே.யைவிட வாழ்க்கையைப் பற்றி, சமூகத்தைப் பற்றி விரிவான பார்வையுடையவர் மேனன். அவருடைய பார்வையிலிருந்து ஒரு சமயம் நாவல் வந்திருக்க வேண்டும். ஒரு வாசகன் தன்னுடைய விருப்பத்தை உங்கள் மேல் திணிக்க முடியாதுதான். ஆனால் மேனன் பார்வையில் சொல்லப்பட்டிருந்தால் இன்னுங்கூடச் சமூகம், வாழ்க்கை, தனி மனிதன், கலை இதைப் பற்றியெல்லாம் அதிகம் சொல்லியிருக்கக்கூடும்போலத் தோன்றுகிறது. கூடவே இந்த முல்லைக்கல் மேலே இன்னும் அதிக அனுதாபத்தை நீங்கள் செலுத்தியிருக்க முடியுமா என்று, அதாவது அவனுடைய வாழ்க்கையில் ஏன் இப்படிப் பொய்யை நம்பினான் புகழை நம்பித் திரிய ஆரம்பித்தான் என்பதைப் பற்றியெல்லாம் கூடக் கொஞ்சம் ஆழமாகக் கவனித்திருக்க முடியுமா என்று ஒரு கேள்வி.

ஜே.ஜே. நாவலில் மூன்றுவிதமான கதாபாத்திரங்கள், முக்கியமான பாத்திரங்களாக இருக்கிறார்கள். நாலு என்று கூடச் சொல்லலாம். எம்.கே. ஐயப்பன், ஜே.ஜே., மேனன், சம்பத். நாவல் படித்த ரொம்பப் பேருக்கு சம்பத் பற்றிய ஞாபகமே வரவில்லை. ஏனெனில் வெளிப்படையான பிரச்சனைகளில் தன்னைக் காட்டிக்கொள்ளவில்லை அவன். அதனால் அவனைப்பற்றி அதிகக் கவனம் வரவில்லை என்று நினைக்கிறேன். அந்த நாவலில் அவன் ஒரு கனவை மட்டும் கண்டுவிட்டுப் போய்விடுகிறான். அதனாலே அந்தக் கதாபாத்திரத்திற்குப் போதிய கவனம், கௌரவம் கிடைக்காமல் போய்விட்டது போலிருக்கிறது. என்னுடைய நோக்கம் என்னவென்றால் அந்த நாவல், ஒரு கொந்தளிப்பை உருவாக்க வேண்டும். பெரிய சோதனைகளை உருவாக்கவேண்டும். அப்போதுதான் பிரச்சனைகளை ஒரு மையத்திற்கு, கவனத்திற்குக் கொண்டுவர முடியும்.

வாழ்க்கையைப் பற்றிய ஒரு விமர்சனத்தை நான் வைக்கிறேன். வாழ்க்கை, தெளிவாகப் போய்க்கொண்டிருப்பது போன்ற ஒரு தோற்றத்தைத் தந்து கொண்டிருக்கிறது. ஆனால் அந்தத் தெளிவு மேலோட்டமானது. அடியில் ரொம்பக் கலங்கல்கள் இருக்கின்றன. அதை நான் மேலும் கலக்கி வெளியே கொண்டு வர விரும்பினேன். யாரால் கலக்கமுடியும் அந்த வாழ்க்கையை? மேனனாலே முடியாது. மேனன் ரொம்ப அமைதியானவர். நிதானமான போக்குடையவர். ஜே.ஜே. கலக்குவான். ஜே.ஜே. இயற்கையிலேயே அந்தக் குணாம்சங்களைக் கொண்டிருக்கிறான். வாழ்க்கையைக் கலக்குகிறபோது பல்வேறுபட்ட விஷயங்களைப்

பேசுவதற்கான சூழ்நிலையை உருவாக்குகிறான். அவனை வைத்துக்கொண்டு பல காரியங்களைச் செய்யமுடியும் என்று தோன்றியது. அவனை வைத்துக்கொண்டு எவ்வளவு காரியங்கள் செய்ய முடியுமோ அந்த அளவுக்குச் செய்தேனா என்று சந்தேகமாக இருக்கிறது எனக்கு. இன்னும் நான் செய்திருக்க முடியும். அவ்வளவு தூரம் அவன் உபயோகமான கேரக்டர். அவனுக்கு இருக்கக்கூடிய ஆற்றல் எனக்கில்லை. அவனை என்னால் சமாளிக்க முடியவில்லை. அதனாலேயே அவனை நான் பிடித்துக்கொண்டேன். வாழ்க்கையில் காந்தியை நீங்கள் பெரிய மனிதனாக மதிப்பவராக இருக்கலாம். ஆனால் காந்தியைப் பிடித்துக்கொண்டு வாழ்க்கையைப் பற்றிப் பேச முடியாது. ஒரு போக்கிரியை வைத்துக்கொண்டு தான் பேச முடியும். அவன் சூழலை நன்கு கலக்குவான். பலவிதமான மோதல்களை உருவாக்குவான். நெருக்கடிகளை உருவாக்குவான். மதிப்பீடுகள் சம்பந்தமாகப் பிரச்சனைகளை உருவாக்குவான். எது தர்மம் என்ற கேள்வியைக் கேட்பான். காந்தியை எடுத்துக் கொண்டீர்களென்றால் எல்லாம் அவருக்குத் தெளிவாக இருக்கும். எளிமையாக இருக்கும். ரொம்ப எளிமையாகப் பிரச்சனைகளைச் சொல்லிவிடுவார். அங்குப் பேசுவதற்கு ஒன்றும் கிடையாது. ஆனால் ஜே.ஜே.யை மையமாக வைப்பதன் மூலம் அதிகமான பிரச்சனைகளைக் கொண்டு வருவதற்கான வாய்ப்புகள் பெற்றிருக்கிறேன்.

●

ஓர் இடைவெளி தேவை

'காகங்கள்' கூட்டத்தொடரை எப்போது ஆரம்பித்தீர்கள்?

எட்டு ஆண்டுகளுக்கு முன் ஒரு டிசம்பர் மாதம் 25ஆம் தேதி முதல் கூட்டம் நடந்தது. மனப்பூர்வமாக கிறிஸ்துமஸ் தினத்தில் ஆரம்பிக்கப் பட்டது. நான் வெளியே இது பற்றிச் சொல்லவில்லை என்றாலும், உலகப் பெரியார்களில் என் மனத்தை அதிகஅளவில் கவர்ந்துள்ளவர் ஏசுநாதர். சிறு வயதில் எனக்கு இவர்மீது ஏற்பட்ட ஈடுபாடு இன்றளவும் தொடர்ந்துகொண்டிருக்கிறது. என்னைக் கவர்ந்தவை இவருடைய புரட்சி மனம்; உண்மையின் ஒளியை வாக்கில் தேக்கும் ஆற்றல். மற்றபடி எனக்கு மதத்தலைவர்கள்மீது நம்பிக்கை கிடையாது. எந்த மதத்தலைவராக இருப்பினும் சரி.

காகங்கள் என்ற பெயரை ஏன் வைத்தீர்கள்?

அப்போது நாகர்கோவிலில் இருந்த நண்பர் உமாபதி இப்பெயரைச் சொன்னார். எனக்கும் சரி என்று பட்டது. பெரிய பெயர்களில் ஆரம்பிக்கப்பட்டு ஏதும் சாதனைகள் இல்லாமல் போவதைவிடச் சாதாரணப் பெயரில் ஆரம்பித்து நடைமுறைக் காரியங்களில் உயர்வாகச் செய்வோம் என நினைத்தோம். இந்தக் கூட்டத்தொடர் சீராக நடந்தது என்றால் அதற்கு நான் மட்டும் காரணம் அல்ல. என்னுடன் பல நண்பர்கள் ஆத்மார்த்தமாக ஒத்துழைத்தார்கள். மேலும் காகங்கள் என்ற

குடிசை இதழ், 1985

பெயரில் அச்சுறுத்தல் இல்லை. ஏதும் தயக்கமின்றி ஒரு ஆரம்ப வாசகன்கூட எங்களுடன் வந்து இணைந்துகொள்ள இந்தச் சாதாரணப் பெயர் ஒரு தூண்டுகோலாக அமையும் என நினைத்தோம்.

காகங்களின் நோக்கம் என்ன?

அறிவுத் துறைகளிலும் கலைத் துறைகளிலும் ஒரு நூற்றாண்டேனும் தமிழகம் பின்தங்கி நிற்கிறது என்று நினைக்கிறேன். உலக அறிவின் வீச்சு, உலகச் சிந்தனையின் ஆழம், உலகக் கலைகளின் சிகரங்கள் இவை பற்றித் தமிழகத்திற்குக் கவலை இல்லை என்ற நிலை. இப்போது இங்கு ஆங்கில இலக்கியத்தில் ஈடுபாடு உடையவர்களுக்குத் தமிழ் இலக்கியத்தைப் பற்றிக் கவலை இல்லை. தமிழ் இலக்கியத்தில் ஈடுபாடு உடையவர்களுக்கு ஆங்கில இலக்கியத்தைப் பற்றிக் கவலை இல்லை. உலக இலக்கியத்தைப் பற்றி எவருக்கும் கவலை இல்லை. நவீனத் தமிழில் ஈடுபாடு கொண்டவர்களுக்குப் பண்டைத் தமிழில் ஈடுபாடு இல்லை. பண்டைத் தமிழ்ப் புலவர்களுக்கு நவீனத் தமிழில் அக்கறை இல்லை. ஓவியம், இசை, சினிமா பற்றி இலக்கியவாதிகள் பெரும்பாலும் அக்கறை கொள்வதில்லை. அரசியல்வாதிகளுக்கு எந்தத் துறை பற்றியும் கவலை இல்லை – விஞ்ஞான ரீதியான அரசியல் உள்பட. (எந்தத் துறை பற்றியும் அவர்களால் எந்த நிமிஷமும் பேசவும் முடியும்!) ஒரு துறையைச் சார்ந்தவர்கள் மற்ற துறைகளையும் தெரிந்துகொள்வதன் மூலம் குறுகிய கண்ணோட்டங்கள் உதிரும். பார்வை விரியும். உலகத் தளத்தைப் பற்றித் தெரிந்துகொள்ளும்போது பின்தங்கிப் போய்விட்ட அதிர்ச்சி நம்மைப் பாதிக்கும். மாறுபட்ட துறைகளைப்பற்றி அறிந்து மன விகாசமும், உலகத்தளம் பற்றி அறிந்து தமிழ்ச் சிந்தனையை மேலெடுத்துச் செல்லும் ஊக்கமும் நாம் பெற வேண்டும் என்பதற்காகக் காகங்கள் ஆரம்பிக்கப்பட்டது

இதன் நடைமுறைச் செயல்பாடு எப்படி?

காகங்கள் அமைப்புக்குத் தலைவர், செயலர் என்று எவரும் கிடையாது. அடிப்படையான ஆர்வம்கொண்ட எவரும் இதனுடன் வந்து இணைந்துகொள்ளலாம். சந்தா கிடையாது. மாதந்தோறும் கூட்டம் நடைபெறும். ஓரிரு முறை வந்தவர்களுக்கும் தொடர்ந்து அழைப்பிதழ் அனுப்பிக் கொண்டுவந்தோம். முதியவர், இளைஞர், படித்தவர், படிக்காதவர், எழுத்தாளர், வாசகர் என்ற எந்தப் பேதமும் இங்கு இருக்கவில்லை. கருத்து பரிமாறுவதற்குப் பரிபூரணச் சுதந்திரம் இருந்தது. ஒருவர் கட்டுரை படிப்பார். கட்டுரையை எழுதித்தான் படிக்க வேண்டும். அந்தக் கட்டுரையைச் சார்ந்து யாரும் எந்த அபிப்பிராயமும் கூறலாம்.

கட்டுரைகளை எப்படித் தேர்ந்தெடுத்தீர்கள்?

ஏதேனும் ஒரு துறையைச் சார்ந்தவரை அணுகி அப்போது அவர் அதிக ஆர்வம் கொண்டிருக்கும் விஷயத்தைப் பற்றிக் கட்டுரை எழுதிப் படிக்க வேண்டும் என்று கேட்டுக்கொள்வோம். இவ்வாறு சுமார் எண்பது எண்பத்தைந்து கட்டுரைகள் படிக்கப்பட்டன. இவை தவிர வெளியூர்களில் இருந்து எழுத்தாளர்களோ அறிஞர்களோ இங்கு வர நேரும்போது அவர்களை அழைத்துக் கூட்டங்களை நடத்தியிருக்கிறோம். இக்கூட்டங்களில் ஈழத்து எழுத்தாளர்கள் பலரும் அறிமுகம் பெற்றார்கள்.

இந்தக் கூட்டத்தொடர் நீங்கள் எதிர்பார்த்த பலனைத் தந்ததா?

ஓரளவு தந்தது என்று நினைக்கிறேன். நான் எதிர்பார்த்த அளவு தரவில்லை என்றும் தோன்றுகிறது. ஆரம்பக் காலங்களில் திருவனந்தபுரம், திருநெல்வேலி, தூத்துக்குடி போன்ற இடங்களிலிருந்து மாணவர்களும் இளைஞர்களும் வந்து கலந்துகொண்டார்கள். இவர்களும் உள்ளூர் எழுத்தாளர்கள் ஒரு சிலரும் அதிகப் பயன் பெற்றிருக்கக்கூடும் என்று தோன்றுகிறது. பலரும் புதிய துறைகள்பற்றி அறிய அதிகம் ஆர்வம் காட்டவில்லை என்ற குறை எனக்கு உண்டு. பொதுவாக முதியவர்களைவிட இளைஞர்கள் அதிகஅளவு பாதிப்புக்கு ஆளானார்கள் என்று நினைக்கிறேன்.

இப்போது ஏன் அக்கூட்டத்தொடரை நிறுத்திவிட்டீர்கள்?

தொடர்ந்து ஒரு காரியத்தைச் செய்ய முயலும்போது, சரியோ தவறோ, எதிர்பார்த்த பலன் கிடைக்கவில்லை என்ற எண்ணம் ஏற்பட்டால் ஒரு இடைவெளி கொடுத்துவிட்டு, அதன் தேவையை நாம் உணருகிறோமா என்று பார்த்துக்கொள்வது நல்லது. கூட்டங்கள் ஒரே சீராக நடந்துகொண்டிருக்கும்போது ஆர்வங்கள் தணிந்து சம்பிரதாயங்களும் சடங்குத் தன்மைகளும் தோன்றுகின்றன. இந்நிலையில் ஒரு இடைவெளி ஏற்படுத்துவது தேவையை மீண்டும் உணர்வதற்கு வழிகோலும் என்ற எண்ணம் ஏற்பட்டது. எப்படியிருப்பினும் ஏழு ஆண்டுகள் தொடர்ந்து செயல்பட்டது தமிழ்நாட்டைப் பொறுத்தவரையிலும் அபூர்வம் என்றே நினைக்கிறேன்.

●

எந்த தத்துவத்தையும் சாவது வரை சுமந்துகொண்டிருப்பது பெருமையல்ல

கலையைப்பற்றி உங்கள் பார்வை என்ன? கலை பற்றிய உங்கள் அடிப்படையான நோக்கம் என்ன?

மெய்மையை (ரியாலிட்டி) உணர்வதற்கான மார்க்கங்களில் கலையும் ஒன்று என்று நினைக்கிறேன். வாழ்க்கை, தெளிவற்றும் குழப்பமாகவும் என்ன ஏது என்று தெரியாமலும் இருக்கிறது. இதனால் வாழ்ந்துகொண்டிருப்பது மட்டுமே போதுமானதாக இல்லை. அனுபவத்தின் சத்தான பகுதிகளைத் தொகுக்க வேண்டியிருக்கிறது. சாராம்சங்களைக் கண்டறிந்து அவற்றுடன் நெருக்கம்கொள்ள வேண்டியிருக்கிறது. இந்த உந்துதல்தான் கலை வடிவங்களைத் தோற்றுவிக்கிறது.

நான் என் அனுபவங்களை என் எழுத்தில் ஆராய்கிறேன். அவற்றில் விழுந்துகிடக்கும் திரையை அகற்ற முடியுமா என்று பார்க்கிறேன். ரியாலிட்டியைச் சந்திப்பதும் அதை மனப்பூர்வமாக ஏற்றுக்கொள்வதும் நமக்கு மிகவும் சங்கடமான விஷயம். இந்த எதிர்கொள்ளலுக்கு என்னையும் மற்றவர்களையும் தயார்படுத்த முயல்பவைதான் என்னுடைய எழுத்துகள்.

***கொல்லிப்பாவை*, ஜனவரி 1986**
(21.09.1985 *இந்தியன் எக்ஸ்பிரஸி*ல் ஏ.எஸ். பன்னீர்செல்வத்துடனான நேர்காணலின் தமிழ் வடிவம்.)

மெய்மையை (ரியாலிட்டி) எதிர்கொள்ள நம்மைப் பக்குவப்படுத்துவதுதான் கலையின் நோக்கம் என்று கூறுகிறீர்கள். ஆனால் சில சமயம் கலை மெய்மையிலிருந்து விலகி நிற்கிறதே. இதற்கு என்ன விளக்கம் தருகிறீர்கள்?

அவ்வாறான தோற்றம் ஏற்படலாம். வாழ்க்கையைக் கலை அப்படியே பிரதிபலிக்கவில்லை என்பதை நாம் அறிவோம். வாழ்வின் சாராம்சங்களைச் சென்றடைவதற்கான என்னுடைய முயற்சிகளும், மற்றொரு கலைஞருடைய முயற்சியும் ஒன்றாக இணைய வேண்டும் என்பதில்லை. விஸ்தாரமாகவும் பொருளற்ற நிமிஷங்களில் இழைந்துகொண்டும் கிடக்கும் வாழ்க்கையின் சாராம்சங்களைக் கண்டறிய தணிக்கையும் தொகுப்பும் தேவைப்படுகின்றன. இந்த அர்த்தத்தில் கலை பிரத்தியட்ச வாழ்க்கையைக் குலைக்கிறது. ஆனால் சாராம்சத்தை, அர்த்தத்தைத் தொகுப்பதற்கான மறுபரிசீலனை இது. குலைவு அல்ல. வாழ்க்கை எண்ணற்ற பரிமாணங்களைக் கொண்டிருப்பதால் அதை எளிதில் கண்டுசொல்ல முடியாமலும் இருக்கிறது. வாழ்க்கைக்கும் மனிதனுக்குமான உறவுநிலைகள் மாறும்போது புதிய பரிமாணங்களும் அனுபவங்களில் சேருகின்றன. முடிவாக ரியாலிட்டி எது என்று எனக்குத் தெரியாது. உன்னதமான கலை, அனுபவ சாராம்சங்களைத் தொகுப்பதன் மூலம் உண்மையை நோக்கி நம்மை இட்டுச்சென்று ஒரு தெளிவை ஏற்படுத்துகிறது.

வாழ்க்கையைப்பற்றி உங்கள் பார்வை என்ன?

உண்மைக்கு முக்கியத்துவம் அளித்துக்கொண்டுபோகும் முயற்சிதான் மிக முக்கியமான காரியம் என்று நான் நினைக்கிறேன். இந்தக் குறிக்கோள்தான் ரியாலிட்டியின் பரிமாணங்களுக்கு நம்மை இட்டுச் செல்கிறது. பிறப்பு, வளர்ப்பு, கல்வி, சமூக அந்தஸ்து போன்ற பல நிலைகளும் கீழான விருப்பு வெறுப்புகளை ஏற்படுத்தி உண்மையைக் காண்பதற்குத் தடைகளாக முளைத்துவிடுகின்றன. உண்மையோ வெகு எளிமையானது. நம் அருகே மிக நெருக்கமாக நின்றுகொண்டிருப்பதும் அதுதான். ஆனால் அன்றாட வாழ்க்கையில் மிகச் சாதாரணமான காரியங்களில்கூட, அதைத் தொடுவது நமக்குக் கஷ்டமாகவும் இருக்கிறது. தனது அனுபவ உண்மைகளை ஒரு எழுத்தாளன் தொடர்ந்து வெளிப்படுத்திக்கொண்டிருக்க வேண்டும். விளைவுகளைப்பற்றிக் கவலையின்றி. தன் வாழ்நாளில் ஏற்றுக்கொள்ளப்படுகிறோமா அல்லது நிராகரிக்கப்படுகிறோமா என்ற கவலையின்றி. தனது படிமம் வளர்கிறதா தேய்கிறதா என்ற கவலையின்றி. அதே சமயம் உண்மையைப்பற்றிய தனது பார்வைகளை அவன்

மறுபரிசீலனை செய்துகொண்டும் இருக்க வேண்டும். தனக்கு எதிரான கோணத்தில் உள்ள உண்மைகளைக் கண்டுகொள்ளவும், அவற்றைத் தனக்குச் சொந்தமாக மாற்றிக்கொள்ளும் அளவுக்கு மன விரிவுகொள்ளவும் முடியவேண்டும். வாழ்க்கைமீதும் மனிதராசிகள்மீதும் நேசமற்ற மனம் மேலான உண்மைகளைச் சென்றடைவது சாத்தியம் இல்லையென்றே நினைக்கிறேன்.

உங்கள் எழுத்துகளைப் படிக்கும்போது 'பரிபூரணம்' என்பதை நோக்கமாகக் கொள்வதுபோல் தோன்றுகிறது. அது சரிதானா? சரி என்றால் அந்தக் குறிக்கோளை எட்ட முடியுமா?

அவ்வாறான எண்ணம் ஏற்படலாம். ஆனால் நான் பரிபூரணம் என்று சுட்டுவது கடவுளைக் கண்டறியும் விஷயத்தை அல்ல. வாழ்வின் ஸ்திதியும் ஸ்திதியின் போதாமையும்தான் என்னை அலைக்கழிக்கும் பிரச்சினைகள். இப்போது இருப்பதைவிடவும் செம்மையாக வாழ நமக்குச் சாத்தியக்கூறுகள் அனைத்தும் இருந்தும் அவ்வாறான வாழ்க்கை நம்மை ஏன் வந்தடையவில்லை என்ற சங்கடம் எனக்கு இருக்கிறது. விவேகங்கள் கூடிய பின்பும் கீழ்மையிலேயே சிக்குண்டு கிடக்கிறோம். இந்தப் போதாமைக்கு எதிரான போராட்டத்தைத்தான் பரிபூரணத்தை நோக்கிய யாத்திரையாக நான் கூறுகிறேன். எனது அனுபவ உண்மைகளை இந்தச் சமூகத்தின் முன்வைக்க வேண்டிய பொறுப்பில் நான் இருக்கிறேன். அப்போதுதான் நான் ஒரு எழுத்தாளன். பலாபலன்களைப்பற்றிக் கவலைப்படாமல் நான் அந்தக் காரியங்களைச் செய்யவேண்டும். இந்தச் செயல் என் சக எழுத்தாளனையும் அவ்வாறான போராட்டத்துக்குத் தூண்டிவிட வேண்டும். வாழ்வின் தளத்தில் இந்தப் போராட்டத்தைத் தொடர வாசகர்களை எங்கள் எழுத்துகள் தூண்ட வேண்டும்.

இந்தச் சமூகத்தில் கலையின் பங்கு என்ன?

கற்காலத்திலிருந்து மனிதன் கலைகளை உருவாக்கி இன்று வரையிலும் அந்த முயற்சிகளைத் தொடர்ந்துகொண்டுவருகிறான். கலைகளை உருவாக்குவதோ ஒருபோதும் எளிமையான காரியமாகவும் இல்லை. சிருஷ்டியின் வேதனைகள் தவிர்க்க முடியாதவை. இருப்பினும் மனிதர் தொடர்ந்து கலைப்படைப்பில் ஈடுபட்டு வருவது அவனது தவிர்க்கமுடியாத ஒன்றை அச்செயல் பூர்த்திசெய்து வருகிறது என்பதை நிரூபிக்கிறது. வாழ்வுக்கும் எனக்குமான உறவில் எனக்கு ஒரு தெளிவு தேவைப்படுகிறது. வாழும் முறையிலேயே எல்லாம் புரிந்துபோகும் என்றால் அப்போது கலைகள் தேவைப்படாமல் போகலாம். ஆனால் தெளிவும் ஒருமையும் ஒருபோதும் வாழ்க்கைக்கு இல்லை. கற்காலத்து மனிதன் அவனுடைய வாழ்க்கையைப் புரிந்துகொள்ள

கலைகளைப் படைத்தான். நான் என்னுடைய சிக்கலான வாழ்க்கையைப் புரிந்துகொள்ள கலைகளைப் படைக்க முயல்கிறேன்.

இந்தக் கேள்வி உங்களுடைய தத்துவ நிலைபாடு பற்றியது. முதலில் நீங்கள் ஒரு மார்க்ஸியவாதியாக இருந்தீர்கள். பின்னர் ஜே. கிருஷ்ணமூர்த்தியால் கவரப்பட்டதுபோல் தோன்றிற்று. இப்போது அந்த அக்கறையும் தேய்ந்துவிட்டதுபோல் இருக்கிறது. இந்த மாற்றங்களுக்கு என்ன விளக்கம் தருகிறீர்கள்?

நான் ஒரு தத்துவவாதி அல்ல. படைப்பாளி. தத்துவங்களின் வெற்றிகளைக் கோஷித்துக்கொண்டிருப்பது என் நோக்கமும் அல்ல. தத்துவம் தானாகக் கீழே இறங்கி வந்து வாழ்க்கையின் எந்தக் கோணலையும் நிமிர்த்தப்போவதில்லை. மனிதன் மூலம்தான் அது மண்ணில் வந்து இறங்க வேண்டும். அப்போது என்ன பழங்கள் கிடைக்கின்றன என்றுதான் நான் பார்ப்பேன். இந்தப் பழம் புளிக்கும்போது தத்துவம் இனிப்பானது என்ற விடை எனக்கு ஆசுவாசத்தைத் தரக்கூடியது அல்ல. சகல துறைகளையும் சீரழித்துக்கொண்டிருக்கும் மனிதன் தத்துவங்களையும் சீரழிக்கிறான். இந்தச் சீரழிவுகளுக்கு மூலம் என்ன என்பதுதான் என் பிரச்சினை. சகலவிதமான கேள்விகளுக்கும் விடையளிக்க மார்க்ஸியம் இருக்கிறது; ஆகவே கிருஷ்ணமூர்த்தி வேண்டாம் என்று சொல்வது அபத்தம். என் குழந்தையை நான் பறிகொடுக்க நேர்ந்து அந்தத் துக்கம் என்னை ஆட்டிக் குலைக்கும்போது மார்க்ஸுக்கு என்னிடம் சொல்ல எதுவும் இல்லை. ஆனால் கிருஷ்ணமூர்த்திக்குச் சொல்ல இருக்கிறது. எத்தனையோ சவால்களையும் நெருக்கடிகளையும் தத்தளிப்புகளையும் நாம் தாண்டி வர வேண்டியிருக்கிறது. இதற்கு ஒரே மருந்து என்று எதுவும் கிடையாது. மார்க்ஸியம் மிகவும் கடுமையான ஒரு தத்துவ சாஸ்திரம். அதை முழுமையாக நான் கற்றறிந்திருக்கிறேன் என்று சொல்ல முடியாது. நான் சிறுவயதிலிருந்து ஏற்றத்தாழ்வையும் கொடுமையையும் வறுமையையும் வெறுத்து வந்திருக்கிறேன். மத ஈடுபாடுகள் உதிர்ந்துபோன நான், இந்தப் பிரச்சினைகள் என்னை அலட்டியபோது மார்க்ஸியத்தை நோக்கிச் சென்றது இயற்கையான காரியம். இன்றும் நம்முடைய பல பிரச்சினைகளை விஞ்ஞான ரீதியாகப் புரிந்துகொள்ளவும் அதற்குப் பதில் காணவும் மார்க்ஸியம் ஒரு எல்லைவரையிலும் பயன்படும். நம் மண்ணையும் மக்களையும் அறிந்த உண்மையான மனிதன்தான் மார்க்ஸியத்தைப் பயன்படுத்தவும் முடியும். தத்துவங்களால் கவரப்படவும், மாறிவரும் வாழ்க்கை அனுபவங்களால் நமக்கும் தத்துவத்திற்குமான உறவைப் புதுப்பித்துக்கொள்ளவும், அவசியம் நேரும்போது தத்துவத்தைத் தாண்டிப்போகவும் நமக்குத்

தெரியவேண்டும். வாழ்க்கை அனுபவங்களைக் கணக்கில் எடுத்துக்கொள்ளாமல் எந்தத் தத்துவத்தையும் சாவதுவரையிலும் சுமந்துகொண்டிருப்பது பெருமைப்பட வேண்டிய விஷயம் அல்ல.

கவிதை குறித்து உங்கள் கருதுகோள் என்ன? நவீன கவிதையை நீங்கள் ஏன் வரவேற்கிறீர்கள்?

கவிதையை எனக்கு அனுபவிக்கத் தெரிகிறதே தவிர, அது என்ன என்று என்னால் கண்டு சொல்லத் தெரியவில்லை. மேலான கவிதையைப் படிக்கும்போது என்னிடம் எனக்குத் தெரியாமல் உறங்கிக்கொண்டிருக்கும் ஒரு பகுதி விழித்துக் கொள்வதை உணருகிறேன். பாரதி, பாரதிதாசனுக்குப் பின் தமிழ்க் கவிதையில் ஒரு பெரும் தேக்கம் ஏற்பட்டது. நவீன காலத்துடன் எந்தவிதத் தொடர்பும் அற்றவர்கள் கவிதையின் பழைய உருவங்களைச் சுமந்துகொண்டு அவற்றினுள் பழைய உள்ளடக்கங்களையும் திணித்துக் காட்டிக்கொண்டிருந்தார்கள். காலத்திற்கும் கவிதைக்குமான தொடர்பு அறுந்துபோய் கவிதை ஒரு பழைய வஸ்துவாக இருந்தது. காலத்தின் சவால்களை எதிர்கொண்டு நவீன கவிதையை உருவாக்கியதுதான் கவிதை சம்பந்தமாகத் தமிழில் ஏற்பட்ட இயக்கம். அதில் நானும் ஆவேசமாக இணைந்துகொண்டேன். அதிலிருந்து பெற்ற உற்சாகத்தினால் கவிதைகளும் எழுத முற்பட்டேன். ஆனால் நான் உயர்ந்த கவிஞன் அல்ல என்பது எனக்குத் தெரியும். என்னைவிட மேலான கவிஞர்கள் இன்று தமிழில் இருக்கிறார்கள் வெவ்வேறு தரங்களில். ஆனால் இப்போது இருந்துகொண்டிருப்பவர்கள் அனைவருமே மைனர் கவிஞர்கள் தாம். ஒரு மேஜர் கவிஞன் வந்து செயல்படும்போதுதான் இந்த உண்மை பட்டெனத் தெரியவரும். இந்தப் பெரிய கவிஞன் வருகைபுரியும்போது இலக்கணத்தை உடைக்க வேண்டிய காரியம் அவனுக்கு இருக்காது. பொருள் சம்பந்தமான தடைகளும் அவனுக்கு இரா. அந்த அளவுக்குக் களத்தைச் சுத்தப்படுத்தி வைத்திருக்கிறோம். அவன் விரும்பும் வார்த்தைகளில் அவன் விரும்பும் விஷயத்தைப்பற்றிப் பாடலாம். இந்தச் சுதந்திரத்தைச் சிறுகவிஞர்களால் முழுமையாகப் பயன்படுத்திக்கொள்ள முடியாது.

கவிதையில் எளிமையை அடைய வேண்டும் என்பதை நோக்கமாகக் கொண்டிருக்கிறீர்களா?

என் படைப்புருவங்களை நான் எப்போதும் மறுபரிசீலனை செய்து கொண்டுவருகிறேன். என் சிறுகதைகள் எளிமையாக இருந்தபோது என் கவிதைகள் கடினமாக இருந்தன. என்

சிறுகதைகள் கடினமானபோது கவிதைகள் எளிமைப்பட்டன. இதன் பொருள், நான் சொல்ல விரும்புகிறவற்றில் எப்போதும் ஒரு கடினமான பகுதி இருந்துகொண்டிருக்கிறது என்பதுதான். ஆனால் ஜே.ஜே: சில குறிப்புகளில் கடினமான சில விஷயங்களையும் நான் எளிமையாகச் சொல்வதில் வெற்றியடைந்திருக்கிறேன் என்று நினைக்கிறேன். எளிமை கூடி என் எழுத்து அதிக வாசகர்களைச் சென்றடைய வேண்டும். எளிமை கூடிய பின்னரும் அது கலையாக எஞ்சினால்தான் அது பாதிப்பையே நிகழ்த்தும். வாசகர்களைக் கடுமையாகப் பாதிக்க வேண்டிய அவசியத்தை நான் உணர்கிறேன்.

தமிழ்ச் சமூகம் ஒரு பேருறக்கத்தில் ஆழ்ந்து கிடக்கிறது. கலாச்சார, சிந்தனைத் துறைகளில் இது பிற இந்திய மொழிச் சமூகங்களைவிடவும் பின்தங்கிவிட்டது. இந்நிலைகள் கடுமையாகத் தாக்கப்பட வேண்டியவை. 35 வருடங்கள் செயல்பட்ட பின்னரும் நான் ஐயாயிரம் வாசகர்களை அடைந்திருப்பேனா என்பது சந்தேகமாக இருக்கிறது. இன்னும் அதிக வாசகர்களை நான் சென்றடைந்தாக வேண்டும். தீவிரமான கலைகளையும் ஆழமான சிந்தனைகளையும் அவர்களுடைய கவனத்துக்குக் கொண்டுவருவதில் என்னால் இயன்ற பங்கை நானும் ஆற்ற வேண்டும். கலை, இலக்கியம், அரசியல், சினிமா, நாடகம் என எல்லாத் துறைகளிலும் மூன்றாம் தரங்களைத் தூக்கிவைத்துக்கொண்டு ஆடுவதும் அவற்றையே கல்வி நிறுவனங்களும் அரசாங்கமும் வெகுஜன செய்தித் தொடர்புச் சாதனங்களும் தூக்கிவைத்துக்கொண்டு குதிப்பதும் இங்கு நடைமுறையாகிவிட்டன. முன்னால் இந்த வாசகர்களிடத்தில் நான் பொறுமையற்றவனாக இருந்தேன். இப்போதும் எனக்குப் பொறுமையின்மை இல்லை. அவர்கள் இவ்வாறு ஆகிப்போன ஸ்திதியைப் புரிந்துகொண்டு செயல்படுவதன் மூலம்தான் அவர்களுடைய பார்வையில் ஒரு மாற்றத்தை நிகழ்த்த முடியும் என்று நினைக்கிறேன். என் தாய் என்னிடம் விஷயங்களைச் சொல்வது போலத்தான் நானும் அவர்களிடம் விஷயங்களைச் சொல்ல வேண்டும்.

கவிதையில் எளிமை கூட வேண்டும் என்கிறீர்கள். ஆனால் உங்கள் வசனம் எளிமையாக இல்லையே? இந்த முரண்பாடு ஏன்?

என் வசனம் நான் கூற முற்பட்ட விஷயங்களின் பாதிப்புகளைப் பெற்றிருக்கிறது. புதிய விஷயங்களுக்கேற்ப வசனமும் மாற்றமடையும். மற்றபடி அது கடினமானது என்றோ சிக்கலானதென்றோ நான் கருதவில்லை. வாசகன் இலக்கியத்தில் மட்டும் ஒரு மேலோட்டமான எளிமையை எதிர்பார்க்கிறான்.

இவ்வாறு அவனைச் சீரழித்துவைத்திருப்பவை வெகுஜன சஞ்சிகைகள். எட்டாம் வகுப்பு இயற்பியல் எளிமையாக இல்லை. ஆனால் பி.ஏ. படித்து முடித்த மாணவன் தன்னைச் சிறிதே சிந்திக்க வற்புறுத்தும் சிறுகதையைக்கூட உதறிவிடுகிறான். மேலோட்டமான விஷயங்களை ஜிலுஜிலுப்பான நடையில் கூறித் தேக்கரண்டியில் அவற்றை லட்சக்கணக்கான வாசகர்களுக்கு ஊட்டும் காரியத்தைச் சஞ்சிகைகள் வாராவாரம் செய்துகொண்டிருக்கும் சூழ்நிலையில், சிரத்தையாகப் படிக்க வற்புறுத்தும் என் எழுத்துகள் கடினமானதாகத்தான் கருதப்படும்.

தமிழகத்தில் வெகுஜனப் பத்திரிகைகளுக்கும் தீவிர இலக்கியத்துக்கும் இடையே ஒரு மிகப்பெரிய பிளவு இருக்கிறது. இதனை இணைக்க முடியுமா?

மிகப்பெரிய இடைவெளி ஏற்பட்டுவிட்டது என்பது உண்மைதான். இந்த அளவுக்கு மோசமான இடைவெளி இந்தியாவில் பிற மொழிகளில் இல்லை என்றுதான் அம்மொழிகள் அறிந்த என் நண்பர்கள் கூறுகிறார்கள். உலகத்தில் வேறு எந்த தேசத்திலும் இந்த அளவுக்குப் பெரும் இடைவெளி இருக்குமா என்பது சந்தேகமாக இருக்கிறது. மலையாளத்தில் இப்படி இல்லை என்பதை என்னால் நிச்சயமாகக் கூறமுடியும். இங்கு வணிகப் பத்திரிகையின் மிதமிஞ்சிய வாணிபக் கூறுகளுக்கு ஒரு முழுச் சமூகமும் இரையாகிவிட்டது. மற்ற மொழிகளிலும் பெரும் பத்திரிகைகளை, மோட்சத்துக்காக அல்ல, லாபத்துக்காகத்தான் நடத்துகிறார்கள். அந்தப் பத்திரிகைகளின் மீது வாசகர்களுக்கு ஒரு கட்டுப்பாடு இருக்கிறது. ஒருசில எளிமையான விஷயங்களுக்கு மேலாக, உயர்வானதும் உன்னதமானதும் ஆழமானதும் புதிய அறிவுகளைத் தரக்கூடியதுமான விஷயங்களை அளித்தால்தான் அந்தப் பத்திரிகைகளை வாசகர்கள் அங்கு ஆதரிப்பார்கள். இங்கு அவ்வாறான ஒரு வாசகத் தேவையையே வெற்றிகரமாக அழித்துவிட்டார்கள். ஏனெனில் தீவிரமான விஷயங்களில் வாசகர்களுக்கு அக்கறை ஏற்பட்டுவிட்டால் மேலோட்டமான காரியங்களை விற்றுப் பிழைக்கும் பிழைப்பைத் தொடரமுடியாது என்பது அவர்களுக்குத் தெரியும். எவ்விதத் தகுதியுமில்லாமல் அவர்கள் அனுபவித்து வரும் சமூக கவுரவங்களை அவர்கள் இழக்க வேண்டியிருக்கும். மணிக்கொடியின் வீழ்ச்சியிலிருந்து இந்தத் தேய்மானம் ஆரம்பமாயிற்று. கல்கியின் கையில் இலக்கியம் ஒரு வெற்றிகரமான தொழில் ஆயிற்று. சகல பத்திரிகைகளும் அதே பாதையில் இன்றுவரையிலும் முன்னேறிக்கொண்டிருக்கின்றன. இதிலிருந்து விமோசனம் பெறுவது மிகக் கடினமான காரியம்.

தீவிரமான கலைஞர்கள் தங்கள் சொந்தக் கலை ஊடகங்களை உருவாக்க வேண்டும். தங்கள் செய்திகளை நேரடியாக வாசகர்களிடம் எடுத்துச் சென்று மேலானவற்றில் நம்பிக்கை வைக்கும் வாசகர்களின் ஒரு சிறுபான்மையினரையேனும் உருவாக்க வேண்டும். இவ்வாறு ஒரு வாசகர் கூட்டம் தோன்றும்போது பெரும் பத்திரிகைகள் தங்கள் இருப்பில் வீழ்ச்சி ஏற்படாமல் இருக்கப் புதிய பார்வைகளுக்கும் இடம் தரக்கூடும்.

தமிழின் தற்கால நிலை குறித்து உங்கள் கருத்து என்ன?

தமிழ் இலக்கியத்தின் இன்றைய நிலை மிகச் சாதாரணமானதுதான். சாதாரணமாகத்தான் இருக்கிறோம் என்பதை உணராமலும் இருக்கிறோம். சிறு சாதனைகளை மிகைப்படுத்திப் பேச விரும்புகிறோம். மௌனி முக்கியமான ஒரு கலைஞர்தான். ஆனால் நாம் அவரை காஃப்காவுடன் ஒப்பிட ஆசைப்படுகிறோம். காஃப்காவுடன் ஒப்பிடத் தகுந்தவர் அல்லர் அவர். நாம் நம்மைத் தொடர்ந்து ஏமாற்றிக்கொண்டிருந்தால் நாம் மேலானவற்றை எப்படிப் படைக்க முடியும்? உலகத் தரத்திற்கு இணையான நாவலோ நாடகமோ திரைப்படமோ நம்மிடம் இல்லை. உன்னதமான இந்தியத் திரைப்படங்களின் தரத்தில்கூட நாம் இன்னும் ஒரு படம் எடுக்கவில்லை. நாம் பெருமைப்படும்படி நம்மிடம் இருப்பது சங்கீதம். சில காட்சிக் கலை வடிவங்கள். சில சிறந்த சிறுகதைகள். தமிழ்ச் சமூகத்தைப் பற்றி நீங்கள் ஆராய வேண்டுமென்றால் மேல் நாட்டுச் சமூகவியல் ஆராய்ச்சியாளர்களின் புத்தகங்களையே நீங்கள் இன்றும் ஆதாரமாகக்கொள்ள வேண்டியிருக்கிறது.

#"இந்தியாவின் பிறமொழி இலக்கியச் சாதனைகள் நம்மைவிடவும் மேலாக இருப்பதாக ஒருமுறை க.நா.சு. கூறினார். இருப்பினும் அவை நம் தமிழ் எழுத்தாளர் ஒருசிலரது சிகரச் சாதனையைத் தொடவில்லை என்றும் கூறினார். இந்தியச் சிறுகதைகளிலேயே புதுமைப்பித்தனின் 'சாபவிமோசனம்' தான் மிகச்சிறந்த கதை என்பது அவருடைய அபிப்ராயம். நீங்கள் என்ன கருதுகிறீர்கள்?

அவர் பல மொழிகள் அறிந்தவர். அவரே இதைப் போன்ற விஷயங்களைச் சொல்லவும் முடியும். புதுமைப்பித்தனின் 'சாபவிமோசனம்' சிறந்த கதை என்பதும் எனக்குத் தெரியும். இந்தியாவில் எழுதப்பட்ட கதைகளிலேயே இதுதான் சிறந்த கதை என்று கூற எனக்குத் தகுதியில்லை. எனக்கு மலையாளம் தெரியும்

\# இந்தக் கேள்விக்குப் பேட்டியின்போது பதில் சொல்லப்பட்டிருந்தது. இருப்பினும் 'இந்தியன் எக்ஸ்பிரஸ்' இதழில் இடம்பெறவில்லை.

என்பதால் அதற்கு நிகரான கதைகளை மலையாளத்திலும் படித்திருக்கிறேன் என்று சொல்லமுடியும்.

முடிவாக 'ஜே.ஜே: சில குறிப்புகள்' பற்றி. வாசகர்கள் பலரும் அதை வெற்றிபெற்ற முயற்சி என்று கருதுகிறார்கள். வெற்றிபெற்ற நாவல் என்று கருதவில்லை. உங்கள் கருத்து?

நான், ஜே.ஜே: சில குறிப்புகளை வெற்றியடைந்த நாவல் என்றே கருதுகிறேன். தமிழிலும் சரி, மொழிபெயர்ப்புகள் மூலம் நான் படிக்கநேர்ந்த இந்திய நாவல்களுடன் ஒப்பிடும்போதும் சரி அது ஒரு முக்கியமான நாவல்தான். ஆனால் அது ஒரு பெரிய நாவல் அல்ல. அந்த நாவல் தமிழில் வெளிவந்தபோது காலத்தின் முன் பலரும் பழசாகிவிட்டார்கள். நாம் வாழும் காலத்தை அந்த நாவல் பிரதிபலித்த முறையில் அந்தக் காரியம் நடந்தது. காலத்திலிருந்து நாம் கழன்று பின்தங்கி நிற்கும் நிலையை நமக்கு உணர்த்த முற்படும் அந்த நாவல் வெற்றிகரமான நாவல் என்றே நம்புகிறேன்.

●

கவிதை என்பது புதுமையின் முன்னோடி

நீங்கள் ஆரம்பத்தில் படித்த மொழி தமிழ்தானா?

ஆரம்பப் பள்ளிக்கூடத்தில் நான் தமிழ் படிக்க வில்லை. அந்தக் காலத்தில் 1939 வரையிலும் எங்கள் குடும்பம் கேரளாவில் கோட்டயம் என்ற இடத்தில் இருந்தது. அங்கு தமிழ் படிக்க வசதி கிடையாது. நான் ஆரம்பப் பள்ளிக்கூடத்தில் படித்த மொழி மலையாளம்.

நீங்கள் எதுவரையிலும் படித்தீர்கள்?

எஸ்.எஸ்.எல்.சி. வரையிலும் படித்தேன். ஆனால் என்னுடைய படிப்பு ஒழுங்காக அமையவில்லை. எனக்குச் சிறுவயதில் உடல்நிலை சரியில்லை. அதனால் டாக்டர் என்னை ஸ்கூலுக்கு அனுப்ப வேண்டாம் என்று அபிப்பிராயப்பட்டார். அது எனக்கு மிகவும் பிடித்திருந்தது. ஏனென்றால் எனக்கும் ஸ்கூலுக்குப் போகப் பிடிக்கவில்லை. படிக்கவும் விருப்பம் இல்லை. பள்ளிக்கூடம் போவதை நான் சிறுவயதில் மனப்பூர்வமாக வெறுத்தேன் என்றுகூடச் சொல்லலாம்.

தமிழை எப்போது படிக்க ஆரம்பித்தீர்கள்?

என்னுடைய 17 – 18 வயதுவாக்கில் ஸ்லேட்டில் எழுதிப் படிக்க ஆரம்பித்தேன். அதற்கு முன்னால்

கைவிளக்கு இதழ், டிசம்பர் 1987
(09.08.1986 அன்று நாகர்கோவில் வானொலியில்
அ.கா. பெருமாளுக்கு அளித்த பேட்டி)

எனக்கு ஓரளவு தமிழ் வாசிக்கத் தெரியும். எழுதத் தெரியாது. 20 வயதில் முதல் கதையை எழுதியதாக ஞாபகம். தமிழ் படித்த ஒன்று அல்லது இரண்டு வருஷத்துக்குள்.

நீங்கள் எந்த வருஷம் எழுத ஆரம்பித்தீர்கள்?

1950இல் புதுமைப்பித்தன் நினைவு மலர் என்று ஒரு தொகுப்பு கொண்டுவரும் முயற்சியில் ஈடுபடத் தொடங்கினேன். புதுமைப்பித்தன் பேரில் எனக்கு அப்போது அபரிமிதமான ஈடுபாடு இருந்தது. அந்தத் தொகுப்பில் என் முதல் கதை வந்தது. அப்போது எனக்கு இருபது வயது இருக்கலாம்.

ஆரம்ப காலத்தில் உங்கள் வாசிப்புக்குத் தூண்டுதலாக யாராவது இருந்தார்களா?

குடும்பத்துக்குள் இருந்து பெரிய தூண்டுதல் என்று எதுவும் இல்லை. நான் எழுத்துத் துறையில் ஈடுபட்டது என் அப்பாவுக்குச் சுத்தமாகப் பிடிக்கவில்லை. என் அம்மாவை ஓரளவு நல்ல வாசகி என்று சொல்லலாம். அவர் மணிக்கொடி இதழ் படித்திருக்கிறார். பி.எஸ். ராமையா, கு.ப. ராஜகோபாலன், புதுமைப்பித்தன், பிச்சமூர்த்தி, கல்கி இவர்கள் சிறுகதைகளைப் படித்திருக்கிறார். நான் எழுத ஆரம்பித்தது அம்மாவுக்கு சந்தோஷத்தைத் தந்தது. என் தாய்மாமாவுக்கு இலக்கியத்தில் ஈடுபாடு இருந்தது. இவர்கள் இருவர் மூலமும் நான் தூண்டுதல்கள் பெற்றேன்.

பொதுவாகத் தமிழ்நாட்டில் பாப்புலர் எழுத்துகளைப் படித்துவிட்டுப் பின்னால் தரமான எழுத்துகளுக்கு ஒரு வாசகன் வருகிறான். உங்களைப் பொறுத்தவரையிலும் இப்படித்தான் நடந்ததா?

தமிழ்நாட்டில் பாப்புலர் எழுத்துகளைப் படிக்கத் தொடங்குகிறவன் பெரும்பாலும் கடைசிவரையிலும் பாப்புலர் எழுத்தை மட்டும்தான் படிக்கிறான் என்பது என் எண்ணம். பாப்புலர் எழுத்தைவிட்டு வெளியே வந்து தீவிரமான இலக்கியங்களைப் படிப்பவர்கள் சிறுபான்மையானவர்கள்தான். நான் சிறுவயதிலேயே தீவிர இலக்கியங்களைத்தான் படிக்கத் தொடங்கினேன். முதலில் நான் படித்தது புதுமைப்பித்தனை.

அப்படியென்றால் கல்கி போன்ற எழுத்தாளர்களை நீங்கள் படிக்கவில்லையா?

கல்கியை நான் படித்தேன். ஆனால் அவர் எழுத்து என்னைக் கவரவில்லை. அவர் எழுத்தில் ரொமான்டிக்கான போக்கு – அதீதமான கற்பனைப் போக்கு – இருக்கிறது. என் மனோபாவத்துக்கு அது ஒத்துவரவில்லை. யதார்த்தப் போக்கு

தான் சிறுவயதிலேயே என்னைக் கவர்ந்தது. யதார்த்தப் போக்கு புதுமைப்பித்தனிடம் அதிகம் இருந்ததால் நான் அவரால் கவரப்பட்டேன்.

இலக்கியப் பயிற்சி இல்லாத ஒருவன் தரமான இலக்கியங்களைப் படிக்க விரும்புகிறான் என்று வைத்துக்கொள்வோம். பாப்புலர் இலக்கியத்திலிருந்து தரமான இலக்கியத்தை அவன் எப்படிப் பிரித்துத் தெரிந்துகொள்வது?

தரமான இலக்கியம் என்பது வாழ்க்கையைப்பற்றி ஆழமாகப் பேசக்கூடியதாக இருக்கும். அது மேலோட்டமாக இருக்காது. அனுபவம்சார்ந்து வாழ்க்கைச் சிக்கலைப்பற்றி விவாதிப்பது தீவிர இலக்கியத்தின் முக்கிய குணம். பாப்புலர் எழுத்து என்று நாம் அழைக்கும் எழுத்துகளில் ஒரு கனவு அம்சம் – வாழ்க்கைக்குள் நெடுகிலும் ஒரு கனவைப் புகுத்தும் அம்சம் – இருந்துகொண்டே இருக்கும். பாப்புலர் எழுத்து வாசகர்களின் பலவீனங்களைக் கணக்கிலெடுத்துக்கொண்டு அவற்றைத் தந்திரபூர்வமாகப் பயன்படுத்திக்கொள்ளும். இந்த குணம் தீவிர இலக்கியத்திற்கு இருக்காது. தீவிர இலக்கியத்தில் உண்மை இருக்கும்; ஆழம் இருக்கும்; அது சிந்திக்கத் தூண்டும்.

அப்படி என்றால் பாப்புலர் கலைகளில் இருந்து தரமான கலைகளைப் பிரித்துக் காட்டுவதற்கும் இதே அளவுகோலைக் கொள்ளலாமா?

ஏறத்தாழ இதே அளவுகோல்கள்தான். தரமான சினிமாவிலிருந்து தரமில்லாத சினிமாவையும், மேலோட்டமான ஓவியத்திலிருந்து ஆழமான ஓவியத்தையும் பிரித்துக் காட்டக்கூடிய அம்சங்கள் இவைதாம். வாழ்க்கையைப்பற்றிய ஆழமான பார்வை எந்தப் படைப்புக்கும் முக்கியமானது.

தரமான இலக்கியத்தை வாசிக்கக்கூடியவன் எந்தவிதமான பாதிப்புக்கு ஆளாகிறான்? அவன் ஏன் அதைத் தேடிச் செல்கிறான்?

முழுவாழ்க்கையைப் பற்றியும் தெரிந்துகொள்ள நம் வாழ்நாளில் நமக்குச் சந்தர்ப்பம் இல்லை. வாழ்க்கையின் ஒரு பகுதியை நாம் பார்க்கிறோம். அதாவது ஒரு பரிமாணத்தை. நமக்குப் பார்க்கமுடியாத பரிமாணங்கள் வாழ்க்கைக்கு எவ்வளவோ இருக்கின்றன. நம் அனுபவங்களுக்கு இலக்காகாத பகுதிகளும் அடுக்குகளும் ரகசியங்களும் இருக்கின்றன. இவற்றையும் தெரிந்துகொள்ளும் ஆர்வம் நிறைய இருக்கிறது. நாம் அறிந்திராத தளங்களை இலக்கியம் நம் கவனத்துக்குக் கொண்டுவருகிறது. இதனால் நாம் நம் அனுபவத்தை மேலும் செழுமைப்படுத்திக்கொள்ள முடிகிறது.

நமக்கு ஆயிரம் வருஷம் இரண்டாயிரம் வருஷம் ஆயுள் இருக்குமென்றால் வாழும் அனுபவத்தின் மூலமே முழு வாழ்க்கையையும் தெரிந்துகொள்வதற்கான சாத்தியம் கூடலாம். அந்த அளவுக்கு ஆயுள் இல்லையே. குறைவான ஆயுளுக்குள் நிறைவான அனுபவங்களைப் பெறுவது எப்படி? பிறர் அவர்கள் பெற்றிருக்கும் அனுபவங்கள் பற்றி என்ன அபிப்பிராயம் கொண்டிருக்கிறார்கள்? வாழ்க்கை எப்படிப் பிறருக்குக் காட்சியளிக்கிறது? வாழ்க்கைபற்றி அவர்களுக்கு என்ன விமர்சனங்கள் இருக்கின்றன? இவற்றையெல்லாம் தெரிந்துகொள்ள மனித மனதிற்குள் எவ்வளவோ ஆசைகள் இருக்கின்றன. முழுமையான வாழ்க்கையைப் புரிந்துகொள்ள உதவுகின்றன கலைகளும் இலக்கியங்களும்.

வாழ்க்கைக்கும் கலைக்குமான உறவு எப்படி? நல்ல இலக்கியங்கள் இருந்தால் அங்கு மேலான சமூகம் இருக்கும் என்று கருத முடியுமா?

பொதுவாக எப்போதுமே வளர்ந்த சமூகங்களில் இலக்கியமும் கலைகளும் ஏதோ ஒருவிதத்தில் பலமாகவோ பலவீனமாகவோ இருந்துதான் வந்திருக்கின்றன. முற்பட்ட காலங்களில் எழுத்தார்வம் சற்றுக் குறைவாக இருந்திருக்கலாம். கலை உணர்வு மங்கலாக இருந்தது என்று கூறமுடியாது. ஒரு சமூகத்தை மதிப்பதற்கே அது கொண்டிருக்கும் கலை உணர்வு ஒரு காரணமாக அமைந்துவிடுகிறது. கலைப் படைப்புகள் எந்த அளவுக்கு மேலாக இருக்கின்றனவோ அந்த அளவுக்குச் சமூகமும் உயர்வாக இருக்கிறது என்று பொதுவாகச் சொல்லலாம். படைப்புகள் மிக மேலாகவும் வாழ்க்கை நிலை மிகத் தாழ்வாகவும் இருக்கும் சமூகங்களும் விதிவிலக்காக இருக்கின்றன. வாழ்க்கையைப்பற்றி ஆழமாகச் சிந்திக்க முடியாதவன் உயர்வான வாழ்க்கையை உருவாக்க முடியுமா? படைப்புக்கும் சிந்தனைக்கும் வாழ்க்கை நிலைக்கும் ஒன்றிலிருந்து மற்றொன்றைப் பிரிக்க முடியாத உறவுநிலைகள் இருக்கின்றன.

'இலக்கியத்தின் நோக்கம் மனிதனைப் பக்குவப்படுத்துவது.' இந்தச் சிந்தனை பற்றி உங்கள் கருத்து என்ன?

நமக்கு வாழ்க்கையைக் கண் திறந்து பார்க்க ஒரு கூச்சம் இருக்கிறது. அதாவது வாழ்க்கை யதார்த்தங்களை. அதனால் வாழ்க்கையின் மீது கொஞ்சம் கனவை ஏற்றிப்பார்க்கிறோம். யதார்த்தத்திலிருந்து தப்பித்துக்கொள்ளப்பார்க்கிறோம். வாழ்க்கையின் சிக்கல்கள், சங்கடங்கள், துயரங்கள், மகிழ்ச்சிகள், சலனங்கள் எல்லாம் வாழ்க்கையை எதிர்கொள்வதற்கான ஒரு

சூழலையும் தயாரிப்பையும் உருவாக்குகின்றன. இலக்கியமும் இந்தக் காரியத்தைத்தான் செய்கிறது, மற்றொரு விதத்தில். இலக்கியம் வாழ்க்கையின் நிதர்சனத்தைக் கவனப்படுத்துகிறது. இதன்மூலம் உங்களுக்கும் வாழ்க்கைக்குமான உறவை ஒழுங்கு செய்கிறது.

பிற நாடுகளிலும் குறைவான வாசகர்களே நல்ல இலக்கியங்களைப் படிப்பதாகத் தெரிகிறது. அப்படியென்றால் தமிழ்நாட்டில் மட்டும் தரமான இலக்கியத்திற்கு மதிப்பில்லை என்று எப்படிச் சொல்ல முடியும்?

எல்லாத் தேசங்களிலும் உயர்ந்த கலைகள், உயர்ந்த இலக்கியம் ஆகியவற்றை அனுபவிக்கக்கூடியவர்கள் மொத்த ஜனத்தொகையில் மிகக் குறைவான எண்ணிக்கை கொண்டவர்கள் தான். தமிழ்நாட்டிலும் அப்படியே. அப்படியென்றால் நாம் ஏன் குறைபட்டுக்கொள்ள வேண்டும்? குறைவான எண்ணிக்கையினர் ஏற்றுக்கொள்ளும் அல்லது அனுபவிக்கும் கலை இலக்கியங்களுக்குக்கூட பிறதேசங்களில் சமூகக் கௌரவம் இருக்கிறது. அங்கு படைப்பாளிகளும் கலைஞர்களும் அவர்கள் நிறுவும் தரங்களுக்கு ஏற்ற அந்தஸ்தைப் பெறுகிறார்கள். இங்கு போல் புறக்கணிப்புக்கு ஆளாவதில்லை. அதிக வாசகர்கள் படிக்கிறார்கள் என்பதாலேயே ஒரு படைப்பு உயர்வானது என்ற அளவுகோல் அந்தச் சமூகங்களில் தொழில்படுவதில்லை. அங்கு ஜனரஞ்சக எழுத்தையும் தீவிர எழுத்தையும் தனியாகப் பிரித்துவைத்துப் பார்க்கிறார்கள். மதிப்பீடுபற்றிக் கவலைப்படு கிறவர்கள் தீவிரமான எழுத்தைத்தான் பொருட்படுத்துகிறார்கள். பொழுதுபோக்கு எழுத்தைப் பொருட்படுத்துவதில்லை. இங்கு நிலைமை நேர் தலைகீழாக இருக்கிறது. பொழுதுபோக்கு இலக்கியம் என ஒன்று இருப்பதை அல்ல நான் விமர்சிப்பது; அவற்றையே உயர்வாக மதிப்பிடுவது, அவற்றைச் சார்ந்து சமூக மதிப்பீடுகளை உருவாக்குவது – இந்த அணுகுமுறையைத்தான் நான் விமர்சிக்கிறேன்.

ஒரு படைப்பு பாப்புலர் ஆக இருக்கும்போது அதன் தரம் குறைந்து போகாதா?

அவ்வாறு குறைய வேண்டும் என்ற கட்டாயம் இல்லை. கிளாஸிக்கல் இலக்கியங்கள் பல தரமானவையாகவும் அதே சமயம் பல வாசகர்களைப் போய்ச் சேரக்கூடியவையாகவும் இருக்கின்றன. புராண இலக்கியங்களையும் உதாரணமாகச் சொல்லலாம். ராமாயணம் அல்லது மகாபாரதம்.

சமீப காலங்களில் பொருளாதார ஏற்றத்தாழ்வுகளை விமர்சிக்கும் படைப்புகள் பல வந்துள்ளன. இவற்றின் வரவு மூலம் இலக்கியத் தரம் உயர்ந்துள்ளதா?

வாழ்க்கைமீது நம் கவனத்தைத் திருப்புவதற்குப் பொருளாதாரத் தத்துவங்களை அடிப்படையாகக்கொண்ட படைப்புகள் உதவுகின்றன. தத்துவப்பாதிப்புக்கொண்ட எழுத்தாளன் ஏதோ ஒரு விதத்தில் மேலோட்டமான பார்வைக்கு எதிரானவனாகவே இருக்கிறான்; அல்லது வாசகர்களின் பலவீனங்களைத் தந்திரபூர்வமாகப் பயன்படுத்துவதற்கு எதிரானவனாக இருக்கிறான். ஆனால் தத்துவப் பாதிப்பு இருப்பதாலேயே சிறந்த படைப்புகளை உருவாக்கிவிட முடியும் என்பதில்லை. தத்துவம் வாழ்க்கையைப் புரிந்துகொள்ள ஒரு எல்லைவரையிலும் உதவுகிறது. ஆனால் படைப்பாளிக்கு வாழ்வியல் அனுபவம் மிக முக்கியம். வாழ்வியல் அனுபவத்தின் சாரம் படைப்பில் வெளிப்படும்போதுதான் அது ஆழமும் கனமும் கொள்கிறது. இவ்வாறு ஆழமும் கனமும் கொள்ள எந்த அளவுக்குத் தத்துவம் உதவுகிறதோ அந்த அளவுக்குத்தான் இலக்கிய விமர்சனத்தில் அதன் மதிப்பு வரையறுக்கப்படும். சில நேரங்களில் வாழ்வியல் உண்மைகளை அழுத்த நீங்கள் கற்ற தத்துவங்களைத் தாண்டியும் போகவேண்டியிருக்கும். தத்துவத்தை விளக்குவதற்காக அனுபவங்களைச் சுருக்கிப் பயன்படுத்தினால் அதன் மூலம் எந்திர ரீதியான, இரண்டாம் பட்சமான படைப்புகள்தாம் உருவாகும். பெரும்பாலும் தமிழில் உருவாகிவருவது இந்தவகையான படைப்புகள்தாம்.

அப்படியென்றால் பழைய இலக்கியங்களைப் பொருளாதாரக் கோட்பாடுகள்கொண்ட கொள்கை, தத்துவம் இவற்றின் அடிப்படையில் விமர்சிப்பது சரிதானா?

நீங்கள் எந்த அளவுக்குத் தத்துவத்தைப் பயன்படுத்துகிறீர்கள், எந்த அளவுக்குத் தத்துவத்திலிருந்து விடுதலை பெற்றிருக்கிறீர்கள் என்பதைப் பொறுத்த விஷயம் இது. தத்துவம் சார்ந்து ரொம்பவும் இறுக்கமாக இருந்தீர்கள் என்றால் தவறான முடிவுக்குப் போய்ச் சேருவதற்கான சந்தர்ப்பம் அதிகம். பழைய இலக்கியங் களைப் பார்க்க, தமிழ் வாழ்க்கைசார்ந்த வாழ்வியல் அனுபவம் மிகமுக்கியம். இந்தப் பார்வைசார்ந்த சாரத்தை சரிவரப் பயன்படுத்தினால் தத்துவம் அதை ஆழப்படுத்தும்.

தத்துவம், கொள்கை, கோட்பாடு ஆகியவற்றின் அடிப்படையில் உருவாக்கப்பட்ட இலக்கியங்கள் பிறமொழிகளில் வெற்றி பெற்றிருக் கின்றனவா?

வெற்றி பெற்றிருக்கின்றன; வெற்றி பெறாமலும் இருக்கின்றன. வாழ்க்கையைப் புரிந்துகொள்ளத் தத்துவத்தை விவேகமாகப்

பயன்படுத்தலாம். தத்துவத்திற்கு விசுவாசமாக இருந்து தத்துவம் எவற்றை ஏற்கும் என்று படைப்பாளி நம்புகிறானோ அவற்றை மட்டும் படைப்புக்குள் திணிக்கலாம். படைப்புக்குள் தத்துவத்தைத் திணிப்பது மறைமுகமாக வாழ்க்கைக்குள் தத்துவத்தைத் திணிப்பதுதான். திணிக்கப்படுவதற்கு எதிரான மனநிலை கொள்வது மனித சுபாவம். அப்போது படைப்புக்கும் வாசகனுக்கும் இடையே ஒரு இடைவெளி ஏற்படுகிறது. தத்துவமே படைப்பை மேலெடுத்துச் சென்று அதன் நோக்கத்தை நிறைவேற்றும் என்று எண்ணுவது சரியல்ல.

ரஷ்யாவிலிருந்து உயர்வான இலக்கியங்கள் வந்திருக்கின்றனவா?

நேற்றைய ரஷ்யா மிகச் சிறந்த இலக்கியங்களைப் படைத் திருக்கிறது. இலக்கிய ஜாம்பவான்களின் வரிசையே அங்கு இருக்கிறது. மாக்ஸிம் கார்க்கியைப் படிக்கிறபோது இரண்டு விஷயங்கள் தெரிகின்றன. அவர் மார்க்ஸியத் தத்துவத்தால் பாதிக்கப்பட்டிருக்கிறார் என்பது ஒன்று. வாழ்வியல் அனுபவம் அவருக்கு மிக முக்கியம் என்பது மற்றொன்று. வாழ்க்கையை ஆழமாகப் புரிந்துகொள்ளத் தத்துவம் அவருக்கு உதவியிருக்கிறது. வாழ்க்கையின் வகைமையை வெளிப்படுத்த வாழ்வியல் அனுபவம் அவருக்கு உதவியிருக்கிறது.

கடந்த சில வருஷங்களாக இலக்கியப் படைப்பு, மொழிபெயர்ப்பு, விமர்சனம் போன்ற பணிகளில் ஒரு மந்தம் ஏற்பட்டிருப்பதாக சீரியஸ் விமர்சகர்கள் சொல்கிறார்கள். நீங்கள் என்ன நினைக்கிறீர்கள்?

எனக்கு இந்தக் கருத்தில் உடன்பாடு இருக்கிறது. முப்பது முப்பத்தைந்து வருஷங்களாகவே இந்தியக் கலைகள், இந்திய இலக்கியங்கள், இந்தியச் சிந்தனைகள் இவற்றின் பேரிலும் உலகச் சிந்தனைகள், உலக இலக்கியங்கள் இவற்றின் பேரிலும் நம் அக்கறை குறைந்துகொண்டேபோகிறது. சுதந்திரப் போராட்டம் நடந்த காலங்களில் அதிக அளவுக்கு இந்தியப் போக்குகளையும் உலகப் போக்குகளையும் கவனித்தோம். அந்தக் காலத்தில் இந்திய இலக்கியங்களும் உலக இலக்கியங்களும் மிக அதிக அளவில் தமிழில் மொழிபெயர்க்கப்பட்டன. இப்போது நம் மனோபாவம் வேறுவிதமாகி விட்டது.

இதற்குத் தனிப்பட்ட காரணங்கள் ஏதாவது இருக்குமா அல்லது இந்த பாப்புலர் பத்திரிகைகள், சினிமா இவைதான் காரணமா? நீங்கள் என்ன நினைக்கிறீர்கள்?

பொதுவாக நம் வெகுஜனப் பத்திரிகைகள் விரிந்த போக்கை ஊக்குவிப்பதில்லை. பிறமொழிகளில் உள்ள சிறந்த விஷயங்களை இந்தப் பத்திரிகைகள் மொழிபெயர்த்து வாசகர்களுக்கு

அளிப்பதில்லை. சினிமா உயர்ந்த விஷயத்தைச் சார்ந்து நிற்க வில்லையென்பது ரொம்பவும் வெளிப்படையான விஷயம். கடந்த முப்பது முப்பத்தைந்து வருடங்களில் தமிழர்கள் அவர் களுக்குச் சொந்தமான கலைகளையும் இலக்கியத்தையும் திரும்பவும் கண்டுபிடித்து அவைபற்றிய பெருமிதங்களைப் பகிர்ந்து கொள்ளக்கூடிய காரியம்தான் தீவிரமாக நடந்திருக்கிறது. இன்றையத் தமிழை வளர்க்க வேண்டும் என்பதைவிட நேற்றையத் தமிழின் சாதனைகளை உணர வேண்டும் என்பதுதான் முக்கிய நோக்கமாக இருந்தது.

இந்த உணர்வு ஆரம்ப காலத்திலிருந்தே தமிழர்களுக்கு இருந் திருக்கிறதே. தன்னுடைய மொழி இனம் இவற்றைப் பறைசாற்ற வேண்டும், வெளிப்படுத்த வேண்டும் என்கிற எண்ணம் முந்திய காலங்களிலும் இருந்திருக்கிறதே.

முன்பும் இருந்திருக்கலாம். எனக்கு அதுபற்றித் திட்டவட்ட மாகச் சொல்லத் தெரியவில்லை. ஆனால் இப்போது அரசியல் ரீதியாகவும் ஒரு சமூகச் சிந்தனையாகவும் இந்த மனோபாவம் வேகம் பெற்றிருக்கிறது. அரசியல் ரீதியான வேகம் துடிப்பாக இருக்கிறது. இதுபோல் அரசியல் ரீதியான வேகம் முற்காலத்தில் இருந்ததா என்று எனக்குத் தெரியவில்லை.

தமிழ்நாட்டில் நாம் பார்க்கும் தேக்கம் பிற மாநிலங்களிலும் இருக் கிறதா? உதாரணமாக உங்களுக்குத் தெரிந்த கேரள மாநிலத்தில் நிலைமை எப்படி இருக்கிறது?

அங்கு தேக்கம் இல்லை. மாறாக வேகம் இருக்கிறது. தங்கள் மொழியையும் கலைகளையும் முன்னெடுத்துச் செல்லும் போக்கும் இருக்கிறது. இந்திய மொழிகளிலிருந்தும் உலக மொழி களிலிருந்தும் நிறைய மொழிபெயர்ப்புகள் அங்கு வருகின்றன. நவீனச் சிந்தனைகள் மொழிபெயர்க்கப்பட்டுள்ளன. அரசாங்கம் உருவாக்கியிருக்கும் பண்பாட்டு நிறுவனங்கள் ஓரளவு நன்றாகச் செயல்படுகின்றன. விஞ்ஞான இலக்கியம் திட்டமிட்டு வளர்க்கப்படுகிறது. புத்தகங்கள் ஏராளம் விற்பனை ஆகின்றன. எழுத்தாளன் எழுத்துப் பணியில் நின்றே நன்றாக வாழ முடியும். அது போன்ற ஒரு நிலையை நாம் இங்கு உருவாக்க வேண்டும். என் விமர்சனத்தின் அடிப்படையே இதுதான்.

கேரளாவில் இருக்கும் ஒரு வாசகன் – தாய்மொழி தவிர வேறு எந்த மொழியும் தெரியாத வாசகன் – இந்தியச் சிந்தனை களையும் உலகச் சிந்தனைகளையும் தெரிந்துகொள்வதற்கான வாய்ப்புப் பெற்றிருக்கிறான். தன் தாய்மொழியிலேயே அவன் அநேக விஷயங்களைத் தெரிந்துகொள்ள முடியும். தாய்மொழி மட்டும் அறிந்த தமிழனுக்கு இன்று இந்த வாய்ப்பு இல்லை.

இந்திய மொழிகளில் இருக்கும் தரமான நாவல், தரமான சிறுகதை இவற்றிற்குச் சமமாகத் தமிழிலும் இருக்கின்றனவா?

இருக்கின்றன. தமிழ்ச் சிறுகதையின் வளர்ச்சி இந்தியத் தரத்துக்கும் உலகத் தரத்துக்கும் ஒப்பிடக்கூடியது. புதுமைப்பித்தன், கு.ப. ராஜகோபாலன், மௌனி, பிச்சமூர்த்தி, லா.ச. ராமாமிர்தம் போன்றவர்கள் எழுதியிருக்கும் சிறுகதைகள் உலகச் சிறுகதைகளுடன் ஒப்பிடத்தக்கவைதாம். இவர்களுக்குப் பின்னால் வந்த ஜானகிராமன், அழகிரிசாமி, ஜெயகாந்தன் போன்றவர்களும் உலகில் எந்த மொழியில் வெளிவந்த சிறுகதைகளுடனும் ஒப்பிடத்தக்க சிறுகதைகளை உருவாக்கியிருக்கிறார்கள்.

அண்மையில் வெளிவந்த உங்களுடைய 'ஜே.ஜே : சில குறிப்புகள்' என்ற நாவல் ஒரு சீரியஸான படைப்பு. இருந்தும் சினிமா நடிகையிலிருந்து அரசியல்வாதிவரை அதைப்பற்றிப் பேசியுள்ளதைப் பத்திரிகைகளில் பார்க்க முடிந்தது. இதற்கு என்ன காரணம் என்று நினைக்கிறீர்கள்?

சினிமா, அரசியல், கல்வித்துறை ஆகியவற்றைச் சேர்ந்தவர்களெல்லாம் ஜே.ஜே.யைப் பற்றிப் பலவிதமான அபிப்பிராயங்கள் சொல்லி இருக்கிறார்கள். ஆனால் அவற்றை ஆழமான அபிப்பிராயங்கள் என்று எடுத்துக்கொள்வதற்கில்லை. அந்த நாவலில் ஒரு புதிய உள்ளடக்கமும் புதிய உருவமும் இருக்கிறது. தமிழில் இதற்குமுன் நமக்குப் பார்க்கக்கிடைத்த நாவலிலிருந்து அது முற்றிலும் வித்தியாசமாக இருக்கிறது. அத்துடன் 'ஜே.ஜே: சில குறிப்புகள்' தமிழ் வாழ்க்கை, தமிழ்க் கலாச்சாரம், தமிழ்ச் சிந்தனை ஆகியவற்றின்மீது ஒரு விமர்சனத்தை முன்வைத்திருக்கிறது. உள்ளடக்கம், உருவம், விமர்சனம் ஆகியவற்றிலுள்ள புதுமை பலரையும் கவர்ந்திருக்கிறது. அத்துடன் அதற்கு ஒரு மோஸ்தர் தன்மையும் ஏற்பட்டிருக்கிறது. இந்த மோஸ்தர் தன்மையுடன் ஒரு சிலர் உறவுகொண்டு பேசுவது இயற்கையான விஷயம்தான்.

'ஜே.ஜே: சில குறிப்புக'ளில் தமிழ்க் கலாச்சாரம் சார்ந்த ஒரு வருத்தம் அதை விரக்தி என்றுகூடச் சொல்லலாம், வெளிப்பட்டிருக்கிறது என்று நினைக்கிறேன். தமிழ்நாட்டைப் பொறுத்தவரையில் இந்தக் கலாச்சாரம் எந்தக் காலத்திலும் மேல்படியில் நிற்கவில்லை. மேல்படியில் மட்டும்தான் நின்றது என்றும் சொல்ல முடியவில்லை. கடந்த நூற்றாண்டுகளிலிருந்து நிறைய உதாரணங்கள் சொல்ல முடியும். அப்படியிருக்க இந்த நாவலில் ஏன் இவ்வளவு வருத்தம்? இவ்வளவு விரக்தி?

'ஜே.ஜே: சில குறிப்புகள்' நாவலில் விரக்தி இருக்கிறதா? எனக்குச் சந்தேகமாக இருக்கிறது. உங்கள் வாசக அனுபவமாக

நீங்கள் சொல்லும்போது நான் அதைப் பரிசீலனை செய்துபார்க்க வேண்டும். என்னளவில் எனக்கு வருத்தமும் கோபமும் இருக்கிறது. தார்மீகமான கோபம் இருக்கிறது. எந்த நூற்றாண்டிலும் நாம் மேல்படியில் மட்டுமே நின்றதில்லை; இன்றைய நிலையை நினைத்து ஏன் தனியாகக் கோபப்பட வேண்டும் என்று நீங்கள் கேட்பது நியாயமான கேள்விதான். எல்லா நூற்றாண்டுகளிலும் நாம் உயர்வாக இருந்தோம் என்று நான் நினைக்கவில்லை. இன்று முன்பிருந்ததைவிடச் சற்று மேலான நிலைகூட நமக்கு இருக்கலாம். ஆனால் மற்ற நூற்றாண்டுகளுடன் இருபதாம் நூற்றாண்டை நீங்கள் ஒப்பிடக்கூடாது. மற்ற நூற்றாண்டுகளில் மனிதன் நடந்துகொண்டே வந்தான் என்று சொல்வீர்களானால் இருபதாம் நூற்றாண்டில் மனிதன் குதிரையில் ஏறிப் பாயத் தொடங்கிவிட்டான் என்று சொல்ல வேண்டும். அந்த அளவுக்கு மாற்றங்கள், வளர்ச்சிகள், முன்னேற்றங்கள். இப்போது நமக்குக் கிடைத்திருப்பது ஒரு சரித்திரபூர்வமான வாய்ப்பு. இந்த வாய்ப்பை நாம் எப்படிப் பயன்படுத்திக்கொள்கிறோம் என்பது முக்கியமான கேள்வி. இந்தக் கேள்விக்குக் கிடைக்கும் பதிலை வைத்துத் தான் நாம் ஒவ்வொன்றையும் அளக்க வேண்டும். இப்போது நமக்கு ஆங்கிலம் தெரியும். ஆங்கிலம் வழியாக உலகத்தை அறிய வாய்ப்புப் பெற்றிருக்கிறோம். உலக மொழிகளை அறியவும் உலகக் கலாச்சாரங்களை அறியவும் வாய்ப்புப் பெற்றிருக்கிறோம். மேல்நிலை விஞ்ஞானத்தை அறிய வாய்ப்புப் பெற்றிருக்கிறோம். பிற தேசத்தைச் சேர்ந்த மக்கள் பெற்றிருக்கும் வாய்ப்புக்கும் நாம் பெற்றிருக்கும் வாய்ப்புக்கும் இடையிலான இடைவெளி குறைந்துவிட்டது. அப்படி என்றால் அவர்களுக்கு நிகராகச் சாதனைகள் செய்யக்கூடிய நிலையில் நாம் இருக்கிறோம். வாழ்க்கையை அவர்களுக்கு நிகராக மேம்படுத்தும் நிலையில் இருக்கிறோம். அப்போது உங்களுக்கு ஆறுதல் ஏற்படுகிறதா அல்லது கோபம் ஏற்படுகிறதா? இதுதான் கேள்வி.

கலாச்சாரச் சரிவு தனி மனிதனுடைய சமூகத்தினுடைய ஆன்மாவைப் பாதிக்கும் என்று நம்புகிறீர்களா? இக்கேள்வியைப் பொதுப்படையாகக் கேட்கிறேன்.

கலாச்சாரச் சரிவு மனிதனைப் பாதிக்கும் என்று சொல்வதை விடவும் மனிதனுடைய சீரழிவுதான் கலாச்சாரச் சரிவு என்று சொல்வதுதானே சரி? மனிதச் சீரழிவின் பின்விளைவாகத்தான் கலாச்சாரம் சீரழிகிறது. கலாச்சாரச் சீரழிவு மீண்டும் மனிதனை எதிர்மறையாகப் பாதிக்கிறது. இது ஒரு விஷ வட்டம்.

மனிதனுடைய சீரழிவு பொருளாதாரச் சீரழிவினால் ஏற்படாதா?

சில சமயம் நீங்கள் பொருளாதார நிலையில் பின்தங்கி நிற்கும்போது கூடக் கலாச்சார விஷயங்களில் வெகுமுனைப்பாக

இருப்பீர்கள். சில சமயம் பொருளாதார நிலை மிக மேலாக இருக்கும். ஆனால் கலாச்சார அக்கறை மிகக் குறைவாக இருக்கும். மனிதன் முழு விழிப்புடன் இருக்கும்போது கலாச்சார ரீதியாகவும் காரியங்களை ஆற்றிக்கொண்டுதான் இருப்பான். அவனுடைய விழிப்புநிலை முழுமைகொண்டதாக இருக்கு மென்றால் பிரக்ஞைகொண்ட கலாச்சார மனிதனாக அவன் இருப்பான். செயல்படுவான். தமிழ்நாட்டில் இந்தச் செயல்பாடு பலவீனமாக இருக்கிறது.

தமிழ்நாட்டுக்கென்று தனிப்பட்ட சிந்தனை இருக்கிறதா? உலகத் தளத்தைச் சேர்ந்த சிந்தனைவாதிகளான பிளாட்டோ மாதிரியோ மார்க்ஸ் மாதிரியோ அரவிந்தர் மாதிரியோ சிந்தனைவாதிகள் இருக்கிறார்களா?

தமிழ்நாட்டிலோ இந்தியாவிலோ இக்காலத்திற்குரிய உலகத் தளத்தைச் சேர்ந்த மிகப் பெரிய சிந்தனையாளர்கள் இப்போது இருப்பதுமாதிரி தெரியவில்லை. காந்தியத்திற்குப் பின் பெரிய சிந்தனை என்று எதுவும் தோன்றவில்லை. நமக்கு இருக்கும் வாய்ப்பு கவிதைசார்ந்த மிகப்பெரிய கோட்பாடு ஒன்றை உருவாக்குவதுதான்; இரண்டாயிரம் வருடத்திய கவிதைச் செல்வம் நமக்கு இருப்பதால். ஆனால் கவிதைக் கோட்பாடுகளை உருவாக்குவதில் ஆர்வம் இல்லாமல் கவிதை பற்றிய மேல்நாட்டுச் சிந்தனைகளை அப்படியே எடுத்துக்கொள்கிறோம். கவிதைகளும் கவிதைசார்ந்த கோட்பாடுகளும் உலகத்துக்கு அளிக்க நம்மிடம் இருக்கின்றன.

உண்மைதான். கவிதையைப் பற்றிய கோட்பாடுகளை பிரிட்டீஷ் கோட்பாடுகளிலிருந்து கடன் வாங்கிக்கொண்டிருக்கிறோம். ஆரம்பத்தில் சமஸ்கிருதத்தில் இருந்து வாங்கியிருக்கிறோம்.

அது சரி. நான் அதிகமும் இந்த இருபதாம் நூற்றாண்டைச் சார்ந்துதான் பேசுகிறேன். நம்மைச் சார்ந்து நாம் சிந்திக்கும்போது பல நல்ல விளைவுகள் நமக்குக் கூடும்.

இந்தியாவைப் பொறுத்தவரையில் தனிச் சிந்தனை இல்லை யென்று சொல்கிறீர்களா? பரத முனிவர் கவிதைகளைப்பற்றிச் சில கோட்பாடுகளைச் சொல்லியிருக்கிறார். கலைகளைப் பற்றியும் சொல்லியிருக்கிறார்.

நான் முற்காலச் சிந்தனைகளைப்பற்றிச் சொல்லவில்லை. இந்த நூற்றாண்டில் சுயமான சிந்தனைகள் நமக்கு உருவாக வில்லை என்று சொல்கிறேன். சமூக மாற்றத்துக்கான சிந்தனைகள் அல்லது கவிதை சம்பந்தமான சிந்தனைகள் அல்லது இலக்கியம் சம்பந்தமான சிந்தனைகள் இந்த நூற்றாண்டில் பெரிய அளவில்

நமக்கு ஒன்றும் தோன்றிவிடவில்லை. வேறு மொழிகளில் தோன்றியிருக்கின்றன. பிரெஞ்சு மொழியில் சகல துறைகளிலும் இந்த நூற்றாண்டுக்குரிய சுய சிந்தனைகள் தோன்றியிருக்கின்றன. அங்கு புதிய தத்துவங்கள் தோன்றிப் பழைய தத்துவங்களைப் பின்னகர்த்துகின்றன. புதிய கோட்பாடு தோன்றிப் பழைய கோட்பாட்டைத் தாக்குகிறது. இவைசார்ந்த விவாதங்களில் வாழ்க்கை முன்னெடுத்துச் செல்லப்படுகிறது.

அப்படியென்றால் தனக்கென்று ஒரு சிந்தனை இல்லாத சமூகம் பெரிய கலைகளை உருவாக்க முடியாதே.

இக்காலத்திற்குரிய பெரிய கலைகள் தோன்றாமல்தான் இருக்கின்றன. நடுத்தரமான படைப்புகளும் நடுத்தரத்திற்குச் சற்று மேலாக நிற்கும் படைப்புகளும்தான் அதிக அளவில் இருக்கின்றன. மிகப்பெரிய நாவல், உலகத் தத்துவ மரபு கவனிக்கும் விதமான தத்துவ நூல்கள், சிந்தனையில் பெரிய தாண்டல்கள் எதுவும் நிகழவில்லை. தடைகளை நொறுக்கிக்கொண்டு வெளியே பாயும் ஆற்றலை நாம் இன்னும் பெறவில்லை.

நீங்கள் அண்மையில் மலேசியா, சிங்கப்பூர், பாரிஸ் போன்ற இடங்களுக்குப் போய்விட்டு வந்தீர்கள். உங்கள் மலேசியப் பயணம் இலக்கியம் தொடர்பானதா?

இலக்கியம் தொடர்பானதுதான். மலேசியாவில் ஒரு எழுத்தாளர் சங்கத்தின் செயல்பாட்டுடன் கருத்து வேறுபாடு கொண்ட இலக்கிய அன்பர்கள் புதிய எழுத்தாளர் சங்கத்தை உருவாக்கினார்கள். அவர்கள் என்னை அழைக்க நான் அங்கு போனேன். தமிழ்ச் சிறுகதைகள்பற்றிக் கட்டுரை படித்தேன்.

மலேசியாவில் தற்கால இலக்கியத்தின் போக்கு இப்போது எப்படி இருக்கிறது?

நான் அதிக உற்சாகம் கொள்ளும்படி இல்லை. நம் ஜனரஞ்சக இதழ்களில் நடக்கும் காரியங்கள் அவர்களுக்குத் தெரிகின்றன. சிற்றிதழ்ச் சூழலில் நடக்கும் காரியங்கள் பெரும்பாலும் தெரியவில்லை. புதுமைப்பித்தன், ஜானகிராமன் போன்ற எழுத்தாளர்களின் எழுத்துகளைப் படித்தவர்களைப் பார்ப்பதே அபூர்வமாக இருந்தது. ஜெயகாந்தனை அறிந்திருக்கிறார்கள். பழைய தலைமுறையினரைச் சேர்ந்த ஒரு சிலரைப் பார்த்தேன். அவர்கள் மணிக்கொடி படித்திருக்கிறார்கள். மணிக்கொடி எழுத்தாளர்கள்பற்றிப் பேசினார்கள். இந்தியாவில் கலைகள், இலக்கியம், திரைப்படங்கள், ஓவியம், இசை ஆகியவற்றில் வித்தியாசமான படைப்புகளையும் மாற்றுக் கலாச்சாரத்தையும்

உருவாக்கக்கூடிய முயற்சி தொடர்ந்து நடைபெற்று வருகிறது. இவைபற்றி மலேசிய எழுத்தாளர்களுக்குக்கூடத் தெரியவில்லை. வெகுஜனப் பத்திரிகைகளில் வரும் விஷயங்கள் அவர்களுக்குத் தெரியும். அதில் வெளிவரும் தொடர்கதைகள், திரைப்படக் கிசுகிசுக்கள், துணுக்குகள் இவற்றை அறிந்துவைத்திருக்கிறார்கள். அவர்களுடைய தொடர்பு வெகுஜனக் கலாச்சாரத்தோடு மட்டும்தான்.

இலங்கையில் தமிழ்நாட்டைப் போலவோ, இல்லை அதைவிடச் சற்றுக் கூடுதலாகவோ சீரியஸ் இலக்கியங்கள், விமர்சனங்கள் வந்துகொண்டிருக்கின்றன. மலேசியாவும் இலங்கையும் தமிழர் வாழும் பிற இடங்கள். அப்படியென்றால் மலேசியாவிற்கும் இலங்கைக்கும் தீவிரமான இலக்கியங்களைக் கண்டுகொள்வதிலும் படைப்பதிலும் ஏன் மிகப்பெரிய இடைவெளி இருக்கிறது?

மிக நல்ல கேள்வி இது. கலாச்சார, அரசியல், தத்துவ, சமூகக் காரணங்கள் இருக்கலாம். இவை பற்றி எனக்குத் தெரியவில்லை. சமீபகாலம் வரையிலும் இலங்கை ஜனநாயகத்தை அனுசரித்த நாடு. அங்கு தமிழன் கலாச்சாரத் தளத்தில் சுதந்திரமாகச் செயல்படும் வாய்ப்பை நீண்ட காலமாகப் பெற்றிருக்கிறான். அவன் விரும்பும் நூல்களைப் படிக்கலாம்; வெளிப்படையாக விவாதிக்கலாம்; எழுதலாம். இப்போது நிலை முற்றாக மாறி விட்டது வேறு விஷயம். அத்துடன் கலாச்சாரத் தளத்தில் மார்க்ஸியத் தத்துவத்தின் மிகுந்த தாக்கம்கொண்ட சிந்தனை முறை அங்கு பரவலாக இருந்தது.

மலேசியாவில் கலாச்சாரச் சுதந்திரம் இல்லை. அங்கு நீங்கள் சிறு இலக்கியக் கூட்டம் போடக்கூடக் காவல்துறையின் அனுமதி பெற வேண்டும். இடதுசாரிச் சிந்தனைகள் தோன்ற முடியாத சூழல் செயற்கையாக உருவாக்கப்பட்டிருக்கிறது. ஜனரஞ்சகமான விஷயங்கள்தான் மலேசியத் தமிழர்களுக்குப் போய்ச் சேருகின்றன என்றால் தீவிரமான சிந்தனைகளும் படைப்புகளும் இலங்கைத் தமிழர்களுக்குப் போய்ச் சேருகின்றன. தீவிரப் படைப்புகளுடன் உறவுகொள்ளும் துடிப்பு இலங்கைத் தமிழர்களுக்கு மிகுதியாக இருக்கிறது.

மலேசியா, தமிழ்க் கலாச்சாரத்தைப் பாதுகாத்துவருகிறது என்று அங்கு போய்விட்டு வந்த நண்பர்கள் சிலர் சொல்கிறார்கள். நீங்கள் என்ன நினைக்கிறீர்கள்?

அவர்கள் கலாச்சாரம் என்று எதை வரையறுக்கிறார்கள் என்பது கேள்வி. பெண்கள் கோலம் போடுவது, குங்குமப் பொட்டு வைத்துக்கொள்வது, சாமி கும்பிடுவது, தீபாவளி அல்லது

பொங்கல் கொண்டாடுவது இது போன்ற பழக்க வழக்கங்களைக் கொண்டிருப்பதுதான் கலாச்சாரத்தைக் காப்பாற்றும் காரியம் என்று நினைக்கிறார்களோ என்னவோ. இந்தியச் சிந்தனை மரபு என்று ஒன்று இருக்கிறது. தமிழ்ச் சிந்தனை மரபு என்றும் ஒன்று இருக்கிறது. இவற்றில் சாரமான பகுதிகளை, இன்று தேவையாக நிற்கும் பகுதிகளைத் தக்க வைத்துக்கொண்டு தன் ஆளுமையின் வளர்ச்சிக்கேற்ப சுதந்திரமாகச் செயல்பட்டு முன்னோக்கிப் போகும் பயணத்தைத்தான் கலாச்சாரப் பயணம் என்று நான் நம்புகிறேன். இப்பயணம் அங்கிருப்பதாக எனக்குத் தெரியவில்லை.

சமீபத்தில் பாரிஸில் நடைபெற்ற இந்தியக் கலைவிழாவுக்குப் போயிருந்தீர்கள். இந்த அனுபவம்பற்றிச் சற்று விளக்கமாகச் சொல்லுங்களேன்.

பாரிஸில் இந்தியக் கலைவிழா இப்போதும் நடந்துகொண் டிருக்கிறது. கலைஞர்கள், எழுத்தாளர்கள், கிராமியக் கலைஞர்கள், கைவினைஞர்கள் எல்லோரும் இதில் பங்குகொள்கிறார்கள். நான் கவிஞனாகப் போய் ஒரு கவியரங்கத்தில் கலந்துகொண்டேன். இந்திய மொழிகளிலிருந்து பதினைந்து கவிஞர்கள் போனார்கள். அதில் நானும் ஒருவன். பாரிஸில் எனக்கு நண்பர்கள் இருக்கிறார்கள். அதனால் கூடக் கொஞ்ச காலம் அங்கிருக்க முடிந்தது.

பாரிஸில் கவிதை ஈடுபாடு கொண்டவர்கள் மிகக் கணிசம். பெண்கள் கவிதையில் அதிக ஈடுபாடு கொள்கிறார்கள். நாங்கள் அங்கு படிக்கவிருந்த கவிதைகள் ஏற்கனவே பிரெஞ்சு மொழியில் மொழிபெயர்க்கப்பட்டிருந்தன. அந்தப் பிரதிகளை விநியோகித் திருந்தார்கள். நாங்கள் அவரவர் தாய்மொழிகளிலேயே அவரவர் கவிதைகளைப் படிக்க வேண்டும் என்றார்கள். கவியரங்கம் முடிந்தபின் ஆர்வலர்கள் கவிஞர்களைச் சந்தித்து நிறையக் கேள்விகள் கேட்டார்கள். நம் மொழிபற்றி, நம் கலாச்சாரம் பற்றி, நம் மொழியில் எழுதும் பிற கவிஞர்கள்பற்றி, பொதுவாகக் கவிஞர்கள் எடுத்துக்கொள்ளும் கவிப்பொருள் பற்றியெல்லாம் கேட்டார்கள். பாரிஸ் ரேடியோவில் ஒரு பேட்டி எடுத்தார்கள். நீண்ட நேரம் எடுத்தார்கள். பதிவுநாடா எப்போதும் சேமிப்பில் இருக்கும் என்றும், அவ்வப்போது அதிலிருந்து பகுதிகளை எடுத்து ஒலிபரப்புவோம் என்றும் சொன்னார்கள். கலை, இலக்கியம், சமயம், தமிழ்ச் சமூகம், தமிழ் இசைசார்ந்து பல கேள்விகள் கேட்டார்கள். கேள்விகள் இந்தியத் தமிழ்க் கலாச்சாரம்சார்ந்த அறிவை உள்ளடக்கிய தளத்திலிருந்து எழுப்பப்பட்ட கூர்மையான கேள்விகள். சம்பிரதாயமாகக் கேட்கப்படும் கேள்விகள் அல்ல.

பாரிஸில் தெருக்கள், கட்டிடங்கள், பாதைகள், பூங்காக்கள், அருங்காட்சியகங்கள், நினைவுச் சின்னங்கள் எல்லாம் மிகவும் அழகாக இருக்கின்றன. மக்கள் சந்தோஷமாக இருக்கிறார்களா என்ற கேள்வியைக் கேட்டுக் கொண்டபோது எனக்குத் திருப்தியான பதில் கிடைக்கவில்லை. சந்தோஷத்தைத் தேடிக் கண்டுபிடிக்கப் பரக்கப்பரக்க அலைவது போல்தான் இருந்தது.

பிரெஞ்சு இலக்கியங்களுக்கும் பாரிஸ் மக்களுக்கும் உள்ள உறவு எப்படி இருக்கிறது?

இங்கு இருப்பதுபோல் அங்கும் ஜனரஞ்சக எழுத்தும் இருக்கிறது; தீவிர எழுத்தும் இருக்கிறது. ஜனரஞ்சக எழுத்தைத் தான் அதிகமான வாசகர்கள் படிக்கிறார்கள். தீவிரமான எழுத்தைக் குறைவான வாசகர்கள்தான் படிக்கிறார்கள். ஆனால் சமூகத்தில் படைப்பாளிகளுக்குரிய கௌரவத்தை எதை உருவாக்குகிறவர்கள் பெறுகிறார்கள் என்று கேட்டால் தீவிர எழுத்து, தீவிர சிந்தனையை உருவாக்கிறவர்கள்தாம் அந்த அந்தஸ்தைப் பெறுகிறார்கள். அவைதாம் சமூகச் சிந்தனையாளர்களின் கவனத்தைப் பெறுகின்றன. கலாச்சார அமைப்புகளும் அரசாங்கமும் பல்கலைக்கழகங்களும் ஆழமான சிந்தனைகளை உள்ளடக்கிய படைப்புகளைத்தான் கணக்கிலெடுத்துக்கொண்டு பேசுகின்றன. சிறந்த சிறுகதைகளைக் கொண்ட ஒரு புத்தகம் அங்கு ஐம்பதினாயிரம் பிரதிகள் விற்கும் என்றார்கள். ஆனால் நன்றாக எழுதப்பட்ட பரபரப்பு ஊட்டும் ஒரு புத்தகம் ஐந்து லட்சம் பிரதிகள்கூட விற்கலாம். இதை எழுதிய ஆசிரியர் பேரும் புகழும் பெறலாம். பெரிய சமூகப் பாதிப்பை நிகழ்த்த முடியாது. மிகப்பெரிய கலாச்சாரச் சிந்தனை, பாரம்பரியம் கொண்ட தேசம் அது.

நமக்கும் மிகப்பெரிய பாரம்பரியம் இருக்கிறதே.

உண்மைதான். ஆனால் அதற்கு அனுசரணையான காரியங்கள் இப்போது இங்கு நடக்கவில்லை என்ற விமர்சனம் எனக்கு இருக்கிறது. ஒரு முறிவு, வீழ்ச்சி நமக்கு ஏற்பட்டிருக்கிறது.

நீங்கள் நாவல், சிறுகதை, கவிதை ஆகிய மூன்றும் எழுதியிருக்கிறீர்கள். ஆனால் நாவல், சிறுகதை இரண்டிலும் பெற்ற கவனிப்பு கவிதையில் பெறவில்லை என்று நினைக்கிறேன். உங்கள் கருத்து என்ன?

உண்மைதான். கவிதைகளை நான் பின்னால்தான் எழுத ஆரம்பித்தேன். ஆனால் ஆரம்பகாலத்தில் இருந்தே எனக்குக் கவிதையில் ஒரு வித்தியாசமான ஈடுபாடு இருந்தது. புதுக் கவிதை இயக்கம் தோன்றியபோது நானும் அதில் இணைந்து

கொண்டேன். அந்த இயக்கம் தோன்றுவதற்குமுன் உருவம் சார்ந்தும் உள்ளடக்கம் சார்ந்தும் கவிதை எனக்கு மிகப் பழைய பொருள்போல் தோன்றிக்கொண்டிருந்தது. புதுக்கவிதை இயக்கம் 1960வாக்கில் மறுபிறப்பு கொண்டது. அந்த இயக்கத்திலிருந்து பெற்ற தூண்டுதலை அடிப்படையாகக்கொண்டு கவிதைகள் எழுதினேன். என் ஆரம்பகாலக் கவிதைகளைப் புதுக்கவிஞர்களான என் நண்பர்கள் பாராட்டவே, எனக்கும் கவிஞனாகச் செயல்படமுடியும் என்ற நம்பிக்கை ஏற்பட்டது. இப்போது எழுதியிருப்பதைவிடவும் சிறந்த கவிதைகளை நான் பின்னால் எழுத நேரலாம். சிறுகதையில் அடைந்த வெற்றி, நாவலில் அடைந்த வெற்றி கவிதைகளில் அடையவில்லை என்று யாரேனும் நினைத்தால் அதில் நியாயம் இருக்கிறது.

கவிதையைப்பற்றி உங்கள் கருத்து என்ன?

சிறுகதைகள், நாவல்கள் ஆகியவை செயல்படும் தளங்களுக்கு அப்பால் சில மேல்நிலைத் தளங்கள் இருக்கின்றன. இந்தத் தளங்களில் கவிதை செயல்படுகிறது. இது மிகவும் சூக்ஷ்மமான தளம். அதிக அதிர்வுகள் கொண்ட தளம். படைப்பின் அளவிற்குச் சம்பந்தமில்லாத விரிவை மனதில் உருவாக்கும் தளம்.

ஒரு உதாரணம் கூற முடியுமா?

இதில் எனக்கு அவ்வளவாக நம்பிக்கை இல்லை. நீங்கள் பெற வேண்டிய அனுபவத்தை நீங்கள் பெறுகிறீர்களா இல்லையா என்பதுதான் முக்கியம். எந்த அனுபவத்தைக் கவிதை அனுபவமாக நான் கருதுகிறேன் என்பதை விவரிப்பதில் நான் நம்பிக்கை கொண்டிருக்கிறேன். உங்கள் அனுபவம் அந்த விவரிப்புக்குப் பொருந்திவருகிறதா என்று நீங்கள் பார்க்க வேண்டும். அதற்கேற்ற கவிதை அகப்படுகிறதா என்று நீங்கள் பார்க்க வேண்டும்.

அனுபவம் என்று எதைச் சொல்கிறீர்கள்?

அனுபவம் என்றால் அனுபவம்தான். பொறிகளில் விழும் பதிவுகளை மனம் தொகுப்பது.

நான் இப்போது ஒரு காவியத்தைப் படிக்கிறேன். அதில் எனக்குச் சம்பந்தமில்லாத அனுபவத்தையும் பார்க்கிறேன். அப்போது அந்தக் கவிதையை ரசிக்கிறேன் என்று சொல்வது பொய்யான வார்த்தைதானே.

காவியத்தை உங்கள் கற்பனையும் கலந்துதான் நீங்கள் படிக்கிறீர்கள். கற்பனை ஒரு பயணத்தைத் தூண்டுகிறது. கவிதையில் ஒரு மேல்நிலைப் பயணம் கூடுவதை நீங்கள்

உணர்ந்திருக்கலாம். கம்பராமாயணத்தில் யுத்த காண்டத்தில் கம்பன் கவித்துவத்தின் உச்சத்தைத் தொட்டுவிடுகிறான் என்று என் நண்பர்கள் சொல்லுவார்கள். அந்த உச்சத்திற்குப் போக அவன் வெகுநேரம் யாத்திரை செய்ய நேர்ந்திருக்கிறது. அதுவரையிலும் கவிதை சமதளத்தில் ஒழுகும் நதி போல் இருக்கும்.

இன்றைய புதுக்கவிதை நிலை என்ன?

இன்றுவரையிலும் பெரிய கவிஞன் புதுக்கவிதையில் தோன்றவில்லை என்பது என் எண்ணம். பழைய கவிதைகளின் இறுக்கமான தளம் உடைந்துவிட்டது, உருவம் சார்ந்தும் உள்ளடக்கம் சார்ந்தும். புதுக்கவிதை என்பது இப்போது உங்களுடைய விஷயத் தேர்வு சார்ந்து மிகப்பெரிய வெளி. சுதந்திர வெளி. சுதந்திரத்தைப் பெற்றுவிட்டதனாலேயே சாதனை நிகழ வேண்டும் என்ற கட்டாயம் இல்லை. பெரிய கவிஞனால்தான் பெரிய சாதனையை நிகழ்த்த முடியும். நடுத்தரமான கவிஞர்கள், நல்ல கவிஞர்கள் இப்போது நிறைய இருக்கிறார்கள். நாளையே பெரிய கவிஞன் தோன்றலாம்.

புதுக்கவிதை பற்றி உங்கள் வரையறை என்ன? மரபை உடைப்பது, இலக்கணத்தை மீறுவது போன்ற விஷயங்களா?

காலத்தோடு கவிதை பொருந்தி நிற்கிறதா என்பதுதான் எனக்கு முக்கியம். கலாச்சார, சிந்தனைத் தொடர்புகொண்ட இந்தக் காலத்தைக் கவிதை பிரதிபலிக்க வேண்டும். அதுதான் என் முக்கிய எதிர்பார்ப்பு.

அப்படியென்றால் இன்றைய காலத்தைப் பிரதிபலிக்கக்கூடிய வெண் பாவையும் புதுக்கவிதை என்று ஏற்றுக்கொள்வீர்களா?

தர்க்கரீதியாக உங்கள் கேள்வி சரிதான். ஆனால் வெண்பா வடிவம் கவிதையைக் காலத்தைத் தொடவிடாமல் பின்னகர்த்து கிறது என்பது என் எண்ணம். வெண்பா வடிவம் கவிதைக்குச் சுமையாகாமல் காலத்தைத் தொட அதை ஏந்துகிறது என்றால் வெண்பாவும் புதுக்கவிதைதான். இது தர்க்கரீதியான சாத்தியமே ஒழிய நடைமுறைச் சாத்தியம் என்ற நம்பிக்கை எனக்கு இல்லை.

வெண்பாவை விட்டுவிடுவோம். புதுக்கவிதைக்கு நெருங்கிவரும் ஆசிரியப்பா இருக்கிறது. காலத்தைப் பிரதிபலிக்கக்கூடிய ஒரு விஷயத்தை நான் ஆசிரியப்பாவில் எழுதினால்?

காலத்தின் குரலாக அது இருந்தால் ஆசிரியப்பாவாக இருந்தாலும் அது புதுக்கவிதைதான். கவிதை என்பது புதுமையின்

முன்னோடி. சகல கலைகளுக்கும் உந்து சக்தியாக இருக்கும் முன்னோடி. இந்நிலையையும் நீங்கள் நினைவில்கொள்ள வேண்டும்.

நீங்கள் விரும்பும் புதுக் கவிஞர்கள் யார்?

பல கவிஞர்களை நான் விரும்பிப் படித்துவருகிறேன். ந. பிச்சமூர்த்தி நேற்றையக் கவிதைக்கும் இன்றையக் கவிதைக்கு மான பாலத்தை உருவாக்கியவர். சி. மணி, தருமூ சிவராம், நகுலன் என்று ஆறேழு பேர் சிறப்பாக எழுதுகிறார்கள்.

இன்றைய நிலைமையில் ஒரு மாற்றத்தை உருவாக்கக் கல்வி நிலையங்கள் ஏதாவது செய்ய முடியுமா?

நிறையச் செய்ய முடியும். நவீன இலக்கியம் சார்ந்த சிறந்த படைப்புகளை ஆசிரியர்கள் மாணவர்களுக்கு அறிமுகப்படுத்த லாம். ஆழமான படிப்பில் மாணவர்கள் ஈடுபடத் தொடங்கி விட்டால் மேலோட்டமான படைப்புகளை உதறத் தொடங்கிவிடு வார்கள். படைப்பிலிருந்து ஆழமான அனுபவங்களைப் பெறுகிற மாணவர்களிடம் கலாச்சாரத் தொடர்புகொண்ட எத்தனையோ அரிய விஷயங்களை எடுத்துச் சொல்ல முடியும். பண்பட்ட நிலத்தில் பல விதைகளை ஊன்ற முடியும். தரிசில் எதுவும் முளைக்காது.

●

இன்றைய இலக்கியம் உண்மை சார்ந்தது அல்ல

இலக்கியத்தில் முற்போக்கு, பிற்போக்கு என்ற பிரிவுகள் பேசப்படுகின்றனவே, இதுபற்றித் தங்கள் கருத்து என்ன?

இந்தப் பிரிவுகள் தத்துவம் சார்ந்த நிலையிலும் அரசியல் நடவடிக்கைகளை வைத்துமே பிரிக்கப்படுகின்றன. ஆனால் வாழ்வை முன்வைத்துப் பிரிப்பதே நியாயமானது. கவலைகொண்டு இயங்குபவன் கலைஞன். எழுத்தைத் தயாரித்து விற்பவன் பிற்போக்குவாதி. இந்தப் பிரிவுகள்தாம் நியாயமானவை. முற்போக்கு, பிற்போக்கு என்பது நியாயமானது அல்ல.

இலக்கியங்கள்மீது மக்களுக்குப் பற்றுதல் ஏற்படக் காரணம் என்ன?

எழுத்தாளனுக்கும் மக்களுக்கும் பொதுவான வாழ்க்கை உள்ளது. அந்த வாழ்க்கையைப்பற்றி மக்களுக்குத் திருப்தி இல்லை. குறையாக இருக்கும் வாழ்வை எழுத்தாளன் அம்பலப்படுத்துகிறான், விமர்சிக்கிறான். மேலான எண்ணங்களை உருவாக்க முயல்கிறான். அதனால் வாசகர்களுக்கு எழுத்தாளன் மீது அக்கறை பிறக்கிறது.

11.11.87 *தினமலர்*
பேட்டி கண்டவர்: மலரமுதன்

தங்களைப் போன்ற எழுத்தாளர்களை அதிகமாக மக்கள் தெரிந்து வைத்திருப்பதில்லை. ஒரு குறுகிய வட்டத்திலே இருக்கிறீர்கள். இந்நிலையில் உங்களுக்கும் வாசகர் களுக்கும் உள்ள உறவு நிலை என்ன?

தமிழில் ஆழமான இலக்கியம் உள்ளது. வணிக இலக்கியமும் இருக்கிறது. ஆழமான எழுத்தை வணிகப் பத்திரிகைகள் பெரும்பாலும் வெளியிடுவதில்லை. லாபத்தை மட்டுமே குறிக்கோளாகவைத்து அவை இயங்குகின்றன. அதிக விற்பனையுள்ள பத்திரிகைகளால் ஏற்றுக்கொள்ளப்படாத உண்மையான எழுத்தாளன் வாசகர்களை அடைய முடியாமல் குறுகிய வட்டத்தில் தேங்கிப்போக நேரிடுகிறது.

சிலர் ஆரம்பத்தில் நல்ல தரமான படைப்புகளைத் தந்துவிட்டுப் பின்னர் சோரம் போவதன் காரணம் என்ன?

நன்றாக எழுத ஆரம்பித்த எழுத்தாளர்கள்கூட வணிகப் பத்திரிகைகளில் எழுதும்போது சீரழிந்து சிறுத்துப்போகிறார்கள். ஏனெனில் இவர்களுக்கு இவர்கள் விருப்பம் சார்ந்த அனுபவத்தை இலக்கியமாகப் படைக்கும் சுதந்திரத்தைப் பெரிய பத்திரிகைகள் அளிப்பதில்லை. சுவாரஸ்யமான, புலனுணர்வைத் தூண்டக் கூடிய கேளிக்கை அம்சங்கள் நிறைந்த கதைகளை வாசகர்களின் எதிர்பார்ப்புக்கு ஏற்றாற்போல் தயாரித்து அளிக்கும் காரியமே இங்கு நடைபெறுகிறது. அப்போது படைப்பாளி கேளிக்கையாளனாகச் சீரழிந்துபோகிறான்.

பிறமொழி இலக்கியங்களில் தற்போதைய நிலைமை எப்படி உள்ளது?

தீவிர இலக்கியமும் வணிக இலக்கியமும் எல்லா இந்திய மொழிகளிலும் உள்ளன. ஆனால் மலையாளம், கன்னடம், வங்கம், இந்தி போன்ற மொழிகளில் அதிக விற்பனை கொண்ட பத்திரிகைகளும் தீவிர இலக்கியத்தை வெளியிட வேண்டிய கட்டாயம் உள்ளது. அதனால் தீவிர எழுத்தாளன் அங்கு பெருவாரியான வாசகர்களைச் சென்றடைய முடிகிறது. இங்கு பெரும்பாலான பத்திரிகைகள் மூன்றாந்தரமானவற்றை மட்டுமே ஆதரிக்கின்றன. இந்தச் சீர்கேடு தமிழில் மட்டுமே உள்ளது.

இந்தச் சீர்கேடுகளின் விளைவு எதிர்காலத்தை, இளைஞர்களை எந்த அளவு பாதிக்கும்?

இந்தச் சீர்கேடு பெரும் நாசத்தை விளைவிக்கும். ஏனெனில் தமிழ் மட்டுமே அறிந்த ஒரு வாசகனுக்கு உயர்ந்த இலக்கியத்தையோ மேலான அரசியல் விமர்சனத்தையோ அரசியல்

கட்டுரைகளையோ வளர்ந்துவரும் விஞ்ஞானத்தையோ உலகக் கலாச்சார வளத்தையோ தெரிந்துகொள்ள இயலாமல்போகிறது. அவன் இங்கு தெரிந்துகொள்வதெல்லாம் சினிமா, அரசியல் பற்றிய கிசுகிசுக்கள் – துணுக்குகள் ஆகியவைதாம். ஆனால் மலையாளம் மட்டும் தெரிந்த வாசகன் ஆங்கிலம் நன்றாக அறிந்த வாசகனுக்கு இணையான காரியங்களைத் தெரிந்து கொள்ளும் நிலையில் உள்ளான். கன்னடம், வங்கம், உருது, இந்தி அறிந்த மக்களுக்கும் இது பொருந்தும்.

தமிழில் இலக்கியம் சீரழிந்துபோகக் காரணம் என்ன?

அரசியல், இலக்கியம், சினிமா போன்ற துறைகளில் லட்சிய வாதிகள் இல்லை. வணிக நோக்கம் கொண்டவர்கள் மட்டுமே இருக்கிறார்கள். இதனால்தான் அரசியல் நாகரிகம், நல்ல சினிமா, நல்ல பத்திரிகை நமக்கு இல்லாமல்போய்விட்டது. லாபம், புகழ் ஆகிய நோக்கங்களை முன்வைத்துக் கீழான உணர்வுகள் இங்கே வளர்க்கப்படுகின்றன. மற்ற மொழிகளில் பல துறைகளில் இன்றும் லட்சியவாதிகள் இருந்துகொண்டிருக் கிறார்கள். கலாச்சாரம் பற்றிய கவலை கொண்டவர்களும் இருந்து கொண்டிருக்கிறார்கள்.

தங்களின் முதல் படைப்பைப்பற்றி?

1950இல் எழுத ஆரம்பித்தேன். என் முதல் முயற்சி புதுமைப் பித்தனுக்கு ஒரு நினைவுமலர் போட்டது. அதன்பின் சிதம்பர ரகுநாதனை ஆசிரியராகக் கொண்ட 'சாந்தி' இதழிலும், தொடர்ந்து வ. விஜயபாஸ்கரனை ஆசிரியராகக் கொண்ட 'சரஸ்வதி'யிலும் நான் சிறுகதைகள் எழுதினேன். எனது முதல் நாவல் 'ஒரு புளியமரத்தின் கதை.'

'ஒரு புளியமரத்தின் கதை'யில் ஆரம்பத்தில் இருந்த கதை ஓட்டம் பிற்பகுதியில் இல்லாமல் போனது பற்றி?

ஆரம்பத்தில் இருந்த ஓட்டம் பிற்பகுதியில் இல்லை என்பதை நான் ஏற்றுக்கொள்ள மாட்டேன். ஆரம்பத்தில் பழைய காலத்துக்குரிய தனிப் போக்குக்கொண்ட ஆசான் என்ற கதாபாத்திரத்தைச் சுற்றி வாசகர்களின் சுவை ஏறியிருக்கிறது. நவீன காலம் அது போன்ற வண்ணச் சேர்க்கை மிகுந்த கதாபாத்திரத்தை நமக்கு அளிப்பதில்லை. அதனால் சுவை குன்றியது போன்ற ஓர் உணர்வு தோன்றியிருக்கலாம்.

உங்கள் கவிதைகள் பலருக்குப் புரியவில்லை என்று கூறப்படுகிறதே?

கவிதைகள் புகைமூட்டமான, நுட்பமான, பல்வேறு தொனிகள் கொண்ட அனுபவங்களைச் சார்ந்தவை. அவற்றைப்

பொறுமையுடன் மீண்டும்மீண்டும் படித்துப்பார்க்கும் அனுபவத்தை நாம் வரவழைத்துக்கொள்ள வேண்டும். எனது 'நடுநிசி நாய்கள்' என்ற கவிதைத் தொகுதியைவிட 'யாரோ ஒருவனுக்காக' என்ற தொகுதி எளிமையானது. நம் காலடியில் வந்து கவிதைகள் விழ வேண்டும் என்று எதிர்பார்க்கக் கூடாது. கவிதைகள் இருக்கும் இடம்தேடி நாம்தான் போக வேண்டும்.

'ஜே.ஜே: சில குறிப்புகள்' நாவல் பற்றிச் சாதகமாகவும் பாதகமாக வும் விமர்சனங்கள் வந்துள்ளனவே. இவற்றை எப்படி எதிர் கொள்கிறீர்கள்?

'ஜே.ஜே: சில குறிப்புகள்' நாவல் உலகத் தரத்தைச் சேர்ந்த நாவல் என்று நான் கருதவில்லை. ஆனால் உலகத் தரத்தைச் சேர்ந்த நாவலை உருவாக்கவேண்டும் என்ற ஆவேசத்தைத் தரும் ஒரே தமிழ் நாவல் அதுதான். மலையாளக் கலாச்சாரப் பின்னணியை ஒரு சாக்காக வைத்துத் தமிழ்க் கலாச்சாரத்தை விமர்சிக்கும் நாவல் அது. இந்த விமர்சனம் தாங்காமல் பலரும் துடிப்பது புரிந்துகொள்ளக் கூடியது.

ஒரு வாழ்க்கை பிடிக்காமல் அதிலிருந்து தப்பித்துப் போக நினைக்கும் இளைஞர்களைப்பற்றி என்ன சொல்கிறீர்கள்?

யதார்த்தத்தை எதிர்கொள்ளத் தயங்கித் தப்பித்துப்போகும் இயல்பு மனித பலவீனங்களில் மிகமுக்கியமான ஒன்றாகும். இதற்கு எதிர்நிலையாக யதார்த்தத்தைக் கண் திறந்து பார்த்து எதிர்கொள்ளவைக்கும் மனித ஆற்றலை நல்ல இலக்கியங்கள் வளர்க்கின்றன. என்னளவில் எனது படைப்புகளும் இந்தக் காரியத்துக்குத் துணைபோகின்றன என்றே நினைக்கிறேன்.

தற்போது குடும்ப உறவுநிலை சீரழிந்துகொண்டுவருகிறது. இது மோசமான ஒரு எதிர்காலத்தை உருவாக்காதா?

குடும்பத்தில் தாய்க்கும் மகனுக்கும், சகோதரனுக்கும் சகோதரிக்கும் உறவு நிலைகள் பழுதடைந்துகொண்டிருக்கின்றன. அரசாங்கத்துக்கும் தனி மனிதனுக்கும் உள்ள உறவு நலிந்து கொண்டே இருக்கிறது. இரண்டு அரசாங்கங்களுக்கிடையேயான உறவுகள் சீரழிந்துகொண்டிருக்கின்றன. இதற்குக் காரணம் எல்லா மட்டங்களிலும் மனிதத் தன்மையைச் சார்ந்த உணர்வுகள் மங்கி அதிகாரம், புகழ், அந்தஸ்து, லாபம் சார்ந்த சுயநலங்கள் ஓங்குவதே. லாப வேட்கையை ஆதாரமாகக்கொண்ட இந்தச் சமூகம் அழிந்து மனிதப் பண்புகளைப் போற்றும் சமூகம் உருவாகாத வரையில் இந்நிலைகளே தொடரும். இது போன்ற

சமூகத்தை உருவாக்கும் பொறுப்பு இளைஞர் சமுதாயத்திடமே இருக்கிறது.

இன்றைய வரலாறுகளில்கூட பொய்கள் ஊடுருவிவிட்டதாகச் சொல்கிறார்கள். வரலாறில் இருக்கும் இந்தக் குறைக்கு மாற்றாக நல்ல இலக்கியம் தோன்றி இடைவெளியை நிரப்புமா?

இன்றைய வரலாறு உண்மையைச் சார்ந்தது அல்ல. சுயநலங்கள் கொண்டவர்களின் ஜோடனை அது. ஆனால் வரலாறு வேறு, இலக்கியம் வேறு. வரலாறு நேராக உண்மைகளை முன்வைக்கிறது. இலக்கியமானது சமூக உண்மைகளை எட்ட அனுபவம், கற்பனை, அழகுணர்ச்சி ஆகியவற்றைச் சார்ந்து இயங்கும். இதன் காரணமாக ஒன்று மற்றொன்றின் பதிலியாக இருக்க முடியாது.

பாலுணர்வு பற்றிய தங்களின் அபிப்பிராயம் என்ன?

நம்முடைய வாழ்க்கை இயற்கையான ஆரோக்கியமான பாலுணர்வுகளைக் காலங்காலமாக மறைத்துப் பேசிவருகிறது. இதனால் மனக் குறுகுறுப்பு அதிகமாகிறது. இந்தக் குறுகுறுப்பையே வணிகப் பத்திரிகைகளும் திரைப்படங்களும் சுரண்டிக் கொண்டிருக்கின்றன. பாலியல் உறவுகளை விஞ்ஞான ரீதியாக இன்றையக் கல்வியில் இணைத்து மாணவ மாணவிகளுக்கு அதைப் போதித்துவிட வேண்டும். ஆண்களையும் பெண்களையும் பிரிக்கும் சுவர்கள் இடிக்கப்பட்டு எல்லா மட்டங்களிலும் அவர்கள் ஒருவரையொருவர் புரிந்துகொள்ளும் சந்தர்ப்பங்கள் மிகுதியாக வேண்டும். அது போன்ற ஓர் ஆரோக்கியமான சமூகத்தில் பாலுணர்வு சார்ந்த குறுகுறுப்புகள் இந்த அளவு அதிகம் இருக்காது. அவற்றைக் கொண்டு வியாபாரமும் கொடி கட்டிப் பறக்காது.

இளமையில் ஏற்படும் காதலினால் பாழாகிப்போகும் இளைஞர்களுக்கு..?

இளமையில் ஏற்படும் காதல் பிரச்னைகளும் இயற்கையானவையே என்று புரிந்துகொள்ள வேண்டும். பாதகமான எண்ணங்கள் அவர்கள் மனதில் வளர்கின்றன என்ற குற்ற உணர்ச்சியை அவர்களுக்கு அளிக்கக் கூடாது. இது இயற்கையானது என்று நாம் ஏற்றுக்கொண்டால்தான் அவர்கள் தங்கள் காதல் பிரச்சினை பற்றித் தாய் தந்தையரிடமோ, சகோதர சகோதரிகளிடமோ பேசித் தீர்வுகளுக்கு வழி காணமுடியும். இன்று இந்த உணர்ச்சிகள் குற்றமாகக் கருதப்படுவதால், உணர்ச்சிகள் அமுக்கப்பட்டுத் தவறான பாதை நோக்கிச் செல்கின்றனர்.

வாழ்வில் விரக்தியடைந்த இளைஞர்களுக்கு உங்களின் அறிவுரை என்ன?

தன்னிறைவான வாழ்வுக்கு அடிப்படையானது பொருளாதாரம். இன்று வேலை கிடைப்பதே கஷ்டம். இதனால் அடிப்படை வசதிகளைக் கூட ஏற்படுத்திக்கொள்வது கஷ்டமாக உள்ளது. இந்நிலையில் விரக்தி ஏற்படுவதைத் தவிர்க்கமுடியாது. ஆனால் நம்மைப் போல் பொருளாதாரச் சீரழிவு கொண்ட சமுதாயங்கள் புதிய தத்துவங்களை ஏற்றுப் போராடி ஆரோக்கியமான சமுதாயத்தை அமைக்க முயல்கின்றன. இந்தப் போராட்டங்களிலிருந்து நாமும் நம்பிக்கை பெற்று நம் சமூகத்தை மாற்றியமைக்கும் முயற்சியில் ஈடுபட வேண்டும்.

●

கற்பனையின் பங்கு
வாழ்க்கையைச் சார்ந்தது

நாவலாசிரியர்கள் அனைவரும் தங்களுடைய முதல் நாவலில் தங்களுடைய வாழ்க்கையில் நடந்த நிகழ்ச்சிகள் சிலவற்றை வெளிப்படுத்துகின்றனர் என்று திறனாய்வாளர்கள் கூறுகின்றனர். 'ஒரு புளியமரத்தின் கதை' நாவலில் உங்களுடைய வாழ்க்கைச் சம்பவங்கள் ஏதேனும் இடம் பெற்றுள்ளனவா?

ஆமாம். நான் பிறந்து வளர்ந்த ஊராகிய நாகர் கோவிலைப் பின்னணியாக வைத்து எழுதப்பட்ட நாவல்தான் 'ஒரு புளியமரத்தின் கதை'. அந்த ஊரின் மீது எனக்கு ஆழ்ந்த காதலுண்டு. அந்த ஊரில் நான் சந்தித்த மனிதர்களைப் பற்றியும் அவர்களுடைய குண விசேஷங்களைப் பற்றியும் அவர்களுக்கும் எனக்கும் ஏற்பட்ட தொடர்பில் இருந்து எனக்குக் கிடைத்த அனுபவங்களைப் பற்றியும் அந்த நாவலில் நான் சொல்லிக்கொண்டு போகிறேன்.

'ஒரு புளியமரத்தின் கதை'யில் இடம் பெறும் தாமோதர ஆசான், உங்கள் இளமைப் பருவத்தில் நீங்கள் சந்தித்த ஏதோ ஒரு மனிதரின் பிரதிபலிப்பா?

ஒரு குறிப்பிட்ட மனிதரிலிருந்து எனக்குக் கிடைத்த அனுபவங்களை நான் தாமோதர ஆசானாக உருவாக்கினேன் என்று கூற முடியாது. தாமோதர ஆசான், நான் இளம்வயதில் சந்தித்த

13.12.1987 அன்று காந்தி கிராமம் பல்கலைக்கழகத்தில் நடைபெற்ற கூட்டத்தில் வாசகர்கள் கேட்ட கேள்விகளும் பதில்களும்.

நேர்காணல்கள்

பல மனிதர்களின் இணைப்பு எனக்கூறலாம். இளம்வயதில் தாமோதர ஆசானுடைய குண விசேஷங்களைக்கொண்ட பலமனிதர்களைச் சந்தித்திருக்கிறேன். அவர்களை ஒன்றாக இணைத்தே தாமோதர ஆசானை உருவாக்கியுள்ளேன்.

புளியமரத்தின் அழிவைக் கூறும் இக்கதையை எழுத உங்களுக்குத் தூண்டுகோலாக இருந்தது எது?

நான் இந்தியச் சுதந்திரப் போராட்டத்தில் மிகுந்த ஈடுபாடு கொண்டிருந்தவன். இந்தியா சுதந்திரம் பெற்ற பின்னர் நாங்கள் அந்தக்காலத்தில் கொண்டிருந்த ஒரு கனவு பொய்த்துப் போனதைப் போன்ற ஒரு உணர்வு 1958 – 59 வாக்கில் எனக்கு ஏற்பட்டது. இந்தக் காலகட்டத்தில்தான் 'ஒரு புளியமரத்தின் கதை'யை நான் எழுத ஆரம்பித்தேன். ஒரு கனவு பொய்த்துப் போன விஷயமானது அந்த நாவலில் இடம்பெற்றிருப்பதாக நான் நினைக்கிறேன்.

'ஒரு புளியமரத்தின் கதை'யில் நான்கு தனித்தனிக் கதைகள் இடம்பெற்றுள்ளன. புளியமரம் ஒன்றுதான் இக்கதைகளைத் தொடர்பு படுத்துகிறது. ஒரு பாத்திரத்தைச் சுற்றி அமையும் கதைப்போக்குக் காணப்படவில்லை. இதைப்பற்றி நீங்கள் என்ன கூறுகிறீர்கள்?

ஏற்கனெவே தமிழில் இருந்த விஷயங்களைத் திரும்பவும் செய்ய வேண்டாம் என்று எண்ணுபவன் நான். குடும்பம் சார்ந்து, குடும்பத்திலுள்ள மனிதர்களின் உறவுகள் சார்ந்து தமிழில் பல நாவல்கள் வந்துள்ளன. நான் முதன்முதலாக ஒரு ஊரை நிலைக்களனாக வைத்து இந்நாவலை உருவாக்கி யுள்ளேன். அப்படி வித்தியாசமான, புதுமையான முயற்சி செய்ய வேண்டும் என்பது என் நோக்கமாகும். ஒரு ஊரை நிலைக் களமாக வைத்து நாவலைப் படைக்கும்போது அந்த ஊரைச் சேர்ந்த பல பாத்திரங்கள் அந்த நாவலில் இடம் பெறுகின்றன. அப்படித்தான் இந்நாவல் ஒரு குடும்பத்திற்கு அப்பாற்பட்ட ஒரு ஊரின் கதையாக அமைகிறது.

தங்களுடைய இரண்டு நாவல்களிலும் தமிழ் நாவல்களில் பிறர் பயன் படுத்தாத உத்திகள் சிலவற்றை நீங்கள் பயன்படுத்தியிருக்கிறீர்கள். இந்த வித்தியாசமான உத்திகளை எப்படித் தேர்ந்தெடுத்தீர்கள்?

உத்திகளை, நாவலாசிரியர்கள் தேர்ந்தெடுப்பதில்லை. அவர்கள் தேர்ந்தெடுப்பது புதிய விஷயங்களை, புதிய அனுபவத்தை அல்லது புதிய பார்வையை. புதிய விஷயத்தைச் சொல்வதற்குப் புதிய உத்திகள் தேவைப்படுகின்றன. புதிய விஷயங்களைச் சரிவரச் சொல்லவேண்டும் என்ற ஆவேசத்தில் இருந்து – கலை பூர்வமான ஆவேசத்தில் இருந்து – உத்திகள்

இயற்கையாகக் கூடி வருகின்றன. புதிய உத்திகளைத் தேடிக் கலைஞர்கள் போவதில்லை. புதிய விஷயங்களைத் தேடிக் கலைஞர்கள் போகிறார்கள். புதிய அனுபவங்களைத் தேடிக் கலைஞர்கள் போகிறார்கள். புதிய விஷயங்களைத் திருப்திகரமாகச் சொல்லவேண்டும் என்ற கலை உந்துதல் காரணமாகவே புதிய உத்திகள் உருவாகின்றன என நினைக்கிறேன்.

'ஒரு புளியமரத்தின் கதை'யில் நாவல் வடிவம் இல்லை என்று கூறப்படுவதைப் பற்றி நீங்கள் என்ன சொல்ல விரும்புகிறீர்கள்?

'ஒரு புளியமரத்தின் கதை'யில் நாவல் வடிவம் இல்லை என்று சொல்லிவிட முடியாது. ஏற்கெனவே தமிழில் இருந்த நாவலின் வடிவம் அதில் இல்லை என்று வேண்டுமானால் சொல்லலாம். பழைய வடிவம் கொண்ட ஒரு நாவலை எழுத வேண்டும் என்ற நோக்கமும் எனக்கு இல்லை. ஒவ்வொரு நாவலும் புதுமையான விஷயங்களைத் தேடித்தான் உருவாக்கப் பட வேண்டும். ஏற்கெனவே சென்றுபோன பாதைகளில் – வழித்தடங்களில் – போய்க் கொண்டிருப்பதில் பயன் இல்லை. எனவே வித்தியாசமான நாவல் வடிவத்தைத் தர விரும்பினேன்.

நாவலின் முற்பகுதியில் கதை கூறும் தாமோதர ஆசான் பாத்திரம் பாதி நாவலிலேயே கைவிடப்பட்டதேன்?

தாமோதர ஆசான் 'ஒரு புளியமரத்தின் கதை' நாவலின் நிலைக்களத்தில் பழைய காலத்தைப் பிரதிநிதித்துவப்படுத்தக் கூடிய கதாபாத்திரம். சென்றுபோன காலத்தின் பிரதிநிதியாக அவர் வருகிறார். சென்றுபோன காலத்தை எடுத்துக்கூறும் கதாபாத்திரம் நிகழ்காலத்திற்குத் தேவையற்றதாகிவிடுகிறது. நிகழ்காலத்தைப் பற்றிச் சொல்லக்கூடிய வேறு கதாபாத்திரங்கள் நாவலில் இடம்பெறுகின்றனர். ஆகவே சென்ற காலத்து வாழ்க்கை, நம்பிக்கைகள் இவற்றின் பிரதிபலிப்பாக விளங்கிய தாமோதர ஆசானுக்கு நிகழ்காலத்தில் எந்தவிதமான பங்கும் இல்லை. ஒரே கதாபாத்திரத்தை உருவாக்கிக் கடைசிவரையில் அதை வளர்த்துக்கொண்டு போகவேண்டும் என்பது என் நோக்கமல்ல. அதை ஒரு விதியாகப் பின்பற்ற வேண்டியதில்லை.

புளியமரம் ஒரு குறியீடாக நாவலில் அமைகிறதா?

புளியமரம் அந்த நாவலினுடைய லோகாயதமான தளத்தில் வெறும் மரம் மட்டும்தான். அதற்கு வேறுவிதமான அர்த்தங்கள் கொடுக்க வேண்டும் என்ற தேவை இல்லை. தன்னளவில் அது ஒரு மரம் என்று எடுத்துக்கொண்டாலும் நாவல் எந்தவிதமான அனுபவரீதியான குறைகளையும் தரப்போவதில்லை. ஆனால், அது மரம் மட்டுமல்ல, மற்றொன்றின் குறியீடு என்ற எண்ணம்

நேர்காணல்கள்

படிக்கும்போது ஏற்பட்டால், நம்முடைய வாழ்க்கையைச் சார்ந்த மதிப்பீடுகள், நம்முடைய மேலான நம்பிக்கைகள், தர்மங்கள், உயர்வுகள், மேன்மைகள் இவற்றின் குறியீடாகவும் அதை எடுத்துக் கொள்வதற்குரிய சாத்தியக்கூறு அந்த நாவலில் இருக்கிறது. வாசகன் புளியமரத்தைக் குறியீடாகக் கொள்ள வேண்டும் என்ற கட்டாயம் கிடையாது. அதை ஒரு புளியமரம் என்று எடுத்துக்கொண்டாலே சரியான பார்வைதான். நிறைவான பார்வைதான்.

'ஒரு புளியமரத்தின் கதை' வாயிலாக நீங்கள் சமூகத்திற்குச் சொல்ல விரும்பும் செய்தி என்ன?

நம்முடைய மதிப்பீடுகள் மூலமாகத்தான் நாம் வாழ்ந்து கொண்டிருக்கிறோம். நம்முடைய வாழ்க்கைக்கு மதிப்பீடுகள் மிகவும் ஆதாரமானவை. அந்த மதிப்புகளை நாம் அழித்து விட்டால் நம்முடைய வாழ்க்கை சீர்குலைந்து போகும். அந்த மதிப்புகளின் சின்னமாகப் புளியமரத்தை வைத்துக்கொண்டால் மதிப்புகளை மக்கள் அழித்துவிடக்கூடாது என்ற கருத்தை நான் சொல்வதாகக் கொள்ளலாம். மேலும் புளியமரத்தைச் சுற்றி வாழ்க்கை நிறைவாக நடந்துபோவதற்கான சாத்தியக்கூறுகள் இருந்தும் கூட, சிறுகாரணங்களுக்காக ஒருவருக்கொருவர் மன வேற்றுமை கொள்வதால் புளியமரம் அழிந்து அவர்களுடைய வாழ்க்கையிலும் அந்த அழிவு பிரதிபலிப்பதை நாவலில் பார்க்கிறோம். எனவே, சிறுகாரணங்களுக்காக மன வேற்றுமை கொள்வது, பிறருக்கும் தனக்கும் தான் வாழ்ந்துவரும் வாழ்க்கைக்கும், நாம் எந்த இடத்தில் உறைந்திருக்கிறோமோ அந்த இடத்தில் நிலவக் கூடிய அமைதிக்கும் பங்கமானது, தீமையானது என்ற எண்ணமும் அந்த நாவலில் வெளிப்படுத்தப்பட்டுள்ளது.

'ஒரு புளியமரத்தின் கதை' நாவலை எழுதிய பின்பு 'ஜே.ஜே: சில குறிப்புகள்' வெளிவரப் பதினைந்து ஆண்டுகள் இடைவெளி உள்ளது. இந்த இடைப்பட்ட காலத்தில் வேறு நாவல்கள் எழுதாமைக்குக் காரணம் உண்டா? இடையில் ஏற்பட்ட சமூக மாற்றங்கள் உங்களைப் பாதித்துள்ளனவா?

நீண்ட இடைவெளி இருப்பது உண்மைதான். முற்றிலும் புதுமையான ஒன்றை உருவாக்க எனக்கு இந்த நீண்ட இடை வெளி தேவைப்பட்டது. புளியமரத்தின் கதையைப் போல வேறு நாவல் எழுத விரும்பியிருந்தால் அடுத்த ஆண்டே அதைப்போல வேறு ஒரு நாவல் எழுதியிருப்பேன். ஆனால் முற்றிலும் புதிதான ஒரு நாவலை உருவாக்கவேண்டும் என்பதற்காக நான் காத்திருந்தேன். இந்த நீண்ட இடைவெளியில், பல்வேறுபட்ட சமூக மாற்றங்கள்,

கலாச்சார ரீதியில் ஏற்பட்ட மாற்றங்கள் எல்லாமே 'ஜே.ஜே: சில குறிப்புகள்' நாவலில் இடம் பெற்றுள்ளதாக நினைக்கிறேன்.

'ஜே.ஜே: சில குறிப்புகள்' நாவல் எப்போது உங்கள் உள்ளத்தில் தோன்றியது? அதை எழுதி முடிக்க எவ்வளவு காலமாயிற்று?

நாவலின் கரு திட்டவட்டமாக முதலில் உருவாகவில்லை. எனக்கு மலையாள இலக்கியத்தைப் பற்றி ஓரளவுக்குத் தெரியும். மலையாள எழுத்தாளர்கள் வாழ்க்கையைப் பற்றிய உணர்வுகள் எனக்கு உண்டு. அவர்களுடைய வாழ்க்கைமுறை பற்றிய செய்திகளை நான் அறிவேன். எனவே அதைச் சார்ந்து ஒரு நாவலை உருவாக்கவேண்டும் என்ற எண்ணம் வெகுநாட்களுக்கு முன்பே என் உள்ளத்தில் தோன்றிற்று. பின்னர் தமிழ் இலக்கியத்தைப் பற்றியும் தமிழ்க் கலாச்சாரத்தைப் பற்றியும் கூர்மையான விமர்சனங்கள் என் மனத்தில் ஏற்படஏற்பட இந்த மலையாளக் கலாச்சாரப் பின்னணியைச் சார்ந்து ஒரு நாவலை உருவாக்கலாம் என்ற எண்ணம் உறுதிப்பட்டது. முதன்முதலாக இந்த நாவலில் நான் படைத்த பாத்திரம் சம்பத்தான். சம்பத்தினுடைய நண்பனாக ஜே.ஜே. வருகிறான். இப்படிக் கதையை அமைத்தேன். கிட்டத்தட்ட ஓராண்டு ஆயிற்று நாவலை எழுதி முடிக்க. நாவல் இருநூறு பக்கம் என்றாலும் நான் எழுதியது மொத்தம் 1500இல் இருந்து 2000 பக்கம் வரையிலும் இருக்கலாம். ஒவ்வொரு அத்தியாயத்தையும் பல முறை எழுதித் திருத்தி அமைத்தேன்.

உங்கள் படைப்புக்களுக்குக் கனமான விஷயங்களையே ஏன் எடுத்துக் கொள்கிறீர்கள்?

வாழ்க்கையைப் பற்றி ஆழமாகத்தான் யோசிக்க விரும்புகிறேன். என்னுடைய படைப்புக்கள் மூலம் பணம், புகழ் பெறுவது என்னுடைய நோக்கமல்ல. வாழ்க்கையைப் பற்றி ஆழ்ந்து எனது சிந்தனைகளை வெளிப்படுத்துவதே என் நோக்கம். எனவே என்னுடைய படைப்புக்கள் ஆழமாக இருப்பதற்கான வாய்ப்புகள் உண்டு. ஆனாலும் கவனமாகப் படிக்கிற வாசகர்களுக்குச் சுலபமாகப் புரிந்துகொள்ளக்கூடியவகையில் அந்த விஷயங்கள் படைக்கப்பட்டுள்ளன என்றே நம்புகிறேன்.

மனித உறவுகளின் சீரழிவுகள் பற்றி 'ஜே.ஜே: சில குறிப்புகள்' நாவலில் நிறைய இடங்களில் குறிப்பிட்டுள்ளீர்கள். மனித உறவுகள் இன்றைய நாட்களில் உண்மையிலேயே சீரழிந்து வருவதாக நினைக்கிறீர்களா?

மனித உறவுகள் சீரழிந்து வருவதாகத்தான் நான் நினைக்கிறேன். குடும்பம் என்பதில் முன்னால் இருந்த உறவுகளின்

நெருக்கம் தற்போது மிகவும் குறைந்து பணரீதியான, சுயநலம் சார்ந்த எண்ணங்கள் குடும்பத்திலுள்ள அங்கத்தினர்களிடையே தோன்றியுள்ளதைக் காணமுடிகிறது. தாய்க்கும் மகளுக்கும், தகப்பனுக்கும் குழந்தைகளுக்கும், கணவனுக்கும் மனைவிக்கும், குடும்பத்திற்கும் அரசாங்கத்துக்கும், ஒரு அரசாங்கத்துக்கும் மற்றொரு அரசாங்கத்துக்கும் இடையே உள்ள உறவுகள் சீரழிந்து கொண்டிருக்கின்றன. இந்தச் சீரழிவுகள் ஏதோ ஒருவகையில் என்னைப் பாதிக்கின்றன. என்னளவில் குடும்ப உறவுகள் சீரழிவதாகத்தான் நான் எண்ணுகிறேன். எனவேதான் என் நாவலில் அதைப்பற்றி எழுதியுள்ளேன்.

நீங்கள் படைத்த ஜே.ஜே. நீங்கள்தான் என்று சுஜாதா கூறுகிறார். உண்மையில் ஜே.ஜே. பாத்திரம் உங்களை வைத்து எழுதப்பட்டதுதானா?

அப்படிச் சொல்ல முடியாது. ஒரு நாவலாசிரியர் படைத்த ஒரு பாத்திரம், அவர்தான் என்று திட்டவட்டமாகச் சொல்ல முடியாது. ஆனால் ஆசிரியரின் சில அம்சங்களை அந்தப் பாத்திரங்கள் பெற்றிருக்கலாம். என்னுடைய நாவலில் வருகிற அனைத்துப் பாத்திரங்களிலும் என்னுடைய அம்சங்கள் சில காணப்படலாம். எனக்கு இருக்கக்கூடிய சில குணங்கள், அந்தரங்கமான சில எண்ணங்கள் அல்லது வியாகூலங்கள், விசனங்கள் ஆகியவை நான் படைக்கும் கதாபாத்திரங்களில் இடம்பெறலாம். ஆனால் ஒரு பாத்திரம் முழுக்கமுழுக்க ஆசிரியரின் பிரதிபலிப்பு என்பதை என்னால் ஒப்புக்கொள்ள முடியவில்லை.

'ஜே.ஜே: சில குறிப்புகள்' நாவலில் இடம்பெறும் பாலு பாத்திரம் உங்கள் வாழ்க்கையின் பிரதிபலிப்பா?

பாலு ஓரளவு என்னுடைய சாயலைக் கொண்ட கதாபாத்திரம்தான். ஆனால் முழுக்கவும் என்னுடைய சாயலைக் கொண்டது என்று கூற முடியாது. என்னுடைய மனோபாவத்தைப் பிரதிபலித்துக் காட்டக்கூடிய பாத்திரம் என்று சொல்லலாம்.

முல்லைக்கல், திருச்சூர் கோபாலன் நாயர், அரவிந்தாட்ச மேனன் போன்ற பாத்திரங்கள் குறிப்பிட்ட சில எழுத்தாளர்களை மனத்தில் கொண்டு படைக்கப்பட்டதா?

இல்லை. இப்பாத்திரங்கள் எந்த எழுத்தாளரையும் மனத்திற்கொண்டு படைக்கப்பட்டவை அல்ல. ஆனால் பல்வேறுபட்ட எழுத்தாளர்களின் மன இயல்புகள் எனக்குத் தெரியும். அவர்களுடைய பலங்கள், பலவீனங்கள் எனக்குத் தெரியும். அவற்றை அடிப்படையாக வைத்து இந்தக் கதாபாத்திரங் களை உருவாக்கியுள்ளேன். ஆனால் அதே சமயம் எந்தக்

குறிப்பிட்ட எழுத்தாளருடைய பிரதிபலிப்பாகவும் நான் எந்தக் கதாபாத்திரத்தையும் படைக்கவில்லை. மேலும் அதை நாகரிகமான காரியம் என்று நான் நினைக்கவில்லை. தனிப்பட்ட ஆட்களைத் தாக்குவதற்காக நான் அந்தக் கதாபாத்திரங்களைப் படைக்கவில்லை.

ஜே.ஜே.யின் வாழ்க்கையில் பல காரியங்கள் நிறைவேறாமலேயே போய்விடுகின்றன. அவனுடைய வாழ்க்கை நிறைவான வாழ்க்கையாக ஏன் அமையவில்லை?

சமுதாயத்தில் தங்கள் லட்சியங்கள் நிறைவேறப் பெற்றவர்களும் உண்டு. லட்சியங்கள் நிறைவேறப் பெறாதவர்களும் உண்டு. ஜே.ஜே.யின் வாழ்க்கையில் அவனுடைய லட்சியங்கள் நிறைவேறாமல் போயிருக்கலாம். ஆனால் அரவிந்தாட்ச மேனன் வாழ்வு நிறைவாக இருக்கிறது. நாவலில் இருவகையான பாத்திரப் படைப்புக்கும் இடம் உண்டு. வாழ்க்கையைப் பற்றிய என் பார்வையைச் சிந்திக்கும்போது நான் படைத்த எல்லாப் பாத்திரங்களின் தன்மைகளையும் சிந்தித்துப்பார்க்க வேண்டும்.

உயர்ந்த லட்சியங்களையுடைய ஜே.ஜே. போன்றவர்கள் வாழ்க்கையில் தோல்வியைத்தான் தழுவமுடியும் என்று கருதுகிறீர்களா?

உயர்ந்த லட்சியங்களையுடைய ஜே.ஜே. போன்றவர்களுக்கு வாழ்க்கையில் கடுமையான சோதனைகள் இருக்கும் என்றுதான் நம்புகிறேன். இன்றைய வாழ்க்கைச் சூழலில் ஒரு லட்சியவாதிக்குக் கடுமையான சோதனைகள் நிச்சயம் இருக்கும்.

வரலாற்று நாவல் எழுதுபவர்களைப் பற்றிய உங்கள் எண்ணம் என்ன?

வரலாற்று நாவல்களைப் பற்றி எனக்குச் சிறிதும் மதிப்பில்லை. அது ஒருவித வணிக எழுத்து என்று கருதுகிறேன். அவற்றில் வரலாறும் ஒழுங்காகச் சொல்லப்படுவதில்லை; அவற்றைச் சார்ந்த கதைகளும் பெரும்பாலும் பொய்யானவை. அவை வாழ்க்கையைச் சார்ந்தவையும் அல்ல; உண்மையைச் சார்ந்தவையும் அல்ல. வாசகனைக் கவர்ந்திழுப்பதற்காகப் பழைய வீரம் அல்லது காதல்சார்ந்த கிளுகிளுப்பை உருவாக்கிக் காட்டும் போக்கே அவற்றில் மிகுதி. வணிக நோக்கில் பணம், புகழ் இவற்றைப் பெறுவதற்காக மட்டுமே தயாரிக்கப்படுபவை. வரலாற்று நாவல்கள் மூன்றாந்தரமான ஆசிரியர்களால் படைக்கப்படுகிற மூன்றாந்தரமான நாவல்கள் என்றே பொதுவாக நான் கருதுகிறேன். வரலாற்று நாவல்கள் வாழ்க்கையைச் சார்ந்த அனுபவங்களை வெளிப்படுத்துவதில்லை. சுவையான நிகழ்ச்சிகளைப் புகுத்தி அதன் மூலம் வாசகர்களுடைய

ஆர்வத்தைத் தூண்டித் தொடர்ந்து அவர்கள் கதையைப் படிப்பதற்கான உத்திகளைக் கையாளுகிறார்கள். இதுபோன்ற உத்திகளைக் கையாளும் படைப்பு சிறந்த படைப்பாக இருக்க முடியாது. வரலாற்று நாவல்களிலும் விதிவிலக்குகள் உள்ளன. அவை மிக அபூர்வமானவை.

நாவலில் உள்ளடக்கத்திற்கு முக்கியத்துவம் கொடுக்க வேண்டும் என்று எண்ணுகிறீர்களா? அல்லது உருவத்துக்கு முக்கியத்துவம் கொடுக்க வேண்டும் என்று எண்ணுகிறீர்களா?

என்னைப் பொறுத்தஅளவில் உள்ளடக்கத்துக்குத்தான் அதிக முக்கியத்துவம் தரவேண்டும் என்று எண்ணுகிறேன். விஷயம் என்பது நாம் புதிதாகப் பெறும் பார்வை. இந்தப் புதிய விஷயத்தை, உலக அனுபவங்களிலிருந்து நாம் பெறும் புதிய பார்வையைச் சொல்லவே உருவம், உத்தி, நடை போன்ற அழகுகள் பயன்படுகின்றன. மேலும் உருவம், உத்தி, நடை போன்றவை உள்ளடக்கத்திற்கு ஏற்பவே உருவாகின்றன. என்னைப் பொறுத்தவரையில் புதிய விஷயம், புதிய பார்வை, புதிய அனுபவங்களே முக்கியமானவை என்று கருதுகிறேன்.

கவிதையை மொழிபெயர்க்கும்போது அதன் ஜீவன் போய்விடுவதாகக் கூறியுள்ளீர்கள். மொழிபெயர்ப்புப் பற்றிய உங்கள் கருத்து என்ன?

எனக்கு மொழிபெயர்ப்பில் ஆழ்ந்த ஈடுபாடு உண்டு. மொழிபெயர்ப்பில் ஈடுபடும்போது பல பிரச்சனைகள் ஏற்படு கின்றன. கவிதையின் மூலத்தில் இருக்கக்கூடிய அழகையும் செறிவையும் என்னுடைய தாய்மொழியில் அப்படியே கொண்டு வர இயலவில்லையே என்ற சிக்கல் திரும்பத்திரும்ப வருகிறது. மிகமுக்கியமான விஷயத்தை மொழிபெயர்ப்பில் இழந்து விடுகிறோமோ என்ற கவலை ஏற்படுகிறது.

இலக்கியத்தில் காணப்படும் கற்பனைப் போக்கு, வாழ்வு சார்ந்த எதார்த்தப் போக்கு ஆகியவற்றில் பின்னதையே நீங்கள் அதிகம் பயன்படுத்துவதாகத் தோன்றுகிறது. இலக்கியத்தில் கற்பனையின் பங்கு எப்படி இருக்க வேண்டும் என்று விரும்புகிறீர்கள்?

வாழ்வுசார்ந்த எதார்த்தப் போக்கைத்தான் நான் முதன்மைப் படுத்திக் கொண்டிருக்கிறேன். ஆனால் வாழ்க்கைசார்ந்த எந்தப் படைப்பிலும் கற்பனை அம்சங்களும் இருக்கும். இந்தக் கற்பனை, வாழ்க்கையின் சாரம்சார்ந்து வாழ்க்கையின் நோக்கம் என்ன என்பதைச் சார்ந்து செயல்படுகிறது. எந்தக் கலைஞனும் முழுவாழ்க்கையையும் தெரிந்துகொண்டு செயல்பட முடியாது. வாழ்க்கையின் சிலபகுதிகளைத் தெரிந்துகொள்ளத்தான் அவனுக்கு வாய்ப்பிருக்கிறது. தெரிந்துகொண்ட பகுதியை

ஆதாரமாக வைத்துத் தெரியாத பகுதியை அவன் கற்பனை செய்யலாம். இந்தக் கற்பனை வாழ்க்கைக்குச் சம்பந்தமில்லாத சிறகடிப்பல்ல. உண்மைசார்ந்த விஷயம்தான் கற்பனை. உண்மையை வற்புறுத்துவதற்காகவோ அல்லது உண்மையை நிறுத்துவதற்காகவோ அல்லது ஓர் உண்மையிலிருந்து மற்றோர் உண்மையைக் கண்டுபிடிப்பதற்காகவோ படைப்பாளி கற்பனை யையும் பயன்படுத்துகிறான். கற்பனையின் பங்கு வாழ்க்கையைச் சார்ந்ததாகத்தான் இருக்க வேண்டும். கற்பனைக்கும் வாழ்க்கைக்கும் நெருங்கிய தொடர்பு உள்ளது. வாழ்க்கையை அர்த்தப்படுத்தக் கூடிய கற்பனைகளே இலக்கியத்துக்குத் தேவை.

'ஜே.ஜே: சில குறிப்புகள்' நாவல் வாயிலாக நீங்கள் சமுதாயத்துக்குச் சொல்ல விரும்பும் செய்தி என்ன?

இலக்கியம் சமுதாயத்திற்கு எப்போதுமே சில செய்திகளைச் சொல்கிறது. சிலவேளைகளில் நேரடியாகவும் சிலவேளைகளில் மறைமுகமாகவும். நான் மறைமுகமாகச் செய்திகளைத் தருவது சிறப்பு என்ற நம்பிக்கை உள்ளவன். நான் மறைமுகமாக வாசகர்களுடைய உள்ளத்தில் ஆழ்ந்து செல்லக்கூடிய முறையில் பலவிஷயங்களைச் சொல்ல நினைக்கிறேன். ஜே.ஜே.யிலும் இது மாதிரியான ஒரு செய்தி இருக்கத்தான் செய்கிறது. நம்முடைய வாழ்க்கை சம்பந்தப்பட்ட விமர்சனங்கள் அவை. இப்படிப்பட்ட குறைவான வாழ்க்கை வாழ்ந்தால் போதாது. இன்னும் நாம் மேல்நிலைக்குப் போகவேண்டும் என்ற கனவு ஜே.ஜே. நாவலில் சொல்லப்பட்டுள்ளது.

படைப்பிலக்கியம், திறனாய்வு இவ்விரண்டு துறைகளிலும் ஈடுபட் டுள்ளீர்கள். எதில் ஆர்வம் அதிகம்? திறனாய்வாளராக இருந்து கொண்டு இலக்கியம் படைக்கும்போது சிரமம் ஏதேனும் உண்டா?

எனக்குப் படைப்பில்தான் ஈடுபாடு அதிகம். சிறுகதைகள், நாவல் அல்லது கவிதைகள் ஆகியவற்றில் உள்ள அளவுக்கு இலக்கியத் திறனாய்வில் ஈடுபாடு இல்லை. என்னுடைய படைப்புகள் வாழ்க்கையைச் சார்ந்த விமர்சனங்கள். என்னுடைய திறனாய்வு இலக்கியத்தைச் சார்ந்த விமர்சனம். ஒன்று கலை பூர்வமானது. மற்றொன்று இலக்கியம்சார்ந்த கட்டுரையாக அமைவது. இரண்டும் ஒருவகையில் வாழ்க்கையைச் சார்ந்த விமர்சனங்களே.

வாசகர்களுடைய ரசனைகளின் தரம் குறைந்துவிட்டது என்று கருது கிறீர்களா?

வாசகர்களுடைய ரசனைகளில் தரம் மிகவும் குறைந்து விட்டது. பத்திரிகைகளால் வாசகர்கள் ரசனை சீர்குலைக்கப்பட்டு

வருகிறது. வணிக நோக்கில் எழுத்தாளர்களும் பத்திரிகை யாளர்களும் செயல்பட்டு வருகிறார்கள். இந்த இரண்டு சக்தி களும் இணைந்து மூன்றாந்தரமான ஒரு வாசகர் கூட்டத்தைத் தமிழ்நாட்டில் ஏற்படுத்தி வருகின்றன.

தற்கால நாவல் திறனாய்வுபற்றி உங்கள் கருத்து என்ன?

தற்காலத்தில் நாவல் திறனாய்வாளர்கள் அதிகம் இல்லை. நம்முடைய மொழியில் விமரிசனம் மிகக் குறைவு. இருந்தாலும் க.நா.சு., ராஜ்கௌதமன் போன்றோர்களுடைய விமரிசனத்தை நான் முக்கியமானதாகக் கருதுகிறேன். தமிழ்நாட்டில் தரமான வாசகர்கள் மிகக்குறைவு என்பதால் விமரிசனமும் நன்கு வளரவில்லை.

●

சுந்தர ராமசாமி

தமிழில் வணிக சினிமா மட்டுமே உள்ளது

நல்ல சினிமா எப்படி இருக்க வேண்டும், அதை எப்படித் தயாரிக்கலாம்? உங்கள் யோசனைகள் என்ன?

நல்ல சினிமா வாழ்க்கையைப் பற்றி ஒரு அலசலையோ அல்லது விமர்சனத்தையோ, அவ்வாழ்க்கையை மேலும் நாம் புரிந்துகொள்ளும் வகையில் காட்சி வடிவங்களில் கலைப்பாங்காக முன்வைக்கிறது. இயக்குநரின் பார்வைக்கு ஏற்ற முறையில் இது அமையலாம். அவருடைய கலைப் பார்வையையோ வாழ்க்கைப் பார்வையையோ கட்டுப்படுத்தும் முன்விதிகள் எதுவும் இல்லை.

துரதிருஷ்டவசமாகத் தமிழ்ப் பார்வையாளர்களின் கலாச்சார நிலை வணிக சினிமாவால் பாழடிக்கப்பட்டிருக்கிறது. இவர்கள் திரைப்படக் காட்சிகளைப் பார்த்தே நிகழ்பவற்றைத் தொகுத்துச் சுய அனுபவங்களுக்கு ஆளாவார்கள் என்று எடுத்துக்கொள்ள முடியாது. நிகழ்வுகளைக் காட்சி வடிவமாக அளித்த பின்பும் ஒலி சார்ந்த விளக்கங்கள் இவர்களுக்குத் தேவைப்படுகின்றன. அதனால் தமிழ்ப் படங்களில் வசனம், குறிப்புணர்த்தலை விட்டு விளக்கங்களாக விரிகிறது.

உயர்வோ தாழ்வோ நாம் நம் சமூக நிலையைப் புரிந்துகொள்ள வேண்டும். இன்று நாம் கலைப்படங் களை அல்ல, விளக்கம் கூறும் சினிமாவைத்தான்

வரவேற்பு இதழ் ஜனவரி 1998

எடுக்கமுடியும். அந்த விளக்கத்தை மிகக்குறைவாக வைத்து, காட்சிப் பரிமாணங்களை மிகத் தெளிவாக முன்வைத்து எடுப்பது நம் திறமையைப் பொறுத்தது. தமிழில் இன்று ஒரு நல்ல சினிமா இன்றைய தமிழ் வாழ்வை விமர்சிப்பதாக இருக்கும். சிக்கனமான முதலீட்டை அது கொண்டிருக்கும். நட்சத்திரக் கவர்ச்சிக்கு மாற்றாக ஆழமான விமர்சனங்களை வைப்பதன் மூலம் அது பார்வையாளர்களின் கவனத்தைக் கவரும். தமிழில் தரமான சினிமா இந்தியக் கலைப்படங்களுக்குரிய தன்மைகளை – அதிகமும் சத்யஜித்ரேயின் நன்கொடைகளை – பின்பற்ற வேண்டியதில்லை. ஒப்பனையைத் தவிர்த்தல், பாடல்களைத் தவிர்த்தல், காட்சிகளை மிக மெதுவாக நகர்த்துதல், மிகக் குறைவான வசனங்கள் பேசுதல், ஒரு கோணத்தில் நட்டுக் கேமராவைச் சுட வைத்தல், அரை இருளில் காட்சிகளைக் காட்டுதல் போன்ற கலைப்படங்களுக்குரியவை என்று தவறாகக் கருதப்படும் அடையாளங்களை நாம் பின்பற்ற வேண்டியதில்லை. தமிழன் தமிழனுக்குரிய படங்களை எடுக்கவேண்டும். இது தமிழ் நாட்டுப்புறக் கலைகளில் வேரூன்றியதாக இருக்கும். இசையையும் நடனத்தையும் கூட நாம் உறுத்தல் இல்லாமல் பொருத்தமாக அமைக்கமுடியும். சிக்கனமாக, ஆனால் அவசியமான அளவு வசனங்கள் இடம்பெறச் செய்யலாம். கதையைத் தெளிவாகக் கூறலாம். தமிழன் ஏற்றுக்கொள்ளும் நல்ல படத்தை நம்மால் தயாரிக்கமுடியும் என்றே நம்புகிறேன். அதற்கான அணுகுமுறை நம்மிடம் இன்னும் உருவாகவில்லை.

ஏற்கெனவே நூலாக வெளிவந்த கதையைப் படமாக எடுப்பது நல்லதா?

இது இயக்குநரின் தேர்வைப் பொறுத்தது. பிரபலப் புத்தகங்களைச் சார்ந்து எடுக்கப்பட்ட படங்கள் வெற்றி கண்டிருக்கின்றன; தோல்வியும் கண்டிருக்கின்றன. இரண்டாம் பட்சமான நூல்களைச் சார்ந்து எடுக்கப்பட்ட படங்கள் மிகப் பெரிய வெற்றியைக் கண்டிருக்கின்றன. சில இயக்குநர்களுக்குத் தங்கள் பார்வை அவர்களுக்கே தெளிவில்லாமல் இருக்கும். இவர்கள் ஏற்கெனவே வெளிவந்த ஒரு நூலைச் சார்ந்து அதனைத் தங்கள் பார்வைக்கு ஏற்ப மாற்றிக்கொண்டு திரைப்படமாக அமைக்கிறார்கள். இவைதாம் பெரும் வெற்றி அடைகின்றன. மிகச்சிறந்த ஆசிரியரின் நூல்கள் இயக்குநரின் பார்வைக்கு இடம் தருவதில்லை. மேலும் அந்நூல்கள் மிகுந்த அளவு வாசகர்கள் மத்தியில் பரவியிருக்கும் நிலையில் வாசகர்கள் பார்வையாளர்களாக வரும்போது தாங்கள் படித்த நூலின் அத்தனைப் பக்கங்களையும் திரைப்படத்தில் காட்சி ரூபமாக எதிர்பார்க்கிறார்கள். இயக்குநரால் அவர்கள் எதிர்பார்ப்புப்

பூர்த்தி செய்யப்படுவதில்லை. பிரபலப் புத்தகங்களைச் சார்ந்த திரைப்படங்கள் தோல்வி அடைய இதுவும் முக்கியமான காரணம்.

சத்யஜித் ரே போன்ற இயக்குநர்களை வெளிநாட்டினர் போற்றிய பின்பே நம்மவர் இனங்கண்டுகொண்டார்கள். பிறர் பாராட்டுவதை நாமும் பாராட்ட வேண்டும் என்ற அடிப்படையில்தான் ரசிகர்கள் அவரைப் போற்றுகிறார்களா?

இந்திய மேதைகள் பலரையும் வெளிநாட்டினர் போற்றிய பின்பே நம்மவர்கள் இனம்கண்டுகொண்டார்கள். இருப்பவற்றைக் கண்மூடித்தனமாகப் போற்றுவதும் புதுமையை இகழ்வதும் நம்மவர்கள் இயல்பு. அதனால் இந்தியாவில் ரே பெற்றிருக்கும் செல்வாக்கு போலித்தனமானது அல்ல. உலகத் தரத்தைச் சேர்ந்த ஒரே இயக்குநர் அவர்தான். இந்தியாவில் சிறந்த கலை ரசிகர்கள் அவரது படங்கள் வாயிலாக இந்த உண்மையை உணர்ந்திருக்கிறார்கள்.

திரைப்படங்களுக்குப் பரிசு சிபாரிசு மூலம் வாங்கப்படுவதாகக் கூறப்படுகிறதே. பரிசு பெற்ற படங்கள் தகுதியானவைதாமா?

தில்லியில் பரிசு பெற்ற படங்களையும் சென்னையில் பரிசு பெற்ற படங்களையும் நான் பார்த்திருக்கிறேன். தில்லியில் பரிசு பெற்ற படங்கள் நான் பார்த்த அளவில் பரிசுக்குத் தகுதியானவை தாம். ஆகச் சிறந்த படம்தான் எப்போதும் பரிசு பெற்றது என்று சொல்லமுடியாது. பரிசுக் குழுக்கள் பரிசுத்தமானவை அல்ல. ஆகச் சிறந்த படத்தைத் தேர்ந்தெடுக்காமல் தகுதியான மற்றொரு படத்தைப் பரிசுக் குழு தேர்ந்தெடுக்கும் என்றால் குறைபாடு இருக்கும்போதே அதில் தரநிர்ணயமும் இருக்கிறது. உலகெங்கும் பரிசுக் குழுக்கள் இந்த அளவில்தான் செயல்படுகின்றன. சென்னையில் நிறுவப்பட்டிருக்கும் பரிசுக் குழுக்களோ மூன்றாம் தரப் படங்களை மட்டுமே தேர்ந்தெடுக்கின்றன.

கலைப்படங்கள் ரசிகர்களைக் கவருவதும் இல்லை; போட்ட முதல் திரும்ப வருவதும் இல்லை. இதற்கு மாற்று வழி என்ன?

இன்றைய தமிழ் வாழ்வைக் கூராக விமர்சிக்கும் ஒரு படத்தைத் தமிழ்ப் பார்வையாளர்கள் பார்ப்பார்கள். தங்கள் பிரச்சனைகளைக் காட்சி ரூபமாகப் பார்க்க விரும்பாத பார்வை யாளர்களே இருக்கமுடியாது. இந்த ஆதாரப் பலத்தை மூலதனமாக வைத்துக்கொண்டால், நட்சத்திர மதிப்பு, ஜோடனைகள் இவற்றைத் தவிர்த்து ஓரளவு சிக்கனமாகப் படம் எடுக்க முடியும். ஆனால் இன்றைய சமூக விமர்சனத்தை இன்றைய அரசாங்கம் ஏற்றுக்கொள்ளுமா என்பது ஒரு கேள்விக்குறி.

நேர்காணல்கள்

சிறந்த படங்களைப் பார்வையாளர்கள் ஏற்றுக்கொள்ளச்செய்ய என்ன வழி?

சிறந்த படங்களைப் பார்ப்பதன் மூலமே பார்வையாளர்களின் கலை அனுபவங்கள் பக்குவம் அடைகின்றன. தமிழிலோ வணிகப் படங்களைப் பார்ப்பதற்குப் பார்வையாளர்களுக்குச் சகல வசதிகளும் உள்ளன. சிறந்த படங்களைப் பார்ப்பதற்கு அவர்களுக்கு வசதிகள் எதுவும் இல்லை. திரைப்படச் சங்கங்கள் அமைத்து அவற்றின் மூலம் சிறந்த படங்களைப் பார்வையாளர்களுக்குக் காட்டுவதுதான் ஒரே வழி. தமிழகத்திலோ அரசியல் சக்திகளும் வணிக சினிமாவின் ஒரு கிளையாகவே இருக்கின்றன. ஆகவே வணிக சினிமாவுக்கு எதிராக நல்ல சினிமா இங்கே உருவாவதற்கு நேரடியாகவும் மறைமுகமாகவும் பல முட்டுக்கட்டைகள் போடப்படும். வணிக சினிமாவுக்கு எதிரான ஒரு இயக்கம் தமிழகத்தில் உருவாகாதவரையிலும் சிறந்த சினிமாவைப் பார்க்கும் வாய்ப்பைத் தமிழ்ப் பார்வையாளர்கள் பெறமாட்டார்கள் என்றே தோன்றுகிறது.

பாலுணர்வு, வன்முறை போன்ற காட்சிகளைப் பார்க்கையில் பார்வையாளர்கள் வெகுவாக மனத்தளவில் ஈடுபடுவதாலேயே இது போன்ற படங்களுக்குக் கூட்டம் சேருகிறது என்கிறார்கள். ஆனால் வெளிநாடுகளில் இந்தத் தரத்தைச் சார்ந்த படங்களுக்குக் கூட்டம் குறைவாகவும் நல்ல படங்களுக்குக் கூட்டம் அதிகமாகவும் இருக்கிறதே, ஏன்?

நம் சமூகம் மிகுந்த கட்டுப்பாடுகள் கொண்டது. ஒரு ஆண் ஒரு பெண்ணுடன் சகஜமாகப் பழகும் வாய்ப்புகூட நம் சமூகத்தில் இல்லை. சமூகத்தில் சகலமட்டங்களிலும் செயற்கையாக அமுக்கப்பட்டுவிடும் பாலுணர்வுகள் திரைப்படங்களில் நேரடியாகவும் மறைமுகமாகவும் வெளிப்படும்போது பார்வையாளர்களின் உணர்ச்சிகள் அந்த மையங்களில் குவிகின்றன. மற்ற தேசங்களில் பாலுணர்வுகள் இப்படிக் கொடுமையாக அமுக்கப்படுவதில்லை. நியாயமான, சமூக நாகரிகத்துக்கு உட்பட்ட பாலுணர்வு வெளிப்பாடுகள் எப்போதும் அங்கு சாத்தியம். அதனால் திரைப்படங்கள் தாம் ஒரே வடிகால் என்ற நிலை அங்கு இல்லை. மேல்நாடுகளில் வணிக சினிமாவோடு நல்ல சினிமாவின் மரபும் அங்கு உறுதிப்பட்டு வந்திருக்கிறது. நல்ல சினிமாவே சமூக அந்தஸ்து பெறுகிறது. பரிசுகள் பெறுகிறது. கற்றறிந்தவர்களால் போற்றப்படுகிறது. இங்குத் தமிழில் வணிக சினிமா மட்டுமே உள்ளது. அதையே எல்லோரும் கொண்டாடிக்கொண்டிருக்கிறார்கள்.

●

அவசர மனநிலையில் இலக்கியத்தைப் படிக்க முடியாது

சமீபத்தில் நீங்கள் குமாரன் ஆசான் விருது பெற்றதாகக் கேள்விப்பட்டோம். அந்தப் பரிசுபற்றிச் சொல்லமுடியுமா?

குமாரன் ஆசான் விருது என்பது மலையாளத்தில் பிரபலக் கவிஞரான குமாரன் ஆசானின் நினைவாகத் தரப்படும் பரிசு. சென்னையில் இருக்கும் ஆசான் டிரஸ்ட் சார்பில் அந்த விருது ஒவ்வொரு ஆண்டும் சிறந்த கவிஞர் ஒருவருக்குத் தரப்படுகிறது. முதல் வருஷம் கவிஞர் சி. மணிக்கு அந்த விருதைத் தந்தார்கள். இரண்டாவது வருஷம் மலையாளத்தில் பிரபலக் கவிஞரான என்.என். கக்காடு என்ற கவிஞருக்குக் கொடுத்தார்கள். மூன்றாவது வருஷம் எனக்கு அந்தப் பரிசைத் தந்திருக்கிறார்கள்.

கடந்த நாற்பது வருடங்களாக ஒரு படைப்பாளியாகவும் அக்கறையுள்ள வாசகனாகவும் தமிழ்க் கலாச்சாரச் சூழலை எதிர்கொண்டு வருகிறீர்கள். ஐம்பதுகளில் கலாச்சாரச் சூழல் எப்படி இருந்தது, இப்போது எப்படி இருக்கிறது என்று சொல்ல முடியுமா?

ஐம்பதுகளில் இருந்ததற்கும் இன்று இருப்பதற்கும் இடையில் கணிசமான மாற்றங்கள்

11.03.1988 நாகர்கோவில் வானொலி நிலையத்திற்கு அளித்த பேட்டி

இருக்கின்றன என்று நினைக்கிறேன். இந்தியாவுக்குச் சுதந்திரம் கிடைப்பதற்கு முன் இலக்கியத்தில் இருந்த லட்சிய வேகம் சுதந்திரம் கிடைத்தபின் குறைய ஆரம்பித்தது. அப்போது தமிழில் வணிகச் சக்திகளின் செல்வாக்கு ஓரளவுக்கே வளர ஆரம்பித்திருந்தது. ஆகவே வணிகச் சக்திகள் ஓங்காத அந்தக் காலத்தில் அவற்றுக்கு எதிர்நிலையில் இருக்கக்கூடிய ஆழ்ந்த இலக்கியச் சக்திகளும் அவ்வளவாக வளராத நிலையிலேயே இருந்தது. இப்போது வணிக இலக்கியங்கள் ஓங்கி இருக்கின்றன. அதற்கு எதிர்நிலையில் இருக்கும் ஆழ்ந்த இலக்கியங்களும் வலுவான நிலையில் இருக்கின்றன. வணிக இலக்கியங்களை மறுக்கக்கூடிய கவிஞர்கள், சிறுகதை எழுத்தாளர்கள், நாவலாசிரியர்கள் ஐம்பதுகளில் இருந்ததை விட அதிக அளவில் இன்று தமிழ் இலக்கிய உலகில் தொழிற்பட்டுக் கொண்டிருக்கிறார்கள் என்று நினைக்கிறேன். இதுதான் முக்கியமான வித்தியாசமாக எனக்குப்படுகிறது.

பல நூற்றாண்டுக் கலாச்சாரப் பாரம்பரியம் நம் தமிழ்மொழிக்கு இருக்கிறது. ஆனால் இன்றைய நவீனத் தமிழ் இலக்கியம் மற்ற மொழி களைக் காட்டிலும் பின்தங்கி இருப்பதாக எனக்குத் தோன்றுகிறது. நீங்கள் என்ன நினைக்கிறீர்கள்?

நம்முடைய மொழி, நீண்ட கலாச்சாரப் பாரம்பரியம் கொண்டதுதான். தற்காலத் தமிழ் இலக்கியம் மற்ற மொழி களைவிடப் பின்தங்கி இருக்கிறது என்று சொல்லமுடியாது. தற்கால இலக்கியம் மலையாளத்தில், கன்னடத்தில், உருதுவில், வங்காளத்தில், ஹிந்தியில் நல்ல அளவுக்கு வளர்ந்திருப்பதாகச் சொல்கிறார்கள். ஏறத்தாழத் தமிழிலும் அந்த அளவுக்கு வளர்ச்சி நிகழ்ந்துள்ளது. ஆனால் ஒரு முக்கியமான வித்தியாசம் இருக்கிறது. அதாவது அந்த மொழிகளில் வெளியாகும் ஆழமான விஷயங்களை – அது நாவலாக இருக்கட்டும் சிறுகதையாக இருக்கட்டும் கவிதையாக இருக்கட்டும் – அங்கிருக்கும் வாசகர்கள் அவற்றை இனங்கண்டு படித்து வருகிறார்கள். தமிழில் அவற்றுக்கு இணையான படைப்புகள் வந்துள்ளன என்றாலும் தமிழ் வாசகர்களுக்கு அதை இனங்கண்டு படிக்கும் ஆற்றல் வளரவில்லை. அதுதான் முக்கியமான வேற்றுமையாக இருக்கிறது. மற்றபடி தரத்தை எடுத்துக்கொண்டால் இந்தியாவில் பிற மொழிகளில் என்ன காரியங்கள் நடந்துகொண்டிருக் கின்றனவோ ஏறத்தாழ அதற்கு இணையான காரியங்கள் தமிழில் நடந்துகொண்டிருக்கின்றன என்றுதான் நான் நினைக்கிறேன்.

தமிழ் வாசகர்களை அவை போய்ச் சேராததற்கு என்ன காரணம் என்று நீங்கள் நினைக்கிறீர்கள்?

பொதுவாகத் தமிழ் வாசகர்கள் பிரபலப் பத்திரிகைகளை மட்டுமே படிக்கும் வழக்கத்திற்கு ஆட்பட்டுப் போயிருக்கிறார்கள்.

இந்தப் பத்திரிகைகள் பெரும்பாலும் ஆழமான இலக்கியங்களை வெளியிடுவதேயில்லை. மற்ற மொழிகளில், மலையாளத்தில், கன்னடத்தில் என்று எடுத்துக்கொண்டால் அங்கிருக்கும் பத்திரிகைகள் நடுத்தரமான எழுத்தையும் வெளியிடுகின்றன. ஆழமான விஷயங்களையும் வெளியிடுகின்றன. அதனால் இரண்டுமே வாசகர்களைப் போய்ச் சேருகின்றன. தமிழில் இருக்கும் பத்திரிகைகள் ஆழமான கவிதைகளோ, கட்டுரைகளோ, கதைகளோ வெளியிடுவதில்லை என்பதால் பிறமொழி அளவுக்கு ஆழமான விஷயங்கள் வாசகர்களைப் போய்ச் சேரும் வாய்ப்பு இங்கு ரொம்பக் குறைந்துபோய்விட்டது.

ஒரு நல்ல படைப்பு வாசகர்களிடம் எதைக் கேட்கிறது? வாசகர்களிடம் என்ன விதமான விளைவை ஏற்படுத்துகிறது?

ஒரு நல்ல படைப்பு ஒரு வாசகனிடம் ரொம்ப அளவுக்கு கவனத்தை, விழிப்பு நிலையைக் கேட்கிறது. சிரத்தையைக் கேட்கிறது. என்னைக் கவனமாகப் படி என்று வற்புறுத்துகிறது. அவன் அரை மயக்க நிலையிலேயோ, மேலோட்டமான மன நிலையிலேயோ, அவசர மனநிலையிலேயோ ஒரு ஆழ்ந்த இலக்கியத்தைப் படிக்கமுடியாது. வாழ்க்கை சம்பந்தமாக எந்த அளவுக்கு அக்கறை இருக்கிறதோ அந்த அளவுக்குதான் ஆழ்ந்த இலக்கியத்தின் மீதும் அக்கறை இருக்கும். வாழ்க்கையில் இருக்கும் சங்கடங்கள் பிரச்சனைகள் இவற்றைப் பற்றித்தான் ஆழ்ந்த இலக்கியங்கள் பேசுகின்றன.

என்ன மாதிரியான விளைவுகளை வாசகர்களிடம் அது உண்டாக்கும்?

வாழ்க்கை என்பது சிக்கலானதாக இருக்கிறது; சங்கடங்கள் நிறைந்ததாக இருக்கிறது; இதற்கு என்ன காரணம் என்ற கேள்வியானது நம் மனத்தில் இருந்துகொண்டே இருக்கிறது. இது தொடர்பான விஷயங்களை அனுபவரீதியாகப் பகுத்துப் பார்க்கும் தன்மை இலக்கியங்களுக்கு இருக்கிறது. வாழ்க்கை என்ன என்பதைத் தெரிந்துகொள்ள ஆசைப்படுபவர்கள் ஆழ்ந்த இலக்கியத்தைத் தேடிப் படிக்கிறார்கள். ஓரளவுக்கு வாழ்க்கை புரிவது மாதிரி ஒரு செய்தி அவர்களுக்குக் கிடைக்கத்தான் செய்கிறது.

இனிவரும் காலத்தில் வாழ்க்கை மேலும் சிக்கலாகத்தான் ஆகும் என்று தோன்றுகிறது. படிப்பதற்குத் தேவையான பொறுமை, அவகாசம் கிடைக்காமல் போகலாம். இந்த நிலையில் நல்ல இலக்கியம் சீர் குலைந்து போகுமா அல்லது நல்ல பிரகாசமான எதிர்காலம் உருவாகுமா?

வாழ்க்கை மேலும் மேலும் சிக்கலடைந்து கொண்டுதான் இருக்கிறது. சிக்கலடைந்த வாழ்க்கையிலிருந்து மேலான இலக்கியம் வந்துகொண்டுதான் இருக்கிறது. சிக்கலான வாழ்க்கை சிக்கலான

இலக்கியத்தையும் உருவாக்குகிறது. சிக்கலான இலக்கியம் என்று சொல்லும்போது படித்தால் புரியாமல் இருக்கும் தன்மையைச் சொல்லவில்லை. ஆழமான இன்று இருக்கும் பிரச்சனைகள், என்ன இவற்றின் அடிப்படைகள் என்று இவற்றை ஆராயும் படைப்புகள் இன்றும் வெளிவந்துகொண்டிருக்கின்றன. இன்றைய அமெரிக்க வாழ்க்கை என்பது சிக்கலான, அவசரமான வாழ்க்கைதான். ஆனால் அங்கிருந்துகூட ஆழமான படைப்புகள் வெளிவந்துகொண்டுதான் இருக்கின்றன. சமுதாயத்தில் ஒரு பகுதி எழுத்தாளர்கள் எப்போதுமே இந்த வாழ்க்கை பற்றி ஆழ்ந்த கவலை கொண்டுதான் இருக்கிறார்கள். அவர்கள் அந்தச் சிக்கலைப் பற்றி, அதில் இருக்கும் முடிச்சுகளைப் பற்றி ஆராய்ந்து கொண்டுதான் இருப்பார்கள். ஒருபகுதி வாசகர்களுக்கு இவற்றில் ஆர்வம் இருந்துகொண்டுதான் இருக்கும். அவர்கள் அவற்றைக் கவனித்துக் கொண்டுதான் இருப்பார்கள். நல்ல இலக்கியத்துக்கு எதிர்காலம் பிரகாசமாக இருக்குமா இருக்காதா என்பதுபற்றி எதுவும் சொல்ல முடியாது. ஆனால் நல்ல இலக்கியங்கள் தோன்றிக் கொண்டுதான் இருக்கும்.

கவிதை ரொம்பச் சிக்கலான, நுட்பமான விஷயம். நல்ல கவிதை எது, மோசமான கவிதை எது என்பதுபற்றித் தெளிவாக எதுவும் இதுவரை சொல்லப்படவில்லை. நீங்கள் நல்ல கவிதை என்று எதைச் சொல்லுவீர்கள்?

நல்ல கவிதை எது, சாதாரணமான கவிதை எது என்று சொல்வது கொஞ்சம் கஷ்டமான விஷயம்தான். ஒரு வாசகன் தொடர்ந்து கவிதைகளைப் படித்து வருவதன் மூலம்தான் எது சிறந்த கவிதை என்பதை உணர்கிறான். இந்தப் பேரனுபவங்களை எல்லாம் மொழிவழியாகச் சொல்வது சற்றுச் சிரமமானது தான். இருந்தாலும் நல்ல கவிதை எப்போதுமே மேலான மனநிலையை உருவாக்குகிறது என்று சொல்லலாம். அது லௌகீகச் சிந்தனைகளைத் தாண்டி இன்னும் உயர்வான, எல்லா மனிதர்களுக்கும் பொதுவான விஷயங்களைச் சிந்திக்கக் கூடியதாக இருக்கும். நமது தேசத்துக்கும் பிற தேசத்துக்கும், நமது மொழிக்கும் பிற மொழிக்கும், நமது இனத்துக்கும் பிற இனத்துக்கும் இருக்கும் வரம்புகளைத் தாண்டிய சிந்தனைகளை அது உருவாக்கும். மனிதனுக்குப் பொதுவான அடிப்படையான சிந்தனைகளை அது உருவாக்குகிறது என்று சொல்லலாம். அதுதான் உயர்ந்த கவிதையின் லட்சியமாக இருக்கிறது.

இந்த அடிப்படையில் தமிழில் உயர்வான கவிதைகள் வந்திருப்பதாக நீங்கள் நினைக்கிறீர்களா?

இந்த அடிப்படையில் உயர்ந்த கவிதைகளை எட்டுவதற்கான முயற்சிகள் தமிழில் தொடர்ந்து நடந்துவந்துகொண்டிருக்கின்றன.

ரொம்பப் பெரிய மேலான கவிதைகள் தமிழில் இல்லாவிட்டாலும் கூட மேலானதை அடைந்துவிட வேண்டும் என்ற உந்துதலோடு தொடர்ந்து கவிதை எழுதும் முயற்சியானது தமிழில் நடந்து வருகிறது. அதுவே பெரிய விஷயம்தான். உயர்ந்த ஒன்றை அடையவேண்டும் என்ற முயற்சி ஒரு இலக்கியத்தில் தொடர்ந்து நடப்பது என்பது ஒரு சந்தோஷமான விஷயம்தான்.

கேரளாவில் நல்ல மலையாள இலக்கியம் பேராசிரியர்கள் மூலம் மாணவர்களைப் போய்ச் சேருகிறது. தமிழில் அதுபோல் ஆசிரியர்களுக்கும் மாணவர்களுக்கும் ஒரு தொடர்பு இருக்கிறதா?

இருக்கிறது என்றுதான் நினைக்கிறேன். கடந்த முப்பது வருடங்களாகத் தமிழ் ஆசிரியர்களுக்குத் தமிழ் நவீன இலக்கியம் பற்றி ஒரு அக்கறை ஏற்பட்டிருக்கிறது. பல தமிழ் ஆசிரியர்கள் தாங்கள் எழுதியிருக்கும் இலக்கிய வரலாறுகளில் நவீனத் தமிழ் இலக்கியப் படைப்புகளுக்கு அதிகப் பக்கங்கள் ஒதுக்கி இந்த வரலாற்றையும் விரிவாக ஆராய்ந்து எழுதியுள்ளனர். சில பல்கலைக்கழகங்களில் நவீன ஆசிரியர்களைப்பற்றி விவாதங்கள் நடந்திருக்கின்றன. நவீன ஆசிரியர்கள் நவீன எழுத்தாளர்களைப்பற்றி ஓரளவுக்குத் தெரிந்து வைத்துக்கொண்டுதான் இருக்கிறார்கள். ஆனால் கேரளாவில் ஆசிரியர்களுக்கு நவீன மலையாள இலக்கியம் அதிக அளவுக்குத் தெரிந்திருக்கிறதோ என்று தோன்றுகிறது. அந்த ஆசிரியர்களிடமிருந்து மாணவர்களுக்குக் கிடைக்கும் இலக்கிய விஷயங்கள் தரத்திலும் அளவிலும் குணத்திலும் அதிக அளவுக்கு இருக்கிறது என்று நினைக்கிறேன். அது போன்ற வளர்ச்சி தமிழிலும் நடக்கலாம் என்ற எண்ணம் எனக்கு இருக்கிறது.

சிறந்த கலை, சிறந்த இலக்கியம் மொத்தத்தில் சிறந்தவை எல்லாமே சிறுபான்மையானவர்களிடமே இருந்துவருகிறது. அது பரவலான மக்களைச் சென்றடைவதற்கான சாத்தியம் இருக்கிறதா?

எல்லாருமே இலக்கியம் படிக்கலாம். அதில் தவறொன்றும் கிடையாது. ஆனால் சரித்திரத்திலிருந்து என்ன தெரிகிறது என்றால் நடைமுறையில் எப்போதுமே ஒரு சிறுபான்மைதான் கவிதையில், நாவல்களில், ஆழ்ந்த விஷயங்களில் அக்கறை கொண்டதாக இருந்திருக்கிறது. இப்போது அதிக மக்கள் கல்வி பெற்று வருகிறார்கள். எல்லாருக்கும் கல்வி கிடைக்கக்கூடிய நிலையில் இப்போது சிறுபான்மையாக இருக்கும் இலக்கிய வாசகர்களின் எண்ணிக்கை நாளடைவில் அதிகரிக்கலாம். அது நடைமுறை சாத்தியமான விஷயம்தான் என்று எனக்குத் தோன்றுகிறது. ஆனால் எல்லா மக்களும் இலக்கியத்தில் ஈடுபாடு கொண்டவர்களாக ஆவார்களா? அதற்கான அவசியம்

இருக்கிறதா, சமுதாயத் தேவை இருக்கிறதா என்று சொல்ல என்னால் முடியவில்லை. இலக்கியத்தின் தொடர்பு இல்லாமலேயே ஒரு சந்தோஷமான, நிறைவான வாழ்க்கை வாழக்கூடிய வாய்ப்பு இருக்கக்கூடிய வரையிலும் இலக்கியம், கலை பக்கம் எல்லோரும் வருவார்களா என்பதை உறுதியாகச் சொல்ல முடியவில்லை.

வாசகர்கள் எண்ணிக்கை அதிகரிப்பதற்கு எந்த மாதிரியான முயற்சிகள் எடுக்கப்பட வேண்டும் என்று நீங்கள் நினைக்கிறீர்கள்?

வாசகர் எண்ணிக்கை இப்போதே அதிகமாகிக்கொண்டு தான் இருக்கிறது. சஞ்சிகைகளின் எண்ணிக்கை பெருகப்பெருக வாசகர்களின் எண்ணிக்கையும் அதிகரித்துக்கொண்டுதான் இருக்கிறது. ஆனால் இன்று மேலோட்டமாகப் படிக்கும் வாசகர்களின் எண்ணிக்கையே அதிகமாக இருக்கிறது. ஆழமான வாசகர்களின் எண்ணிக்கை ரொம்பக் குறைவாக இருக்கிறது, குறிப்பாக நம் மொழியில்! தமிழ் ஆசிரியர்கள் அல்லது நல்ல பத்திரிகை நடத்தக்கூடிய ஆசிரியர்கள் முயற்சி எடுத்துக்கொண்டால் நல்ல இலக்கியத்தைப் பரப்ப முடியும். அப்படிப் பரப்பப்பட்டால் அதன்மூலம் சமூகத்தில் நல்ல இலக்கியத்துக்கு ஒரு செல்வாக்கு ஏற்படும். இதுமாதிரியான முயற்சிகள் மற்றமொழிகளை ஒப்பிட்டுப் பார்க்கையில் தமிழில் குறைவோ என்று தோன்றுகிறது.

கவிதை தவிர என்ன மாதிரியான படைப்புகள் எழுதியிருக்கிறீர்கள்?

நான் ஆரம்பத்தில் எழுதியவை சிறுகதைகள்தான். 'அக்கரைச் சீமையிலே', 'பிரசாதம்', 'பல்லக்குத் தூக்கிகள்', 'பள்ளம்' என்ற தலைப்பில் நான்கு தொகுப்புகள் வந்திருக்கின்றன. இரண்டு நாவல்கள் எழுதியிருக்கிறேன். ஒன்று 'ஒரு புளியமரத்தின் கதை'. இரண்டாவது நாவல் 'ஜே.ஜே: சில குறிப்புகள்'. இதுதவிர இலக்கிய விமர்சனக் கட்டுரைகள் எழுதியிருக்கிறேன். அவை 'சுந்தர ராமசாமியின் கட்டுரைகள்' என்ற தலைப்பில் தொகுக்கப் பட்டுள்ளன. தகழி சிவசங்கரப் பிள்ளையின் 'செம்மீன்' என்ற மலையாள நாவலை தமிழில் மொழிபெயர்த்துள்ளேன். அது சாகித்திய அக்காதெமி வெளியிடப்பட்டது. அது தமிழ் வாசகர்களால் விரும்பிப் படிக்கப்பட்ட புத்தகம். இவைதான் என் இலக்கியப் பணிகள்.

புதுமைப்பித்தனின் எழுத்து எந்த அளவுக்கு உங்களைப் பாதித்தது என்று சொல்ல முடியுமா?

தமிழ்ச் சமூகத்தைப் பற்றி ஆழ்ந்த விமர்சனத்தை வைத்த எழுத்தாளர் அவர். எனக்குத் தமிழ்ச் சமூகம்பற்றி ஆழ்ந்த

விமர்சனம் எப்போதுமே இருந்திருக்கிறது. முக்கியமாக வாழ்க்கைக் கொடுமைகள் சிறிய வயதில் என்னைக் கணிசமாகப் பாதித் திருக்கிறது. இதே மாதிரியான பாதிப்புக்குப் புதுமைப்பித்தனும் ஆளாகியிருக்கிறார். ஆனால் அந்தப் பாதிப்பை அவர் வெளிப் படுத்தும் விதத்தில் ஒரு கலை ரீதியான நேர்த்தி, ஆழம் இரண்டும் அவரது கதைகளில் கூடி வந்திருக்கிறது. இரண்டும் என்னைப் பெரிய அளவுக்குக் கவர்ந்தன. அதுவரையும் யாரும் சொல்லாத பல விஷயங்களை அப்பட்டமாக அவர் சொன்னது அவர் மீது அதிகக் கவர்ச்சியைத் தந்திருந்தது. ஒரு அதிர்ச்சியையும் தந்தது என்றும் சொல்லலாம். இவையெல்லாம் எனக்கு முக்கியமான விஷயமாகப்பட்டது. அந்த விதத்திலேயே நாமும் செயல்படவேண்டும் என்று நினைத்தேன். ஆனால் போகப்போக என்னுடைய வாழ்க்கைப் பார்வைக்கும் அவரது வாழ்க்கைப் பார்வைக்கும் இடையில் பலவிதமான வேறுபாடுகள் ஏற்படவே என் எழுத்து வேறொரு திசையில் போகிறது என்று நினைக்கிறேன்.

அவரது பாதிப்பிலிருந்து இப்போதைய உங்கள் எழுத்துக்கள் விடுபட்டு விட்டிருப்பதாக நீங்கள் நினைக்கிறீர்களா?

என் எழுத்துக்கள் ரொம்ப காலத்துக்கு முன்பிருந்தே அவரது பார்வையிலிருந்து விலகி, என் ஆளுமைசார்ந்து, என் பார்வை சார்ந்து, விரிந்துவருவதாகத்தான் எனக்குத் தோன்றுகிறது.

என்னவிதமான வேறுபாடுகளை நீங்கள் புதுமைப்பித்தனுடன் உணர்கிறீர்கள்?

புதுமைப்பித்தன் சமூகக் கொடுமைகளைப் பற்றிச் சொல்லும் போது முக்கியமாகப் பொருளாதாரக் கொடுமைகள்தான் மனிதனின் வாழ்க்கையை அதிக அளவு பாதிக்கிறது என்கிறார். அந்தப் பொருளாதார நிலை மேம்பட்டுவிட்டால் ஓரளவுக்குச் சமூகம் மேம்பட்டுவிடும் என்ற சிந்தனையில்தான் அவர் கடைசிவரை இருந்திருக்கிறார். இந்தச் சிந்தனைகள் எனக்கு ஆரம்பக் காலத்தில் இருந்தன. ஆனால் நாட்கள் போகப்போக அவை மாறத்தொடங்கின. நிச்சயமாகப் பொருளாதாரக் கொடுமைகள் தீர்க்கப்பட வேண்டியவைதான். ஆனால் அவை மட்டுமல்ல ஆழமான சிடுக்குகள். மனித உறவுகள், மனித மனங்கள் சார்ந்து, இரண்டு தேசங்களுக்கிடையில், இரண்டு மொழி பேசும் மனிதர்களுக்கிடையில், மனிதனுக்கும் தேசத்துக்கும் இடையில் ஏகப்பட்ட சிடுக்குகள் நவீன வாழ்க்கையில் உருவாகிவிட்டன. இந்தச் சிடுக்குகளும் மனித வாழ்க்கையைப் பாதிக்கின்றன. இவை பற்றியும் நாம் ஆராயவேண்டும். பொருளாதாரம் மட்டுமல்ல பிரச்சனை என்ற எண்ணம் எனக்கு ஏற்பட்டிருக்கிறது.

நேர்காணல்கள்

எழுதும் பாணியில் யாருடைய பாணியையாவது நீங்கள் பின்பற்று வதுண்டா?

ஆரம்பக் காலத்தில் என்னையறியாமலேயே புதுமைப் பித்தனின் பாதிப்புக்கு ஆளாகியிருந்தேன். இப்போது அப்படிச் சொல்ல முடியாது. எனக்குச் சொந்தமான, எனது ஆளுமை சார்ந்த, எனது பார்வைசார்ந்த பாணியில்தான் இப்போது எழுதி வருகிறேன் என்று நினைக்கிறேன்.

ஒரு எழுத்தாளன் என்னும் முறையில் தமிழ் வாசகர்களுக்கு என்ன சொல்ல விரும்புகிறீர்கள்?

தமிழ் வாசகர்களுக்கு நான் முக்கியமாகச் சொல்ல விரும்புவது தமிழ்க் கலாச்சாரம் தாழ்ந்துபோக அவர்கள் விடக்கூடாது என்பதுதான். முக்கியமாக இந்தக் கலாச்சாரம் உயர்வான பல சாதனைகளைச் சாதித்திருக்கும் ஒரு கலாச்சாரம். இந்த நூற்றாண்டில் கூடக் கிட்டத்தட்ட நூறு முக்கியமான புத்தகங்கள் – நாவல்கள், சிறுகதைகள், கட்டுரைகள், கவிதைகள், ஆராய்ச்சி நூல்கள் – என மிகச்சிறந்த புத்தகங்கள் வெளி வந்துள்ளன. இந்தப் புத்தகங்களை விடாப்பிடியாகத் தேடி யெடுத்து வாசகர்கள் படித்துப் பார்க்கவேண்டும். இவைபற்றி அவர்கள் பரஸ்பரம் சர்ச்சைகள் உருவாக்கவேண்டும் என்றும் தமிழ் வாசகர்களிடம் கேட்டுக்கொள்ள விரும்புகிறேன்.

●

என்வாழ்வில் மதத்திற்கு முக்கியத்துவம் கிடையாது

நீங்கள் எந்த வயதில் எழுத ஆரம்பித்தீர்கள்?

நான் 20ஆவது வயதில் 1950இல் 'முதலும் முடிவும்' என்ற சிறுகதையை எழுதினேன். புதுமைப்பித்தன் நினைவு மலரொன்றை நான் வெளியிட்டேன். அதில்தான் என் முதல் கதை அச்சேறியது.

உங்கள் குடும்பத்தில் இதற்குமுன் யாராவது இலக்கியத் துறையில் ஈடுபட்டிருந்தார்களா?

எனக்குச் சொல்லும்படியாக இலக்கியப் பாரம்பரியம் ஒன்றும் இல்லை. ஆனால் என் தாய் மாமா வெ. நாராயணன் (பரந்தாமன் என்ற பெயரில் அரசியல் கட்டுரைகள் எழுதுபவர்) எனக்குக் கொஞ்சம் இன்ஸ்பிரேஷனாக இருந்தார். ஓரளவு படிப்பார். வ.ரா., கல்கி, கவிமணி பற்றிப் பேசுவார். ஆனால் அவருடைய இலக்கியப் போக்கும் மனோபாவமும் வேறு. என் அம்மா மணிக்கொடி வாசகி. வ.ரா., புதுமைப்பித்தன், பி.எஸ். ராமையா, கு.ப. ராஜகோபாலன் போன்ற பலரையும் படித்திருக்கிறார்கள். 1940க்குப் பிறகு என் குடும்பத்தினர் கல்கியின் வாசகர்களாக மாறிவிட்டார்கள்.

சுபமங்களா, ஜூலை 1991
பேட்டி கண்டவர்கள்: கோமல் சுவாமிநாதன், இளையபாரதி

அந்தச் சிறுவயதில் கதை எழுதக் காரணம் மற்ற எழுத்தாளர்களைப் போல் பத்திரிகையில் பெயர் வர வேண்டும் என்ற ஆர்வமா? இல்லை ஏதாவது வித்தியாசமாகச் செய்ய வேண்டும் என்ற எண்ணமா?

அந்த வயதிலேயே வித்தியாசமாக எழுத வேண்டும் என்ற எண்ணம் வந்துவிட்டது. அதற்குக் காரணம் என்னவென்றால்... எனக்குப் பதினேழு பதினெட்டு வயதுவரையிலும் தமிழ் எழுதத் தெரியாது. பள்ளியில் நான் படித்ததெல்லாம் சமஸ்கிருதம், ஆங்கிலம், மலையாளம்தான். பதினெட்டு வயதுக்குப் பிறகுதான் நானே தமிழை சிலேட்டில் எழுதிப் படித்தேன். நான் முதன்முதலாகப் படித்தது புதுமைப்பித்தனின் 'காஞ்சனை' என்ற சிறுகதைத் தொகுதிதான். அந்தத் தொகுதியிலுள்ள 'மகாமசானம்' என்ற கதை என் மனத்தைக் கவர்ந்தது. அந்தக் கதையைப் படித்ததும்தான் புதுமைப்பித்தன் எந்தக் காரியம் செய்திருக்கிறாரோ அந்தக் காரியத்தை நாமும் செய்ய வேண்டுமென்று தோன்றியது. என் குடும்பத்தினர் கல்கியைப் படித்தாலும் அவருடைய எழுத்து எனக்கு ஒத்து வரவில்லை. இப்போது நாம் அதை 'ரொமாண்டிக் லிட்ரேச்சர்' என்று சொல்கிறோம். அப்போது இதெல்லாம் எனக்குத் தெரியாத நிலையிலும் ஏனோ... என்ன காரணத்தாலோ கல்கியின் எழுத்துகள் எனக்கு ஒத்துவரவில்லை. ஆனால் புதுமைப்பித்தனின் யதார்த்தமான போக்குக்கொண்ட 'மகாமசானம்' என் மனத்தைக் கவ்விப் பிடித்தது; பாதித்தது.

உங்கள் குடும்பச் சூழ்நிலை மத்தியதரச் சூழ்நிலைதான். சாப்பாட்டுக்குக் கஷ்டப்படும் சூழல் இல்லை. இல்லையா?

எந்தக் காலத்திலும் கஷ்டம் இல்லை, ஓரளவு வசதியான குடும்பம்தான்.

பொதுவாக எழுத்தாளனாக இருப்பவன் ஏழையாக இருக்க வேண்டும், கஷ்டப்பட்டிருக்க வேண்டும், பசித்துத் தவித்திருக்க வேண்டும் என்று ஒரு கோட்பாடு இருக்கிறதே?

அந்தக் கோட்பாடு கட்டாயமானது அல்ல. ஆனால் ஒரு விதி கட்டாயமானது: எழுத்தாளன் தான் துக்கப்பட்டிரா விட்டாலும் பிறருடைய துக்கத்தை உணரக்கூடியவனாக இருக்க வேண்டும்.

கம்யூனிஸ்ட் கட்சியோடு உங்களுக்கு எந்த வயதில் தொடர்பு ஏற்பட்டது?

என்னுடைய இருபதாவது வயதில்.

தீவிரமாக இயங்கினீர்களா?

ஆமாம். ஆவேசமாகத்தான் இயங்கினேன். 'முற்போக்கு எழுத்தாளர் சங்கம்', 'சமாதானக் கமிட்டி' என அவர்களுடைய

கலாச்சாரத் தளங்களில் தீவிரமாக இயங்கினேன். அரசியலில் எனக்கு அவ்வளவு தீவிர வெளிப்பாடு இல்லை.

சிறுவயதிலேயே கம்யூனிஸ்ட் கட்சியைச் சிநேகித்ததற்கான காரணம்?

வாழ்க்கையின் கஷ்டங்கள் என் மனத்தைப் பாதித்தன; முக்கியமாக இந்தியாவின் வறுமை. நாங்கள் ஓரளவு வசதியாக இருந்தாலும் எங்கள் உறவினர்கள் படும் துன்பங்கள் என் இதயத்தை இம்சித்தன. அதோடு ரஜனி பாமி தத் எழுதிய, 'இன்றைய இந்தியா'வைப் படித்தேன். அவர் ஒரு கம்யூனிஸ்ட். அந்தப் புத்தகம் என்னைப் பாதித்தது. கம்யூனிஸத் தத்துவத்தின் மூலம் இந்தப் பிரச்சினைகளிலிருந்து விடுதலை கிடைக்கும் என்ற எண்ணம் என்னுள் எழுந்தது.

எத்தனை ஆண்டுகள் கம்யூனிஸ்ட் இயக்கத்தில் தொடர்புகொண்டு இருந்தீர்கள்?

ஆறு அல்லது ஏழு வருடங்கள். ஆனால் அந்தக் காலகட்டங் களில் நான் நிம்மதியாக இருந்தேன் என்று சொல்ல முடியாது. நான் கம்யூனிஸ்ட் கட்சியில் நுழைந்தபின் என் நிம்மதியைத் தொலைத்துவிட்டேன். அதற்குக் காரணம் ஸ்டாலினுடைய போக்குகள் என் மனத்தை ரொம்ப சங்கடப்படுத்தியதுதான். அவர் பெரிய தவறு செய்கிறார் என்று எனக்குப் பட்டது.

கட்சியில் நீங்கள் உறுப்பினர் அட்டை பெற்றிருந்தீர்களா?

இல்லை. அனுதாபியாகத்தான் இருந்தேன். நான் பல விஷயங்களில் ஆரம்பத்திலிருந்தே சந்தேகக் கேள்விகளை எழுப்பிக் கொண்டிருந்ததால் உறுப்பினர் அட்டை கிடைக்கவில்லை. எனக்குப் பின்னால் வந்தவர்கள் உறுப்பினர்கள் ஆனார்கள்.

ஸ்டாலின் போக்குகள் பிடிக்காததால் விலகினீர்களா?

ஆமாம். ஸ்டாலின் நான் விரும்பக்கூடிய மனிதராக இல்லை. பொதுவாகவே எதேச்சதிகாரத்தைக் கடுமையாக எதிர்ப்பவன் நான். இது என் வாழ்க்கைப் பின்னணியின் பாதிப்பு. அதனால்தான் ஸ்டாலினின் எதேச்சதிகாரத்தைக் கடுமையாக எதிர்த்தேன். அந்த எதேச்சதிகாரத்தை யார்யார் பின்தாங்கினார்களோ அவர்களுடைய மனோபாவத்தை நான் வெறுத்தேன்.

கம்யூனிஸ்ட் கட்சியிலிருந்து நீங்கள் உங்களைத் துண்டித்துக்கொள்ளக் காரணம் ஸ்டாலின் மீது ஏற்பட்ட கோபமா? அல்லது மார்க்ஸியத்தின் அடிப்படையின் மீதே ஏற்பட்ட கோபமா?

ஸ்டாலினுடைய போக்கைக் கட்சி நியாயப்படுத்தியதால் தான் விலகினேன். மார்க்ஸியக் கோட்பாடுகள் சார்ந்து அல்ல.

இத்தனை இடைவெளிக்குப்பிறகு இந்த வயதில், மார்க்ஸியத்தின் அடிப்படைக் கொள்கைகள்பற்றி உங்கள் கருத்து என்ன?

இந்தியச் சூழ்நிலைக்கு ஏற்ப மார்க்ஸின் சிந்தனைகளை இந்தியக் கம்யூனிஸ்டுகள் வளர்த்தெடுக்கவில்லை என்று எண்ணுகிறேன்.

மார்க்ஸின் சிந்தனைகளை ஒப்புக்கொள்கிறீர்களா?

மார்க்ஸின் சிந்தனைகளை நான் ஒப்புக்கொள்கிறேன். அதில் சந்தேகம் கிடையாது. முக்கியமாக மார்க்ஸின் காரியங்கள் ஐரோப்பியப் பின்னணியில், அதுவும் 19ஆம் நூற்றாண்டில் உருவானவை. அதில் கணிசமான பகுதி இன்றும் நமக்கு உபயோகமானது. ஆனால் அதற்கு மேலாக, வேறொரு விதமான கலாச்சாரப் பின்னணியும் மனோபாவங்களும் மத நம்பிக்கைகளும்கொண்ட நம்முடைய மக்கள் ஏற்கும்வகையில் மார்க்ஸியத்தை வளர்த்தெடுக்கவில்லை.

உங்களுக்கு விவேகானந்தரின் இந்தியத் தத்துவ தரிசனத்தில் நம்பிக்கை இருக்கிறதா?

இல்லை. நான் ஆஸ்திகன் இல்லை. விவேகானந்தரின் சிந்தனைகளில் உள்ள முற்போக்கான ஒரு பகுதி பிடிக்கும் என்பது தவிர அவருடைய ஆஸ்திக மனோபாவத்தில் நம்பிக்கை இல்லை.

நீங்கள் ஆஸ்திகனல்ல என்பதை நாஸ்திகன் என்று கொள்ளலாமா? இல்லை அறிய ஒண்ணா தத்துவத் தளத்தை *(agnostic)* சேர்ந்தவ ரென்று அறிந்துகொள்ளலாமா?

'அக்னாஸ்டிக்' என்று சொல்லலாம்.

உங்கள் வாழ்வில் மதம் ஒரு பங்கு வகிக்கிறது இல்லையா?

இல்லை. என் வாழ்வில் மதத்திற்கு முக்கியத்துவம் இல்லை.

சோஷலிஸ எதார்த்தவாத இலக்கியம் படைக்க முடியும் என்று நம்புகிறீர்களா?

என்னுடைய ஆரம்பகாலக் கதைகளே அதற்கு சாட்சி. நான் கலை நயத்தைக் காப்பாற்றிக்கொண்டே முற்போக்கான கதைகளை எழுதி வந்துள்ளேன். அதில் வெற்றியும் பெற்றேன் என்று நினைக்கிறேன். எனக்குக் கலைநயம் மிகவும் முக்கியம். நீங்கள் எந்த விஷயத்தை முன்வைத்தாலும்கூட அதில் மனிதனுடைய மனத்தை ஈர்க்கிற சக்தி இருந்தால்தான் அது சமூகத்தைப் பாதிக்கும். நான் கலை அம்சத்தை வற்புறுத்தக் காரணமே கலை சமூகத்தைப் பாதிக்க வேண்டும் என்பதால்தான்.

உங்களைப் பொறுத்தவரை சமீப காலமாக மார்க்ஸியத்திற்கு எதிரான எழுத்துகளைப் பரப்புகிறார், கம்யூனிஸ்டுகளுக்கு எதிரான எழுத்துகளைப் படைக்கிறார் என்று ஒரு சில முகாம்களில் பேசப்படுகிறது. நீங்கள் மார்க்ஸிய விரோதியா? உங்கள் படைப்பு 'ஜே.ஜே: சில குறிப்புகள்' கம்யூனிஸ விரோத நாவலா? முக்கியமாக முல்லைக்கல் மாதவன் நாயர் கதாபாத்திரம் . . .

'ஜே.ஜே: சில குறிப்புக'ளை நீங்க நுட்பமாகப் படித்தீர்கள் என்றால் – அதை நுட்பமாகப் படிக்க வேண்டும் என்று எதிர் பார்க்கிறேன் – ஜே.ஜே. ஒரு முக்கியமான எழுத்தாளன். தரக்குறைவான எந்தக் காரியமும் அவனிடம் கிடையாது. அவன் ரொம்ப நேர்மையானவன். தனக்கு எது உண்மை என்று படுகிறதோ, தனக்கு எது உடன்பாடோ அதைத் தொடர்ந்து செய்துவந்தான். நீங்கள் ஒரு கம்யூனிஸ்டா என்று கேட்கும்போது நீங்கள் தத்துவத்தைச் சேர்ந்த ஆளா என்பது முக்கியமான விஷயம். நீங்கள் ஒரு எழுத்தாளன் என்று சொன்னால், கட்சி எடுக்கிற ஒவ்வொரு நிலையையும் ஆதரிக்க வேண்டும் என்கிற கட்டாயம் உங்களுக்கு இருக்குமென்றால் நீங்கள் சிறப்பான விஷயங்களை உருவாக்க முடியாது. நான் கம்யூனிஸத்தை விமர்சித்த எல்லாச் சந்தர்ப்பங்களிலும் கட்சியினுடைய போக்கைத்தான் விமர்சித்தேன். 1917இலிருந்து 1990வரையிலும் சோவியத்தில் நடந்த எல்லா விஷயங்களையும் இந்திய கம்யூனிஸ்ட் கட்சி ஆதரித்துக்கொண்டே வந்திருக்கிறது. இதை நான் எதிர்க்கிறேன். நான் மட்டும் எதிர்க்கவில்லை, உலக எழுத்தாளர்கள் பலரும் எதிர்த்திருக்கிறார்கள். இப்போது சோவியத் தலைமைப்பீடமே எதிர்க்கிறது. இன்றைக்கு சோவியத் தலைமைப்பீடம் ஒரு முற்போக்கான நடவடிக்கையை எடுத்திருக்கிறது என்றால், அதற்கு முன்பாகவே பல உலக எழுத்தாளர்களும் நானும் அதே நடவடிக்கையை எடுத்திருக்கிறோம். நேற்று நாங்கள் சொன்ன விமர்சனங்களுக்காக எங்களை முத்திரை குத்துவது, இந்த விமர்சனங்களைக் கட்சித் தலைமையிலிருந்து ஒருவன் உருவாக்கக்கூடிய சந்தர்ப்பத்தில் அவனைப் பரிபூரணமாக ஏற்றுக்கொள்வது, அந்த நிலையிலும் எங்களைத் திரும்பவும் விமர்சனம் பண்ணுவது . . . இதை நீங்கள் எந்தவிதமான கருத்துலக நாகரிகத்தில் சேர்த்துக்கொள்வீர்கள்? உலகத்தில் ஸ்டாலினை விமர்சனம் செய்தவர்கள் எல்லாம் பிற்போக்குவாதிகள் என்று சொன்னால் கோர்ப்பச்சேவும் பிற்போக்குவாதிதான்.

1990இல் பிரஸ்டிரோய்காவுக்குப் பிறகு இந்தியக் கம்யூனிஸ்ட் இயக்கங்களுடைய போக்கும் அதனுடைய பாதிப்பும் பற்றி உங்கள் அபிப்பிராயம் என்ன?

இன்றைக்கும்கூடக் கட்சித் தலைமையை ஏற்றுக்கொள்ளக் கூடிய மனோபாவம் இருக்கிறதே ஒழிய, இந்த விமர்சனங்களை

முன்வைத்த எழுத்தாளனை ஏற்றுக்கொள்ளக்கூடிய மனோபாவம் இல்லை. உங்களுடைய பத்திரிகைக்கே இ.எம்.எஸ். ஒரு பேட்டி கொடுத்திருக்கிறார். இலக்கியம், கலை சம்பந்தமாக அவருடைய கருத்துகளை வெளிப்படையாகச் சொல்லி இருக்கிறார். ஆனால் இதே கருத்துகளைக் கேரளாவில் நாற்பது வருடங்களுக்கு முன்னால் சொன்ன ஆட்கள் இருக்கிறார்கள். பேராசிரியர் எம்.பி. பால் ... மற்றொருவர் எம். கோவிந்தன். அன்று அவர்கள் மேல் கடுமையான விமர்சனத்தை இ.எம்.எஸ். வைத்தார். இப்போது கருத்துகளை மாற்றிக்கொண்டு சொல்லும்போதும் அவர்களை நினைவுபடுத்திக் கொள்ளவில்லை; அவர்களை ஏற்றுக்கொள்ள வில்லை. அவர்களுக்கும் கட்சிக்கும் என்ன தொடர்பு இருக்கிறது என்றுதான் பார்க்கிறார்கள் ... அவர்களுக்கும் கலைக்கும், அவர்களுக்கும் இலக்கியத்துக்கும் என்ன தொடர்பு இருக்கிற தென்பது பார்க்கப்படுவதில்லை.

'சுந்தர ராமசாமி கதைகள்' என்று சமீபத்தில் வந்துள்ள உங்கள் மொத்தச் சிறுகதைத் திரட்டில், முதல் பத்துக் கதைகள் யதார்த்தப் போக்கில் மனித வாழ்வின் அவலங்களை, அற்புதங்களைச் சித்தரித்தன. ஆனால் பின்னே வரவர உங்கள் கதைகள் முந்தையப் பாதையிலிருந்து, பாணியிலிருந்து விலகி, வாசகனால் புரிந்துகொள்ள முடியாத வடிவில், தனிமனித வாதத்தில், தனிமனிதனென்றால் ஒரு **myth** மாதிரி அருவ வடிவத்தில் கொண்டுபோகிறீர்கள். உதாரணமாக 'வாசனை' போன்ற கதைகளைச் சொல்லலாம். ஆனால் முந்தையக் கதைகளான 'பிரசாதம்', 'தண்ணீர்' மாதிரி இவை அற்புதமாக இல்லையோ என்று ஒரு எண்ணம். இந்த மாற்றம் எப்படி ஏற்பட்டது? சுய விசாரணை பாணியிலா? இந்த மாறுதலை வேண்டுமென்றே செய்தீர்களா?

இல்லை. நான் எழுதத் தொடங்கியதிலிருந்து என் சிந்தனைகளில் பல்வேறுபட்ட மாற்றங்கள் ஏற்பட்டுக்கொண்டே இருக்கின்றன. குறிப்பிட்ட ஒரு விஷயம், ஒரு வடிவம், கதையில் வெற்றியடைந்துவிட்ட காரணத்தாலேயே மீண்டும்மீண்டும் அதையே செய்துகொண்டிருக்கக்கூடாது என்று நினைக்கிறேன். புதிய விஷயங்களையும் புதிய உருவங்களையும் தேடிச் செல்வதில் ஆர்வமாக இருக்கிறேன். அது கதையாக இருந்தாலும் சரி நாவலாக இருந்தாலும் சரி, புதுமை கூடிவர வேண்டும்.

வாழ்க்கையில் ஒரு சந்தர்ப்பத்தில் உணவு அல்லது வேலை முக்கியமாகப் படுகிறது. மற்றொரு சந்தர்ப்பத்தில் மனிதனுக்கு உணவும் வேலையும் கொடுத்தால்கூட அவனுக்கு வேறு சில பிரச்சினைகள் முளைத்துவிடுகின்றன என்ற எண்ணம் ஏற்படுகிறது. ஆத்மீகப் பிரச்சினைகள் இருக்கின்றன. அந்தப்

பிரச்சினைகளையும் நிவர்த்தி செய்தால்தான் மனிதன் நிம்மதியாக இருப்பான்.

உணவும் ஆடையும் வேலையும் கொடுத்துவிட்டதனாலேயே மனிதன் நிம்மதியாக வாழ்வான் என்பதற்கு உத்தரவாதம் இல்லை.

எனக்கு ஏற்பட்ட மாற்றங்களையும் என் கதைகளில் சொல்லி வந்திருக்கிறேன். ஒரு கோட்பாட்டை நிரந்தரமாக ஏற்றுக் கொண்டு அதற்கேற்றாற்போல் நான் கதைகள் எழுதவில்லை.

உங்களுடைய நடுத்தர வர்க்கப் பின்னணிகூட உணவு, இருப்பிடம் போன்ற பெரிய பிரச்சினைகள் தோன்றாமல் இதையும் தாண்டி மனிதனுக்கு ஒன்று தேவைப்படுகிறது என்று எண்ண வைத்திருக்கலாம் இல்லையா?

எனது குடும்ப வாழ்க்கை மட்டுமல்ல, உலக சரித்திரத்தைப் பார்க்கும்போதுகூட மனிதனிடமிருந்து அவனுடைய சுதந்திரத்தை எடுத்துவிட்டு உணவும் வேலையும் தந்தால் அவன் சந்தோஷப்பட மாட்டான் என்பது தெரிகிறது. சுதந்திரமும் அவனுக்கு முக்கியமான விஷயமாகத்தான் இருக்கிறது. அதற்கு மேலே அவனுக்குப் பல ஈடுபாடுகள் இருக்கின்றன. மனம் என்பது சிக்கலான விஷயம். அதை ஆராய்ந்துபார்க்கத் தூண்டுகிற பல்வேறு விஷயங்களை நான் சொல்லியிருக்கிறேன். இந்தக் கதைகளையெல்லாம் நீங்கள் தாண்டிவந்தீர்கள் என்றால் திரும்பவும் சமூகத் தளத்தில் பல கதைகளை எழுதியிருக்கிறேன். என்னுடைய மனோபாவம், ஒரு படைப்பாளியின் மனோபாவம்; தத்துவ ஆசிரியனின் மனோபாவம் அல்ல. இந்தத் தமிழ்ச் சமூகத்தின் பல்வேறுபட்ட மாற்றங்களுக்கு என் எதிரொலி உணர்வுபூர்வமாக இருக்கலாம்; சிலசமயம் ஏற்றத்தாழ்வு கொண்டதாகவும் இருக்கலாம். ஆனால் அது உண்மையான எதிரொலி என்று என் மனத்துக்குப் படுகிறது.

உங்களுடைய அத்தனை கதைகளையுமே, கல்கி தவிர பாக்கி சிறு பத்திரிகைகளில்தான் எழுதியிருக்கிறீர்கள். அதில் பல பத்திரிகை களுடைய பெயர்கள் கொல்லிப்பாவை, சதங்கை, சுவடு; இதெல்லாம் ஜனங்களுக்குத் தெரியாத பத்திரிகைகள். இதை வேண்டும் என்றே செய்தீர்களா? இல்லை, வெகுஜனப் பத்திரிகைகளில் கதை கேட்டு மறுத்திருக்கிறீர்களா?

வெகுஜனப் பத்திரிகைமேல் எனக்கு வெறுப்பு ஏற்பட்டது. அதற்குக் காரணம் நான் சொல்ல வேண்டிய அவசியமில்லை. உங்களுக்கே தெரியும். அதன் பக்கங்களில் உண்மையான பல காரியங்கள் என்னால் செய்யமுடியாது என்பது எனக்குத் தெரியும். ஒரு சில கதைகள் கல்கியில் வந்ததற்குக் காரணம்

என் நண்பர் நா. பார்த்தசாரதிதான். அவர்தான் என்னுடைய கதைகளைப் படித்துப்பார்த்துவிட்டு அதைத் தன்னுடைய வாசகர்கள் படிக்கவேண்டும் என்று அவர் சம்பந்தப்பட்ட பத்திரிகைகளில் வெளியிடச் செய்தார். பத்திரிகைகள் என்னிடம் விரும்பிக் கேட்கிறபோது அந்தப் பத்திரிகைபற்றிக் குறைந்த பட்சம் எனக்கு ஒரு நல்லெண்ணம் இல்லையென்றால் நான் அதற்கு எதையும் அனுப்புவதில்லை.

நீங்கள் 'காலச்சுவடு' பத்திரிகை எட்டு இதழ்கள் நடத்தினீர்கள். அது ஏன் நிறுத்தப்பட்டது? வாசகர் மத்தியில் என்ன பாதிப்பை ஏற்படுத்தியது? இந்த மாதிரி இதழ்கள் ஏன் தமிழ்நாட்டில் ஐந்தாறு இதழ்களுடன் நின்றுபோய்விடுகின்றன. இந்தச் சிற்றிதழ்கள் பேரிதழ்களாக என்ன செய்யலாம்?

தமிழ்ச் சமுதாயத்தில் சிற்றிதழ்கள் கிட்டத்தட்ட ஆயிரம் ஆயிரத்தைந்நூறு பிரதிகள் விற்கின்றன. 'காலச்சுவடு' சிற்றிதழ்களிலேயே அதிக விற்பனை என்று சொல்லப்பட்டது. அது ஆயிரம் பிரதிகள் போயிற்று. சந்தாதாரர்களை நம்பிச் சிற்றிதழ்கள் நடக்கின்றன. தமிழ்நாட்டில் ஒரு சிற்றிதழுக்குச் சந்தா கட்ட அவசியமான படிப்பும் பொருளாதார பலமும் கொண்டவர்கள் குறைந்தபட்சம் ஐயாயிரம் பேர்களாவது இருப்பார்கள் என்று நினைக்கிறேன். இவர்களில் பல்கலைக்கழக ஆசிரியர்களின் எண்ணிக்கை கணிசமானது; முக்கியமானது. ஆனால் அவர்களுடைய ஆதரவு சிற்றிதழ்களுக்குப் பெரும்பாலும் கிடைப்பதில்லை. சிற்றிதழ்கள் வாசகர் மத்தியில் பரவ முடியாத நிலையில், 'வெகுஜன எழுத்தாளர்கள் மட்டும்தான் தமிழகத்தில் இருக்கிறார்கள். அவர்கள்தான் தமிழ் இலக்கியத்தை உருவாக்குகிறார்கள்' என்ற தவறான எண்ணம் தமிழ் வாசகர்களுக்கு ஏற்பட்டு விடுகிறது.

இன்னொன்றுகூட எனக்குத் தோன்றுகிறது. சிறுபத்திரிகைகளின் நடை படிக்க முடியாததாக இருக்கிறது. உங்கள் கட்டுரைகளில்கூட, மற்றவர்களுக்குப் புரியக்கூடாது என்று வலுக்கட்டாயமாக நீங்கள் எழுதாவிட்டாலும்கூட, அந்த மாதிரி நடையை நீங்கள் எழுதியிருக்கிறீர்கள். *Readability* என்பது...

வாசிப்புத்தன்மை என்பது முக்கியமான விஷயம். ஒரு விஷயத்தை எழுதி அது வாசகனுக்குப் போய்ச் சேரவில்லையென்றால் எந்த எழுத்தாளனுக்கும் அது ஏமாற்றம்தான். ஆக நான் ஒரு விஷயத்தைச் சுலபமாகச் சொல்லவேண்டியது முக்கியமானது... ஆனால் நான் என்ன சொல்ல நினைக்கிறேனோ அதைச் சொல்லவும் வேண்டும். அதுவும் முக்கியம்தான். என்னுடைய சிந்தனையில் பல்வேறுபட்ட மாற்றங்கள் நிகழும் சந்தர்ப்பத்தில் அதையும் நான் சொல்ல ஆசைப்படுறேன்.

அப்போது என்னுடைய சிந்தனையில் சிக்கல் (complexity) இருக்குமென்றால் அந்தச் சிக்கல் என் எழுத்தில் வரத்தான் செய்யும்.

நடையைக் கொஞ்சம் வித்தியாசப்படுத்த வேண்டும் என்று வேண்டுமென்றே செய்கிற செப்படி வித்தைகளை நீங்கள் செய்வதில்லையா?

என்னைப் பொறுத்தவரையில் நான் அப்படிச் செய்வதில்லை. பிச்சமூர்த்தி பற்றி நான் எழுதியிருக்கும் புஸ்தகத்தைப் படித்திருப்பீர்கள். அதில் நடை எளிமைப்பட்டிருக்கிறது என்று தான் நினைக்கிறேன். நானே அந்தப் புதிய கருத்துகளைச் சொல்லப் பழகிக்கொண்டுவிட்டேன். முதன்முதலாக இது போன்ற கருத்துகளைச் சொல்லவந்தபோது எனக்கே திணறல் இருந்தது; கஷ்டங்கள் இருந்தன. மற்றொன்று, தமிழ்நாட்டில் உள்ள வாசகர்களுக்கு எளிமையாக உள்ளதைத்தான் படிக்க வேண்டும் என்ற பிடிவாதம் உண்டு. அது பத்திரிகை ஆசிரியர்கள் மாற்ற வேண்டிய பிடிவாதம். ஒருசில, சிரமமாக இருந்தாலும் அவர்கள் படிக்க வேண்டிய அவசியமுண்டு. என் எழுத்துகளை அவர்கள் புரியவில்லை என்று சொல்லிவிட்டால் மிக உயர்ந்த எழுத்துகளை அவர்கள் எப்படிப் படிக்கப் போகிறார்கள்? இரண்டாவது, வாசகர்கள் இலக்கிய எழுத்து கஷ்டமாக இருப்பதாகச் சொல்வதை நான் ஏற்றுக்கொள்ள மாட்டேன். பிசிக்ஸ், கெமிஸ்ட்ரி எல்லாம் படிக்கிறார்கள்; டாக்டரேட் செய்கிறார்கள். இலக்கியம் என்று வரும்போது மட்டும் கஷ்டம் என்று சொன்னால் நான் ஒப்புக்கொள்ள மாட்டேன்.

அதெல்லாம் படிக்கிறார்கள் என்றால் நிர்ப்பந்தம்... வேலைக்கான தேவை இருக்கிறதே?

இலக்கியம் படிப்பது நிர்ப்பந்தம் இல்லை. ஆனால் தேவை – அவசியம் – இருக்கிறது. அதை உணர்ந்தால் இந்த மாதிரியான புகார் அநேகமாக வராது. அதே சமயத்தில் ஒரு விஷயத்தை அவசியமில்லாமல் கடினப்படுத்துவதில் எனக்கு உடன்பாடு இல்லை. அதை நான் ஏற்றுக்கொள்ளமாட்டேன்.

ஆனால் சில சமயம் 'ஆர்ட் ஃபிலிம்'போல சிற்றிதழ்கள், பூடகமாக, புரியாத தன்மையுடன் இருப்பதை நீங்கள் ஒப்புக்கொள்கிறீர்களா?

ஒப்புக்கொள்கிறேன். ஆனால் சிறுபத்திரிகைகள் என்பது தமிழ்ச் சமுதாயத்தின் எதிரொலி. வணிகத் துறையில் எளிமையின் கடைசி எல்லை இருக்குமென்றால் சிற்றிதழ்களில் எதிர் நிலை தானாகவே உருவாகிவிடும். இரண்டும் இரு துருவங்களாகி விடுகின்றன. இது பழிவாங்கும் மனப்பான்மை அல்ல, தார்மீகமான கோபம். "இந்த அளவுக்குக் கருத்துகளை எளிமைப் படுத்துகிறாய்; இந்த அளவுக்குச் சல்லிசாக்கிவிடுகிறாய்; எந்த

விஷயம் புரியுமோ அதை மட்டுமே தருகிறாய்." இது போன்ற நிலைக்கு எதிரான ஒரு மனோபாவம்.

மேலை நாட்டை அடியொற்றி இங்கு சில இலக்கியப் போக்குகள் வந்திருக்கின்றன. *Postmodernism* அப்படி இப்படி சில முத்திரைகள்... இதெல்லாம் குத்தப்பட்டால்தான் இலக்கியமா? இல்லை என் மனத்தை நேரடியாகத் தொட்டால் அது இலக்கியமா?

உங்கள் மனத்தை நேரடியாகத் தொட்டால் அது இலக்கியம் தான். இந்த மாதிரி முத்திரைகள் கட்டாயமானவையல்ல. மேல்நாட்டில் உருவாகியிருக்கும் பல்வேறு சிந்தனைகளைத் தமிழ் எழுத்தாளர்களில் சிலர் தமிழுக்கு அறிமுகப்படுத்தியிருக்கிறார்கள். அது வரவேற்கப்பட வேண்டிய விஷயம். ஆனால் இச்சிந்தனைகளைத் தமிழுக்குக் கொண்டுவரும்போது அவற்றைத் தன்வயப்படுத்திக்கொண்டு அவர்களே ஜீரணம் பண்ணிக் கொண்டு தமிழ்ச் சமுதாயத்தின் பின்னணியில் அவற்றை இணைத்துச் சொல்ல வேண்டும்.

அடிப்படையையே தகர்க்கிற மாதிரி, அதாவது நான்லீனியர் ரைட்டிங் என்கிற மாதிரி அல்லது உருவ அமைப்பை உடைக்கிற மாதிரி சில முயற்சிகள் நடந்துகொண்டிருக்கின்றன. இதெல்லாம் தமிழுக்கு வளம் சேர்க்கக்கூடிய முயற்சிகள் என்று நீங்கள் நினைக்கிறீர்களா?

அந்த முயற்சிகள் வெற்றியடைந்தால்...

வெற்றியடைகிறது என்று எப்படிச் சொல்கிறீர்கள்?

காலம்தான் அதைச் சொல்ல வேண்டும். இப்போதுதான் அது ஆரம்பித்திருக்கிறது. இன்னும் அதிகமான படைப்புகள் வர வேண்டும்...

உலக சரித்திரத்தில் இது மாதிரி முயற்சிகள் வெற்றியடைய வில்லை. திரும்பத் திரும்ப யதார்த்த பாணி கதைசொல்லல்தான் தொடர்கிறது. மறுபடியும் டால்ஸ்டாய்தான் போற்றப்படுகிறார். சார்தர்கூட இரண்டாவது நிலைக்குப் போய்விட்டார்.

ஆனால் அந்த முயற்சிகள் வெற்றியடையாவிட்டாலும் மற்ற பொதுவான இலக்கிய வகைகளை அவை பாதிக்கும். அந்த பாதிப்பு ஆரோக்கியமான மாற்றங்களை உருவாக்க வேண்டும். அது கலைப்படைப்பாக இருக்க வேண்டும். கலைப் படைப்புகள் என்று சொன்னால் மனிதனுடைய மனத்தைத் தொடக்கூடிய சக்தி வாய்ந்ததாக இருக்க வேண்டும்.

சில சமயம் கலைப்படைப்பாகவும் இருந்து சமூகத்தில் எதிர்விளைவு கொடுக்கக்கூடியதாகவும் இருக்கிறதே, அதை எப்படி எடைபோடுகிறீர்கள்?

கலைப்படைப்பு என்று சொல்லும்போது அதன் தார்மீக அடிப்படையும் எனக்கு முக்கியமானதுதான். இதையும்

கவனித்துத்தான் அதைக் கலைப்படைப்பு என்று சொல்வேன். நிச்சயமாக அது சமூக விரோதப் படைப்பாக இருக்காது.

அப்போது உள்ளடக்கத்துக்கும் முக்கியத்துவம் கொடுக்கிறீர்கள்...

நிச்சயமாக உள்ளடக்கத்துக்கு ரொம்பவும் முக்கியத்துவம் கொடுப்பேன். உள்ளடக்கம் சரியாகச் சொல்லப்பட்டிருக்கிறதா, பரிபக்குவமாக இருக்கிறதா, அனுபவமாக மாற்றப்பட்டிருக்கிறதா, கருத்துகள் வெறும் கருத்துகளாக இல்லாமல் கலையாக மறு உருவாக்கம் செய்யப்பட்டிருக்கின்றனவா என்றெல்லாம் பார்ப்பேன்.

சமகாலப் படைப்புகள் எந்தக் குறிக்கோள் நோக்கிப் போகின்றன என்கிற கணிப்பு உங்களுக்கு இருக்கிறதா?

இருக்கிறது. முக்கியமாக எந்த எழுத்தாளர்களுடைய போக்கும் தத்துவம் சார்ந்தது அல்ல. ஆனால் எல்லா எழுத்தாளர்களுக்கும் மார்க்ஸியத்திலிருந்து ஒரு ஆரோக்கியமான பாதிப்பு கிடைத்திருக்கிறது. பொதுவாக எல்லா இளம் எழுத்தாளர்களுக்கும் மனிதனை மையத்தில் வைத்துச் சிந்திக்கக்கூடிய மனோபாவம் ஏற்பட்டிருக்கிறது. இன்றைக்கு இருக்கக்கூடிய வாழ்க்கையை மாற்றி வேறு ஒருவிதமான வாழ்க்கையை உருவாக்க வேண்டும் என்ற கனவு இருக்கிறது.

திரைப்படங்கள் பார்ப்பது உண்டா? தமிழ்ப் படங்களைப்பற்றி உங்கள் அபிப்பிராயம்?

உண்டு. சிறுவயதிலிருந்தே திரைப்படங்கள் பார்க்கிறேன். தமிழ் சினிமாபற்றி எனக்கு உயர்வான எண்ணம் இல்லை. விதிவிலக்காகச் சிலமுயற்சிகள் நடந்துவருவது உண்மைதான். ஆனால் நாம் ரொம்பவும் பின்தங்கிவிட்டோம்.

தமிழ் நாடகத்தைப்பற்றி நீங்கள் எழுதியிருக்கிறீர்கள்... இப்சன், செகாவ், பிராண்டலோ என்றெல்லாம் குறிப்பிட்டிருக்கிறீர்கள், அவர்கள் எல்லோருமே யதார்த்த பாணி எழுத்தாளர்கள். யதார்த்த நாடகங்களே தமிழில் இன்னும் முதிர்ச்சி அடையவில்லை. அதற்குள் பல படிகள் தாண்டிப் போகிறார்கள். இப்படி இருக்கும்போது நீங்கள் குறிப்பிட்டிருந்த குழுக்கள் ரசிகர்களைச் சென்றடையும் என்று எனக்குத் தோன்றவில்லை. இந்திய இடியம் அல்லது நாடகக் கூறுகளில் இந்திய மரபு இந்த அடிப்படையில் அவர்கள் நாடகம் போடுகிறார்கள். அது எப்படி இருக்க வேண்டும் என்று நீங்கள் விரும்புகிறீர்கள்?

தமிழ் வாழ்க்கையை, தமிழனின் வாழ்க்கையைப் பிரதிபலிக்கக்கூடிய ஒரு யதார்த்த நாடகத்திற்குத்தான் தமிழ்ச் சமூகத்தில் வரவேற்பு இருக்கும்.

நேர்காணல்கள்

தமிழனுடைய வாழ்க்கைத் தரம், பொருளாதாரம், சமூக நிலை எல்லாமே கீழடைந்திருக்கும்போது அதையும் மீறிக் கலை இலக்கியங்கள் மட்டும் தனியாக வளரவேண்டும் என்று நீங்கள் எப்படி எதிர்பார்க்க முடியும்?

நான் இலக்கியத்தை மட்டும் சொல்லவில்லை. தமிழ்ச் சமுதாயத்தில் வெளிவரும் திரைப்படங்கள், வணிகப் பத்திரிகைகள், இயங்கும் போலி அரசியல் கட்சிகள், பல்கலைக் கழகங்களின் செயல்பாடுகள், தொலைக்காட்சிகள் எல்லாவற்றைப் பற்றியும் சொல்கிறேன். எல்லாமே தரம் தாழ்ந்துபோய்விட்டன என்கிறேன்.

வறுமைக் கோட்டுக்குக் கீழே பலகோடி இந்தியர்களின் வாழ்க்கை இருக்கிற சூழலில் கலை இலக்கியங்கள் செழிக்க முடியுமா?

வறுமைக்கும் வாழ்க்கைப் பிரச்சினைக்கும் ஆட்படாத, மாதம் ஐயாயிரம் ஆறாயிரம் வருமானம் பெறக்கூடிய பேராசிரியர் களுடைய மனோபாவம் எப்படி இருக்கிறது?

அவர்கள் வாழ்க்கையில் வேலையில்லாத் திண்டாட்டம் இல்லை. வறுமை இல்லை. பேராசிரியர்களுக்கு ஐயாயிரம் ஆறாயிரம் வருமானம் அரசு வழங்குகிறது என்றால் அவர்கள் சிந்திக்கவும் படிக்கவும்தான். அவர்கள் சிந்திப்பதோ படிப்பதோ அபூர்வம்.

ஆனால் வேறு வேலை செய்துகொண்டு அதில் கிடைக்கும் வருமானத்தில் வாழ்ந்து, அதிகப்படியாகக் கண்விழித்து, சிந்தித்து, படித்து எழுதக்கூடியவர்கள் கல்லூரி வளாகத்திற்கு வெளியே தான் இருக்கிறார்கள்.

வசதியான ஆசாமிகளின் வீடுகளுக்குப் போய்ப் பாருங்கள். அவர்கள் மோசமான பத்திரிகைகளைத்தான் படிக்கிறார்கள். மோசமான நாவல்களைத்தான் படிக்கிறார்கள். உயர்ந்த விஷயங் களுக்கு அவர்கள் உள்ளத்தில் இடம் இல்லை. தமிழர்கள் பொருளாதாரச் சூழலால்தான் இப்படி இருக்கிறார்கள் என்று சொல்ல முடியாது.

25 வருடங்களாக நமக்கு ஏற்பட்டிருக்கிற ஆட்சிகூட இதற்கு ஒரு காரணமாக இருக்கலாம் இல்லையா?

நிச்சயமாக ஒரு காரணம்தான். நம் நிலை ரொம்பவும் தாழ்ந்துபோயிருக்கிறது. இதில் பெரும் பங்கு அரசியலுக்கு உண்டு.

என்னைப் பொறுத்தவரையில் அரசியல், வணிகப் பத்திரிகைகள், பல்கலைக்கழகங்கள், தொலைக்காட்சிகள் எல்லாமே ஒரே சீரழிந்த சக்தியின் பல்வேறுபட்ட முகங்கள்தான்.

அவர்கள் கூட்டுக் கொள்ளைக்காரர்கள். அவர்களுக்குள் கொடுக்கல் வாங்கல்கள் உண்டு. அவர்கள் ஒருவருக்கொருவர் விரோதிகள் அல்ல.

சமீப காலங்களில் உங்களைக் கவர்ந்த படைப்புகள் எவை?

சமீபத்தில் வெளிவந்திருக்கும் தரமான நாவல்களில் தோப்பில் முகம்மது மீரானின் 'ஒரு கடலோர கிராமத்தின் கதை', ஜெயமோகனின் 'ரப்பர்', அஸ்வகோஷின் 'சிறகுகள் முளைத்து', சிவகாமியின் 'பழையன கழிதலும்' பொருட்படுத்தி விவாதிக்க வேண்டிய கலை முயற்சிகள். சிறுகதைகளில் அம்பையின் 'வீட்டின் மூலையில் ஒரு சமையலறை' நன்றாக வந்திருக்கிறது. தமிழ்ச்செல்வனின் 'வெயிலோடு போய்' நம்பிக்கையை அளிக்கிறது. ஜெயமோகன், யுவன், அப்பாஸ், உமாபதி, கோலாகல ஸ்ரீநிவாஸ் ஆகியோர் புதிய கவிகள்.

எஸ்.வி. ராஜதுரை, தமிழவன், ஞானி, எஸ்.என். நாகராஜன் போன்ற பலர் முன்வைக்கும் புதிய சிந்தனைகளையும் விமரிசனங்களையும் இளைய தலைமுறையினர் ஊன்றிப் படித்துத் தீவிர சர்ச்சைக்கு எடுத்துக்கொள்ள வேண்டும். புதிய சிந்தனைகள் – அறிமுகப்படுத்தப்படும் நிலையிலேயே – தமிழ்ப் பின்னணியோடு இணைந்த விமரிசனமாக வெளிவர வேண்டும் என்பது என் எண்ணம்.

எம்.ஏ. நுஃமானின் 'மார்க்சியமும் இலக்கியத் திறனாய்வும்', தரமான நேர்மையான விமரிசனம். டாக்டர் க. பஞ்சாங்கத்தின், 'தமிழ் இலக்கியத் திறனாய்வு வரலாறு' மிகுந்த சந்தோஷத்துடன் படித்த புத்தகம். டாக்டர் பட்டத்திற்காகச் செய்யப்படும் ஆராய்ச்சிகள் அதிகமும் கெட்டிக்காரத்தனமான ஜோடனைகள். விதிவிலக்கு, டாக்டர் மீனாகுமாரியின் பிச்சமூர்த்தி பற்றிய ஆய்வு. உழைப்பும் முழுமையும் ஒரு பக்கம் இருக்க ஆய்வு வெளிப்படுத்தும் நேர்மை பிச்சமூர்த்தியின் நேர்மையுடன் ஒப்பிடத் தகுந்தது.

டாக்டர் ரவீந்திரனின் கட்டுரைகளும், ராஜ் கௌதமனின் கட்டுரைகளும் தொகுக்கப்பட வேண்டும். எனக்குப் பார்க்கக் கிடைக்காதவையும் சொல்ல மறந்துபோனவையும் இருக்கக் கூடும். வாங்கி வைத்தும் படிக்காதவை, நிறைய. இன்று ஆ. சிவசுப்பிரமணியம், ஆ.இரா. வேங்கடாசலபதி இணைந்து எழுதிய 'பின்னி ஆலை வேலை நிறுத்தம் 1921' படித்துக்கொண்டிருந்தேன். மூல தாஸ்தாவேஜுகளை ஆராய்ந்து சுத்தமாக எழுதப்பட்டிருந்தது. நம்பிக்கை கொள்ளும்படி தமிழ் அதற்கே உரித்தான தினுசில் வளர்ந்து கொண்டுதான் இருக்கிறது. ஆனால் என்னுடைய எதிர்பார்ப்புக்கும் இந்த வளர்ச்சிக்கும் இடையே இருக்கும் கடல் மிகப் பெரியது.

இன்றையப் புதுக்கவிதைகள் பற்றி?

கவிதையில் ஒரு நவீனப் போக்கு வளர்ந்திருக்கிறது. அது இன்னும் வளரவேண்டும். தமிழில் இன்னும் ஒரு பெரிய கவிஞன் தோன்றவில்லை; தோன்ற வாய்ப்பு இருக்கிறது.

வைரமுத்து, மேத்தா இவர்களின் கவிதைகளைப்பற்றி?

வைரமுத்து, மேத்தா பற்றியெல்லாம் எனக்கு உயர்வான அபிப்பிராயம் இல்லை. கவிதைகளுக்குச் சில அடிப்படையான குணங்கள் இருக்கின்றன. ஒன்று சொற் சிக்கனம். இரண்டாவது கவிதை பிறருக்கு உபதேசம் பண்ணுவதற்கான கருவி அல்ல. அதற்குக் கட்டுரைகளோ வேறு விஷயங்களோ எழுதலாம்.

நேரடியான கருத்துகளைக் கவிதையில் சொல்லி அந்தக் கருத்துகளின் வலுவினால் கவிதைகள் உயர்வானவை என்று நினைக்கக்கூடிய போக்கில் எனக்கு உடன்பாடில்லை.

போரும் அமைதியும், கரமசோவ் சகோதரர்கள், மேஜிக் மௌன்டன் மாதிரியான மகத்தான படைப்புகள் ஏன் தமிழில் பிறக்கவில்லை?

அதற்குப் பல காரணங்கள் இருக்கலாம். முக்கியமான காரணம் இன்றையத் தமிழ் எழுத்தாளனுக்குப் பெரிதாகச் சாதிக்க வேண்டும் என்ற சவால் சூழலில் இல்லை.

மகத்தான படைப்புகளை உருவாக்கக்கூடிய சிக்கலோ சவால்களோ உள்வாங்கிக்கொள்ளப்படவில்லை.

தல்ஸ்தோய் காலத்தை எடுத்துக்கொள்ளுங்கள். தல்ஸ்தோய், தாஸ்தாயேவ்ஸ்கி, செகாவ், கார்க்கி என்று பெரிய பெரிய எழுத்தாளர்கள் உருவாகியிருக்கிறார்கள்.

இரண்டாவது, இலக்கியத்தைப் பெரிய அளவிற்கு மதிக்கக் கூடிய ஒரு சமூகம் வேண்டும். அந்தரங்கமாக நாம் எழுத்தாளர் களை உயர்வாகக் கருதுகிறோமா என்பது ஒரு பெரிய கேள்வி.

நவீனக் கலையான திரைப்படத் துறையின் பக்கம் நீங்கள் ஏன் திரும்பவில்லை? திரைக்கதைகள் ஏன் எழுதவில்லை?

அதற்கான சந்தர்ப்பம் எனக்கு வரவில்லை. யாராவது ஒரு இயக்குநர் வந்து கேட்டால்தானே நான் திரைக்கதையின் பக்கம் திரும்ப முடியும்? அதோடு எனக்கும் என்னிடம் கதை கேட்டு வரும் இயக்குநருக்கும் ஒரு இணைப்பு இருக்க வேண்டும். அந்த இணைப்பு இருந்தால்தான் நான் எந்தக் காரியத்தையும் செய்ய முடியும். நான் சந்தர்ப்பம் தேடி சினிமாவிற்குப் போக முடியாது.

சுந்தர ராமசாமி

இந்தியப் படங்கள் பற்றி?

சத்யஜித் ரே எனக்கு ரொம்ப முக்கியமான டைரக்டர். அவருடைய படங்கள் அநேகமாக எல்லாம் பார்த்திருக்கிறேன். அவர் மீது விமரிசனமும் மதிப்பும் உண்டு.

வெளிநாட்டு இயக்குநர் பற்றி?

எனக்கு சத்யஜித் ரே மீது உள்ள மதிப்பு பிறர்மீது இல்லை.

பெரியாருடைய நாத்திகவாதம் பற்றி உங்கள் கருத்து என்ன?

மூடப் பழக்கவழக்கங்களுக்கு எதிராகப் போராடியதும், சமூகத்தில் ஒரு குறிப்பிட்ட இனம் அதிகச் செல்வாக்குப் பெற்றிருந்தபோது அவர்களுக்கு எதிரான ஒரு கலகத்தை உருவாக்கியதும் பெரியாரின் ஆக்கப்பூர்வமான பங்களிப்பு என்று நினைக்கிறேன்.

இப்போது இலக்கியத்தில் என்ன செய்துகொண்டிருக்கிறீர்கள்?

இப்போது என் முக்கியமான முயற்சி 'காலச்சுவடு' மலர் தயாரிப்புதுதான். நாவல் ஒன்றை அரைகுறையாக எழுதி யிருக்கிறேன். அதை முடிக்கவேண்டும். இன்னும் தீவிரமாக இயங்கும் மனோபாவமும் சூழலும் உருவாகி இருக்கிறது.

ஐந்து இதழ்களாக சுபமங்களா படித்துக்கொண்டுவருகிறீர்கள். அதைப் பற்றி உங்கள் அபிப்பிராயம்? இதில் உள்ள குறைகள் என்னென்ன? எப்படி எப்படி செய்யலாம்?

இளம் எழுத்தாளர்களுக்கு ஆதரவு கொடுத்து வருகிறீர்கள். அது எனக்கு மகிழ்ச்சியைத் தருகிறது. மதிப்புரையும் நன்றாகப் போடுகிறீர்கள். இன்னும் இலக்கிய விமர்சனக் கட்டுரைகள் நிறைய வர வேண்டும்.

தமிழ் சினிமா, அரசியல் இவை பற்றி விமர்சன ரீதியான கருத்துகளை உருவாக்கிப் பெரிய சர்ச்சையை எழுப்ப வேண்டும். நமக்கு ஏற்பட்டுள்ள தாழ்வுக்குக் காரணம் என்ன என்று கண்டு அதைக் களைய வேண்டும். அதற்கு சுபமங்களா ஒரு கருவியாக வேண்டும்.

●

கலைஞன் ஓர் அதிருப்தியாளன்

தமிழில் பத்திரிகைகளின் பெருக்கம் இலக்கிய வளர்ச்சிக்கு எந்த வகையிலாவது உபயோகப்படுகிறதா?

எந்த வகையிலும் உபயோகமாகவில்லை. பத்திரிகைகளின் எண்ணிக்கை அதிகமாகிக் கொண்டிருக்கிறது. லாப வேட்கையை மட்டுமே குறிக்கோளாகக்கொண்ட பத்திரிகைகள் இவை. இவற்றின் தரம் மேலும் சீரழிந்துகொண்டுவருகிறது. இலக்கிய வளர்ச்சிக்கு உதவச் சிறுபத்திரிகைகள் முயல்கின்றன. தேவையின் அளவைப் பார்க்கும் போது இவற்றின் செயல்பாடுகள் பலவீனமானவை. இவை எண்ணிக்கையிலும் மிகக் குறைவானவை.

ஜனரஞ்சகப் பத்திரிகையில் எழுதுவது மூலம் ஓர் எழுத்தாளனின் விஷயம் லட்சக்கணக்கான வாசகர் களைச் சென்றடைகிறது. நீங்கள் ஏன் ஜனரஞ்சகப் பத்திரிகையில் எழுதுவதில்லை?

ஜனரஞ்சகப் பத்திரிகையில் படைப்பு என்பது பெரும்பாலும் இல்லை. அங்கு நிலவுவது தயாரிப்பு. வாசகர்ச் சந்தையை வலைவீசிப்பிடிக்க அவசியமான தீனி தயாரிக்கப்படுகிறது. இதன் அடிப்படையான கூறுகள் படைப்புக்கு எதிரானவை. நான் படைக்க விரும்புகிறேன். சுத்தமான வணிகமும் படைப்பும் ஒன்றுக்கொன்று முரண்பட்டவை.

ஜெயகாந்தன், பாலகுமாரன், மு. மேத்தா போன்றவர்கள் ஆரம்பத்தில் சிறுபத்திரிகைகளில் எழுதி, பின்

15.6.1991 *தினமணி தமிழ்மணி* இணைப்பு
பேட்டி கண்டவர்: பி. ராஜா

ஜனரஞ்சகப் பத்திரிகைக்கு வந்துஅதிகப் புகழும் அடைந்திருக் கிறார்கள். அந்த வகையிலான புகழுக்கு நீங்கள் ஆசைப்படவில்லையா?

இவர்களுடைய வகையான புகழுக்கு நான் ஆசைப்பட வில்லை. நான் சொல்ல விரும்பும் விஷயம் – பத்திரிகைகள் தயாரிக்கும் விஷயம் அல்ல – லட்சக்கணக்கான வாசகர்களைச் சென்றடைய வேண்டும் என்ற ஆசை எனக்கும் உண்டு. இந்தச் சமூகத்தை என்னாலும் பாதிப்புக்கு உள்ளாக்க முடியும் என்றே நம்புகிறேன். ஆனால் அவர்களைச் சென்றடைவதற்கான ஊடகம் (மீடியம்) எனக்குக் கிடைக்கவில்லை.

பிரபல பத்திரிகைகளுக்கு எழுத வேண்டாம் என்ற முடிவை மறு பரிசீலனை செய்யமுடியாதா?

லட்சக்கணக்கான வாசகர்களின் பலவீனங்களைத் திருப்திப் படுத்துவது என்னுடைய வேலை அல்ல என்று நினைக்கிறேன். அவர்களுடைய பாலுணர்வுகளை நான் சுரண்ட விரும்பவில்லை. அவர்களுடைய அறிவுகளை மழுங்கடித்து வாழ்க்கையைப் பற்றி ஒரு கனவை உருவாக்க விரும்பவில்லை. கலைபற்றிய என் நம்பிக்கைக்கு எதிரான காரியங்கள் இவை என்று நினைக்கிறேன். பிரபலப் பத்திரிகைகள் எந்தச் சிறந்த எழுத்தாளனையும் உருவாக்க முடியாமல் இருப்பதற்குக் காரணம் இதுதான்.

ஜெயகாந்தனைப் பற்றி என்ன சொல்வீர்கள்?

ஜெயகாந்தன்கூடச் சிறுபத்திரிகைகளால் உருவாக்கப் பட்டவர்தான். சரஸ்வதி, சாந்தி, தாமரை போன்ற பத்திரிகை களால். அங்கு நன்றாக மலர்ந்த பின்தான் அவர் பிரபலப் பத்திரிகைகளுக்குச் சென்றார். பிரபலப் பத்திரிகைகளுக்குச் சென்றதுமே அவர் சரிந்துவிட்டார் என்று நான் கருதவில்லை. பிரபலப் பத்திரிகைகளுக்குத் தொடர்ந்து எழுதும்போது சிறுகதை எழுதுவது என்பது சிறுகதையை விளக்குவது என்பதாக முடிந்து விடுகிறது. தேக்கரண்டியில் கதையை ஊட்ட வேண்டிய நிர்ப்பந்தம் ஏற்படுகிறது. இதனால் கதைகள் வலுவிழந்து, கட்டுமானமிழந்து, தொனிகள் இழந்து, சுருங்கக் கூறும் பண்பை இழந்து தேய்ந்துபோகின்றன. வலுவான எழுத்தாளர்கள் பிரபலப் பத்திரிகைகளுக்கு எழுதும்போது முதலில் சந்தையைப் பாதிக் கிறார்கள். பின் சந்தையால் பாதிக்கப்பட்டு அழிகிறார்கள்.

பிரபலப் பத்திரிகைகளால் முன்னிலைப்படுத்தப்படும் சந்தர்ப்பம்கூட ஜெயகாந்தனுக்கு மட்டும்தான் கிடைத்தது. வாசகர்கள் விரும்பிப் படிக்கும் இலக்கியத்தரமான கதைகளை எழுதியுள்ள தி. ஜானகிராமன், கி. ராஜநாராயணன், அசோக மித்திரன், சா. கந்தசாமி போன்றவர்களுக்குக் கிடைக்கவில்லை.

நம் சமூகத்திற்கு இலக்கியப் பிரக்ஞை இருந்திருக்குமென்றால் இவர்களுக்கு 40,000, 50,000 வாசகர்கள் இருந்திருக்கக்கூடும். இவர்களைக்கூட இந்தப் பத்திரிகைகளால் பயன்படுத்திக்கொள்ள முடியவில்லை என்பது முற்றிலும் சீரழிந்த அவர்களுடைய வியாபார நோக்கத்தையே வெளிப்படுத்துகிறது.

ஜனரஞ்சகப் பத்திரிகைகள் இலக்கியத்திற்கு எதுவும் செய்யவில்லை என்று கூறுகிறீர்களா?

கலை இலக்கியத்துக்கோ அறிவுபூர்வமான வளர்ச்சிக்கோ தொண்டாற்றவில்லை என்ற புகார்கூட எனக்கு இல்லை. இவை உயர்தரப் பொழுதுபோக்குப் பத்திரிகையாகக்கூட இருக்கலாம். ஆனால் இவை கிளுகிளுப்பூட்டும் வம்புச் செய்திகளையும் மேலோட்டமான விஷயங்களையும் தொடர்ந்து வெளியிட்டு, வாழ்க்கை பற்றியோ சமூகம் பற்றியோ அக்கறையற்ற வாசகர்களை உருவாக்கிக்கொண்டிருக்கின்றன. இவர்கள் மோசமான வியாபாரிகள். அதே சமயம் இவர்களுக்குச் சமூகம், சமயம், அரசியல், இலக்கியம் ஆகியவற்றின் மதிப்பீடுகளைத் தாங்கள்தான் காப்பாற்றிக்கொண்டுவருகிறோம் என்ற பாவனையும் உண்டு. தாங்களே சமூக மதிப்பீடுகளைக் காப்பாற்றுவதாக மார்தட்டுகிறார்கள். இது மதிப்பீடு சம்பந்தமான ஒரு பெரும் குழப்பத்தை ஏற்படுத்துகிறது.

திறனாய்வாளர்களைப்பற்றி எழுத்தாளர்கள் கவலைப்படக் கூடாது என்ற கருத்து நிலவுகிறது. உங்கள் கண்ணோட்டம் என்ன?

திறனாய்வை நான் மிகவும் பொருட்படுத்துகிறேன். திறனாய் வாளன் வெளிப்படுத்தும் கருத்துகளின் வலுவைச் சார்ந்து அதை மதிக்கிறேன். நடுநிலை சாராது இருந்தாலும் வேறு உள்நோக்கம் அல்லது காழ்ப்புணர்ச்சி கொண்டிருந்தாலும் அவற்றை முற்றாக அலட்சியப்படுத்த நான் இப்போது கற்றுக் கொண்டுவிட்டேன்.

காழ்ப்புணர்ச்சியை இலக்கிய விமர்சனமாக வெளிப்படுத்தும் ஒரு மோசமான கூட்டம் எங்கும் எப்போதும் இருந்து வந்திருக்கிறது. காலம் அவற்றைச் சுலபமாக அழித்துவிடும்.

உங்களுடைய ‘ஜே.ஜே: சில குறிப்புகள்’ நாவலுக்கு வேறு எந்தத் தமிழ் நாவலுக்கும் வராத அளவுக்கு விமர்சனங்கள் வெளிவந்துள்ளன; ஒருசில சாதகமானவை, பல பாதகமானவை. இவற்றால் உங்கள் மனநிலை பாதிக்கப்பட்டதா? எழுத்து பாதிக்கப்பட்டதா?

பெரும்பாலும் இல்லை. முன்னால் மோசமான விமர்சனங் களால் – அவை உண்மை உணர்ச்சி அற்றவை என்று தெரிந்தும் கூட – சஞ்சலம் அடைந்திருக்கிறேன். இப்போது விமர்சனங் களின் நோக்கங்களைப் பிரித்துப் பார்த்து ஏற்கவும் உதறவும்

கற்றுக்கொண்டுவிட்டேன். இவ்வளவு எதிர்மறையான விமர்சனத்தை உருவாக்கியது கூட ஜே.ஜே.யின் வெற்றி என்றே கருதுகிறேன்.

வட்டார வழக்குச் சொற்களை உங்கள் 'ஒரு புளியமரத்தின் கதை' யில் அதிக அளவில் பயன்படுத்தியிருக்கிறீர்கள். கி. ராஜநாராயணனும் பயன்படுத்தி வருகிறார். வட்டார வழக்குகளைப் பயன்படுத்துவதன் மூலம் என்ன சாதிக்க முடியும் என்று நினைக்கிறீர்கள்?

வட்டார வழக்குச் சொற்களைப் பயன்படுத்துவதில் தன்னளவில் உயர்வும் இல்லை; தாழ்வுமில்லை. நாவல் முற்றிலும் உண்மையாக நடந்தது என்ற பிரமையை ஏற்படுத்த வேண்டி யிருக்கிறது. இந்த உண்மை உணர்வை வாசகன் மனத்தில் ஏற்படுத்த எத்தனையோ கூறுகள் பயன்படுகின்றன. அதில் ஒரு கூறு வட்டார வழக்கு. என் நாவல் யதார்த்தத் தளத்தில் எழுதப்பட்டிருப்பதால் வட்டார வழக்கை ஒரு கூறாக நான் பயன்படுத்தியிருக்கிறேன்.

ஆனால் வட்டார வழக்கில்தான் ஒரு நாவல் தன் உயிரை வைத்துக்கொண்டிருக்குமானால் அது சிறப்பான நாவல் அல்ல. அப்போது அது மொழிபெயர்ப்பில் இறந்துபோகும். அப்படி என்றால் அது மனிதனைப்பற்றிப் பேசவில்லை. வட்டார வழக்குச் சொற்களைப் பதிவு செய்வதே நோக்கமாகக்கொண்டிருந்தது என்று ஆகிறது.

வட்டாரச் சொற்களை உபயோகிப்பதால், இலக்கிய வாசகர்கள் அதிக இன்பம் பெறக்கூடும். ஆனால், இது ஜனரஞ்சகமான வாசகர் களுக்குக் கடினமாயிராதா?

ஜனரஞ்சகமான வாசகர்கள் சிரமப்பட வட்டார வழக்குத் தேவையில்லை. நாவல் தரமாக இருந்தாலே போதும்!

தமிழில் பேச்சு மொழி, எழுத்து மொழி ஆகியவற்றிடையே அதிக வேற்றுமை உள்ளது. இந்தியிலோ குஜராத்தியிலோ அப்படி இல்லை. வெளிமாநிலத்தினரும் வெளிநாட்டினரும் தமிழ் எழுத்து மொழியைப் படித்துவிட்டுப் பேச்சுமொழிக்கு வர முடியாமல் திணறுகிறார்கள். எழுத்தாளர் என்ற முறையில் நீங்கள் அதற்கு என்ன செய்யலாம் என்று நினைக்கிறீர்கள்?

இது மொழியியல் அறிஞரிடம் கேட்கப்பட வேண்டிய கேள்வி என்று நினைக்கிறேன். இருப்பினும் ஒரு படைப்பாளி என்ற அளவில் எனது அபிப்பிராயத்தைத் தெரிவிக்கிறேன். படைப்பாளி உபயோகப்படுத்தும் மொழி, பேச்சுமொழியிலிருந்தே தன் ஜீவனை உறிஞ்சக்கூடியதாக இருக்க வேண்டும். இலக்கியமொழியைச் சார்ந்திருக்கக் கூடாது என்பது என் எண்ணம்.

தெலுங்கு எழுத்தாளர்கள் இப்போது பேச்சு மொழியைத்தான் படைப்புக்குப் பயன்படுத்துகிறார்கள் என்று கேள்விப்பட்டேன். கதாபாத்திரங்கள் பேசுவது மட்டும் அல்ல, ஆசிரியர்கள் கதை கூறும்போதுகூடப் பேச்சு மொழியைப் பயன்படுத்துகிறார்களாம். இம்மாற்றத்தை தமிழிலும் கொண்டுவரலாம். அப்போது அது ஜீவன் உள்ள மொழியாக வளரும். ஆனால், மொழியியல் உணர்வு அற்ற தமிழ்ப் புலவர்களின் மனோபாவம் நேர் எதிரானது.

நீங்கள் இந்த வகையில் ஏதேனும் முயற்சி செய்திருக்கிறீர்களா?

நான் இதுவரையிலும் முயற்சி செய்யவில்லை. ஆனால், செய்வது பற்றி யோசித்துக்கொண்டிருக்கிறேன். முழுக்க முழுக்கப் பேச்சு மொழியைப் பயன்படுத்தி ஒரு நாவல் எழுதவேண்டும் என்ற ஆசை எனக்கு உண்டு. மொழி சம்பந்தமான மனத் தயக்கங்கள் அனைத்தையும் உடைக்க வேண்டும் என்பதில் தீவிரமாக இருக்கிறேன்.

ஆரம்பத்தில் புதுக்கவிதை எழுதியவர்கள் இப்போது புதுக் கவிதை எழுதுவதை நிறுத்திவிட்டார்கள். நீங்கள்கூட இப்போது அதிகமாக எழுதுவதில்லை என்று நினைக்கிறேன். புதுக்கவிதை என்ற பெயரில் துணுக்கு, துக்கடா எல்லாம் வெளியாகிக்கொண்டிருக்கிறது. ஆக, சரிந்து விட்ட புதுக்கவிதையை மீண்டும் தூக்கிநிறுத்த வழிவகை உண்டா?

ஆரம்பத்திலிருந்தே புதுக்கவிதை எழுதிவரும் தருமூ அரூப் சிவராம், நகுலன் போன்றவர்கள் இப்போதும் எழுதி வருகிறார்கள். புதுக்கவிதை இயக்கத்தில் நான் பெற்ற வேகம் படைப்பில் நான் பெறவில்லை. ஆனால், தரமான கவிதைகளை எழுத இப்போதும் முயன்றுகொண்டிருக்கிறேன். ஜனரஞ்சகப் பத்திரிகைகள் நாவலைச் சீரழித்துத் தொடர்கதைகள் ஆக்கின. சிறுகதையைச் சீரழித்துக் குட்டிக் கதைகள் ஆக்கின. புதுக் கவிதையைச் சீரழித்துத் துணுக்குகள் ஆக்கியுள்ளன.

இப்போது ஒரு கட்டுரையைக்கூட நாம் அவர்களுடைய பத்திரிகையில் படிக்க முடியாது. ஒரு காலத்தில் தமிழ்மொழியில் உ.வே. சாமிநாதய்யர், டி.கே. சிதம்பரநாத முதலியார், எஸ். வையாபுரிப்பிள்ளை போன்றவர்கள் பத்திரிகைகளில் அருமையான கட்டுரைகள் எழுதியுள்ளார்கள்.

புதுக்கவிதையைத் தூக்கி நிறுத்த கவிதைபற்றிய பிரக்ஞையை மேலும் வலுவாக ஊட்ட வேண்டும். இப்போது தமிழில் இருக்கும் 'மைனர்' கவிஞர்கள் வேகமாகச் செயல்பட வேண்டும். உலகத் தளத்திலிருந்து சிறந்த கவிதைகளைத் தமிழுக்குக் கொண்டுவர வேண்டும். ஆனால், ஒரு 'மேஜர்' கவிஞன் வரும்

போதுதான் கவிதை மீண்டும் உயிர்ப்புப் பெறும். அவ்வாறு ஒரு பெரிய கவிஞன் தோன்றித் தொழில்படுவதற்குச் சுமுகமான சூழ்நிலையை உருவாக்கிவைத்திருக்கிறோம். நாங்கள் கவிதை எழுத ஆரம்பித்தபோது கவிதைப் பொருள் சம்பந்தமாகவும் உருவம் சம்பந்தமாகவும் எண்ணற்ற தடைகள் இருந்தன. அவற்றை உடைத்து விட்டோம். இப்போது அரங்கம் சுத்தமாக இருக்கிறது. ஒரு பெரிய கவிஞன் அதில் ஏறி அவன் சுதந்திரம் போல் ஆடலாம்.

கோமல் சுவாமிநாதன், ந. முத்துசாமி போன்றவர்கள் நாடகங்கள் எழுதியும் தமிழில் நாடகங்கள் வளர்ச்சியடையாததற்குக் காரணம் என்ன?

மிகச் சிறந்த நாடகம் தமிழில் இன்றுவரை தோன்றவில்லை. இப்போது ஒரு பத்து வருடங்களாக நாடகத்தில் சோதனைகள் நடைபெற்றுவருகின்றன. நாடகப் பிரக்ஞை கொண்டவர்கள் இத்துறையில் பணியாற்றி வருகிறார்கள். அதற்கு முன்னர் நமது மரபுரீதியான நாடகங்கள் நாடகப் பிரக்ஞைகள் கொண்டவை அல்ல. நாடகம் என்னும் தனியான கலை உருவம் இன்னும் இங்கு வேரூன்றவில்லை. இசை, நாட்டியம், காட்சி ஜோடனைகள் மூலம் மக்களைக் கவர்வது நாடகத்துக்குரிய வெற்றி அல்ல.

இப்சன், அந்தோன் செகாவ், ஸ்டிரின்பெர்க், லூயி பிராண்டலோ போன்ற நாடகாசிரியர்கள் தமிழில் இன்னும் தோன்றவில்லை. இவர்கள் உருவாக்கிய தரத்தைச் சேர்ந்த நாடகங்களையும் தமிழன் இன்றுவரையிலும் பார்த்ததில்லை. ந. முத்துசாமி, வெங்கட் சாமிநாதன், தருமூ சிவராம், டாக்டர் மு. ராமசாமி, ஞாநி, பிரபஞ்சன், இந்திரா பார்த்தசாரதி போன்றோர் தங்கள் நாடகப் பிரக்ஞையை வெளிப்படுத்தியிருக்கிறார்கள். பிரக்ஞைபூர்வமான நாடகத்தைத் தமிழில் உருவாக்குவதற்காக வெங்கட் சாமிநாதன் போராடியிருக்கிறார்.

இலக்கியத்திற்கு அரசாங்கம் கொடுக்கும் பரிசுகள் தரமானவர்களுக்கே கொடுக்கப்படுகிறது என்று நினைக்கிறீர்களா?

இலக்கியத்திற்குத் தமிழக அரசும் மத்திய அரசும் கொடுக்கும் பரிசுகள் அனேகமாகத் தரமற்றவர்களுக்கே போய்ச்சேருகின்றன.

சாகித்திய அக்காதெமி கொடுத்த பரிசுகள் தொண்ணூறு சதம் தவறான தமிழ் எழுத்தாளர்களுக்குத்தான் போய்ச் சேர்ந் திருக்கின்றன. விதிவிலக்காக ஜெயகாந்தனுக்கும் தி.ஜானகிராம னுக்கும் க.நா.சு.வுக்கும் பாரதிதாசனுக்கும் அழகிரிசாமிக்கும் கிடைத்திருக்கின்றன. பாரதிதாசனுக்கும் அழகிரிசாமிக்கும் அவர்கள் இறந்த பின்னர்தான் கொடுக்கப் பட்டது. தமிழுக்குப் பெரும் தொண்டாற்றியுள்ள பெரியசாமி தூரன், சி.சு.செல்லப்பா,

மயிலை சீனி.வேங்கடசாமி போன்றவர்கள் பரிசு பெறவில்லை. இத்தனைக்கும் அரசாங்கப் பரிசு மிகச் சிறந்த எழுத்தாளனுக்குப் போய்ச்சேர வேண்டும் என்ற நிர்ப்பந்தம் எனக்கு இல்லை. நல்ல எழுத்தாளர் ஒருவருக்கேனும் போய்ச்சேர வேண்டும் என்று நினைக்கிறேன்.

எழுத்தாளன் தன் எழுத்தின் மூலம் சமூகத்தைப் பாதிக்கிறான் என்று ஒரு சிலரும், எழுத்தாளன் தன்னைக் கொட்டித்தீர்த்துக்கொள்கிறான் என்று ஒரு சிலரும் கருதுகிறார்கள். உங்கள் கருத்து என்ன?

எழுத்து சமூகத்தைப் பாதிக்க வேண்டும் என்று நினைக் கிறேன். மறைமுகமான பாதிப்பைச் செலுத்திவருகிறது என்றும் நம்புகிறேன். தன் சுய அனுபவங்களைச் சார்ந்து எழுதுகிறவன் தன் காலத்தையும் தன் சமூகத்தையும் பாதிக்கிறான். வாழ்வின் மீது ஒருவனுக்கு முழு திருப்தி இருக்குமென்றால் அவன் எழுத வேண்டிய அவசியம் இல்லை. கலைஞன் ஓர் அதிருப்தியாளன். அவன் எழுத்தில் வெளிப்படையாகவோ மறைமுகமாகவோ எப்போதும் ஒரு விமர்சனம் இருக்கிறது. இந்த விமர்சனம் வாசகர்களைப் பாதிக்கும்.

'பணத்திற்காக எழுதாத எவனும் முட்டாளே' என்று அறிஞர் ஜான்சன் கூறியிருக்கிறார். உங்கள் கருத்து?

நான் அவருடைய கருத்துகளை ஏற்றுக்கொள்ளவில்லை. அவர் தன்னுடைய கருத்துகளைப் பின்பற்றினார் என்றும் நான் நினைக்கவில்லை.

அப்படியென்றால் நீங்கள் பணத்திற்காகவோ புகழுக்காகவோ எழுத வில்லை என்கிறீர்களா?

நான் நம்புகிறவற்றை எழுதுவதன் மூலம் வருகின்ற பணத்தை யும் புகழையும் நான் ஏற்றுக்கொள்வேன். ஆனால், பணத்தையோ புகழையோ பெறுவதற்காக எழுத்தை மலினப்படுத்த நான் விரும்பவில்லை.

உங்கள் படைப்புகளைப்பற்றி, அவை உருவாகிக்கொண்டிருக்கும் வேளையில் நண்பர்களுடன் சர்ச்சை செய்வீர்களா?

மாட்டேன். கதை வெளியாவதற்கு முன்னால் அதைப் பற்றி அதிகம் பேசமாட்டேன். என் மிக நெருங்கிய நண்பரான கிருஷ்ணன் நம்பிகூட என் கையெழுத்துப் பிரதியை மிகக் குறைவாகத்தான் படித்திருக்கிறார். இதற்கு ஒரு விதிவிலக்கு 'ஜே.ஜே: சில குறிப்புகள்'. இந்நாவலை நான் எழுதி முடித்து அச்சேற்றுவதற்கு முன்னால் பல நண்பர்கள் படித்தார்கள்.

‘ஜே.ஜே: சில குறிப்புகள்’ கையெழுத்துப் பிரதியைப் படித்த நண்பர்கள் ஏதாவது யோசனை கூறினார்களா? அவற்றைப் பின்பற்றினீர்களா?

நண்பர்கள் யோசனை கூறினார்கள். சரி என்று பட்டவற்றை ஏற்றுக்கொண்டேன். அதிகமும் மொழி சம்பந்தப்பட்டவை. உள்ளடக்கம் சம்பந்தப்பட்டவை அல்ல.

ரசிகர் கடிதங்கள் உங்களுக்கு ஏதாவது பாதிப்பை ஏற்படுத்து கின்றனவா?

‘ஜே.ஜே: சில குறிப்புக’ளை எழுதிய பிறகுதான் ஓரளவு ரசிகர் கடிதங்களை நான் பெறுகிறேன். அதற்கு முன் சொல்லும் படி ஒன்றும் இல்லை. இவர்களுடைய கடிதங்களால் நான் பாதிப்பு எதுவும் பெறவில்லை. பெரிய அறிவாளிகள் என்று நம்பப்படுகிறவர்கள் ஜே.ஜே. புரியவில்லை என்று கூறிக்கொண்டி ருந்தபோது கிராமங்களைச் சேர்ந்த குறைவான படிப்பு கொண்ட வாசகர்கள் ஜே.ஜே.யை நன்றாகப் புரிந்துகொண்டு பாராட்டி எனக்கு எழுதியிருந்தார்கள். எனக்கு இதனால் சிறிது உற்சாகம் ஏற்பட்டது.

தமிழ் ரசிகர்களைப்பற்றி உங்கள் எண்ணம் என்ன?

பெரும்பாலோர் ஜனரஞ்சகப் பத்திரிகைகளால் உருவாக்கப் பட்டுள்ள ஆழமற்ற வாசகர்கள். இவர்கள் எந்தச் சிறந்த படைப்பையும் உதறிவிடுவார்கள்.

சிறுபத்திரிகை வாசகர்களே பொருட்படுத்தத் தகுந்தவர்கள். இவர்களை நம்பித்தான் இன்று எழுத வேண்டியிருக்கிறது. ஆனால், எண்ணிக்கையில் இவர்கள் மிகவும் குறைவானவர்கள். 5,000 வாசகர்கள் இருப்பார்களா என்பதுகூடச் சந்தேகம்.

வளர்ந்துவரும் எழுத்தாளர்களுக்கு நீங்கள் என்ன யோசனை சொல்ல விரும்புகிறீர்கள்?

அவர்கள் தங்கள் அறிவைச் சார்ந்தும் மனச்சாட்சியைச் சார்ந்தும் இயங்க வேண்டும் என்பேன். மூத்த எழுத்தாளர்களிடம் அவர்கள் யோசனை கேட்டுக்கொண்டிருக்கக் கூடாது என்பேன். அவர்கள் சுயமாகவும் சுதந்திரமாகவும் இயங்கவேண்டும். அவர்கள் உலகக் கலை இலக்கிய அறிவுத் தரங்களைத் தெரிந்து கொண்டு அவற்றின் தரத்திற்குக் குறைந்தவை எதிலும் திருப்திப் படாமல் இருப்பார்கள் என்றால் அது என்னைச் சந்தோஷப் படுத்தும். அவர்களுக்குப் பெரிய கனவு இருக்க வேண்டும். பெரிய கனவுகளிலிருந்து பெரிய காரியங்கள் தோன்றுகின்றன.

செக்ஸை வியாபாரப் பொருளாக்கிக் காசு புரட்டிக்கொண்டிருக்கும் எழுத்தாளர்களைப்பற்றி உங்கள் அபிப்பிராயம் என்ன?

அவர்கள் எழுத்தாளர்கள் அல்ல என்பேன். கேளிக்கை யாளர்கள் என்று அவர்களை அழைக்க விரும்புகிறேன். எழுத்தாளர்களை நான் மூன்று விதமாகப் பிரித்திருக்கிறேன்.

1. பார்வையும் கலைப்பெறுமானமும் கொண்ட வெற்றிகர மான படைப்பை உருவாக்கும் கலைஞர்கள்.
2. சிறந்த கலைப்படைப்புகளை உருவாக்க முடியாவிட்டாலும் ஆத்மார்த்தமாக எழுதும் எழுத்தாளர்கள்.
3. கேளிக்கையாளர்கள்.

வாசகனுக்கும் எழுத்தாளனுக்கும் உள்ள வித்தியாசம் என்ன?

வாசகனின் அனுபவத்தில்தான் ஒரு படைப்பு பூர்த்தியாகிறது. உயிரற்ற பொருளாக இருக்கும் படைப்புக்கு உயிரூட்டுபவர்கள் வாசகர்கள்தாம். பெரும்பாலும் சிறந்த வாசகர்கள்தாம் எழுத்தாளர்களாகவும் உருவாகிறார்கள்.

சிறுகதைகளும் நாவல்களும் எழுதியுள்ளீர்கள். இவற்றிற்கு இலக்கணங்கள் உண்டா?

இல்லை. படைப்பு, இலக்கணத்தை உருவாக்குகிறது. அதன் பின்வரும் படைப்பு அந்த இலக்கணத்தை உடைக்கிறது. படைப்பு இலக்கணத்தை மீறிச் செயல்படுகிறது. படைப்புதான் முதல். அதன்பின்தான் இலக்கணம். இதுதான் உண்மையான சிருஷ்டித் தொழில்.

●

சுந்தர ராமசாமி

நான் மிகவும் வெறுக்கும் விஷயம் சர்வாதிகாரம்

1951இல்தான் இலக்கிய உலகிற்கு அறிமுகமானீர்கள். அன்று உங்களுக்கு எழுதும்படித் தூண்டுகோலாக இருந்தது எது?

என்னுடைய தந்தைக்கோ அவரது பெற்றோர்களுக்கோ கலை சார்ந்த, இலக்கியம் சார்ந்த மனோபாவம் இருந்தது என்று சொல்ல முடியாது. லௌகீக வாழ்க்கையில்தான் ஆழ்ந்து இருந்தார்கள். அதே சமயம் என்னுடைய தாயாருக்கும் அவர்களுடைய தாய் தந்தையருக்கும் இலக்கியத்தில் லேசான ஆர்வம் இருந்திருக்கிறது. என் தாயார் தன் இருபதாவது வயதிலெல்லாம் மணிக்கொடி இதழ்களைப் படித்திருக்கிறார். பாரதி, கு.ப.ரா., பி.எஸ். ராமையா, புதுமைப்பித்தன், ந. பிச்சமூர்த்தி, சிட்டி, செல்லப்பா இவர்களைப் பற்றி அடிக்கடி என்னிடம் சொல்லி வந்திருக்கிறார். பள்ளியில் நான் தமிழ் படித்திராததால் என்னால் அவர்களது கதைகளைப் படித்துப் பார்க்க முடிந்திருக்கவில்லை. ஆனால் என் அம்மா அடிக்கடிச் சொல்லி வந்ததால் அந்தப் பெயர்கள் எனக்கு நன்கு பழக்கமாகியிருந்தன. என் அம்மாவுக்கு அதிகமாகப் பிடித்தது பி.எஸ். ராமையாவின் கதைகள்தான். அவற்றில் கதை அம்சம் கூடுதலாக இருந்ததுதான் அதற்குக் காரணம் என்பதைப் பின்னால் தெரிந்துகொண்டேன்.

17.06.1992 நாகர்கோவில் வானொலி நிலையத்தில் ச. வேதசகாய குமாருக்கு அளித்த பேட்டி

என்னுடைய பத்துப் பன்னிரண்டு வயதில் இளம் பிள்ளைவாதம் வந்து படுக்கையில் இருந்தாக வேண்டிய கட்டாயம் ஏற்பட்டுவிட்டிருந்தது. என்னுடைய படிப்பு பாதியில் முறிந்து போய்விட்டிருந்தது. எனக்குப் படிப்பில் அதிக ஈடுபாடு இருந்திருக்கவும் இல்லை. நான் படிக்கும் காலத்தில் ஒரு பெரிய கால்பந்தாட்ட வீரனாக வரவேண்டும் என்ற கனவுதான் இருந்தது. என் பள்ளிக்கூடத்தில் விளையாட்டுச் சார்ந்த என் கனவுக்கு எந்த முக்கியத்துவமும் இருந்திருக்கவில்லை. மாணவர்கள் ஓயாமல் படித்துக்கொண்டே இருக்க வேண்டும் என்று சொல்லிக்கொண்டிருந்த ஆசிரியர்களும் தலைமை ஆசிரியரும்தான் எங்களுக்கு இருந்தார்கள்.

பக்கத்தில் இருந்த கிறித்தவப் பள்ளியில் இருந்த பாதிரியார்கள் மாணவர்களுக்குக் கால்பந்தாட்டத்தில் நல்ல பயிற்சி தந்திருந்தார்கள். அவர்கள் மிகச் சிறப்பாக விளையாடுவார்கள். எங்களுக்கு வருஷா வருஷம் ஒரு டஜன் கோல்கள் அவர்கள் கொடுப்பார்கள். விளையாட்டு ஆரம்பித்த 10, 15 நிமிடத்திற்குள் ஆறு, ஏழு கோல் கொடுத்துவிடுவார்கள். இடைவேளையில் எங்களுடைய தலைமை ஆசிரியர் காதில் விழும்படியாக ஃபாதரிடம் அவர்கள் கேட்பார்கள், ‘சார், இடைவேளைக்கு அப்புறம் எத்தனை கோல்கள் கொடுக்க வேண்டும்?’ என்று. எங்கள் தலைமை ஆசிரியரும் பிற ஆசிரியர்களும் அதை எப்படி எடுத்துக்கொண்டார்கள் என்பது எனக்குத் தெரியாது. எங்களுக்கு ரொம்ப அவமானமாக இருக்கும்.

இந்தச் சமயத்தில் ‘நாடார் சார்’ என்று ஒருவர் எங்கள் பள்ளிக்கு வந்தார். அவருக்கு விளையாட்டுக்களில் நிறைய ஆர்வம் இருந்தது. அவர் எங்களை ஒரு குழுவாக உருவாக்கி மூன்று வருடத்திற்குள் பக்கத்துப் பள்ளியை நாங்கள் தோற்கடித்து விட வேண்டும் என்று சொல்லிக்கொண்டே இருந்தார். அதை ஒரு ரகசியத் திட்டமாக வைத்திருந்து, கடுமையாகப் பயிற்சி செய்து மூன்றாவது வருடத்தில் நாங்கள் அந்தப் பள்ளியை எதிர்த்து ஒரு கோல் கொடுத்துவிட்டோம். அது பெரிய ரிக்கார்டு. எங்கள் வாழ்க்கையிலேயே மிகப் பெரிய விஷயம். இந்த விஷயம் தந்த உற்சாகத்தில் ஒரு பெரிய விளையாட்டு வீரனாக வந்துவிட வேண்டும் என்ற கனவு மனத்தில் வளர்ந்தது. அந்த நேரத்தில்தான் எனக்கு உடல்நிலை சரியில்லாமல் படுக்க நேர்ந்தது. ஆறு ஏழு வருடங்கள் தொடர்ந்து எந்த வேலையும் செய்யமுடியாத சங்கடம் ஏற்பட்டது. என் கனவு முறிந்துபோனது. இழந்த ஆரோக்கியத்தை மீட்டு நான் திரும்பவும் விளையாடி ஒரு காரியம் செய்யமுடியும் என்ற எண்ணம் இல்லாமல்போனது. பதினேழு பதினெட்டு வயது இருந்த சமயத்தில் தாங்கமுடியாத

அலுப்பினால் – டி.வியோ ரேடியோவோ இல்லாத காலம் அது – யாரோ ஒரு நண்பர் கொடுத்த புத்தகம், அதன் தலைப்புக்கூடத் தெரியாது. யார் ஆசிரியர் என்பதும் தெரியாது. அதில் உள்ள கதைகளைப் படித்துவந்தேன். மூன்றாவதோ நான்காவதோ மகாமசானம் என்றொரு கதை இருந்தது. புதுமைப்பித்தன் எழுதியது. அப்போது புதுமைப்பித்தன் எழுதியது என்பது தெரியாது. முதலில் படிக்க ஆரம்பித்ததும் வித்தியாசமாக உணர ஆரம்பித்தேன். கொஞ்சம் கஷ்டமாக இருந்தது. மகாமசானம் என்ற கதையைப் படித்ததும் ஏதோ ஒரு மெல்லிய மின்சாரத்தை எனக்குள் பாய்ச்சியது போன்ற உணர்வு ஏற்பட்டது. தாங்க முடியாத சந்தோஷம். சந்தோஷம் என்பது கூடச் சரியான வார்த்தை அல்ல, பரவசம் என்றுதான் சொல்ல வேண்டும். பரவச உணர்வு என் உடம்புக்குள் ஊடுருவிப் பாய்வது மாதிரி. இந்தக் கதையை எழுதியவர் என்ன காரியத்தைச் செய்திருக்கிறாரோ அதே காரியத்தைத்தான் நானும் செய்யவேண்டும் என்ற எண்ணம் மனத்திற்குள் ஆழமாக வந்தது.

இதற்கு முன்னால் நான் படித்திருந்த கதைகள் ஏதோ கனவுலகத்தைச் சேர்ந்தவை போலவும், இந்தக் கதை ரொம்ப அளவுக்கு எதார்த்தமாக இருந்ததால் புத்தம் புதிதாகவும் தாங்கமுடியாத சந்தோஷத்தைத் தருவதாகவும் இருந்தது. அந்தக் கதையைத் திரும்பத்திரும்பப் படித்தேன். அப்புறம்தான் சொன்னார்கள் அவர் முக்கியமான எழுத்தாளர், அவர் பெயர் புதுமைப்பித்தன் என்று. அவர் வேறு பல கதைகளும் எழுதியிருக்கிறார் என்பதும் தெரிந்தது. அவருடைய புத்தகங்களை ஒவ்வொன்றாகப் படிக்க ஆரம்பித்தேன். ஒரு ஒன்றரை வருடம் இரண்டு வருடம் அவருடைய கதைகளை மட்டும் தொடர்ந்து இரண்டுமூன்றுமுறை படித்தேன். இதன் விளைவால்தான் என்று நினைக்கிறேன். முதன்முதலாகப் பதினெட்டு, பத்தொன்பதாவது வயதில் ஒரு சிலேட்டு வாங்கி அதில் அ, ஆ எழுதித் தமிழ் படிக்க ஆரம்பித்தேன். மனத்தில் ஆசை இருந்த காரணத்தால் எந்தவிதமான கஷ்டமும் இல்லாமல் சுலபமாகக் கற்றுக் கொண்டுவிட்டேன். இப்படித் தமிழ் படித்துமுடித்த ஒரு வருடத்தில் தகழியின் தோட்டியின் மகனை மொழிபெயர்த்தேன். அடுத்ததாகப் புதுமைப்பித்தனின் நினைவுமலரைக் கொண்டு வந்தேன். 1951இல் புதுமைப்பித்தன் பெயரில் ஒரு நினைவுமலர் கொண்டுவந்ததுதான் நான் முதன்முதலாகச் செய்த இலக்கியப் பணி. பு.பி. காலமான பின்னர் அவருடைய குடும்பம் கஷ்ட திசையில் இருந்து வருகிறது என்று என்னுடைய நண்பர்கள் அடிக்கடிச் சொல்லிவந்தார்கள். 1951இல் எனக்கு வயது இருபது. வாழ்க்கையின் சூதுவாதுகள் அவ்வளவாகத் தெரியாது. அந்த

நேரத்தில் புதுமைப்பித்தன் பெயரில் ஒரு மலரை அச்சடித்து ஏராளமான பிரதிகளை விற்று அதில் வரும் லாபத்தை அவர்கள் குடும்பத்திற்குத் தந்துவிட வேண்டும் என்பது என் கனவாக இருந்தது. அது நடைமுறையில் எவ்வளவு கடினமான காரியம் என்ற எண்ணம் என்னிடம் அப்போது இருந்திருக்கவேயில்லை. அந்த ஆசையில் தூண்டப்பட்டுப் புதுமைப்பித்தன் மலரைக் கொண்டுவந்தேன். அந்த வயசுக்கு அது நன்றாக இருந்தது எனப் பல எழுத்தாள நண்பர்கள் பாராட்டியிருந்தனர். ஆனால் நான் நினைத்த அளவிற்குப் புதுமைப்பித்தன் குடும்பத்திற்கு நிதி திரட்டித்தர என்னால் முடிந்திருக்கவில்லை. ஏதோ கொஞ்சம் கொடுத்தேன். நான் நினைத்ததற்கும் கொடுத்ததற்குமான வித்தியாசம் ரொம்ப அதிகமாக இருந்தது.

உங்களுடைய முதல் சிறுகதைத் தொகுப்பான 'அக்கரைச் சீமையிலே'யைப் படிக்கும்போது பொதுவுடைமைக் கோட்பாட்டின் மீது முழுமையான நம்பிக்கையுடைய கலைஞனாகத்தான் அது உங்களை இனம் காட்டுகிறது. ஆனால் பின்னால் வந்த காலத்தில் நீங்கள் பொதுவுடைமைக் கோட்பாட்டில் இருந்து விலகியது போல் தெரிகிறதே, அது ஏன்?

1950இல் நான் தமிழ் படிக்க ஆரம்பித்த உடனேயே நான் ஏற்கெனவே அறிந்திருந்த மலையாள மொழியில் புத்தகங்கள் படிக்க ஆரம்பித்திருந்தேன். கட்டுரைகள், கவிதைகள், நாவல்கள் இவற்றைப் படிக்கக்கூடிய அளவுக்கான மலையாளம் பள்ளியில் இருந்தபோது படித்திருக்கவில்லை. ஆனால் மலையாளத்தில் உயர்வான இலக்கியப் படைப்புக்கள் இருக்கின்றன என்று சொல்லிக் கேள்விப்பட்டிருந்தேன். நாங்கள் ஓரளவுக்கு வசதியானவர்களாக இருந்தோம் என்றாலும் எங்கள் உறவினர்கள் பலர் ரொம்பக் கஷ்ட தசையில் இருந்தனர். எங்கள் அம்மாவின் சொந்தச் சகோதரி கூட ரொம்பக் கஷ்ட தசையில் இருந்தார்கள். அப்போது என் உறவினர்கள் பலர் பொருளாதார ரீதியாக மோசமான நிலையில் இருக்கிறார்களே என்ற எண்ணம் என் மனத்தில் இருந்துவந்தது. இது போன்று என் வீட்டுக்கு வருபவர்கள், நான் வெளியில் போகும்போது பார்த்த மனிதர்கள் இவர்களின் வறுமை என் மனத்தை ரொம்பவும் தாக்கியிருந்தது. வாழ்க்கையில் இருக்கும் பொருளாதார ஏற்றத்தாழ்வுகள், வறுமை இவை ஒழிய வேண்டும் என்றால் அதற்கு ஏற்ற தத்துவம் பொதுவுடைமைத் தத்துவம்தான் என்ற எண்ணம் எனக்கு ஏற்பட்டது. அந்தத் தத்துவத்திற்கு யார் மீதும் வெறுப்பு இல்லை. அது சமத்துவத்தை முன்நிறுத்தக் கூடியது. பிரபஞ்ச ரீதியாக, உலகம் முழுவதையும் ஒன்றாகப் பார்க்கும் குணம் இந்தத் தத்துவத்தில் இருக்கிறது. மலையாளத்தில், தமிழில், ஆங்கிலத்தில் வெளியாகியிருந்த பொதுவுடைமைத் தத்துவப்

புத்தகங்களைப் படித்தபோது பல லட்சியக் கனவுகள் மூண்டன. அந்த நம்பிக்கையால் வெகுவாகக் கவரப்பட்டேன். இந்தக் காரணத்தால் என்னுடைய முதல்தொகுப்பான 'அக்கரைச் சீமையிலே'யில் நீங்கள் அதன் பாதிப்பைப் பார்க்கமுடியும். 1955 – 56இல் பொதுவுடைமை சார்ந்த, உலக இலக்கியம் சார்ந்த என்னுடைய அறிவு விரிந்துவிட்டிருந்தது. வாழ்க்கையிலேயே நான் மிகவும் வெறுத்த விஷயம் சர்வாதிகாரம்தான். ஆசிரியராகட்டும், தகப்பனாராகட்டும், அடுத்த வீட்டுக்காரராகட்டும், நண்பராகட்டும் – சர்வாதிகாரமான போக்கு, அணுகுமுறை என்றால் என்னால் மன்னிக்கவே முடியாது. அது என் உடம்பிலேயே ஊறிப்போன விஷயம்.

'எழுத்து' பத்திரிகை செல்லப்பாவால் ஆரம்பிக்கப்பட்டபோது அதில் மிகுந்த ஈடுபாடு காட்டினீர்கள் அல்லவா?

1959இல் 'எழுத்து' ஆரம்பமானது. அதற்கு முன்பே நான் க. நா. சுப்ரமணியத்தைச் சந்தித்துவிட்டிருந்தேன். என்னுடன் அவருக்கிருந்த நெருக்கமான நட்பினால் அவர் நாகர்கோவிலுக்கு வந்து இரண்டு மூன்று மாதங்கள் தங்கிவிட்டுப் போனார். நானும் எனது நண்பரும் எழுத்தாளருமான கிருஷ்ணன் நம்பியும் அவரைத் தினம் சென்று சந்தித்து வருவது வழக்கமான ஒன்றாக ஆகிவிட்டிருந்தது. தினமும் ஆறு, ஏழு மணிநேரம் நாங்கள் சந்தித்துப் பேசிக்கொள்வதுண்டு. அப்போது க.நா.சு. சொல்வார், பெரிய பத்திரிகைகள்தான் வெளிவர வேண்டும் என்று இல்லை. சிறிய அளவில் தீவிரமான விஷயங்களைக் கொண்ட பத்திரிகைகளும் வரவேண்டும். வெளிநாடுகளில் எல்லாம் பல இலக்கியவாதிகள் இதுபோல் சிறுபத்திரிகைகளைக் கொண்டுவந்திருக்கிறார்கள். இங்கு அப்படி ஒரு பத்திரிகை வருவதற்கான தேவை இருக்கிறது. அப்படி ஒரு பத்திரிகை வந்தது என்றால் நீங்கள் அதற்குப் பங்களிக்க வேண்டும் என்று அவர் எங்களிடம் பல தடவை சொல்லியிருந்தார். அப்படியாக 'எழுத்து' பத்திரிகையின் வரவு என்பது எங்களுக்குச் சாதாரணமான நிகழ்ச்சியாக இருக்கவில்லை. எங்கள் மொத்தக் கனவுகளையும் அதில் நிறைவேற்றிக்கொண்டுவிட வேண்டும் என்ற எண்ணத்தில் நாங்கள் இருந்தோம். அதை உற்சாகமாகவே வரவேற்றோம். என்னுடைய சில கவிதைகள் அதில் வெளிவந்தன.

'எழுத்து' பத்திரிகை ஆரம்பிக்கப்படுவதுவரையும் சிறுகதை என்ற இலக்கிய வடிவத்தைத்தான் நீங்கள் கையாண்டு வந்திருந்தீர்கள். 'எழுத்து' வெளிவரத் தொடங்கியதும் ஏன் நீங்கள் கவிதை எழுத ஆரம்பித்தீர்கள்?

நான் ஆரம்பத்தில் எழுதியது சிறுகதைகள்தான். ஒரு ஆறு ஏழு வருடங்கள் சிறுகதைகள்தான் எழுதினேன். அப்போது

கவிதை எழுதுவதற்கான தகுதி எனக்கு இல்லை என்ற எண்ணம் இருந்தது. பாரதிக்குப் பின் பாரதிதாசனுக்குப் பின் 1955 வரையில் எந்தக் கவிதையும் கவிஞரும் எனக்குத் திருப்தி தரவேயில்லை. தொடர்ந்து பல கவிதைப் புத்தகங்களைப் படித்து வந்திருந்தேன். எல்லா விஷயங்களையும் படிப்பது போல் அதையும் படித்து வந்தேன். கவிதையில் ஈடுபாடு இருந்தது என்பது பின்னால்தான் தெரியவந்தது. அப்போது தமிழில் ஏன் பாரதிக்குப் பின் சிறந்த கவிஞர், கவிதைகள் இல்லாமல் போனது என்ற யோசனை எனக்கு இருந்தது. அந்தத் துறைக்குள் புகுந்து நான் சாதனை பண்ணமுடியும் என்ற எண்ணம் எனக்கு இருந்திருக்கவில்லை. ஏனெனில் யாப்பு தெரிந்திருந்தால்தான் கவிதை எழுதமுடியும் என்ற எண்ணம் எனக்கு இருந்தது. ஏதோ ஒரு காரணத்தால் எனக்கு யாப்பு என்பது ஒத்துவராத விஷயம் என்று தோன்றியது. இலக்கணப் புத்தகத்தைப் புரட்டிப் பார்த்தபோது மனப்பாடம் செய்வது அப்படி ஒன்றும் கடினமான விஷயமல்ல என்றுதான் தோன்றியது. ஆனால் ஏதோ ஒரு உள்ளுணர்வின் மூலம் அந்த யாப்பு முதலானவை இந்தக் காலத்துக்கு ஏற்றவை அல்ல என்று தோன்றியது. இலக்கண விதிக்குக் கட்டுப்பட்டு ஒன்றை உருவாக்குவதன் மூலம் செயற்கையான ஒன்றைத்தான் உருவாக்க முடியும், இயற்கையான ஒன்றை உருவாக்க முடியாது என்று தோன்றியது. க.நா.சு.வும் கிட்டத்தட்ட இந்த முடிவில் என்னை விடத் தெளிவாக இருந்தார். இனிமேல் யாப்பில் எந்த ஒரு விஷயத்தைப் பற்றிப் பேசினாலும் காலத்துக்கும் யாப்புக்கும் இடையில் ஒரு வேறுபாடு, முரண் இருந்துகொண்டிருக்கும். யாப்பு என்னும் வடிவத்தை உடைத்துச் சுதந்திரமாக விஷயத்தை உருவாக்கினால்தான் கவிதை உயிர்ப்புடன் இருக்குமென்று அவர் சொன்னார்.

யாப்பைத் தாண்டியும் கவிதை எழுத முடியும் என்ற நம்பிக்கையை அவர் தந்ததும் கவிதை பற்றி நான் யோசிக்க ஆரம்பித்தேன். எனக்கும் கவிதை எழுதச் சந்தர்ப்பம் இருக்கிறது என்ற நம்பிக்கை ஏற்பட்டது. நான் 'பசுவய்யா' என்ற பெயரில் என் முதல் கவிதையை எழுதி 'எழுத்து' பத்திரிகைக்கு அனுப்பினேன். 'பசுவய்யா' என்ற பெயரில் எழுதியது நான் தான் என்பது க.நா.சு.வுக்கு அப்போது தெரியாது. நான் செல்லப்பாவுக்கு எழுதிய கடிதத்தில் நான்தான் 'பசுவய்யா' என்ற விவரத்தை யாரிடமும் சொல்ல வேண்டாம் என்று எழுதியிருந்தேன். அவரும் யாரிடமும் சொல்லாமல்தான் அந்தக் கவிதையை வெளியிட்டிருந்தார். அதன் பிறகு க.நா.சு. செல்லப்பாவின் வீட்டுக்குப்போனபோது யார் இந்தப் பசுவய்யா என்று கேட்டிருக்கிறார். அதற்குச் செல்லப்பா நான் உங்களிடம் சொல்லமாட்டேன் என்று

சொல்லிவிட்டிருக்கிறார். 'பசுவய்யா' எழுதிய இந்தக் கவிதை பிரமாதமாக வந்திருக்கிறது என்று சொல்லியிருக்கிறார் க.நா.சு. அது பற்றி ஒரு கடுதாசியும் 'எழுத்து'வில் எழுதியிருந்தார். அது ஒரு நவீனக் கவிதை என்றும் அதை எழுதியது யார் என்பது தனக்குத் தெரியாது என்றும் எழுதியிருந்ததாக ஞாபகம். இது எனக்கு மிகுந்த சந்தோஷத்தைத் தந்தது. அவர் என் பெயர் தெரிந்து சொல்லியிருந்தால் இவ்வளவு உற்சாகம் எனக்கு ஏற்பட்டிருக்காது. நான்தான் எழுதியது என்பது தெரியாத நிலையில் அவர் பாராட்டியது என்பது எனக்கு மிகுந்த சந்தோஷத்தைத் தந்தது. அப்புறம் நிறைய கவிதைகள் எழுத ஆரம்பித்தேன்.

●

இன்றைய ஆட்சி முறையில் எனக்குச் சிறிதும் திருப்தியில்லை

இப்போதைய ஆட்சி முறையைப் பற்றிப் பொதுவான கருத்துக்கள்?

இன்றைய ஆட்சி முறையில் எனக்குச் சிறிதும் திருப்தியில்லை. இன்றைய ஆட்சித் தலைவர் செல்வி ஜெயலலிதா அவர்கள்மீது இன்றல்ல, ஒருபோதும் நான் நம்பிக்கை வைத்ததில்லை. என்னைப் பொறுத்தவரையில் எதிர்பார்த்த சீரழிவு வெகு வேகமாகப் பரவிக்கொண்டிருக்கிறது.

அந்தக் கருத்துக்கான காரணங்கள், சம்பவங்கள்?

இன்று நம்முன் கடுமையான பல பிரச்சனைகள் உள்ளன. ஆகக் கடுமையான பிரச்சனை என்று நான் கருதுவது ஆண்களின் மிதமிஞ்சிய குடிப் பழக்கத்தால் உழைக்கும் பெண்கள் எதிர்கொள்ளும் தாங்கமுடியாத துயரம். இந்தத் துயரத்தைத் தீர்ப்பதற்கான அணுகுமுறை என்ன என்பதை அடிப்படையாக வைத்துத்தான் ஆட்சிமுறை, அரசியல் கட்சிகள், பெண்ணுரிமைச் சங்கங்கள், கலாச்சாரச் சக்திகள், கல்வித் துறைகள், தொடர்புச் சாதனங்கள் ஆகியவற்றின் செயல்களை நான் மதிப்பேன். இன்றைய ஆட்சி சாராயத்தைக் கட்டவிழ்த்துவிட்டிருக்கிறது. இந்த ஆட்சியை

துக்ளக், அக்டோபர் 1992

மக்கள் உடனடியாக இறக்க வேண்டும் என்பதற்கு எனக்கு முதன்மையான காரணம் இதுதான். நான் மேலே சொன்ன பெண்களின் துயரத்தை முதன்மைப் பிரச்சனையாகக் காணாத எந்தப் பெண்ணுரிமைச் சங்கத்தையும் நான் பெண்ணுரிமைச் சங்கம் என்று மதிக்கவே மாட்டேன்.

இதற்குமேல் காரணங்களாக எனக்கு இருப்பவை இன்றைய ஊழல்கள், ஆடம்பரம், மாற்றுக் கருத்துகளை நசுக்க முற்படும் சர்வாதிகாரம், சட்டம் ஒழுங்கு ஆகியவற்றில் ஏற்பட்டிருக்கும் திடீர்க் குலைவு போன்ற பல.

இதற்கு முந்திய ஆட்சியிலிருந்து இந்த ஆட்சி எந்தவிதத்தில் வித்தியாசமானது?

முந்திய ஆட்சியைவிட இந்த ஆட்சி எல்லா விதங்களிலும் மோசமானது. இது உண்மை. ஆனால் இப்படி ஒப்பிட்டுப் பேசுவதில் எனக்குத் திருப்தி இல்லை. ஏனெனில் இந்திய அரசியல்வாதிகள் மீதும் குறிப்பாகத் தமிழக அரசியல்வாதிகள் மீதும் நான் முற்றாக நம்பிக்கை இழந்தவனாக இருக்கிறேன். மக்களைக் கருத்து ரீதியாக ஏமாற்றி, பண ரீதியாக ஏமாற்றி, ஆட்சியைக் கைப்பற்றுவதற்காகச் சகல தந்திரங்களையும் பின் பற்றுவது – இவைதாம் இன்றைய அரசியல் கட்சிகளின் பொதுவான நடைமுறை. ஒவ்வொரு கட்சியிலும் விதிவிலக்காக மேலானவர்கள் இருந்துகொண்டிருக்கிறார்கள். ஆனால் இவர்களுடைய நல்லெண்ணங்கள் செயல்களாகப் பரிணமித்து மக்களை எட்ட இன்று வழியில்லை.

•

பொய்கள் உண்மைகளை ஈன்றது இல்லை

உங்கள் இளமைக் காலத்தைப்பற்றிக் கொஞ்சம் சொல்லுங்களேன்.

என் இளமைக் காலம் சந்தோஷமாக அமையவில்லை. என்மீது கவிழ்ந்திருந்த கண்காணிப்பும் கட்டுப்பாடுகளும் என்னை மிகவும் சங்கடப்படுத்தின. பள்ளிக்கூடம் போவதும் கற்பதும் எனக்கு மிக வெறுப்பாக இருந்தது. ஆசிரியர்களை வெறுத்தேன். படிப்பு சுத்தமாக ஏறவில்லை. இதனால் குடும்பத்தில் மதிப்பில்லை. ஒரு கற்பனை உலகத்தை உருவாக்கி, ஒதுங்கி, அதில் வாழ்ந்துகொண்டிருந்தேன். இளமைக் காலம், நோயிலும் நீண்ட மாதங்கள் படுக்கையிலும் கழிந்தது. பதினெட்டு வயதில் சிலேட்டில் எழுதித் தமிழைக் கற்றேன். தற்செயலாகப் புதுமைப்பித்தன் சிறுகதைகளைப் படிக்க நேர்ந்தபோது மனத்தில் பெரிய ஆசை மூண்டது. முக்கியமாக அவருடைய 'மகாமசானம்' என்ற சிறுகதையைப் படித்தபோது. என் முதல் கதையை என் இருபதாவது வயதில் எழுதினேன். அப்போது நான் வெளியிட்ட 'புதுமைப்பித்தன் நினைவு மல'ரில் அந்தக் கதை இடம்பெற்றது.

நவீன தமிழ் இலக்கியத்தில் எளிய சாதனைகள் தொடர்ந்து நிகழ்ந்துகொண்டிருந்தாலும் புதுமைப்பித்தன், நீங்கள்,

தினமணி சுடர், ஏப்ரல் 30, 1994
பேட்டி கண்டவர்: இளையபாரதி

ஜெயகாந்தனுக்குப் பிறகு ஒரு பெரிய வீச்சாக, ஒட்டுமொத்த சாதனையாளர் என்று எவரேனும் வந்திருக்கிறார்களா?

பெரிய சாதனைகள் தோன்றாததற்கு, மதிப்பீடுகளை வணிகச் சூழல் குலைப்பதில் பெறும் வெற்றி முக்கிய காரணம். மதிப்பீடுகளைப் போற்றும் சமூகங்களில் வணிக எழுத்தின் ஆதிக்கம் இருந்தாலும், வணிக எழுத்தும், தீவிரப் படைப்புகளும் பிரித்தே பார்க்கப்படுகின்றன. தீவிரப் படைப்புப் புறக்கணிக்கப்படுவதும் வணிக எழுத்து தீவிரப் படைப்புகளுக்குரிய மரியாதைகளைப் பெறுவதும் தமிழ் சார்ந்த தனி அவலம். அரசியல் கட்சிகளும் கல்வித்துறைசார்ந்த நிறுவனங்களும் அரசு நிறுவனங்களும் வணிகப் பத்திரிகைகளும் மத ஸ்தாபனங்களும் இணைந்து இந்த அவலத்தை உருவாக்கு கின்றன. சாதனைப் பட்டியலில் இப்போது சேர்ந்து கொள்ள நான் விரும்பவில்லை. அதற்கு நான் செய்யவேண்டிய காரியங்கள் பாக்கி நிற்கின்றன.

ஜெயகாந்தனைப் போல் மக்கள் கொண்டாடும் எழுத்தாளராக எவரும் வரவில்லையே, ஏன்?

ஜெயகாந்தன் பெரும் விற்பனைப் பத்திரிகைகளில் எழுதியதால் பிரபலம் பெற்றார். தரமும், வாசக ஈர்ப்புக் குணமும் கலந்த கலவை அவருடைய எழுத்து. தன் எழுத்தை எந்த அளவுக்கு மேலெடுத்துச் சென்றார், வாசகர்களைத் தக்கவைத்துக் கொள்ள எந்த அளவுக்கு சமரசம் செய்துகொண்டார் என்பதெல்லாம் நாளைய விமர்சனம் எதிர்கொள்ளும் கேள்விகள். வணிகச் சந்தையில் தனக்குக் கிடைக்கும் இடத்தைத் திறமையாகப் பயன்படுத்திக்கொள்வது ஒரு மனோபாவம். வணிகச் சந்தை என்பதாலேயே வேண்டாம் என ஒதுக்கிவிடுவது மற்றொரு மனோபாவம்.

நீங்கள் எழுத்தாளரான பின்னணி?

இளம் வயதில் என் தாய் மணிக்கொடிக் கதைகளைப் பற்றி என்னிடம் சொல்லியிருக்கிறார். எனக்கு ஒரு வயது மூத்தவளான என் சகோதரி என் சிறுவயதில் கல்கியின் தொடர் கதைகளைப் படித்துக்காட்டுவாள். என் தாய் மாமாவுக்கு கல்கி, டி.கே.சி., வ.ரா., கவிமணி, திரு. வி.க., ஜீவா போன்றவர்கள் மீதெல்லாம் பக்தி. அவர்களைப்பற்றி என் அம்மாவிடம் சொல்வதை மிகவும் ஆர்வத்துடன் கேட்டுக்கொண்டிருப்பேன். படிப்பு வராததால் வீணாகிவிடுவேன் என்று என் அப்பா என்னைப்பற்றிச் சொல்லிக்கொண்டிருப்பார். படிப்பில் மிகத் திறமைசாலியான என் சகோதரியுடன் ஒப்பிட்டுப் பேசப்படும்

அவமானத்திற்கும் ஆளானேன். தாழ்வு மனப்பான்மையில் கசங்கிக்கொண்டிருந்தபோதே என் மூளை ஏதோ ஒருவிதத்தில் துடித்துக்கொண்டிருக்கும் உணர்வும் எனக்கிருந்தது. பெரிய காரியத்தை நிகழ்த்தி யாருக்கும் நான் சளைத்தவன் அல்ல என்பதை நிரூபித்து, இழந்துவிட்ட என் படிமத்தை என் தந்தையிடம் மீட்டெடுக்கக் காத்துக்கொண்டிருந்தேன். புதுமைப்பித்தனின் 'காஞ்சனை' தொகுப்பு படிக்கக் கிடைத்தபோது செய்ய வேண்டிய காரியம் பற்றிய பொறி மனத்தில் தட்டிற்று.

'ஜே.ஜே.: சில குறிப்புகள்' உங்களுடைய இரண்டாவது நாவல். அது உருவான பின்னணியைச் சொல்லுங்கள். எவ்வளவு கால அவகாசத்தில் அது எழுதப்பட்டது?'

நான் எழுதிக்கொண்டிருந்தது மற்றொரு பெரிய நாவல். அந்த நாவலில் ஒரு திண்ணைப் பேச்சில் பல நண்பர்களிடையே ஒரு விவாதம் எழுந்தபோது கருத்து முடிச்சு ஒன்று விழுகிறது. அப்போது ஒரு கதாபாத்திரம் தன் சகோதரனான சம்பத்தை மறுநாள் அழைத்து வருவதாகவும், புதிய பார்வையில் அவன் விஷயத்தை அலசுவான் என்றும் சொல்கிறது. மறுநாள் சம்பத் துடன் விவாதம் தொடர்கிறது. சம்பத், தன் நண்பனான ஜோசஃப் ஜேம்ஸை அழைத்து வருவதாகவும், அவன் கூரிய சிந்தனையாளன் என்றும் சொல்கிறான். ஜோசஃப் ஜேம்ஸ் என்ற பெயரை எழுதியதுமே என் மனம் சிறகு கட்டிப் பறக்கத் தொடங்கிற்று. மிகுந்த உவகை தரும் ஆவேசத்திற்கு ஆளானேன். எழுதும் நாவலை விட்டுவிட்டு ஜோசஃப் ஜேம்ஸின் அழைப்புக்கு ஏற்ப அவனைப் பின்தொடர்ந்து சென்றால் முற்றிலும் புதிய உலகம் ஒன்று உருவாகக்கூடும் என்று தோன்றிற்று. ஜே. ஜேயின் ஓவியத்தை டாக்டர் பிஷாரடியும், எஸ்.ஆர்.எஸ்ஸும் போய்ப் பார்க்கும் பகுதியை முதலில் எழுதினேன். அப்போது படைப்பின் ஆவேசம் முழுமையாக என்னைக் கவ்விக்கொண்டிருந்தது. அந்தப் பகுதிக்கு முன்பின்னாக வேறு பகுதிகளை எழுதிச் சேர்த்தேன்.

நாவலின் முதல் வடிவத்தை சுமார் மூன்று மாதங்களில் எழுதினேன் என்று நினைவு. செம்மை செய்யச் சுமார் ஒரு வருடம் ஆயிற்று. மொத்த நாவலையும் ஐந்தாறு தடவைகளேனும் எழுதியிருப்பேன். படைப்பு, படைக்கப்படும் வேளையில், லகரியைத் தந்த அபூர்வ சந்தர்ப்பம் அது.

ஒரு தத்துவத்தைச் சார்ந்து நின்று எழுதுகிறான் ஒரு எழுத்தாளன். அந்தத் தத்துவம் பின்னடைவு காணும்போது அவனுடைய நிலை என்ன? அவனுடைய படைப்புச் சக்தி என்ன ஆகும்?

படைப்பின் உயிர், தத்துவத்தின் வெற்றி தோல்வி சார்ந்து இல்லை. தன்னுடைய சுய அனுபவங்களின் சாரங்களைப் புரிந்துகொள்ளப் படைப்பாளிக்குத் தத்துவம் பயன்படலாம். படைப்பில் வெளிப்படுவது வாழ்க்கையின் கோலங்கள் சார்ந்த உண்மைகள்; சாரங்கள் சார்ந்த முடிவுகள் அல்ல. கோலங்கள் சார்ந்த உண்மைகளின் ஆழங்களில் வாழும் படைப்புகள், அதை உருவாக்கிய படைப்பாளியின் தத்துவம் வீழ்ச்சி பெறும்போதும் வாழ்க்கை என்ற தளத்தில் தன்னைக் காப்பாற்றிக் கொள்ளும். தத்துவ முடிவுகள் படைப்பாக ஜோடனை செய்யப்பட்டுப் பொய்க்கோலம் கொள்ளும்போது தத்துவ வீழ்ச்சியோடு பொய்க் கோலங்களும் சரிகின்றன. தமிழில் இந்தச் சரிவு பெருமளவில் இப்போது நிகழ்ந்துகொண்டிருக்கிறது.

தமிழில் இப்போதைய இலக்கியப் போக்குப்பற்றி என்ன நினைக்கிறீர்கள்?

மிகக் கேவலமாக இருக்கிறது. அடாவடித்தனமும் அராஜகமும் தலைவிரித்து ஆடிக்கொண்டிருக்கின்றன. மனிதப் பண்புகளிலும் குறைந்தபட்ச ஜனநாயகப் பண்புகளிலும் நம்பிக்கையில்லாதவர்கள் தங்கள் அதிகாரங்களை அமல்படுத்தத் தீவிரமாக முயன்றுகொண்டிருக்கிறார்கள். படைப்பின் பின் நிற்கும் சூட்சுமங்களும் படைப்பாளி தன்னைத் தயார் செய்து கொள்ளும் விதங்களும் சிக்கலான தளத்தைச் சேர்ந்தவை. தீவிரமான படைப்பாளியை அச்சுறுத்தி அடக்கமுடியாது. படைப்புக் குணமற்றவர்கள், பெயர்களைச் சகட்டுமேனிக்கு உதிர்த்து, குரலெடுத்துக் கத்தி, வசைகளைப் பொழிந்து படைப்பாளிகளைப் பின்தள்ளிவிடலாம் என்று கனவு காண்கிறார்கள். தமிழில் பெரிய படைப்புகள் எந்தத் துறையைச் சார்ந்தும் வராத நிலை சவடால்களுக்கு அனுகூலமாகப் போய்க்கொண்டிருக்கிறது. அதனால் அதிகாரங்கள் சிறிது செல்லுபடியாகிக்கொண்டிருக்கின்றன. பெரிய படைப்புகள் தோன்றும்போது மிரட்டல்களும் அதிகாரமும் ஆணவமும் சரியும். தரம் சார்ந்த மதிப்பீடுகள் புத்துயிர் பெறும். உருவாகி வரும் இளம் எழுத்தாளர்கள் அதிகாரத்தையும் ஆணவத்தையும் பொருட்படுத்த மாட்டார்கள்.

செம்மீனுக்குப் பிறகு நீங்கள் ஏன் மொழிபெயர்ப்பில் ஈடுபடவில்லை?

மொழிபெயர்ப்பு மூலம் புதிய பரிமாணம் தமிழுக்குக் கிடைக்க வேண்டும். நம்மிடமிருக்கும் வகைகளை மேலும் இறக்குமதி செய்வதில் என்ன லாபம்? இலக்கியப் பார்வையும்,

இல்லாதவை சார்ந்த பிரக்ஞையும் இருந்தால்தான் மொழி பெயர்ப்பு ஒரு மோசமான பழக்கமாகச் சரியாமல் இருக்கும். மிகமேலான தரத்தைக் கொண்ட படைப்புகளை மொழி பெயர்க்க எனக்கு ஆசை உண்டு. திறமை குறைவு என்றாலும். நான் அதிகம் செய்யும் நபராக இல்லை என்பதைத் தவிர பிரச்சினை ஒன்றும் இல்லை.

லத்தீன் அமெரிக்க எழுத்தாளர்கள் அந்த மண்ணின் கலாச்சாரத்தைத் தழுவி எழுதுகிறார்கள். அந்த இலக்கியப் பின்னணியைத் தமிழில் பதியம் போடுவது பொருந்துமா?

எந்தத் தோட்டக்கலை உத்திகளும் தமிழ் இலக்கியத்தை வளர்க்காது. படைப்பாளி சர்வ சுதந்திரம் கொண்டவன். அவனுடைய அனுபவங்கள்தான் அவனுடைய மூலப் பொருட்கள். ஒருவனுடைய மூலப்பொருட்களை மற்றொருவன் தீர்மானிக்க முடியாது. அது அவனுடைய மண்ணைச் சார்ந்தோ விண்ணைச் சார்ந்தோ இருக்கும். இரண்டிற்குமான இடைவெளி சார்ந்தும் இருக்கும். ஆனால் இது அவனுடையதாக இருக்க வேண்டும். எழுத ஆகாத விஷயம் என்று எதுவும் இல்லை. படைப்பில் அனுபவ உக்கிரம் கூட வேண்டும். தன்னுடைய அனுபவங்களைப் பிறருடைய அனுபவமாக மாற்றும் கலைத் திறன் கூடிவர வேண்டும். நம் அனுபவங்கள் சார்ந்தும் நம் வாழ்க்கை பற்றிய விமர்சனங்களை உள்ளடக்கியும் நம் படைப்புகள் மலரும். அதுதான் இயற்கையான காரியம்.

தமிழில் புதுக்கவிதையின் போக்கு இப்போது எப்படி இருக்கிறது? இன்றையத் தமிழ்ப் புதுக்கவிதையில் 'மேஜர் கவி' என்று யாரைச் சொல்வீர்கள்?

மிகவும் தாழ்ந்த நிலையில் இருக்கிறது. புதுக்கவிஞன் தனக்கு இருக்கும் சுதந்திரத்தைப் பயன்படுத்திக்கொள்ளக் கூடியவனாக இல்லை. காற்றில் பறந்து திரியும் காசு பெறாத விமர்சனக் கருத்துகளுக்குப் பயந்து தன்னைக் குறுக்கிக்கொண்டு சாகிறான். தமிழில் ஒரு காதல் கவிதையைப் படித்துப் பல வருடங்கள் ஆயிற்று. தமிழ்க் கவிஞன் காதலிப்பதையும் விட்டு விட்டானா? மேஜர் கவி என்று சொல்ல எவரும் இல்லை. மைனர் கவி என்று தலைநிமிர்ந்து சொல்லக்கூட எவருமில்லை. கவிதையை எழுப்ப ஆத்மார்த்தமாக முயலுகிறவர்களில் சிலர் அவ்வப்போது எளிய வெற்றிகள் அடைந்துகொண்டிருக்கிறார்கள். தமிழ் செய்த பாக்கியம்.

ஆசையின் காரணமாகத் தனக்குத் தானே சூட்டிக்கொள்ளும் கிரீடங்கள் ஒன்றும் இலக்கிய உலகில் செல்லுபடியாகாது.

பாரதிக்குப் பின் 'நான்தான் மேஜர் கவி' என்று கற்பனை செய்துகொள்ள ஆசைப்பட்டவர்களையும், பிறர் அவ்வாறு சொல்லும்போது வெட்கமில்லாமல் வாங்கி முகத்தில் அப்பிக் கொண்டவர்களையும் நிறையவே பார்த்துவிட்டேன். பாரதிக்குப் பின் பெரிய கவி என்று எவரும் இன்றுவரையிலும் தோன்ற வில்லை. அப்படி இல்லாமல் இருப்பதில் ஆச்சரியமுமில்லை. பெரிய கவி அடிக்கடி காலில் இடறக்கூடியவன் அல்லன்.

கவிதை கூடி வரும். கூடி வராமலும் போகும். ஆனால் கவிஞனுக்குக் கொஞ்சம் விவேகமான மொழி வேண்டும். அந்த அளவுக்கேனும் மூளை வெளிச்சம் இருக்க வேண்டும். இல்லையென்றால் ஒருநாளும் சிறந்த கவிதைகளை உருவாக்க முடியாது. தமிழ்க் கவிதைகள் அளவுக்குக்கூடத் தரம் சேராத மொழிகள் இருக்கின்றன. ஆனால் பொதுமேடைகளில் இந்த அளவுக்கு உளறும் கவிஞர்கள் எந்த மொழியிலும் இருப்பதாகத் தெரியவில்லை.

இயல், இசை, கூத்து முத்தமிழில் முதலில் இருந்தது. இப்போது பிராமணத் தமிழ், வெள்ளாளர் தமிழ், தலித் தமிழ் என்று அதி நவீன இலக்கியவாதிகளாலும் போஸ்ட் மாடர்னிஸம் புனைபவர்களாலும் கூறுகட்டப்படுகிறதே. இலக்கியத்தில் ஜாதி நுழையலாமா?

இலக்கியத்தை ஜாதி அடிப்படையில் பிரிக்கும் பார்வையில் எனக்கு முற்றாக உடன்பாடில்லை. தரமும் படைப்பாற்றலும் பின்தள்ளப்பட்டு, தரமற்றவை, அவற்றை எழுதியவர்களின் ஜாதிசார்ந்து தூக்கிப்பிடிக்கப்படவே இப்பிரிவு பயன்படும். தரம் சார்ந்தே படைப்புகள் நிலைபேறுகொள்ள முடியும். தரத்திற்கு அடிப்படைகள் பல. படைப்பில் வாழ்க்கை உண்மைகள் சார்ந்த கோலங்கள் கொள்ளும் ஆழம், அவற்றைப் பரிவர்த்தனை செய்யப் படைப்பாளி கொண்டிருக்கும் ஆற்றல், படைப்பு வாழ்க்கைக்குத் தரும் விரிவு போன்றவை. மிக மேலான படைப்புகள் மொழிசார்ந்து, அம்மொழி வாழும் இடம்சார்ந்து தோன்றி உலக எல்லைகளில் விரிகின்றன. ஜாதி சார்ந்து இலக்கியத்தைப் பிரிக்கும் வக்கிரம், காலத்தின் முன் வாதங்கள் இழந்து சரிந்துபோகும்.

தமிழில் இரண்டே நாவல்கள்தான் வந்திருக்கின்றன. அவை 'ஒரு புளியமரத்தின் கதை', 'ஜே.ஜே.: சில குறிப்புகள்' என்று ஜெயமோகன் சொன்னாராமே. உங்கள் எதிர்வினை என்ன?

இப்படி ஒற்றை வாக்கியத்தில் மொட்டையாக முடிவை மட்டும் சொல்லியிருக்கமாட்டார் என்றே நினைக்கிறேன்.

சொல்லியிருந்தால் அதற்கான வாதங்களை அவரிடம் கேட்க வேண்டும். வலுவான வாதங்கள் இருந்தால் அதுவும் ஒரு பார்வைதான். மாறுபட்ட கருத்துகளை விமர்சனத்தின் மூலம்தான் இலக்கிய உலகத்தில் எதிர்கொள்ள முடியும். அதற்கான ஆற்றல் இல்லாதவர்களுக்கு உடனடியாகக் கை தருவது வசைதான். இரண்டு நாவல்கள் தமிழில் இருக்கின்றன என்று சொன்ன போது கோபம் பொத்துக்கொண்டு வந்தவர்களுக்கு, தமிழில் நாவல்களே இல்லை என்று மற்றொருவர் சொன்னபோது கோபமே வரவில்லை. இதிலிருந்து பிரச்சினை கலாச்சாரத் தளம் சார்ந்தது அல்ல என்பதும், தனிமனிதக் காழ்ப்புணர்ச்சிதான் என்பதும் வெளிப்படுகிறது.

பெண் விடுதலை, பெண்ணியம் என்பது பற்றியெல்லாம் பெண்கள்தான் எழுத வேண்டும் என்று கூறப்படுகிறதே?

பெண் விடுதலை பற்றி ஆண்களும் எழுதலாம். இன்றுவரை யிலுமான இலக்கிய வரலாற்றில் பெண்களின் பிரச்சினைகளை அதிகமும் ஆண்களின் எழுத்துகள் மூலம்தான் நாம் புரிந்து கொண்டுவந்திருக்கிறோம். பெண்களின் அக, புற வாழ்க்கையில் அக்கறையும் கவலையும் கொண்ட ஆண்கள் எப்போதும் இருந்துவருகிறார்கள். பெண்கள் உலகத்தைச் சில ஆண் படைப் பாளிகள் அற்புதமாகப் படைத்தும் காட்டியிருக்கிறார்கள். ஆண்கள் புரிந்துகொள்ளமுடியாத பகுதிகள் பெண்களின் அனுபவங்களில் இருக்கக்கூடும். பெண்கள் வெளிப்படையாக எழுதத் தொடங்கியிருக்கும் இந்தக் காலகட்டத்தில் அந்த இடைவெளிகள் நிரம்பும். எழுதியது யார் என்பதல்ல; எழுத்து மூலம் வாழ்க்கைப் பார்வை எந்த அளவுக்கு விரிவு பெற்றது, எந்த அளவுக்கு ஆழம் கூடிற்று என்பதுதான்.

தமிழிலக்கியத்தில் தமிழ் அடையாளமும் தமிழ் வாழ்வும் இருக்கிறதா?

தமிழ் நவீன இலக்கியம் இன்றையத் தமிழ் வாழ்வை முழுமையாகப் பிரதிபலிக்கவில்லை. எல்லோரும் எழுத்தறிவு பெற வாய்ப்பு உருவாகிக்கொண்டிருக்கும் காலம் இது. அதனால் முழு வாழ்வும் எழுத்தில் பிரதிபலிக்கக்கூடிய சாத்தியக்கூறும் அதிகமாகிக்கொண்டுவருகிறது. இன்றுவரையிலும் மேல்தட்டு வாழ்க்கையும் மத்தியதர வாழ்க்கையும் கணிசமாகப் பதிவாகி இருக்கின்றன. அதுவும் ஆசாரங்களுக்கும் கட்டுப்பாடுகளுக்கும் உட்பட்டுத்தான். வாழ்வின் ஸ்திதியை வெளிப்படையாக முன் வைக்க இங்கு தடைகள் அதிகம். மேல்தட்டு, மத்தியதர வாழ்க்கை ஒளிவுமறைவு இன்றிப் பதிவாக வேண்டும். கீழ்த்தட்டு மக்களின் துன்பங்களும் ஒடுக்குமுறைகளும் மிகக் கொடியவை. அவர்கள் தங்கள் அனுபவங்களைப் பதிவுசெய்வது நாளையத் தமிழ்

இலக்கியத்தின் முக்கியமான பகுதியாக இருக்கும். இந்நிலைகள் கூடும்போது தமிழ் வாழ்வின் அடையாளம் இருக்கிறதா என்ற கேள்விக்கே இடமிராது.

ஈழத்து இலக்கியம், கவிதைகள்பற்றி உங்கள் அபிப்பிராயம் என்ன?

ஈழத்துப் படைப்புகள் படிக்கக் கிடைப்பது முன்னைவிடவும் இப்போது சிரமம். படைப்பாளிகள், வாசகர் ஆகியோரின் விமர்சன அறிவு, பொதுப்படையாகப் பார்க்கும்போது நம்மை விட அவர்களிடம் அதிகம். விமர்சனத்தில்தான் அங்கு சாதனைகள் அதிகம் நிகழ்ந்திருக்கின்றன. முக்கியமாக கலாநிதி கைலாசபதியின் எழுத்துகள். இவர் மூலம் புதிய பார்வை உருவாயிற்று. சமூகத்திற்கும் இலக்கியத்திற்குமான உறவும், படைப்பாளிக்கும் அவனுடைய பின்னணிக்குமான உறவும், படைப்புக்கும் காலத்திற்குமான உறவும் இவர் எழுத்துகள் மூலம் உறுதியடைந்தன. இவரது பார்வையை விரித்துக்கொண்டு போனவர் என்று கலாநிதி சிவத்தம்பியைச் சொல்லலாம். இவர்கள் இருவருடைய எழுத்துகளிலும் கருத்துப் பிரதிபலிப்பைக் கணக்கிலெடுத்துக் கொண்டு படைப்பின் தரங்கள் நிர்ணயிக்கப்படும் போக்கே அழுத்தம் பெறுகின்றன. கருத்து ஜோடனைகள் காலத்தின் முன் அழுகும் விதம்பற்றி இருவருமே யோசித்ததற்கான தடயங்கள் இல்லை. உள்ளடக்கம் அனுபவ வீச்சாக மாறாதவரையிலும் பிரதிபலிப்புகள் நிகழ்த்தும் பாதிப்புகள் குறைவானவை என்பதை உணர்ந்து சிந்திக்கத் தொடங்கியவர் தளையசிங்கம். வாழ்க்கையின் முழுவீச்சைக் கலையில் வெளிப்படுத்தக் கனவு கண்டவர் இவர். கலைப்பார்வைக்கும் வாழ்க்கைக்குமான இடைவெளியை ஆத்மார்த்தத்தில் நிரப்பிய லட்சியவாதி. கைலாசபதியின் பார்வையில் கலைப் பண்புகளையும் சேர்த்து முழுமைப்படுத்தியவர் என்று நுஃமானைச் சொல்ல வேண்டும். தமிழில் இன்று எழுதும் விமர்சகர்களில் ஆக விவேகமான பார்வை இவருடையதுதான். ஏனெனில் இவரது எழுத்தில் வாழ்க்கை, மனிதன், கலை மூன்றும் முரண்கள் இல்லாமல் இணைகின்றன.

மஹாகவியின் கவிதைகள் என்னைக் கவரவில்லை. சேரன், ஜெயபாலன், சண்முகம் சிவலிங்கம், சு. வில்வரெத்தினம் இவர்களின் கவிதைகள் முக்கியமானவை. இவர்களில் சேரன் ஆழ்ந்த மறுபரிசீலனை செய்துவருகிறார், விளைவுகளைப்பற்றிச் சிறிதும் கவலையின்றி. உலகக் கவிஞர்களுக்கும் அவர்கள் இன்று கொள்ளும் பொருளுக்குமான தொடர்பும், கவிதைக்கும் காலத்திற்குமான தொடர்பும் இவருக்கு இப்போது பிரச்சினைகள் ஆகியிருக்கின்றன.

பொதுவாக இன்றைய ஈழத்து எழுத்து, நெருக்கடியின் வகைமாதிரிகளாகத் தேய்ந்துகொண்டுவருகிறது. இவ்வளவு மோசமான நெருக்கடியிலும் இந்த அளவுக்குத்தானா தீவிரம், இந்த அளவுக்குத்தானா ஆழம், இந்த அளவுக்குத்தானா விரிவு என்ற கேள்விகள் தோன்றுவதைத் தவிர்க்க முடியவில்லை. ஈழத்துப் படைப்பாளிகள் தங்களை மறுபரிசீலனை செய்து கொள்ள வேண்டிய தருணம் இது. தமிழ்நாட்டுக் கலைஞனுக்கும், உலகக் கலைஞனுக்குமான இடைவெளி இப்போது அதிகரித்துக் கொண்டே போகிறது. உலகக் கலைகளுக்கும் ஈழத்துக் கவிஞனுக்குமான உறவு நெருங்கியும் வருகிறது.

நீங்கள் நடத்திய 'காலச்சுவடு' பத்திரிகையை ஏன் நிறுத்திவிட்டீர்கள்?

காலச்சுவடு வெளிவந்த காலத்தில் என் வாழ்க்கையில் பல சிக்கல்கள். நான் மனத்தில் கொண்டிருந்த திட்டங்களுக்கும், காலச்சுவடு உருவாகி வந்ததற்குமான இடைவெளி அதிகமாகி உறுத்திக்கொண்டே இருந்தது. காலச்சுவடு சிறப்பு மலரை அதிகப் பிரதிகள் அச்சேற்றி நானே என்னை நஷ்டப்படுத்தியும் கொண்டேன். இப்போது திரும்பிப் பார்க்கும்போது நான் எதையும் யோசித்துச் செய்யவில்லையோ என்று தோன்றுகிறது. சூழல் உருவாக்கிய நெருக்கடிகள், அவ்வளவு மோசமாக இருந்தன என்று தேற்றிக்கொள்ளவும் செய்கிறேன்.

பன்முகப்பட்ட வாழ்வு நம் தமிழ் எழுத்தாளர்களுக்கு இல்லாததாலா பன்முகப்பட்ட எழுத்துகள் வரவில்லை?

தமிழ் எழுத்தாளர்கள் அதிகமும் உயர்தர, மத்தியதர வர்க்கங்களைச் சேர்ந்தவர்கள். அவர்களுடைய பிழைப்பு சம்பிரதாயமானது; செக்குமாட்டுத்தனம் கொண்டது. இவர்கள் எடுத்துக்கொள்ளும் தேர்வுகளில் மனத்தளம் பின்னகர்ந்து ஒழுக்கம் சார்ந்த முன்விதிகள் படைப்பு வீரியத்தை முறியடிக் கின்றன. நம் எழுத்தாளர்களுக்கு எப்போதும் அந்தரங்க ஆசை ஒன்றாகவும் வெளி வாழ்வு மற்றொன்றாகவும் இருக்கிறது. இப்படிப் பார்க்கும்போது இந்திய எழுத்தாளர்கள் எல்லோரையுமே புற நிர்ப்பந்தத்திற்கு ஆட்படும் வேஷதாரிகள் என்று சொல்லி விடலாம். வாழ்வில் போடும் வேஷம் எழுத்திலும் நீடிக்கிறது.

மற்ற தேசங்களில் எழுத்தாளர்கள் தங்கள் படைப்பை முன்னிறுத்தும்போது அதைப் படைப்பாக மட்டும் பார்க்கும் லட்சக்கணக்கான வாசகர்கள் அங்கு இருக்கிறார்கள். இங்கு படைப்பாளி தன் அனுபவங்களைப் படைப்பாக மாற்றிய பின்பும் அதைப் படைப்பாகப் பார்க்க மறுத்து அவனது தனி வாழ்வின்

அந்தரங்கங்களை அதில் நோண்டும் எழுத்தாளர்களையே பார்க்கிறோம். ஒவ்வொரு தீவிர எழுத்தாளனுக்கும் இங்கு அவனுடைய சக எழுத்தாளர்கள்தான் வாசகர்களும் என்பது எங்குமே காணக்கிடைக்காத மோசமான தலைவிதி. பிற தேசங்களில் லட்சக்கணக்கான வாசகர்கள் படைப்பு அனுபவங்களைக் கொள்வதனால், அவர்கள் பெறும் அனுபவ வீச்சின் முன் சக எழுத்தாளர்களின் நோண்டல்கள் சிறுத்துப் போகின்றன. இங்கோ எழுத்தாளன் தன் சக எழுத்தாளனிடம் தன் படிமத்தைக் காப்பாற்றிக்கொள்ளும் அற்ப முயற்சியில் ஆழ்ந்து கிடக்கிறான். பன்முகப்பட்ட எழுத்து என்பது மேலான எழுத்துத்தான். அது ஏன் வரவில்லை என்றால் பொய்கள் இன்றுவரையிலும் உண்மைகளை ஈன்றதில்லை என்பதால்தான்.

●

சுயசிந்தனையின் பேரழகு

மலையாள இலக்கியத்துடன் உங்கள் அறிமுகம் எப்படி எப்போது ஏற்பட்டது?

நான் பள்ளியில் தமிழ் படிக்கவில்லை. மலையாளம் படித்தேன், கோட்டயத்தில். நானும் என் சகோதரி மீனாவும் எங்கள் சிறுவயதில் மத்திய திருவிதாங்கூர் மலையாளத்தை வெளுத்துக் கட்டுவோம். நாகர்கோவில் வந்தபோது இங்கிருந்த மலையாளிகள் எங்கள் வித்தியாசமான மலையாளத்தைக் கேட்கப் பேச்சுக்கிழுப்பார்கள். பத்தொன்பது வயதுவாக்கில் இலக்கியப் பைத்தியம் பிடித்தபோது கே. பாலகிருஷ்ணனின் 'கௌமுதி' வார இதழ் படிக்கத் தொடங்கினேன். அவருடைய ஆவேசத் தலையங்கங்களிலும், கேள்வி பதில்களிலிருந்த கோபங்களிலும் என் மனத்தைப் பறிகொடுத்தேன். மனப் பரபரப்புடன் அவரைப் பார்க்கத் திருவனந்தபுரம் போனேன். செக்ரட்டேரியட் வாசலில் ஒல்லியாக நின்று அரசியல் சுலோகங்களைப் பயங்கரமாகக் கத்திக் கொண்டிருந்தார். என் கடவுள் அவ்வளவு உரக்கக் கத்தியது எனக்குப் பிடிக்கவில்லை. பார்க்காமலேயே பஸ் ஏறி வந்துவிட்டேன். அதன்பின் தகழி, தேவ், வர்க்கி, பஷீர், காரூர் என்று எவரும் விட்டுப் போய்விடாமல் படிக்கத் தொடங்கினேன். கம்யூனிஸ்ட் புத்தி இருந்ததால் தகழியின் கதைகளில் வரும் 'தரித்திரம்' பிடித்திருந்தது. அப்போது அது

மாத்ருபூமி நாளிதழின் 20 நவம்பர் 94 வாரமலர்
(ஜெயமோகனுக்குத் தமிழில் தரப்பட்ட பேட்டி மலையாளத்தில் வெளியிடப்பட்டது.)

அவர் கதைகளில் மிகவும் புகழ்பெற்றிருந்த காலம். தேவ் ஒட்டவில்லை. வர்க்கி பிடிக்கவில்லை. காரூரில் ஆத்மார்த்தம் தெரிந்தது. ஆனால் எழுத்து மனத்தைத் தொடவில்லை. பஷீரின் தொனியும் அலட்சியமும் ஹாஸ்யமும் மனத்தைக் கவர்ந்தன. தகழியின் 'தோட்டியின் மக'னை இருபதாவது வயதில் நான் மொழிபெயர்த்தேன். நாகர்கோவில் வந்திருந்த தகழியிடம் நாவலின் மொழிபெயர்ப்பு உரிமை பெறுவதற்காக மலையாள விமர்சகர் கே.எஸ். நாராயண பிள்ளை என்னை அறிமுகப்படுத்தினார். தகழி என்னை ஏறஇறங்கப் பார்த்துச் சிரித்தார். அதற்குப் பின் தகழியை எவ்வளவோ பேர் மொழிபெயர்த்திருக்கக்கூடும். இந்திய மொழிகளிலும், உலக மொழிகளிலும் 37 கிலோ கொண்ட எவனும் அவரை மொழிபெயர்த்திருக்க முடியாது. எனக்கு முன்னும் பின்னும்.

தமிழ் இலக்கிய அறிமுகம் இதற்குப் பிறகுதான் ஏற்பட்டதா?

இல்லை. இதற்கு முன்பே தமிழ்ப் புத்தகங்களைப் படிக்கத் தொடங்கி இருந்தேன். ஏற்கனவே புதுமைப்பித்தன் எழுத்து மனத்தைக் கவ்விக்கொண்டிருந்தது. அவரைப் படிக்காதபோது கூட அவரைப்பற்றிக் கற்பனைகளில் திளைத்துக்கொண்டிருந்தேன்.

நீங்கள் தமிழில் எழுதுவதைத் தேர்ந்தெடுக்க என்ன காரணம்.?

நான் தேர்வு செய்யவில்லை. எழுதும் மொழியாகத் தமிழ் தான் என் மனதில் வந்தது. புதுமைப்பித்தனின் 'காஞ்சனை' தொகுப்பில் இருந்த 'மகாமசானம்' என்ற கதையைப் படித்த போது, எழுதுவதுதான் நான் செய்ய வேண்டிய காரியம் என்று எனக்குத் தோன்றிற்று. என் சகோதரியும் நானும் பேசிக்கொண்ட மொழியும் தமிழ்தான். அவள் எனக்குப் படித்துக்காட்டிய 'கல்கி'யின் தொடர்கதைகளும் தமிழ்தான். பழைய மணிக்கொடிக் கதைகளைப் பற்றித்தானே என் அம்மா என்னிடம் சொன்னார். சிறுவயதில் நான் ஏகமாகச் சுற்றுவேன். அகலமான பாதைகளை விட்டுவிட்டுக் குறுகலான தெருக்களில். அப்போது காதில் விழும் தமிழ்க் கொச்சை என் கற்பனையைத் தூண்டும்.

மலையாள இலக்கியத்தின் எந்த இயல்பை விசேஷமானதாகக் கருது கிறீர்கள்? எவ்வகையில் தமிழிலிருந்து அது வேறுபட்டிருக்கிறது?

மண்ணிற்கும் அதற்குமான தொடர்பைத்தான். வாழ்க்கையை நேர்கொண்டு பார்க்கும் அதன் குணம். தமிழ் என் மனத்தில் உருவாக்கியிருந்த கனவுக்கு எதிர்நிலையிலிருந்த எல்லா விஷயங்களுமே மலையாளத்தில் எனக்குப் பிடித்திருந்தன. நான் முதலில் படித்த மலையாளக் கதையில் ஒரு மாடு சாணி போடுகிறது. இதில் நான் மிகுந்த சந்தோஷம் அடைந்தேன்.

இந்த யதார்த்த அம்சத்தைத் தமிழுக்குக் கொண்டுபோக முயன்றீர்களா?

இந்தச் சொற்களின் அர்த்தம் சார்ந்த மனோபாவம் அப்போது என்னிடம் இல்லை. வாழ்க்கையின் உண்மையான தளத்திற்கும் மலையாளக் கதைகளுக்குமான தொடர்பு என்னைப் பாதித்தது. இந்தப் பாதிப்பை என் ஆரம்பகாலக் கதைகளில் காண முடியும். 'தண்ணீ'ரில் தொடங்கி முதல் பத்தாண்டுகளில் நான் எழுதிய கதைகளில். பிரச்சாரத் தளத்தின் சரிவையும் நான் மலையாளக் கதைகள்மூலம் தெரிந்துகொண்டிருந்தேன். இதனால் ஆரம்பத்திலேயே கலைப்பாங்கான முற்போக்கு என்ற நோக்கம் எனக்கு ஏற்பட்டது.

மலையாளத்திலிருந்து தமிழில் மொழிபெயர்ப்புகள் செய்யும்போது இந்த அம்சத்தைத் தமிழுக்குக் கொண்டுவர முயன்றீர்களா, முடிந்ததா?

ஐம்பதுகளில் தகழி, பஷீர், எம். கோவிந்தன், காரூர் போன்ற பலரையும் மொழிபெயர்த்தேன். எஸ்.கே. பொற்றேக்காடை மொழிபெயர்க்கவில்லை. அப்போது மொழிபெயர்ப்பு நுட்பங்கள் தெரியாது. பிடிப்பு இரு மொழிகளிலும் குறைவு. ஆசை. அதுதான் தூண்டிற்று. மொழிபெயர்த்தவற்றைப் பின் படித்துப் பார்க்கவே இல்லை. இன்று அவை சிறப்பாகப்பட்டால் நானும் கடவுளும் இணைந்து செய்த மொழிபெயர்ப்பு அவை என்று சொல்ல வேண்டும்.

மலையாள எழுத்தாளர்களில் உங்களுக்கு மிகவும் பிடித்த படைப்பாளி யார்? எதனால்?

பஷீர். அவருக்குத்தான் எந்த நோக்கத்தையும் வற்புறுத்தும் எண்ணம் இல்லை. அவருக்கு வாழ்க்கை வினோதமாகப்படுகிறது. அந்த வினோதத்தைச் சொல்ல ஆசையாக இருக்கிறது. சுய சந்தோஷத்துடன் எழுதியது போல் இருக்கிறது. தன்னைப்பற்றிப் பிறருடைய பார்வை சார்ந்த கவலையுமில்லை. அவர் படைப்பாளி.

[1]நவீனப் படைப்பாளிகளில் உங்களைக் கவர்ந்தவர் யார்?

மாதவிக்குட்டி.

எந்த அம்சம் தமிழிலக்கியத்தில் மலையாளத்தைவிடச் சிறப்பாக இருப்பதாகக் கருதுகிறீர்கள்? ஏன்?

தமிழ் இலக்கியத்தில் சிறந்த படைப்பாளிகளில் பலரையும், அவர்கள் உரைநடை எழுதியிருந்தாலும் கவிதையின் குழந்தைகள் என்றுதான் சொல்ல வேண்டும். தெளிவாகவும் முழுமையாகவும் சொல்வது என்பதுதான் மலையாள இலக்கியவாதிகளின் நோக்கமாக இருக்கிறது. சுருங்கச் சொல்லி வாசகர்களின்

---

1. இந்தக் கேள்விக்குப் பதில் தரப்பட்டிருந்தது. எனினும் மாத்ருபூமி இதழில் இடம்பெறவில்லை

அனுபவத்திற்கு அதிகம் விடுவது தமிழ் மரபு. ஆத்மார்த்தம் தரும் மனநிறைவு தமிழில் முக்கிய குறிக்கோளாக இருக்க, மலையாளத்தில் வாசக ஆதரவு என்பது குறிக்கோளாக இருந்திருக்கிறது. ஆனால் ஏழ்மைசார்ந்த துயரங்கள் தமிழைவிட மலையாளத்தில் வலுவாக வந்துள்ளன.

தமிழில் சிற்றிதழ் வட்டத்தைச் சார்ந்து நீங்கள் இப்போது இயங்கி வருகிறீர்கள். இது போதும் என்று எண்ணுகிறீர்களா?

போதும் என்று எண்ணவில்லை. விரிவுகொள்ள நடைமுறைச் சாத்தியம் இல்லை. வணிகம் என்பதை மட்டுமே குறிக்கோளாகக் கொள்ளாத எல்லாத் தொடர்பு சாதனங்களுடனும் உறவு கொள்ளவே முயல்கிறேன். ஆனால் அவற்றின் பரப்பு சிறிதாக இருக்கிறது.

மலையாளச் சிற்றிதழ் சூழல் பற்றி என்ன எண்ணுகிறீர்கள்?

அந்தக் காலத்தில் கோவிந்தன் பின்னின்று இயக்கிய 'கோபுர'த்திலிருந்து அவர் ஆசிரியராக இருந்த 'சமீக்ஷா', ஐயப்பப் பணிக்கரின் 'கேரள கவிதா', சச்சிதானந்தனின் சிறு புத்தக வெளியீடுகள், இப்போது கே.ஜி. சங்கரப் பிள்ளையின் 'சமகாலின கவிதா' வரையிலுமான முயற்சிகளைப் பார்த்துக் கொண்டுதான் வருகிறேன். மிகத் தரமான முயற்சிகள் இவை. சூழலைப்பற்றி மதிப்பிட்டுச் சொல்லத் தெரியவில்லை.

எம். கோவிந்தனுடன் உங்கள் தொடர்பு என்ன? மானசீகமாக உங்களை அவரது 'பின்காமி'யாகக் கருதுகிறீர்களா?

'பின்காமி'[2] இல்லை. எங்கள் இருவருக்குமே அந்த வார்த்தை பிடிக்காது. நாங்கள் நண்பர்கள். 1950களில் எம். கோவிந்தனையும் சி.ஜே. தாமஸையும் தீவிரமாகப் படித்தேன். சி.ஜேயிடம் எனக்கு மயக்கம் இருந்தது. அவருடைய மொழி சார்ந்து. கோவிந்தனிடம் மயக்கமற்ற மதிப்புக்கொண்டிருந்தேன். 1964இல் ஆல்வாயில் நடைபெற்ற அகிய இந்திய எழுத்தாளர் கூட்டத்தில் அவரைப் பார்த்தேன். 'இனி, இருவரும் நண்பர்களாக இருக்க வேண்டும்' என்ற செய்தி எங்களுக்குள் ஊடுருவிற்று. சென்னையில் என் நெருங்கிய நண்பரான சச்சிதானந்தம், கோவிந்தனின் நண்பர். அவரை அடிக்கடி பார்த்து வெகு நேரம் பேசிக்கொண்டிருப்பேன். நானும் சச்சியும் கோவிந்தனைப்பற்றி நிறையப் பேசிக்கொள் வோம். ஆனால் ஒருவரைப் போய்ப் பார்ப்பதற்கு எதிரான ஏதோ ஒன்று என்னிடம் எப்போதும் இருந்துகொண்டிருந்தது. மிகுந்த கூச்சமும்கூட. ஒரு தடவை சென்னையில் 77B ஹாரிஸ் சாலையில் அவருடைய வீட்டில் மாடிப்படி ஏறியாயிற்று.

---

2. பின்பற்றி நடப்பவர்

அப்போது ஒரு காகத்தின் எச்சம் என் கதர் ஜிப்பாவில் விழுந்தது. அதைச் சாக்காக வைத்துக்கொண்டு பார்க்காமல் திரும்ப வந்துவிட்டேன். திருவனந்தபுரத்தில் 'நோக்கு குத்தி'[3] பிரிமியர் ஷோக்குப் போய் அவரை ஆச்சரியத்தில் ஆழ்த்தினேன். 'யார் யார் அடிக்கடி பார்த்துக்கொள்ள வேண்டுமோ அவர்கள் பார்த்துக்கொள்வதில்லை' என்றார். எனக்குக் கண்களில் நீர் முட்டிற்று. அப்போது எங்கள் இருவருக்குமே நாங்கள் விரும்பாத அளவுக்கு வயதாகிவிட்டிருந்தது. அதன்பின் கடிதங்கள் எழுதிக்கொண்டோம். சந்தர்ப்பங்களை விடாமல் சந்தித்துக் கொண்டோம். அவர் எனக்குக் கடைசியாக எழுதியிருந்த கடிதத்தின் தேதியைப் பார்க்கும்போது அவர் கடைசியாக எழுதிய கடிதமும் அதுதானோ என்று சந்தேகம் ஏற்படுகிறது. அவரை நான் ஒருபோதும் மறக்க முடியாது. சுயமாகச் சிந்திப்பதில் இருக்கும் பேரழகை நான் அவரிடமிருந்துதான் கற்றுக்கொண்டேன். அவரைப் படிக்கும்போது என் குழந்தைகளுக்கு மலையாளம் தெரியவில்லையே என்ற வருத்தம் ஏற்படும். சிந்தனையின் இந்த 'நாட்டு வகை' அவர்களுக்குத் தெரியாது.

தமிழில் சிந்தனையின் இந்த நாட்டு வகைக்கு உதாரணங்கள் இல்லை என்று எண்ணுகிறீர்களா?

அப்படித்தான் தோன்றுகிறது. புதுமைப்பித்தன் இந்த வகையாகச் சிந்திக்கக்கூடியவர் என்று தோன்றினாலும், மொழியின் அழகுகளிலும் நளினங்களிலும் சிக்கிக்கொள்ளக்கூடியவர். திருவள்ளுவர் இந்தக் காலத்தில் இருந்தால் ஒருக்கால் கோவிந்தனைப் போல் எழுதியிருக்கலாம்.

எம்.என். ராயிடம் உங்களுக்கு ஈடுபாடு உண்டா?

உண்டு. அதே போல் லோகியாவிடமும் ஜே.சி. குமரப்பா விடமும் ஜே. கிருஷ்ணமூர்த்தியிடமும் எனக்கு மதிப்புண்டு. மார்க்ஸியச் சிந்தனையாளர்கள் இவர்களை எதிர்நிலையில் மட்டுமே வைத்துப் பரிசீலனை செய்ய மறுத்தது இந்தியச் சிந்தனை உலகிற்குப் பெரும் நஷ்டம்.

சி.ஜே. தாமஸின் ஆளுமை உங்களைப் பாதித்திருக்கிறதா? குறிப்பாக அதில் புதுமைப்பித்தனின் ஆளுமையின் சாயல் உள்ளது என்னும்போது?

சிறுவயதில் குருசந்தோணி என்ற தச்சன் என் நண்பன். அரை மணி நேரம் வேலைசெய்ய ஒருமணி நேரம் உளி தீட்டுவான். சி.ஜே. தாமஸின் மொழி குருசந்தோணியின் உளி தீட்டலை ஞாபகப்படுத்தும். மொழியைக் கூர்மையாக வைத்துக்

---

3. திருஷ்டி பரிகாரம்

கொள்ள வேண்டும் என்பதை நான் அவரிடமிருந்துதான் கற்றுக்கொண்டேன். கோவிந்தன், தாமஸ் இருவரும் கருத்து ரீதியாக என்னை அதிகம் பாதித்திருக்கிறார்களா என்பது தெரியவில்லை. 'பலா பலன்களைப்பற்றிக் கவலைப்படாமல் எழுது', 'சகல மேன்மைகளும் கூடுவது சுதந்திரத்திலிருந்துதான்', 'ஒரு கலைஞன் தன் காலத்திலேயே வெற்றி பெற்றாக வேண்டும் என்ற கட்டாயம் இல்லை' இவ்வகையான செய்திகளை அவர்களிடமிருந்து நான் தொடர்ந்து உறிஞ்சிக்கொண்டிருந்தேன்.

எம்.கோவிந்தன், சி.ஜே. தாமஸ் ஆகியோரின் ஆளுமையின் பாதிப்பு உங்களைக் கம்யூனிஸ இயக்கம் பற்றிய அவநம்பிக்கைக்கு இட்டுச் சென்றதா இல்லை அந்த அவநம்பிக்கையும் புதிய தேடலும் அவர்களிடம் இட்டு வந்ததா? அதற்குப் பலன் இருந்ததா?

கம்யூனிஸ அனுதாபியாக இருந்தபோது அவ்வெண்ணம் உறுதிபடக் கூட சி.ஜேயின் ஆரம்பகால எழுத்துகள் உதவியிருக்கின்றன. அவருடைய 'சோஷலிஸம்', 'மதமும் கம்யூனிஸமும்' ஆகிய நூல்கள். ஸ்டாலின் மீது ஏற்பட்ட அவநம்பிக்கையும் சந்தேகமும் பதற்றத்தை ஏற்படுத்தின. என்னைச் சுற்றி இருந்தவர்கள் என் சந்தேகங்களை அலட்சியப்படுத்தியபோது கோவிந்தனின் எழுத்து உறுதிப்படுத்திற்று. என்னிடம் இயற்கையாக இருந்த சுதந்திர உணர்வும் உண்மையைக் கண்டறிய வேண்டும் என்ற ஆசையும் கோவிந்தனின் எழுத்துகளால் வளர்ந்தன.

மலையாள இலக்கிய விமர்சகர்களில் எவருடைய குரல் உங்களுக்கு மிகவும் உவப்பானதாக இருந்துள்ளது? யாருடைய பாதிப்பு உங்களில் ஆக்கபூர்வமான விளைவுகளை ஏற்படுத்தியுள்ளது?

சிறுவயதில் புதிய ஆசிரியர்களின் பெயர்களைத் தெரிந்து கொள்ள வேண்டும் என்ற அவசர அவசியம் எனக்கு முட்டிக் கொண்டிருந்தது. அந்தச் சமாச்சாரமே அப்போது தமிழில் இல்லை. ஆங்கிலம் படித்தால் புரியாது. புதிய இந்திய ஆசிரியர்கள், உலக ஆசிரியர்களின் பெயர்களைத் தெரிந்துகொள்ளவே நான் மலையாள இலக்கிய விமர்சனத்தைப் படிக்கத் தொடங்கினேன். முண்டசேரியின் எழுத்து எனக்குச் சுத்தமாகப் பிடிக்கவில்லை. சுற்றி வளைத்து எழுதுவது. சி.ஜேயிடம் இருந்த மயக்கத்தில் பாதி பி.கே. பாலகிருஷ்ணனிடமும் இருந்தது. குட்டிக் கிருஷ்ண மாராரை விரும்பினேன். அவர் என்னுடைய பெரியப்பாவாக இல்லையே என்று தோன்றிற்று. நவீன விமர்சகராக அவர் இல்லாமல் இருந்தது எனக்கு ஏமாற்றமாகவும் இருந்தது. எம்.பி. பாலை விரும்பிப் படித்தேன். ஆனால் அப்போது எனக்கு இருந்த பசிக்கு அவருடைய எழுத்தின் அளவு போதாமல் இருந்தது. பின்னால் வந்த நவீன விமர்சகர்களையும் படித்தேன்.

நேர்காணல்கள்

அவர்கள் எல்லோரும் ஆங்கிலம் தெரிந்தவர்கள். அதனால்தான் மலையாள விமர்சனம் எழுதுகிறார்கள் என்று தோன்றிற்று. பாதிப்பு என்று சொல்லும்படி எவரிடமிருந்தும் பெறவில்லை. அடிப்படைகள் தெரிந்தன. செய்திகள் பெற்றுக்கொண்டேன். அதனால் என் படிப்பு விரிந்தது.

'ஜே.ஜே: சில குறிப்புக'ளின் மலையாளச் சூழலுக்கு விசேஷமாக ஏதாவது பொருள் உண்டா? நாவலை அணுக அக்கதாபாத்திரங்களை நிஜ நபர்களுடன் அடையாளம் கண்டுகொள்ள வேண்டுமா?

விசேஷப் பொருள் ஒன்றுமில்லை. ஐம்பதிலிருந்து அறுபத்தைந்துவரையிலான மலையாள எழுத்துகளை விழுந்துவிழுந்து படித்தேன். அப்போது அந்த மண்ணில் நான் இல்லை. எவரிடமும் நேர்த் தொடர்பும் இல்லை. நெருக்கமாக அறிந்திருக்கிறேன்; விலகியும் நிற்கிறேன். இதனால் கனவும் கற்பனைகளும் புகுந்து கொள்ளும் இடம் கிடைத்தது. இந்த நிலையும் கோணமும் படைப்புக்கு மிக ஏற்றவை. மலையாள மண்ணில் நடக்கும் சகல வாழ்க்கை நாடகங்களுக்கும் அன்றும் இன்றும் நான் ஒரு இயற்கையான ரசிகனும்கூட. நிஜ நபர்களுடன் என் கதாபாத்திரங்களை அடையாளம் காணுவது ஒரு படைப்பாளியான எனக்கு நல்லதில்லை. ஆனால் வாசகர்களால் அடையாளம் காணாமல் இருக்கவும் முடிவதில்லை.

ஜே.ஜே. ஒரு பின் நவீன ரக நாவல் (மையமற்றது) என்று கூறப்படும் வாதத்தை நீங்கள் ஏற்கிறீர்களா?

ஏற்கவில்லை. இது போன்ற அணுகுமுறைகளில் எனக்கு நம்பிக்கையில்லை. நான் ஒரு நாவல் எழுதியிருக்கிறேன். மலையாள இலக்கிய உலகம் மிகுந்த சுவாரசியத்தை எனக்கு ஏற்படுத்தியிருக்கிறது. தமிழ் இலக்கிய உலகத்தின் மீது நான் கோபத்துடனும் வருத்தத்துடனும் இருக்கிறேன். என் காலத்தைப் பற்றி நான் பேச வேண்டும். என் காலத்தின் கோலங்கள் பற்றியும். என் தாய்மொழிமீது நான் மிகுந்த பிரியம் கொண்டவன். என் மொழியையும் என் கலாச்சாரத்தையும் மேலெடுத்துச் செல்ல வேண்டும் என்ற துடிப்பிலும் இருக்கிறேன். ஜே.ஜே. இப்போது இருப்பது போல் இருப்பதற்கு இவைதாம் காரணங்கள்.

நவீன விமர்சனக் கருத்தாக்கங்கள் படைப்பாளிக்கு எவ்வகையிலாவது உதவும் என்று எண்ணுகிறீர்களா? இருத்தலியல், அமைப்பியல் கருத்தாக்கங்கள் பற்றி உங்கள் கருத்து என்ன?

தான் வாழும் காலத்தை உணரப் படைப்பாளி எவ்வளவோ முயற்சிகள் செய்துகொண்டிருக்கிறான். நவீன விமர்சனக் கருத்தாக்கங்கள் பற்றிய அறிவு அதில் ஒன்று. புலமைக்கு எதிர்நிலையில், ஒரு கருத்தாற்றல் சார்ந்த கலாச்சார சம்பந்தம் –

Cultural relevence – ஒரு படைப்பாளிக்கு மிக முக்கியம். இன்றைய இந்திய வாழ்க்கையை மறுபரிசீலனை செய்யும்போது, இருத்தலியல் சார்ந்த கருத்துகளின் சில அம்சங்கள் இயற்கையான பொருத்தம் கொள்கின்றன. அமைப்பியல்பற்றிப் பேசும் அளவுக்கு எனக்கு அதில் பிடிப்பு இல்லை.

'ஜே.ஜே: சில குறிப்புக'ளின் கவிதை மொழி அதற்கு இயல்பானதோர் தோற்றம் ஏற்படாமல் தடுத்துவிட்டதாகவும், நாவல் சற்று 'பந்தா'வுடன் இருப்பது போன்ற தோற்றத்தைத் தந்துவிட்டதாகவும் கூறப்படுவது குறித்து என்ன கருதுகிறீர்கள்?

இந்த விமர்சனங்கள் நான் அறியாதவை. கவிதை மொழி பற்றி நான் என்ன சொல்ல? எனக்குக் கவிதை பிடிக்கும். பாலுவுக்கும் அப்படித்தான். அரவிந்தாட்ச மேனன், சம்பத், ஜே.ஜே. எல்லோருமே கவித்துவம் கொண்டவர்கள். 'பந்தா' இருக்கிறதென்றால், இருந்திருக்கக் கூடாது என்பேன். என் விருப்பத்தையும் மீறி இருக்கிறதென்றால் அதற்கு சி. ஜேயும், பி.கே. பாலகிருஷ்ணனும்தான் பொறுப்பு. கோவிந்தன் மாதிரி இருக்கத்தான் எனக்கு விருப்பம். அவர் தமிழ் மரபைச் சார்ந்தவர்.

நாவலின் பல இடங்களில் கதாபாத்திர வார்ப்புகள் கார்ட்டூன் தன்மையுடன் அவர்களின் விசேஷமான இயல்புகள் தேவைக்கேற்ப மிகைப்படுத்தப்பட்டு இருப்பதால் வழக்கமான வாசகர்களுக்கு ருசிபேதம் ஏற்படுகிறது (எனக்கு அது மிகவும் உவப்பளிக்கும் விதத்தில் இருப்பினும்கூட) என்று அறிந்தேன். நாவலின் சிற்ப அமைப்புக்கு இது தவிர்க்க முடியாததா? வெறும் மேலோட்டமான விகடம் இது என்று சிலராவது எண்ணக்கூடும் அல்லவா?

ஜே.ஜேயை எழுதும்போது பல சமயங்களில் நானே அதை அதிகமாக ரசிக்கத் தொடங்கிவிட்டேன். ஹாஸ்யங்களுக்கு நானே சிரிப்பேன். இந்த சுய ரசனை, கதாபாத்திரங்களின் சித்திரங்களை வரையும்போதே என்னை கார்ட்டூன் பக்கம் இழுத்துக்கொண்டுபோயிருக்கிறது. வெளிப்படையான கேலிக் குரியவர்களைச் சொல்லும்போது கார்ட்டூன் பக்கம் கொஞ்சம் போவதில் எனக்கு விரோதமில்லை. அவர்களைக் கேலி செய்ய எனக்கு ஆசையாகவும் இருக்கிறது. சித்திரங்களுக்குரிய சாயங்களை நாம் அவர்களுக்காக வீணாக்கவும் முடியாது.

எழுதி முடித்தபிறகு இன்று வாசிக்கும்போது இந்த கார்ட்டூன் அம்சம் கலை ரீதியான முழுமையுடன் இருப்பதாகக் கருதுகிறீர்களா?

கலை ரீதியான முழுமை என்பது பெரிய வார்த்தை. அதை நான் கேட்கத் தயங்குவேன். மீண்டும் படித்தபோது நெருடல் தெரியவில்லை. ஈர்ப்புடன் இருந்தது

நாவலின் தரிசன தளத்தில் அமைப்புகளை முற்றாக நிராகரிக்கும் அதீத தனி மனிதவாதம் உள்ளது என்றும், இது தருக்க அடிப்படையிலும் சரி, நடைமுறையிலும் சரி, முழுமையானதல்ல என்றும், ஒருவித எதிர்மறையான எதிர்வினை என்றும் கருதுகிறேன். குறிப்பாக (50, 60, 70களில்) கருத்து ரீதியான அமைப்புகள் உருவாக்கிய மன நெருக்கடியின் எதிர்வினை இது. இக்கருத்து வேறுபாடு பலராலும் கூறப்பட்டுள்ளது. உங்கள் எதிர்வினை என்ன? (வேண்டுமானால் மேலும் விளக்குகிறேன்)

அமைப்புகள் முற்றாக அழுகிவிட்டன. மறுப்பவர்கள், எஞ்சியிருக்கும் உயிரைத் தொட்டுக்காட்ட வேண்டும். பிணத்தைப் பிணம் என்று சொல்வது யதார்த்தம். கருத்துலக நாகரிகம். அரசியல்வாதிகளின் சொற்றொடர்களால் பிரத்தியட்சத்தின் கோலத்தை மறைக்க முடியுமா? படைப்பு, வாழ்க்கையின் ஆவேசமான எதிர்வினை. உணர்ச்சி சார்ந்த எதிர்வினை. படைப்பாளிகள் தங்கள் அனுபவங்களுக்கும் உணர்வுகளுக்கும் விசுவாசமாக இருக்க வேண்டும். ஜே.ஜே. எழுதப்பட்ட காலத்திற்குப்பின் சமூகம் மேலும் அழுகிவிட்டது. இப்போது மூடி மறைக்க முடியாமல் எல்லாம் வெட்ட வெளிச்சமாகிவிட்டன.

அமைப்புகள் தத்துவ அளவிலேயே கூடத் தேவை இல்லை என ஆகிவிட்டன என்று கருதுகிறீர்களா? அப்படியானால் அவற்றுக்கு மாற்று என்ன?

அமைப்புகள் கட்டாயத் தேவையாக இருக்கின்றன. அமைப்புகள் சார்ந்த சீரழிவுகள் இன்னும் சாதாரண மக்கள் அறியும் வகையில் மிகப்பெரிய அளவில் வெட்ட வெளிச்சமாக வில்லை. விமர்சனம் இந்தக் காரியத்தைச் செய்ய முற்படுகிறது. இந்தச் சீரழிவை மக்கள் முற்றாக உணரும்போதுதான் மாற்று வழிகள் தோன்றும். மாற்று வழிகள் தத்துவம் போடும் குட்டிகள் அல்ல. போராட்டம் கற்றுத் தரும் பாடங்களின் விளைவுகள்.

வாழ்வின் தேவைகள், நிர்ப்பந்தங்கள் ஆகியவற்றுக்கு அப்பால் இருந்து, மனித மனத்தின் ஆழத்திலிருந்து எழும் ஒரு வெளிச்சம் மனிதனை வழிநடத்தக்கூடும் என்றும் அது சகல அதிகார அமைப்புகளுக்கும் நியதிகளுக்கும் மாற்றாக அமையும் என்றும் 'ஜே.ஜே: சில குறிப்புகள்' கூறுவதாகப்படுகிறது. இது ஒருவித இலட்சியவாதத் தன்மை உடைய நிலைப்பாடு. உணர்ச்சிகரமாக (கலை வெற்றியுடன்) முன்வைக்கப்படும் இது தருக்கபூர்வமாக நிலைநாட்டப்படவில்லை என்று படுகிறது. காரணம் அமைப்புகள் நியதிகள் நிறுவனங்களுக்கு உதாரணமாக ஜே.ஜே. காணும் அனைத்துமே (நாராயண குருவின் சீடர் தவிர) அவற்றின் மோசமான தளங்களே நாவலில் வெளிப்படுகின்றன. அவற்றின் தீவிரமான மிகச் சிறந்த தளத்திலேயே அவற்றின்

போதாமை நிறுவப்பட்டிருக்க வேண்டும். இக்காரணங்களினாலேயே இப்படைப்புக்கு ஓர் எதிர்மறைத் தன்மை வந்துவிட்டதோ என்றும் படுகிறது.

நாவல் அனுபவத் தளத்தில் எதிர்கொள்ளப்பட வேண்டும் என்பதுதான் என் எதிர்பார்ப்பு. புரிதலுக்குப் படிப்பு ஆற்றும் பங்கை அறிந்திருக்கும் நிலையிலும்கூட. மனித மனத்தின் ஆழத்திலிருந்து எழும் ஒரு வெளிச்சம் மனிதனை வழி நடத்தக் கூடும் என்றும் அது சகல அதிகார அமைப்புகளுக்கும் நியதிகளுக்கும் மாற்றாக அமையும் என்றும் நான் சொல்வதாக உங்களுக்குத் தோன்றுகிறதா? அப்படித் தோன்றினால் அந்த வெளிச்சத்திற்கும் மதத்திற்கும் சம்பந்தமில்லை. புற வாழ்க்கை சார்ந்த நுட்பமான புரிதல், மனித மனங்களின் சிக்கல் சார்ந்த நுட்பமான புரிதல், இவற்றை இணைக்கும் விவேகம் – இதைத்தான் நான் வெளிச்சம் என்கிறேன். நான் லட்சியவாதிதான். எங்கள் இருப்பின் மிச்சம்தான் சரிவை இன்று உங்களுக்கு உணர்த்திக்கொண்டிருக்கிறது. இந்த வாழ்க்கையின் கோலங்களைப் பகிரங்கமாக நீங்கள் ஏற்றுக் கொள்ளும்போது என் படைப்பில் நீங்கள் எதிர்பார்க்கும் தர்க்கத்தின் தளம் மற்றொன்றாக இருக்கும். அனைத்துமே சரிந்துவிட்டன என்று நான் சொல்கிறேன். நாராயண குருவின் சீடர்கூட எதுவும் நிகழ்த்திக்காட்ட முடியாத லட்சியவாதியின் குறியீடுதான். ஆனால் அவர் பாலுவுடன் உறவுகொள்கிறார். ஜீவன், மற்றொரு ஜீவன்மீது இன்றும் கொள்ளத் துடிக்கும் உறவு. நம்பிக்கையின் கடைசிக் கண்ணி இது. தீவிரமான, மிகச் சிறந்த தளங்கள் இருக்கின்றன என்றால், அவை எங்கிருக்கின்றன என்பது எனக்குத் தெரியவில்லை. நெருங்கும்போது சகல இயங்கங்களும் லட்சியவாதிகளுக்குப் புளித்துப்போகின்றன. கசந்து வெளியேறுகிறார்கள். மீண்டும் மற்றொரு தளத்தில் முட்டி மோதுகிறார்கள். சரிவுகளும், தோற்றுப் போய்க்கொண்டிருக்கும் லட்சியவாதிகளின் கடைசிப் படையும் – இவற்றைத் தான் பார்க்கிறேன் சுற்றிவர. ஜே.ஜேயில் என் உளியை நான் இன்னும் ஆழமாகப் பாய்ச்சி இருக்க வேண்டும். நிலைமைகள் அவ்வளவு மோசமாக இருக்கின்றன. குறைந்தபட்சம் என் தமிழ் மண்ணிலேனும்.

மனங்கள் சார்ந்த நுட்பமான புரிதல் இதற்கான முகாந்திரம் என்ன? அதுதான் கேள்வி. மனிதனின் இயல்பான உள்ளார்ந்த மேன்மை அதுவே போதும் என்கிறீர்களா? இந்த நேசத்திற்கான ஊற்றுக்கண் என்று எதைக் குறிப்பிடுகிறீர்கள்?

காலத்தைப் புரிந்துகொண்டு அதை வாசகர்களுடன் பகிர்ந்துகொள்ளும் காரியத்தைத்தான் ஒரு படைப்பாளி செய்ய

முடியும். படைப்பாளியின் செயல்பாடு வெற்றி, அதிகாரம், பணம், புகழ் ஆகிய தளங்களைத் தாண்டியிருக்கும் அளவுக்கு அவன் உண்மையை முழுமைப்படுத்திக் கொண்டுபோகிறான். 'உள்ளார்ந்த மேன்மை' மட்டுமே போதும் என்று நான் சொல்ல வில்லை. இது விளைநிலம்தான். இதில் என்ன பயிர் செய்கிறோம் என்பதுதான் முக்கியம். ஒவ்வொரு உண்மையான படைப்பாளியும் இந்த விளைநிலத்தில் வாழ்க்கையின் ஸ்திதி பற்றிய தன்னுடைய விதைகளைத்தான் விதைக்கிறான். இந்த விதைப்பின் மூலம்தான் வரலாற்றில் நாம் இன்றையப் புள்ளிக்கு வந்து சேர்ந்திருக்கிறோம். சக ஜீவன்களிடம் நாம் கொள்ளும் அன்பு. இதுதான் சகல விஷயங்களுக்கும் ஊற்றுக்கண்.

●

நான் ஒரு முற்போக்கு எழுத்தாளன்தான்

இன்றைய தமிழ்ச் சூழலில் முற்போக்கு இயக்கங்கள் குறித்து நீங்கள் என்ன கருதுகிறீர்கள்?

சினிமா, வணிகப் பத்திரிகைகள் ஆகியன குறித்து முற்போக்கு இயக்கத்தினராகிய நீங்கள் எடுத்திருக்கும் நிலைப்பாடு திட்டவட்டமானதாக இல்லை என்பது என் கருத்து. அவற்றில் நல்ல விஷயங்கள் இருந்தால் வரவேற்க வேண்டும், மோசமான அம்சங்களிருந்தால் விமர்சிக்க வேண்டும் என்று நீங்கள் வைத்திருக்கும் நிலைப்பாடு சரியானதாக இருக்கலாம். ஆனால் அவற்றின் வணிக நோக்கை நீங்கள் தீவிரமாக எதிர்ப்ப தில்லை. அதேசமயம் தீவிரமாகச் சிந்திக்கக்கூடிய, எழுதக்கூடிய எழுத்தாளர்கள், பத்திரிகைகள், புத்தகங்கள் ஆகிய தளங்களில் உங்களுடைய நிலைப்பாடு மொத்தமும் நிராகரிக்கக் கூடியதாக இருக்கிறது. இந்த முரண்பாட்டைத்தான் உங்களுடைய கவனத்திற்குக் கொண்டுவர வேண்டும் என்று நினைக்கிறேன்.

இல்லை. அப்படிப்பட்ட நிராகரிப்பே எங்களுக்கு இல்லை. ஏன் இப்படிக் கூறுகிறோம் என்றால் உங்களுடைய 'ஜே.ஜே.: சில குறிப்புக'ளில் எங்களுக்குச் சில விமர்சனங்கள் இருந்தபோதிலும் 'ஒரு புளிய மரத்தின்

செம்மலர் – டிசம்பர் 1998
பேட்டி கண்டவர்: சோழ. நாகராஜன், அருணன்

கதை' குறித்து இன்றைக்கும் எங்களுக்கு நல்ல அபிப்ராயம் இருக்கிறது. அதை இப்போதும் பாராட்டுகிறோம். ஆனால் 'ஜே.ஜே.: சில குறிப்புக'ளில் சில கருத்து வேறுபாடுகள் கொண்டிருக்கிறோம். இதனாலேயே சுந்தர ராமசாமி என்ற எழுத்தாளரையே நாங்கள் நிராகரிக்கிறோம் என்பதல்ல; அப்படி எங்கேயும் நாங்கள் பேசியதுமில்லை, எழுதியதுமில்லை.

ஜே.ஜே: சில குறிப்புகளில் கம்யூனிஸத்தை விமர்சிக்கும் ஒரு போக்கு இருக்கிறது என்று நீங்கள் நினைக்கிறீர்கள். அப்படி எனில் அதை நீங்கள் விமர்சிக்காமல் என்ன செய்வீர்கள்? அதைப் படித்தவுடன் விமர்சிப்பதுதானே உங்கள் முதல் கடமையாக இருக்க முடியும்? இது தெரிந்த விஷயம்தான். இதில் எந்தப் பிரச்சனையுமே இல்லை. ஆனால், அந்த விமர்சனத்தையே ஒரு விவாதமாக மாற்றக்கூடிய சூழலை நீங்கள் உருவாக்கவில்லை. அந்த நாவல் உங்கள் பார்வையில் சில பிற்போக்கு அம்சங்களைக் கொண்டிருக்கிறது என்ற அடையாளத்தை மட்டுமே நீங்கள் கொடுக்கிறீர்கள். ஆனால் அந்த அடையாளத்தைச் சார்ந்து இல்லை அந்தப் படைப்பு.

அந்த நாவல் வெளிவந்த சமயம் தமிழ் நாவல் தோன்றி நூறு வருடங்கள் ஆகியிருந்தது. நாவல் சார்ந்த எல்லாச் சம்பிரதாயங்களையும் அது உடைப்பதாக அமைந்தது. இது ஒரு முக்கியமான விஷயம். எந்த விஷயத்தையும் நாவலாக மாற்ற முடியும் என்ற நம்பிக்கையைக் கொடுத்தது அந்த நாவல். பல எழுத்தாளர்களை அவர்களுடைய கருத்துலகம் சார்ந்து அவர்களுடைய சிந்தனைகளையும் முன்வைத்து வாசகர்கள் பரிசீலிக்க வாய்ப்புத் தந்த முதல் நாவல் அது. இந்த விஷயம் உங்கள் கவனத்திற்கு வரவில்லை.

நீங்கள் சொன்னீர்கள், சினிமா குறித்துத் திட்டவட்டமான நிலைப்பாடு எங்களிடம் இல்லை என்று. பொதுவாகப் பெரும்பாலான சினிமாக்கள் மோசமானதாக இருக்கிறது என்பதில் உண்மை இருந்தாலும் அதிலும் ஒன்றிரண்டு நல்ல படங்கள் வரும்போது அவற்றை ஊக்குவிப்பதும் அவசியம் என்று கருதுகிறோம். அதை ஆதரிக்க வேண்டும் என்பது எங்களுடைய பார்வை.

என்னைப் பொறுத்தமட்டில் எனது எழுத்தைப் புகழுக்காகவோ காசுக்காகவோ விற்றேன் என்று யாரும் சொல்ல முடியாது. அப்படியெனில் நம்பிக்கைசார்ந்து செயல்படுகிற என் போன்ற எழுத்தாளர்களுக்கு நீங்கள் வியாபாரிகளுக்குத் தரக்கூடிய 'லிபரல்' பார்வை கூடத் தருவதில்லை. இந்த எதிர்பார்ப்புத் தவறா?

தவறு கிடையாது என்பதல்ல, எழுத்தாளர் என்ற முறையில் உங்களுக்கு உரிமையே உண்டு. பொதுவாக உள்ள பிரச்சனை

ஒன்று. வாசகர்களில் பல மட்டங்கள் உண்டு. இது பரவலாக ஒத்துக் கொள்ளப்பட்டிருக்கிறது. உயர்மட்ட ரசனையுள்ள வாசகர்கள் விரும்புகிற படைப்புக்களை ஒரு சில படைப்பாளிகளே தரமுடியும். இடைத்தட்டு ரசனையுள்ள வாசகர்களால் இந்த உயர் ரசனையை ஜீரணிக்க இயலவில்லை. இவர்களை மனத்தில் கொண்டும் பல எழுத்தாளர்கள் எழுதுகிறார்கள்; யாருக்காக எழுதுகிறோம் என்பதை மனத்தில் கொண்டு அவர்கள் எழுதுகிறார்கள். இந்த எழுத்துக்களெல்லாம் உயர் ரசனை அற்றவை என்றும், புறக்கணிக்க வேண்டியவை என்றும் ஒரு கருத்து நிலவுகிறது. இதைப்பற்றி என்ன நினைக்கிறீர்கள்?

இடைத்தட்டு எழுத்துக்களை நான் மறுக்கிறேன் என்ற எண்ணம் உங்களுக்கு இருக்கிறது. நான் வெளிப்படையாகவே சொல்கிறேன். நான் மறுக்கவில்லை. ஆனால் ஒரு விஷயம். படைப்பு என்பது உள்ளார்ந்த ஆற்றல் கொண்டதாக இருக்க வேண்டும். அந்த ஆற்றல் மனிதனுடைய மனத்தைப் பாதிக்க வேண்டும். ஒரு படைப்பு சமூகத்தைப் பாதிக்க வேண்டும். எப்படிப்பட்ட படைப்பு மனிதனைப் பாதிக்கும்? அவனை அது ஒரு புதிய அனுபவத்திற்கு ஆளாக்க வேண்டும். ஒரு நாவலில் கதாநாயகி இறந்துபோய்விடுகிறாள். வாசகன் ஏன் வருத்தத்திற்கு ஆளாகிறான்? அங்கு அனுபவப் பகிர்வு என்பது இருக்கிறது. இதுதான் ஒரு படைப்பு கொடுக்கக்கூடிய பாதிப்பு. இந்தப் பாதிப்பைத்தான் கலை ஆற்றல் என்று நான் சொல்கிறேன். இதற்கு அப்பாற்பட்ட அழகியல் என்பது கிடையாது என்று திரும்பத்திரும்ப நான் சொல்கிறேன். ஏனென்றால், என்னை ஒரு அழகியல்வாதி என்று நீங்கள் கருதுவதால். கலை கலைக்காக என்பதெல்லாம் வேறு சமூகத்தில் வேறு காரணங்களுக்காகத் தோற்றுவிக்கப்பட்ட கோஷம். அந்தக் கோஷங்கள் எல்லாம் காலாவதி ஆகிவிட்டன. நாம் இப்போது தமிழ் இலக்கியம் சார்ந்து பேசுகிறோம். தமிழ் மக்களைக் கணக்கில் எடுத்துக்கொண்டு பேசுகிறோம். நம்மிடையே அடிப்படையின் வலுக்கொண்ட மொழி, ரசனை உண்டாக வேண்டும். இதற்கு அப்பாற்பட்ட அழகியல் விஷயங்கள் குறித்தெல்லாம் நான் கவலைப்படவில்லை. அதை நான் வற்புறுத்தவும் இல்லை. எனக்குப் பல புத்தகங்கள் பாதிப்பை ஏற்படுத்தவே இல்லை. அவற்றில் நல்ல கருத்துக்கள் இருக்கின்றன. ஆனால் அங்கு அனுபவப் பரிமாற்றம் நிகழவில்லை. அவை இலக்கியமே இல்லை எனலாம்.

இது தவிர எனக்கு வேறு பிரச்சனையே இல்லை. உதாரணமாக, 'கோவேறு கழுதைகள்' நாவலை நான் மிகவும் பாராட்டி எழுதினேன். என் நண்பர்கள்கூட நான் மிகையாக எழுதிவிட்டேன் என்றார்கள். அது ஒரு எளிய நாவல்தான்.

புரிகிற நாவல்தான். ஆனால் நான் சிக்கலான நடையைத்தான் விரும்புவேன் என்கிற கருத்து உங்களிடையே நிலவுகிறது. என்னுடைய கருத்து என்னவென்றால் மனிதனுடைய மனத்தைப் பாதிக்கக் கூடிய ஆற்றல் கொண்டதாகப் படைப்பு இருக்கவேண்டும் என்பதுதான்.

தமுஎசவும் 'கோவேறு கழுதைகள்' நாவலுக்குப் பரிசு கொடுத்திருக் கிறது. படைப்பு என்பது எழுத்தாளனின் அனுபவப் பகிர்வு என்றீர்கள். அந்த அனுபவத்தை மட்டுமே பரிமாற்றம் செய்தால் போதுமா? அல்லது, அத்துடன் சேர்ந்து சமூகம் குறித்த ஒரு நல்ல சிந்தனையையும் சேர்த்துக் கொடுப்பது தேவையா இல்லையா?

தேவை என்று நான் நம்புகிறேன். உங்களைப் பொறுத்த மட்டில் என்னைப் பற்றிய அபிப்ராயம் என்ன வேண்டுமானாலும் இருக்கலாம். ஆனால் நான் ஒரு முற்போக்கு எழுத்தாளன்தான். அதாவது முன்னால் போக விரும்புகிறவன்; போய்க் கொண்டிருப்பவன்.

தலித்தியம், பெண்ணியம் குறித்து உங்களுடைய கருத்து என்ன?

இதைப்பற்றி நான் ஏற்கெனவே வெளிப்படையாக எழுதி யிருக்கிறேன். தலித் அல்லாதவர்கள் தலித் இலக்கியத்தை இன்று உருவாக்க முடியாது. தலித் அல்லாதவர்களுக்குத் தலித் பற்றிய அனுபவம் என்பதே இல்லாமல் பிரிந்துகிடக்கிற அமைப்பாக இந்துச் சமூக அமைப்பு இருக்கிறது. ஆகவே, தலித்துக்கள்தான் தலித் வாழ்க்கை பற்றி எழுத முடியும். யார் வேண்டுமானாலும் தலித் இலக்கியம் படைக்கலாம் என்பதுதான் உங்கள் நிலைப்பாடு. தலித் இயக்கங்களைச் சேர்ந்தவர்கள் தலித்துக்களால் மட்டுமே தலித் இலக்கியம் எழுத முடியும் என்று சொல்கிறார்கள். அந்த இயக்கங்களுக்கு வெளியிலே நான் ஒருவன் மட்டுமே தலித்துக்களே தலித் இலக்கியம் படைக்க முடியும் என்ற கருத்தைச் சொல்பவனாக இருக்கிறேன். மற்ற எல்லா விஷயத்திலும் யார் வேண்டுமானாலும் எதைப்பற்றியும் எழுதலாம் என்று உங்களைப் போலவே நானும் அபிப்பிராயம் கொண்டிருந்தாலும், விதிவிலக்காகத் தலித் விஷயத்தில் பிறருக்கு அவர்களுடைய வாழ்வியல் அனுபவத்தைப் பெற வாய்ப்பில்லாத காரணத்தால் அவர்களே எழுத முடியும் என்கிறேன்.

இது பெண்ணிய இலக்கியத்திற்கும் பொருந்தும் என்கிறீர்களா?

பெண்களின் பிரச்சனைகளையும், மனங்களையும் ஒரு எல்லைவரை ஆண்களால் புரிந்துகொண்டு எழுத முடியும். நானே எழுதியிருக்கிறேன். ஆனால் பெண்கள் மட்டுமே சொல்லக் கூடிய சில முக்கியமான பிரச்சனைகளும் இருக்கின்றன.

அவற்றை அவர்களே சொல்லக்கூடிய காலமும் உருவாகிவிட்டது என்றும் கருதுகிறேன். இதன் மூலம் இலக்கியம் விரிவடைகிறது என்பதோடு பெண்கள் தங்களின் விடுதலைக்குப் போராடுவதன் ஒரு பகுதியாகவும் அது அமைகிறது.

இன்றைக்குத் தலித் எழுத்தாளர்கள் முன்னணியில் வருகிறார்கள். அவர்களுக்கு இயல்பாகவே சொந்த அனுபவத்துடன் எழுதும் வாய்ப்பும் இருக்கிறது. மற்றவர்களுக்கு அது இல்லை என்பதிலும் உண்மை இருக்கிறது. ஆனால் அன்றைக்குக் கல்வியறிவு திட்டவட்டமாக மறுக்கப்பட்ட காலத்தில் தலித்துக்கள் எழுத்தாளர்களாக உருவாகாத காலத்தில் தலித் அல்லாதவர்கள் தலித்துக்காகக் குரல் கொடுத்திருக்கிறார்கள். இன்றைய தலித்தியச் சிந்தனையாளர்கள் கோபாலகிருஷ்ண பாரதியிலிருந்து பாரதியார் வரை எல்லோரையும் நிராகரிப்பதும் கிண்டல் செய்வதும் நடக்கிறதே! புதுமைப்பித்தனைக் கேலிசெய்யும் நிலையும் வந்துவிட்டதே!

நான் அந்த மனோபாவத்தை ஏற்றுக் கொள்ளவில்லை. பொதுவாகச் சமூகக் கொடுமைகளுக்கு எதிராக ஏதோ ஒரு விதத்தில் எழுத்தாளன் குரல் கொடுத்துக்கொண்டுதான் இருக்கிறான். அது அவனது வழிமுறைசார்ந்த வெளிப்பாடாக இருக்கும். அந்த வழிமுறை என்பது அரசியல் போன்று, வெளிப்படையாக மேடையில் பேசுவது போன்று இருக்க வேண்டும் என்று எதிர்பார்க்கக்கூடாது. இலக்கியத்திற்கென்று சில நுட்பங்கள் இருக்கின்றன. நுட்பமான மொழி இருக்கிறது. பல பக்கங்களையும் பார்க்கக்கூடியவன் எழுத்தாளன். அவன் மொத்த வாழ்க்கையையும் பார்க்கிறவன். அப்படிப் பார்த்து அவன் நுட்பமான படைப்பை உருவாக்கக்கூடிய நேரத்தில் எடுத்த எடுப்பிலேயே வெளிப்படையாகத் தெரியாத பலவிஷயங்கள் அந்தப் படைப்பில் இருக்கும். அதைக் கூர்ந்துபார்க்கிற பயிற்சி, இயக்கம்சார்ந்த வாசகர்களுக்குத் தேவை. ஒன்றை நிராகரிப்பது கெட்டிக்காரத்தனம் இல்லை. எந்தக் காரணத்திற்காக ஏற்கிறோம் அல்லது நிராகரிக்கிறோம் என்று விளக்குவதற்கும் தெரிந்திருக்க வேண்டும். இவை எல்லாமே மிகவும் பலவீனமாக இருப்பதாக நான் நினைக்கிறேன்.

தற்போது மதவெறி அபாயம் தலைதூக்கி வருகிறது. இந்தக் கட்டத்தில் மதம் பற்றிய உங்கள் அணுகுமுறை என்ன?

மதத்தைப் பற்றிய என்னுடைய கருத்து இன்று அது ஒரு வணிகச் சக்தி என்பதுதான். இதை நான் புதிதாகச் சொல்ல வில்லை. ஏற்கெனவே பலமுறை சொல்லியிருக்கிறேன். மதத்தால் மக்களுக்கு எந்தப் பயனும் இல்லை. அது பல்வேறு தந்திரங்களைக் கொண்ட வணிகச் சக்தி. மதங்களின் நோக்கமே சமுதாயத்தில்

எந்த மாற்றமும் வந்துவிடக்கூடாது, இன்றைக்கு இருக்கும் நிலைமையை அப்படியே தக்கவைத்துக்கொள்ள வேண்டும் என்பதே. அதற்காக அதன் வழிமுறைகள் பலவிதமாகவும் இருக்கும். ஆனால் மதத்தையும் கடவுள் நம்பிக்கையையும் நேரடியாக எதிர்ப்பதல்ல என்னுடைய வழி. கடவுள் நம்பிக்கை இருப்பதற்குச் சில முக்கியமான காரணங்கள் உண்டு. அது இன்றைய சமுதாயத்தின் ஒரு பிடிப்பாக இருக்கிறது. இந்தப் பிடிப்பையும் விட்டுவிடு என்று சொல்ல நமக்கு அதிகாரம் கிடையாது. மனிதன் சமூகத்தில் நம்பிக்கை உள்ளவனாக மாறவேண்டும். பல காரணங்களால் அது உருவாகவில்லை. அந்த நம்பிக்கையை உருவாக்கினோமேயானால் கடவுள் மீதான பிடிப்பு ஓரளவு தளரும். காலப்போக்கில் அது உதிர்ந்தும் போகலாம். அதற்கான முயற்சியைத்தான் நாம் மேற்கொள்ள முடியும்.

மதவெறிக்கு எதிராக இலக்கியவாதிகளின் பங்களிப்பு என்னவாக இருக்க முடியும்?

மனித வாழ்வில் விரும்பும் பகுதிகள் எத்தனையோ இருக்கின்றன. இவ்வளவு மோசமான நிலையிலும் கூட வாழ்க்கை மீது பற்றுவைக்கக் காரணங்கள் மனிதனுக்கு இருக்கின்றன. குறிப்பாக, பெரும்பான்மையான குடும்பங்களில், பெண்கள் வாழ்வின் மீது நம்பிக்கைவைத்து சிறப்பாகப் பணியாற்றுகிறார்கள். பெரும்பாலும் நம் மக்களுக்கு உழைத்து வாழ வேண்டும், பிள்ளைகளைப் படிக்க வைக்க வேண்டும் என்றெல்லாம் கனவுகள், திட்டங்கள் இருக்கின்றன. அவர்களுக்குப் பொதுவாக ஒரு ஆரோக்கியமான மனம் இருக்கிறது. அந்த ஆரோக்கியமான மனம் எதிலிருந்து உருவாகிறது என்று கேட்டால், வாழ்க்கையில் நாம் நேசிக்கக்கூடியவர்கள் இருக்கிறார்கள்; நமக்கு நிறையப் பொறுப்பிருக்கிறது; அந்தக் கடமைகளை நிறைவேற்றக்கூடிய கட்டாயத்திலிருக்கிறோம் என்ற உணர்விலிருந்துதான். இப்படி வாழ்வின் பல்வேறு பகுதிகளையும் படைப்பாளி எடுத்துக்காட்டி நம்பிக்கையூட்டும் வகையில் விரிவான சிந்தனைகளைத் தரவேண்டும். இப்படி விரிவான சிந்தனை உருவாகஉருவாக மதம்சார்ந்த வெறி என்பது சமுதாயத்தில் இரண்டாம் பட்சமாக ஆகிவிடும். நம்மைப்போலத்தானே மற்றவர்களும் என்ற எண்ணம் வலுப்படும். மதம் வேறாக இருந்தபோதும் ஒரே மண்ணில் கூடி வாழ்ந்துகொண்டிருக்கிறோம். அதுவும் தொன்றுதொட்டு வாழ்ந்துகொண்டிருக்கிறோம். நேற்றைய வரலாற்றைக் கூறி இன்று பழி வாங்குகிறேன் என்பது முட்டாள்தனம். இதை நான் ஏற்றுக் கொள்ளவே இல்லை.

இப்படிப் பழைய புண்களைச் சொல்லி அதைப் பெரிது படுத்திப் பிரிவினை உண்டாக்குவது படித்த, உள்நோக்கங்கள் கொண்ட படிப்பாளிகள் செய்கிற காரியம்தான். சாதாரண மக்களின் காரியமல்ல. சாதாரண மக்கள் பல்வேறுபட்ட சாதி, மதங்களைக் கொண்டிருந்தும் கூடி வாழவேண்டியது சமூகத் தேவை இருப்பதால் கூடி வாழ்ந்து கொண்டிருக்கிறார்கள். அது இயல்பாகவே இருக்கிறது. ஆனால் பல்வேறுபட்ட வேற்றுமை உணர்வுகளை உருவாக்கி வளர்ப்பது படிப்பாளி வர்க்கம்தான் என்பது என்னுடைய கருத்து.

●

தமிழர்களுக்கு எதார்த்தப் பார்வையில்லை

ஆச்சாரமான குடும்பச் சூழலில் உங்களுக்கு இலக்கியப் பரிச்சயம் ஏற்பட்டது எப்படி?

ஆச்சாரமான குடும்பம் என்று சொல்ல முடியாது. மரபுசார்ந்த நம்பிக்கைகளின் சொற்ப மிச்சங்கள்தான் குடும்பத்தில் இருந்தன. பத்துவயது வாக்கிலே இளம்பிள்ளை வாத நோய் கண்டு நான் படுக்கையில் விழுந்துவிட்டேன். விட்டுவிட்டு நீண்ட நாட்கள் படுக்கையிலேயே இருக்கும்படி ஆயிற்று. பள்ளிக்கூடத்திற்கு ஒழுங்காகப் போக வில்லை. நோயின் கஷ்டங்கள் ஒருபக்கம் இருந்தாலும் பள்ளிக்கூடத்திற்குப் போகாமல் இருந்தது எனக்கு உள்ளூர ஒரு சந்தோஷத்தைத் தந்தது. இந்தச் சந்தோஷத்துடன்தான் நோயின் கொடுமைகளைத் தாங்கிக் கொண்டிருந்தேன். எனக்குப் படிப்பில் சிறிதும் ஆர்வம் இருக்கவில்லை. வகுப்பில் ஆசிரியர் பாடம் எடுக்கும்போது என் மனம் வேறெங்கோ அலைந்து கொண்டிருக்கும். ஆசிரியர்களின் பேச்சு என் மூளைக்குள் போய்ச் சேர்ந்ததேயில்லை. நான் படித்த பள்ளிக்கூடத்தின் கட்டடங்களும் மாடிப்படிகளும் வராண்டாக்களும் என் மனத்தை வெகுவாகக் கவர்ந்தவை. வகுப்புகள் தவிர எல்லாமே பிடித்திருந்தன. படிக்கட்டுக்கள், மைதானங்கள், மேடு பள்ளங்கள், வேப்பமரங்கள், மா, புன்னை (மாவும் புன்னையும் இப்போது இல்லை) எல்லாமே. ஒவ்வொரு நாளும் இரண்டுமுறை இப்போதும் பள்ளிக்கூடத்துக்குப் போய்க்

04.11.1999 *குமுதம்* தீபாவளி மலர்
பேட்டி கண்டவர்: மணா

கொண்டிருக்கிறேன். காலையில் நடப்பதற்காக. மாலையில் ஓய்வெடுத்துக்கொள்வதற்காக. அங்கிருக்கும் வேப்பமரங்களை ஒருநாள் பார்க்கவில்லை யென்றாலும் கூட அது ஒரு குறையாக இருக்கிறது. சில படிக்கட்டுக்கள் இடிந்துகிடக்கின்றன. பார்க்கச் சங்கடமாக இருக்கிறது. *தினமலர்* நாளிதழை உருவாக்கிய டி.வி. ராமசுப்பையர் எனக்கு உறவினர். என் அம்மாமீது மிகுந்த பிரியம் கொண்டவர். எங்கள் வீட்டுக்கு அவர் வரும்போது என் அம்மா அவரிடம் என் நோயைப் பற்றிக் குறைபட்டுக்கொள்ளுவார். பொழுது போகவில்லை என்று அரிக்கிறான் என்பாள். அப்போது டி.வி.ஆரின் பொறுப்பில் ஒரு நூல்நிலையம் இருந்தது. அந்த நூல்நிலையத்திலிருந்து சில புத்தகங்களை அவர் எனக்கு அனுப்பித் தரத்தொடங்கினார். அப்படிப் படிக்கக் கிடைத்தவைதான் புதுமைப்பித்தனின் கதைகள். புதுமைப்பித்தனின் எழுத்தில் மனம் படிந்தபோதுதான் எழுத வேண்டும் என்ற ஆசை ஏற்பட்டது. ஒருசில வருடங்களிலேனும் அதிக நேரமும் புதுமைப்பித்தனையே நினைத்துக் கொண்டிருந்திருக்கிறேன்.

என் இளம் வயதில் என் வீட்டில் எல்லோரும் கல்கியின் வாசகர்கள். என் சகோதரி மீனா கல்கியின் தொடர்கதைகளைப் படிக்க, மற்றவர்கள் எல்லோரும் அதைக் கேட்டுக்கொண் டிருப்பார்கள். என் அம்மாவுக்குப் புதுமைப்பித்தன், ந. பிச்சமூர்த்தி, பி.எஸ். ராமையா, கு.ப. ராஜகோபாலன் ஆகியோரின் எழுத்துக் களில் ஈடுபாடு உண்டு. பின்னால் அவளும் கல்கியின் ரசிகை ஆனாள். என் தாய்மாமா வெ. நாராயணனுக்கு இலக்கியத்தில் ஈடுபாடு உண்டு. அதைவிட என் மனத்தைக் கவர்ந்தது பெரிய மனிதர்களுடன் அவர் கொண்டிருந்த தொடர்புகள். கவிமணி, டி.கே.சி., கல்கி, திரு.வி.க., வ.ரா., அண்ணா, என்.எஸ். கிருஷ்ணன், ஜீவா, ம.பொ.சி., ராஜாஜி, காமராஜ் எல்லோரைப்பற்றியும் சொல்வார். இவர்களைப் பற்றிக் கனவுசார்ந்து பலஎண்ணங்கள் என் மனத்தில் முளைத்தன.

எதார்த்தத்தை நேசிக்கும் மனம் என்னுடையது. அதனால் தான் புதுமைப்பித்தனின் எழுத்துக்கள்மீது இவ்வளவு நெருக்கம் ஏற்பட்டது. தமிழர்களுக்கு எதார்த்தப் பார்வை இல்லை என்பது தான் அவர்களுடைய ஆகப்பெரிய பலவீனம் என்று நான் நம்புகிறேன்.

குடும்பச் சூழலில் ஏற்பட்ட சில கஷ்டங்களால் இலக்கியத்தின் பக்கம் உங்கள் மனம் அதிகஅளவுக்குச் சாயத் தொடங்கிற்று என்று சொல்லலாமா?

இலக்கியம் வருமானத்தைத் தரக்கூடிய தொழில் இல்லை. முக்கியமாக என் சிறுவயதில். ஆகவே, எனது இலக்கிய

வெறி என் அப்பாவுக்கு ஒரு கவலையைத் தந்தது. எனக்கும் அவருக்கும் மோதல்கள் ஏற்பட்டன. இந்தச் சந்தர்ப்பத்தில் எங்கள் இடைவெளியை மேலும் நெருக்கடிக்குள்ளாக்கும் விதத்தில் நான் கம்யூனிஸத் தத்துவத்தில் நம்பிக்கை வைக்கத் தொடங்கினேன். சர்தார் வல்லபாய் படேல் கம்யூனிஸ்டுகளை வேட்டையாடிக் கொண்டிருந்த காலம். அதனால் வீட்டில் பல பிரச்சனைகள் ஏற்பட்டன.

இளம்வயதில் ஏற்பட்ட நெருக்கடிகளை மட்டுமல்ல வாழ்க்கையில் ஏற்பட்ட சகல நெருக்கடிகளையுமே நான் வாசிப்பின் மூலமும் எழுதுவதின் மூலமும்தான் தீர்த்துக் கொண்டு வருகிறேன். எழுதுவதைவிட வாசிப்பதே எனக்கு முக்கியமானது. புத்தகங்களும் இயற்கையும்தான் வாழ்க்கையைப் பற்றி நம்பிக்கை கொள்ளக் காரணங்களாக இன்றுவரையிலும் இருக்கின்றன. மிகுந்த மனச்சிக்கல்களும் தாழ்வு மனப்பான்மையும் கொண் டிருந்த நான் புத்தகங்கள் மூலம்தான் என் நோய்களைக் குணப்படுத்திக்கொண்டேன் என்று நம்புகிறேன். என்னுடைய ஈடுபாடுகள் ஒரு மனநோய் வைத்தியர் எனக்குச் செய்ய வேண்டிய காரியங்களைச் செய்திருக்கின்றன.

சிறுவயதில் என் ஈடுபாடுகளுக்கு என் அம்மா என் அப்பாவுக்குத் தெரியாமல் ரகசியமான ஆதரவை அளித்துத்தான் வந்திருக்கிறார். அவர் உயிரோடிருந்த காலம்வரையிலும் நான் எழுதிய எல்லாவற்றையுமே முதலில் அவருக்குப் படித்துக் காட்டிவிட்டுத்தான் தபாலில் சேர்ப்பேன். என்னுடைய எந்த ஈடுபாடுகள் குடும்பத்திற்கும் எனக்கும் ஒரு இடைவெளியை என் சிறுவயதில் ஏற்படுத்திற்றோ, அதே ஈடுபாடுகள்தான் இன்று குடும்பத்தில் பிறரால் நான் நேசிக்கப்படுவதற்கும் முக்கியக் காரணங்களாக இருக்கின்றன.

என் அம்மாவுக்கு அன்று என்னைப் பற்றி எந்த மனோபாவம் இருந்ததோ அந்த மனோபாவம்தான் – அதைவிட அதிகமாக – என் மனைவிக்கும் குழந்தைகளுக்கும் மருமகளுக்கும் இன்று இருக்கின்றன. வாழ்க்கையைப் பற்றி எந்த உறுதியான தீர்மானத்தையும் எழுத்தாளன் எடுத்துக்கொள்ளக்கூடாது என்றும் தொடர்ந்து அவன் வாழ்க்கையை மறுபரிசீலனை செய்துகொண்டே இருக்க வேண்டும் என்றும் நான் நம்புகிறேன்.

ஜெயகாந்தனும் நீங்களும் ஒரே காலகட்டத்தில்தான் அறிமுகமாகி யிருக்கிறீர்கள். அவர் குறுகிய காலத்திலேயே பரவலாக அங்கீகரிக்கப் பட்டதற்கும் நீங்கள் அங்கீகரிக்கப்படக் காலதாமதமானதற்கும் என்ன காரணம் என்று நினைக்கிறீர்கள்?

நான் அங்கீகரிக்கப்பட்டுவிட்டதாக நீங்கள் கருதினால் சரிதான். என்னையும் ஜெயகாந்தனையும் அப்படிச் சுலபமாக

ஒப்பிட முடியுமா? எங்கள் பார்வையில் ஒற்றுமைகள் இருப்பதை உணர்கிறேன். ஆனால் வேற்றுமைகளும் இருக்கின்றன. அவருடைய எழுத்தாற்றல் உடனடியாக வாசகனைப் பாதிக்கக் கூடியது. இலட்சக்கணக்கான வாசகர்கள் கொண்ட பத்திரிகைகளில் அவர் நீண்டகாலமாக எழுதி வந்திருக்கிறார். நானோ ஆயிரத்துக்கும் குறைவாக விற்கும் சிற்றிதழ்களில்தான் அதிகமும் எழுதிவந்திருக்கிறேன். சமூகத்தின் மீது அவர் வைத்த விமர்சனம் தத்துவங்களைச் சார்ந்து நிற்காதது. சுய சிந்தனை சார்ந்தது. இந்தப் படைப்புக்களில் வெளிப்பட்ட விமர்சனம் வாசக மனங்களைக் கவர்ந்தது இயற்கையே.

நான் பிரபல பத்திரிகைகளிலிருந்து திட்டமிட்டு ஒதுங்கியவன். அவர்களுடைய தொழில்சார்ந்த ஆசைகளுக்கும் என்னுடைய இலக்கியம்சார்ந்த நம்பிக்கைகளுக்கும் பொதுவாக எதுவுமே இல்லை என்று இன்றுவரையிலும் நம்பிக்கொண்டிருக்கிறேன். அதனால் அதிக வாசகர்களை நான் எட்டாதது இயற்கையானது. என்னைத் தேடிக்கொண்டு வருகிறவர்கள்தான் என்னை அறியமுடியும்.

ஜெயகாந்தனுடைய செயல்பாடுகள் உங்களுக்கு ஒரு தூண்டுகோலாக அமையவில்லையா?

இன்று வரையிலும் நான் வைத்திருக்கும் எல்லா விமர்சனங்களும் வெளிப்படையானவை. புத்தகங்கள் பற்றியும் சஞ்சிகைகள் பற்றியும் சினிமா பற்றியும் அரசியல் பற்றியும் ஆசிரியர்கள் பற்றியும் மதவாதிகள் பற்றியும் வெளிப்படையான விமர்சனங்கள் வைத்திருக்கிறேன். இவர்களை விமர்சித்திருக்கும் நான் எனக்கு ஒவ்வாத இவர்களுடைய காரியங்களில் எப்படி இணைய முடியும்? அதனால் நான் பிரபலப் பத்திரிகைகளிலிருந்து விலகியிருந்தேன். பத்திரிகைகளின் பார்வையில் சிறிதளவில் மாற்றம் ஏற்படும்போதுகூட அதைக் கவனிப்பதில் அக்கறை கொண்டவனாக இருக்கிறேன். அதை வரவேற்கிறேன். பத்திரிகைகளில் பொழுதுபோக்குகள் இருக்கலாம். ஆனால் தமிழ் வாசகர்களைச் சிந்திக்கத்தூண்டும் காரியமாகத்தான் பொழுதுபோக்குகளும் பிறபடைப்புக்களும் அமைய வேண்டும் என்பது என் எண்ணம். மனித மூளையை மழுங்கடிக்கக்கூடிய காரியத்தைத் திட்டமிட்டுப் பெரிய அளவிலேனும் அவர்கள் செய்யாமல் இருக்கவேண்டும் என்று நான் எதிர்பார்க்கிறேன். இதை ஒரு இறுக்கமான நிபந்தனை என்று சொல்லமுடியுமா?

பல பத்திரிகைகளில் என் நண்பர்கள் பணியாற்றுகிறார்கள். அவர்கள் என்னிடம் கேட்கும்போது நான் நண்பர்களுக்கு எழுதித்தருகிறேன் ஒருவிதிவிலக்காக. நா. பார்த்தசாரதி என் நண்பர். அவர் என்னிடம் கேட்கும்போதெல்லாம் நான் எழுதித்

தந்தேன். அவர் என்னைப் பிரபலமாக்க வெகுவாக முயன்றிருக்கிறார். ஆனால், என்னுடைய பார்வைக்கும் நா. பார்த்தசாரதியின் பார்வைக்கும் பொதுவாக ஒன்றும் இல்லை. நட்பு என்று ஏற்படும்போது நான் கொள்கைகளைத் தளர்த்துவேன். அது ஒரு பலவீனம். இப்படித்தான் என்னால் செயல்பட முடிகிறது.

முதலில் வந்த உங்கள் தொகுப்பிலிருந்து சமீபத்தில் வெளிவந்தவை உட்பட உங்களது படைப்புகளில் சீரியஸான பார்வையுடன் ஒரு கேலிகலந்த தொனியும் சமஅளவில் இருக்கிறது. இந்த இரண்டு கூறுகளும் உங்கள் இயல்பிலேயே இருந்துவருகிறதா?

என்னிடம் இல்லாத கூறுகள் எப்படி என் எழுத்தில் வெளிப்பட முடியும்? என் அப்பா மிகுந்த நகைச்சுவை உணர்ச்சி கொண்டவர். அவர் என்னைப் பாதித்திருக்கிறார். விஷயம்தான் எழுத்துப்பாங்கைத் தீர்மானிக்கிறது. செயற்கையாக எதையும் சிக்கலாக மாற்றக் கூடாது. மிகுந்த நாடகம் கொண்டது தமிழ் வாழ்க்கை. ஆழமான ஜீவனும் அலகிலா விளையாட்டுக்களும் கொண்டது. தமிழ்ப் பெண்கள் கல்வியறிவு இல்லாத நிலையிலும் கூட நம் பண்பாட்டின் மிக முக்கியமான கூறுகளைக் காப்பாற்றிக்கொண்டு வருகிறார்கள். அவர்களுடைய சாரத்தை அழிப்பதில் இன்னும் ஆண்கள் வெற்றி பெறவில்லை. அவற்றையெல்லாம் நான் சொல்ல ஆசைப்படுகிறேன். என் மனத்தில் இருக்கும் கூறுகளில் நான் வெளிப்படுத்தாதவை அதிகம். தமிழ் வைதீகத்துக்கு எதிரானவை அவை. நாம் ஏற்றுக்கொண்டிருப்பது வைதீகத்துக்கு எதிரான பார்வையை அல்ல. பாவனையைத்தான். அவற்றை நான் சொல்லாமல் இருப்பதற்கு முக்கியக் காரணம் பயம். சமூக விரோதம் சார்ந்த பயம். மற்றொரு காரணம் இன்றுவரையிலும் எழுத்தில் வராத விஷயங்களை மொழிக்குள் கொண்டுவரும்போது அழகியலை எப்படிக் காப்பாற்றுவது என்பது. அழகியலிலே அக்கறை இல்லாதவர்களுக்கு எதைவேண்டுமானாலும் நொடிப்பொழுதில் மீறிக் கொண்டு போகலாம். அவர்களுக்குப் படைப்பு என்பது ஜர்னலிசம்.

சிறுவயதில் உங்களைப் பாதித்தவர் யார்?

சிறுவயதில் எல்லோரும்தான் என்னைப் பாதித்திருக்கிறார்கள். ஒன்றும் தெரியாத அப்பாவிப்பிள்ளை நான். எல்லாமே எனக்கு அதிசயமயமாக இருந்தது. நான் சந்தித்த ஒவ்வொரு மனிதனும் என்னைவிட அறிந்தவனாக இருக்கிறான் என்பதை எண்ணி நான் உள்ளூர வருந்திக்கொண்டிருக்கிறேன். ஜீவா, அண்ணாச்சி சண்முகம் பிள்ளை, தொ.மு.சி. ரகுநாதன், ஜி. நாகராஜன், க.நா.சு., காலம்சென்ற கம்யூனிஸ்ட் தலைவர் ப. மாணிக்கம்,

ஜெயகாந்தன், கிருஷ்ணன் நம்பி என்று பலரும் என்னைப் பாதித்திருக்கிறார்கள். ரகுநாதனின் 'சாந்தி'யில்தான் நான் எழுத ஆரம்பித்தேன். அது மனத்துக்கு இதமான ஆரம்பமாக அமைந்தது. அதன்பின் விஜயபாஸ்கரனின் 'சரஸ்வதி'. இன்று வரையிலும் எல்லாச் சிற்றிதழ் ஆசிரியர்களும் என்னுடன் வைத்திருக்கும் உறவு மனநிறைவைத் தரக்கூடியதாகவே இருக்கிறது. அவர்கள் மூலம்தான் நான் சிறிய அளவிலேனும் வாசகர்களை எட்ட முடிந்தது.

எழுத்துக்கு மூலாதாரமாக எந்தமாதிரியான மனிதர்களிடமிருந்து, எந்தமாதிரியான அனுபவங்களிலிருந்து எழுத்துக்கான தூண்டல் கிடைத்தது?

சிறுவயதில் நான் எக்கச்சக்கமாகச் சுற்றுவேன். என்னைவிட இரண்டுவயது பெரியவரான என் தாய்மாமாவுடன் நிறையச் சுற்றியிருக்கிறேன். தனியாக என் ஊரிலும் வெவ்வேறு ஊர்களிலும் கண்டபடிச் சுற்றியிருக்கிறேன். முக்கியமான வீதிகளை யெல்லாம் விட்டுவிட்டுச் சந்து பொந்துகளில் சுற்றியிருக்கிறேன். சிறுவயதில் மதுரைக்குப் போகும்போதெல்லாம் நாளொன்றுக்கு இருபது மைல் நடந்திருப்பேன் என்றுகூடத் தோன்றுகிறது. ஜி. நாகராஜன் மதுரை சந்துபொந்துகளின் வாழ்க்கையை முழுமையாக அனுபவித்து அறிந்தவர். அவருக்குத் தெரியாத தெருக்களையும் நான் அவருக்கு அடையாளம் காட்டியிருக் கிறேன். இது எவ்வளவு பெரிய விஷயம் என்பது ஜி. நாகராஜனைத் தெரிந்தவர்களால்தான் உணர முடியும்.

இயற்கைக்கு எண்ணற்ற கோலங்கள் இருக்கின்றன. அவற்றில் என் மனத்தை அதிக அளவுக்குக் கவர்ந்தவை மரங்கள்தான். மரங்களின் மீது நான் வைத்திருக்கும் ஆசையிலிருந்தோ ஊரின் மீதும், சாதாரண ஜனங்கள்மீதும் அவர்களுடைய கொச்சைப் பேச்சுக்கள்மீதும் விதவிதமான வாழ்க்கைமுறைகள் மீதும் முகங்களின் தினுசுகள்மீதும் நான் கொண்டிருக்கும் ஆர்வத்திலிருந்தோ என் நாவலான 'ஒரு புளியமரத்தின் கதை'யைப் பிரித்துப்பார்க்க முடியாது. நான் சிறுவயதில் ஊர் சுற்றும்போது எங்கள் ஊரில் இருக்கும் வேப்பமரம்தான் நான் திரும்ப வீடு வந்துசேர ஒரு அடையாளமாக இருக்கும். அன்று அது எனக்கு உலகத்தின் மையம். அந்த மரத்தைப் பார்த்துவிட்டால் ஊரின் திக்கு திசை எனக்குத் தெளிவாகிவிடும்.

ஆரம்பத்தில் கம்யூனிஸ்ட் தத்துவத்தில் நம்பிக்கையுடன் இருந்து வந்திருக்கிறீர்கள். பின் அதிலிருந்து விலகியிருந்திருக்கிறீர்கள். அதே சமயம் ஆரம்பத்தில் எளிமையாக இருந்த உங்கள் எழுத்து

போகப்போகக் கடுமையாக மாறிவிட்டது. இந்த இரண்டுக்கும் தொடர்பு இருக்கிறதா?

தொடர்பு இருக்கத்தான் செய்கிறது. வாழ்க்கையின் சிக்கல்கள் புரியத்தொடங்கியபோது என் எழுத்தும் அதற்குரிய தன்மைகளைக் கொண்டது. மனித மனத்தை ஆகப் பெரிய சிக்கலாகவே நான் பார்க்கிறேன். அதை எளிமைப்படுத்திச் சூத்திரங்களாக மாற்றுபவர்களால் உலகத்தை ஒருபோதும் மாற்ற முடியாது என்றும் நம்புகிறேன். மனித மனத்தின் இருட்டுக்குள் தட்டுத் தடுமாறித்தான் போக வேண்டியிருக்கும். அது கடினமான பாதைதான். மைதானத்தில் ஓடுவதுபோல் ஏன் எளிமையாக ஓடவில்லை என்ற கேள்வி இங்கு அர்த்தமற்றது. மனித வாழ்க்கையின் பல்வேறுபட்ட கோலங்களைக் காட்ட ஆசைப் படுகிறேன். அன்பும் குரூரமும் உயர்வும் தாழ்வும் பெருந்தன்மையும் அற்பத்தனமும் ஒரே மனத்தில் பிணைந்துகிடக்கின்றன. தமிழ்ச் சூழலை நாம் புரிந்துகொள்ள வேண்டுமென்றால் தமிழ் மனத்தின் அடி ஆழங்களை நாம் புரிந்துகொள்ள வேண்டும். இயக்கம் சார்ந்த எழுத்துக்கள் மனிதனை எளிமைப்படுத்துகின்றன; பிரச்சனைகளை எளிமைப்படுத்துகின்றன. அடையாளங்கள் சார்ந்து முற்போக்கு, பிற்போக்கு என்று பிரிக்கின்றன. இது ஒரு செயற்கைப் பிரிவு. சாராம்சம்சார்ந்த பார்வை பெரிதும் அவர்களுக்கு இல்லை. அடையாளம்சார்ந்த பிரிவுகளை நாம் ஏற்றுக்கொள்வதும் இல்லை.

முன்பு சிறுகதை, நாவல் என்று எந்தப் படைப்புக்கள் வந்தாலும் மனம் திறந்து பாராட்டக்கூடியவர்கள் இருந்தார்கள். இப்போது சிறு பத்திரிகைகளில் வருகின்ற எழுத்துக்களுக்கு அம்மாதிரியான வெளிப்படையான விமர்சனங்கள் இல்லை. பாரபட்சமான நிலையில் பாராட்டத் தகுந்தவற்றைப் பாராட்டக்கூடத் தயங்குகிறார்கள். இந்த மனநிலை ஏன்?

முன்பு பெரிய அளவில் வெளிப்படையான பாராட்டு இருந்தது என்பதையோ இப்போது அது முற்றாகக் குறுகிப் போய்விட்டது என்பதையோ நான் ஏற்றுக்கொள்ளவில்லை. எழுத்தாளர்கள்தானே இதைச் செய்ய வேண்டும். அவர்கள் ஏறத்தாழ எப்போதும் ஒரே மாதிரிதான் இருக்கிறார்கள். படைப்பாளியைப் புனிதமானவனாகப் பார்ப்பது நம் மரபு. நம்முடைய பழைய கவிஞர்களையும் நாம் புனிதர்களாகப் பார்க்கிறோம். வாழ்க்கை வரலாறு இல்லாதவர்களைப் பற்றி எப்படி வேண்டுமானாலும் கற்பனைசெய்து கொள்ளலாம். பிறதுறைசார்ந்த வல்லுநர்களைப் போல் எழுத்தாளர்களும் பலமும் பலவீனமும் கொண்டவர்கள்தான். போட்டியும்

சுந்தர ராமசாமி

பொறாமையும் கொண்டவர்கள் அவர்களில் அதிகம். கருத்து வேற்றுமை என்று அவர்கள் பந்தாவாகச் சொல்வதில் அதிகமும் தனிநபர் விரோதம்தான். ஒரு படைப்பை எவ்வளவு மிகையாகப் பாராட்டினாலும் சந்தோஷப்பட்டுக் கொள்வார்கள். அந்த அளவுக்குப் பாராட்டத் தன் படைப்புக்குத் தகுதி இருக்கிறதா என்ற சுய மதிப்பீடு அவர்களிடம் இல்லை. சிறு குறைகள் சொன்னாலும் பொறுக்கமுடியாமல் துடிப்பார்கள். விமர்சனம் வளர வேண்டும் என்று வாய் ஓயாமல் சொல்லிக்கொண்டும் இருப்பார்கள். இந்தச் சூழலிலும் தமிழில் மிகநல்ல காரியங்கள் நடந்துகொண்டிருக்கின்றன. மிகச்சிறந்த படைப்புகளுக்கு ஓரளவுக்கேனும் நடுநிலைசார்ந்த விமர்சனங்களும் வந்துகொண் டிருக்கின்றன. எதிர்மறைகளைத் தாக்குப்பிடிப்பதில் தமிழ் எழுத்தாளனுக்கு இணையானவன் உலகத்தில் எந்த மொழியிலும் இல்லை. இந்த நூற்றாண்டில் மிகமுக்கியமான காலப் பகுதியில் தமிழ் இருக்கிறது என்று நான் நம்புகிறேன். தமிழ் இந்திய அளவுக்கும் உலக அளவுக்கும் விரிவதற்கான சந்தர்ப்பம் கூடிவந்து கொண்டிருக்கிறது. மலைகளுக்கும் குன்றுகளுக்குமான வித்தியாசம் போகப்போகத் தமிழ் வாசகர்களுக்கும் உறுதிப்பட்டுவிடும்.

தமிழில் தீவிரமான எழுத்தாளர்களுக்கு வாசகர்கள் மிகக் குறைவு. ஐயாயிரத்திலிருந்து இருபதாயிரம் வாசகர்கள்வரையிலும் இவர்களுக்கு இருக்கலாம். தீவிர எழுத்தாளன் வாசகர்களின் பலத்தை உணர்வதில்லை. சக எழுத்தாளர்கள்தான் அவனது படைப்பைப் பற்றிய அபிப்பிராயங்களை உருவாக்கிக் கொண்டு வருகிறார்கள். இது ஒரு செயற்கையான சூழ்நிலை. இது எழுத்தாளர்களுக்கிடையிலேயான உறவில் ஒரு உளவியல் சிக்கலை உருவாக்குகிறது. வாசக ஆதரவு இருக்கும் எழுத்தாளன் எந்தஅளவுக்கு விமர்சனங்களைத் தாங்கிக்கொள்கிறானோ அந்த அளவுக்கு வாசக ஆதரவில்லாதவனால் தாங்கிக்கொள்ள முடியாது.

உங்களது 'ஜே.ஜே: சில குறிப்புகள்' நாவலை விடச் சமீபத்தில் வெளிவந்த 'குழந்தைகள் பெண்கள் ஆண்கள்' நாவல் மிகவும் எளிமையான வடிவத்தில் இருக்கிறதே?

'ஜே.ஜே: சில குறிப்பு'கள் நாவலும், 'குழந்தைகள் பெண்கள் ஆண்கள்' நாவலும் முற்றிலும் வித்தியாசமான நாவல்கள். ஒப்பீடு செய்யப் பொது அம்சங்கள் இல்லாத நாவல்கள். 'ஜே.ஜே: சில குறிப்புகள்' கருத்துக்களின் உலகத்தை முன்வைக்கிறது. 'குழந்தைகள் பெண்கள் ஆண்கள்' மனித உறவுகள் சார்ந்த சிக்கல்களை ஆராய்கிறது. ஒருநாவலின் உள்ளடக்கம்தான் அதன் வடிவத்தைத் தீர்மானிக்கிறது. 'குழந்தைகள் பெண்கள் ஆண்கள்'

வாசிக்க எளிமையான நாவல்தான். அதன் சாராம்சத்தைப் புரிந்துகொள்வது அந்த அளவுக்கு எளிமையானது என்று சொல்ல முடியாது. வெளிப்படையாக முன் வைக்கப்பட்டிருக்கும் கதைக்குப் பின்னால் பல ஊடுபாவுகள் இருக்கின்றன. அவற்றைத் தொகுத்துப் பார்க்கமுடிகிற மனம்தான் அந்த நாவலை முழுமையாகப் புரிந்துகொள்ள முடியும். இந்த நாவலின் எளிமையை ஒரு பாவனை என்று சொல்லலாம்.

'ஜே.ஜே: சில குறிப்புகள்' ஏற்படுத்திய சலசலப்பு, விவாதம் ஏழெட்டு வருடங்கள்வரை கூட நீடித்திருந்தது. சமீப நாவலுக்கு அந்த வரவேற்பு இல்லையே?

கருத்துக்களை விமர்சிக்கும்போது அந்தக் கருத்துக்களைச் சுமப்பவர்கள் எதிர்வினை தருகிறார்கள். இயக்கங்களை விமர்சிக்கும்போது இயக்கவாதிகள் கச்சை கட்டிக் கொள்வார்கள். இதனால் 'ஜே.ஜே: சில குறிப்பு'களுக்கு எதிராகச் சலசலப்பு ஏற்பட்டது. ஜே.ஜே: சில குறிப்புகளுக்கு இன்றுவரையிலும் அதை முழுமையாகப் பார்த்த விமர்சனம் ஒன்று கூடக் கிடையாது. எதிர்வினை தந்தவர்கள் பெரிதும் 'ஜே.ஜே: சில குறிப்புகள்' படைப்பின் நுட்பங்களை அறிந்தவர்கள் அல்ல. சுயப்பாதிப்பினால் எதிர்வினை தந்தவர்கள்தான். 'குழந்தைகள் பெண்கள் ஆண்கள்' நாவல், வாழ்க்கைபற்றி விசாரிக்கிறது. வாழ்க்கை பற்றிய விசாரணையில் யார் அக்கறை கொள்வார்களோ அவர்கள்தான் இந்த நாவலைப் பற்றியும் அக்கறை கொள்வார்கள். இந்தப் பொதுப் பிரச்சனை எந்தத் தனிமனிதனையும் சுடுவதில்லை. தமிழர்களைப் பற்றிக் குறை சொன்னால் எல்லோரும் கேட்டுக்கொண்டிருப்பார்கள். ஒரு ஜாதியைப் பற்றிக் குறை சொன்னால் அந்த ஜாதியைச் சேர்ந்தவர்கள் சீறிப்பாய்வார்கள். 'ஜே.ஜே: சில குறிப்புகள்' தந்த பரபரப்பையோ சலசலப்பையோ 'குழந்தைகள் பெண்கள் ஆண்கள்' தராமல் இருப்பது இயற்கைதான். காலப்போக்கில் தரமான வாசகர்கள் அதை இனங்கண்டுகொள்வார்கள் என்ற நம்பிக்கை எனக்கு உண்டு. வாசக எதிர்பார்ப்பைத் திருப்திப்படுத்துவது எப்போதும் என் நோக்கமாக இருந்ததில்லை.

இங்கு எந்த எழுத்தாளன் சற்று ஆழமாகச் சிந்திக்க முற்படு கிறானோ, வாசகர்களின் சிந்தனையைத் தூண்டுகிறானோ, தமிழ் வாழ்க்கை சார்ந்த விமர்சனத்தை வெளிப்படையாக முன்வைக்கிறானோ, புதிய சிந்தனைகளைத் தமிழுக்கு அறிமுகப் படுத்துகிறானோ, அவனையெல்லாம் பத்திரிகைகளும் ஊடகங்களும் ஒதுக்கியே வைத்திருக்கின்றன. இந்நிலையில் அவன் எவ்வாறு வாசகர்களைச் சென்றடைய முடியும்.

வாசகர்கள் ஆழமான விஷயங்களைப் படிக்க விரும்பத்தான் செய்கிறார்கள். அரைநூற்றாண்டுக் காலமாக ஊடகங்கள் வாசகர்களின் பாலுணர்ச்சிக்கும் வேடிக்கை உணர்ச்சிக்கும் தொடர்ந்து தீனி போட்டுவந்தும் கூட மிகமேலோட்டமான விஷயங்களை மட்டுமே தொடர்ந்து தந்திருக்கும்நிலையில் கூட ஆழமான விஷயங்களில் அக்கறைகொண்ட வாசகர்கள் இந்த அளவுக்கேனும் தமிழில் இருப்பது வியப்பாக இருக்கிறது. தமிழ் இதழ்கள் தங்கள் பார்வைகளை மாற்றிக்கொண்டு ஆழமான எழுத்துக்கு அவர்களால் இயன்ற அளவுக்கேனும் இடம் தந்தால் கேரளாவைப் போன்ற சூழலைத் தமிழ்நாட்டிலும் உருவாக்க முடியும். கேரளத்தில் இன்று இருக்கும் எழுத்தாளர்களுக்கு இணையான எழுத்தாளர்கள் தமிழிலும் இருக்கிறார்கள். அங்கிருக்கும் வாசகர்களுக்கு இணையான வாசகர்களும் இங்கு இருக்கிறார்கள். அங்குச் சிந்தனைகளுக்குப் பத்திரிகைகள் இடம் தருகின்றன. சமூக விமர்சனத்துக்குப் பக்கங்களை ஒதுக்குகின்றன. இதிலிருந்து தான் பிற சமூகச் செயல்பாடுகள் எல்லாம் அங்கு உருவாகின்றன. இங்கு மேலோட்டமானவர்களும் வாசகர்களின் உணர்ச்சிகளைச் சுரண்டுபவர்களும்தான் முக்கியத்துவம் பெற்றுக்கொண்டிருக்கிறார்கள்.

சாகித்திய அக்காதெமியின் தேர்வுபற்றி முன்பு கடுமையாக விமர்சித்தவர் நீங்கள். சமீபகாலமாகப் பல இலக்கியவாதிகளை அடையாளம் கண்டுபிடித்துப் பரிசளிக்கும் விதத்தில் சாகித்திய அக்காதெமியின் போக்கு சற்று மாறியிருக்கிறது. இது குறித்து நீங்கள் என்ன நினைக்கிறீர்கள்?

சற்று என்று நான் சொல்ல மாட்டேன், நிறையவே மாறியிருக்கிறது என்றுதான் சொல்வேன். முதல்பட்சமான எழுத்தாளர்களோ அல்லது இரண்டாம்பட்சமான எழுத்தாளர் களோ பரிசு பெற வேண்டும் என்றுதான் எப்போதும் சொல்லியிருக் கிறேன். மிகச்சிறந்த எழுத்தாளர்கள் இருக்கும்போது மிகமிக மோசமான எழுத்தாளர்கள் பரிசு பெறக்கூடாது. மூன்றாந் தரமான எழுத்தாளர்கள் பரிசு பெறும்போது தமிழ் மொழிக்கே மிகப்பெரிய அவமானம் வந்து சேருகிறது. இவர்களுடைய எழுத்துகள் பிறமொழியில் மொழிபெயர்க்கப்படும்போது தமிழில் பொருட்படுத்தும்படியான எழுத்தாளர்கள் எவரும் இல்லையா என்று பிறமொழி எழுத்தாளர்களும் வாசகர்களும் கேட்கிறார்கள். என்னிடம் பல மலையாள எழுத்தாளர்கள் இந்தக் கேள்வியைக் கேட்கத் தொடங்கியபோதுதான் நான் சாகித்திய அக்காதெமி பற்றிய விமர்சனத்தை முன்வைத்தேன். சிறந்த படைப்புக்கள் நமக்கு இருக்கும்போது பிற மொழியினரின் முன்னால் நாம் ஏன் கேவலப்பட வேண்டும் என்று எனக்குத் தோன்றிற்று.

சாகித்திய அக்காதெமியின் பார்வையில் இன்னும் பல மாற்றங்கள் நிகழ வேண்டும். பரிசுத் தொகையை அவர்கள் அதிகப்படுத்தலாம். 25000 ரூபாய் என்பது மிகச் சொற்பமானது. ஒரு எழுத்தாளன் நவீனக் கழிப்பிடம் கட்டிக் கொள்ளக்கூட இன்று இதைவிட அதிகப் பணம் தேவை. மத்திய அரசின் நிதி ஒதுக்கீட்டில் சாகித்திய அக்காதெமிப் பரிசுக்காக வந்து சேரும் தொகை மிகக்குறைவானது.

உங்களுக்கு இதுவரை கேரள அரசின் குமாரன் ஆசான் விருது கிடைத்திருக்கிறது. ஆனால் தமிழக அளவில் ஞானபீட விருதோ, சாகித்திய அக்காதெமி விருதோ கிடைக்காததை எப்படி எடுத்துக் கொள்கிறீர்கள்?

இது பற்றியெல்லாம் எனக்குத் தெளிவாக ஒன்றும் சொல்லத் தெரியாது. இந்தப் பரிசுகளைத் தீர்மானிப்பவர்களுக்கு என் எழுத்து முக்கியமானதாக இல்லையோ என்னவோ; அல்லது என் ஜாதகத்தில் கிரகங்களின் பார்வை சரியாக இல்லாமல் இருக்கலாம். குமாரன் ஆசான் விருதைக் கேரள அரசு எனக்குத் தரவில்லை. சென்னையில் உள்ள குமாரன் ஆசான் பள்ளி தந்த குட்டிப்பரிசு அது. நான் பெரிதும் மதிக்கும் மலையாள எழுத்தாளர் எம். கோவிந்தன் கையால் அந்தப் பரிசு பெறும் சந்தர்ப்பத்தை நான் இழக்க விரும்பவில்லை. தமிழ்மீது நான் கொண்டிருக்கும் பற்று காலம் போகப்போக வளர்ந்துகொண்டே வருகிறது. நான் பரிசு பெறலாம், பெறாமல் போகலாம். என் படைப்பாக்கத்தின் மீது நான் வைத்திருக்கும் நம்பிக்கையைப் பரிசுகள் தீர்மானிக்க முடியாது.

ஐம்பது வருடங்களாக எழுதி வந்தும்கூட ஓரளவுக்காவது வாசகர் களைச் சென்றடைந்திருக்கிறேன் என்ற நிம்மதி இருக்கிறதா?

வாசகர்களுக்கும் எனக்கும் நல்ல உறவு இருக்கிறது. என்னைத் தெரிந்ததால்தானே அவர்கள் என் படைப்புகளைப் படிக்க முடிகிறது. என்னைத் தெரிந்த அளவுக்கு அவர்கள் படித்துக் கொண்டுதான் இருக்கிறார்கள். பிரபலப் பத்திரிகைகளில் எழுதாதவன் நான். நூல்நிலையங்களில் என் புத்தகம் அதிகமும் இல்லை. 'குழந்தைகள் பெண்கள் ஆண்கள்' நாவலின் விலை ரூ.260. சலசலப்பைத் தூண்டாத, பரபரப்பை உருவாக்காத ஒரு படைப்பு அது. ஒன்பது மாதங்களில் 1500 பிரதிகள் விற்றுத் தீர்ந்து விட்டன. அப்படியானால் வாசகர்கள் என்னை ஆதரிக்கிறார்கள் என்றுதானே அர்த்தம். இதற்கு மேல் நான் வாசகர்களிடம் எதிர்பார்க்க ஒன்றும் இல்லை. சக எழுத்தாளர்கள் உருவாக்கும் சலசலப்புகளுக்கும் நான் பெறும் வாசக ஆதரவுக்கும் சம்பந்தமே

கிடையாது. 'ஜே.ஜே: சில குறிப்புகள்' எழுத்தாளர்களால் தொடர்ந்து எதிர்மறையாக விமர்சிக்கப்பட்டு வரும் நாவல். வெளிவந்த நாளிலிருந்து இன்றுவரையிலும் அது பெரும் வாசக ஆதரவைப் பெற்றுவருகிறது.

இவ்வளவு காலம் எழுதி உங்களுக்குக் கிடைத்திருக்கும் அங்கீகாரம் மேலும் படைப்புகளைக் கொடுக்க வேண்டும் என்ற மனநிலையை உருவாக்கியிருக்கிறதா?

மிகுந்த உற்சாகத்துடனும் நம்பிக்கையுடனும்தான் நான் இருக்கிறேன். என்மீது பல்வேறுபட்ட விமர்சனங்கள் இருக்கின்றன. காழ்ப்புணர்ச்சி இருக்கிறது. ஆனால் என் மனத்தில் சிறிதும் கசப்புணர்ச்சி இல்லை. காழ்ப்புணர்ச்சியை இனங்கண்டு ஒதுக்கவும் விமர்சனத்தை எதிர்கொள்ளவும் எனக்குத் தெம்பிருக்கிறது. என் எழுத்து என் வாசகர்களுக்கும் எனக்கும் திருப்தி தருமென்றால் நான் தொடர்ந்து எழுதலாம். அது நீர்த்துப் போய்விட்டது என்று தெரியும் நேரத்தில் அதிலிருந்து விடை பெற்றுக்கொள்ளும் விவேகமும் எனக்கு இருக்க வேண்டும். அந்த விவேகம் எனக்கு இருக்கிறது என்று நம்புகிறேன்.

தமிழ்ச் சிந்தனையில் ஒரு பெரும் மாற்றத்தை நிகழ்த்த என் எழுத்து உதவுமென்றால் நான் தொடர்ந்து எழுதிக்கொண்டுதான் இருப்பேன். என் ஆற்றலையும் நான் மேற்கொள்ள வேண்டிய பங்கையும் உணர்ந்து சொல்ல வேண்டியவர்கள் என் வாசகர்கள். வாசகர்களுக்கு என் வாழ்த்துக்கள்.

●

பதில்கள் அல்ல;
கேள்விகள்தான் முக்கியமானவை

உங்களை முதன்முதலாக 1974இல்தான் சந்தித்தேன். அன்று நீங்கள் முதன்மைப்படுத்திய இலக்கியத்தில் அறச்சார்பு என்ற சிந்தனைதான் என்னை உங்களிடம் கொண்டுவந்து சேர்த்தது என்று நினைக்கிறேன். இப்போது கிட்டத்தட்ட 30 வருடங்கள் கழிந்துவிட்டன. இலக்கியத்தில் அறச்சார்பு என்பது பற்றி இப்போது என்ன நினைக்கிறீர்கள்?

என் எழுத்துக்களில் ஒரு அறச்சார்பு சார்ந்த அழுத்தம் இருப்பதாக நீங்கள் சொல்வது உண்மைதான். உங்களைப் போன்ற இளைஞர்களை அந்த அறச்சார்பு நிலை கவர்ந்திருந்தது என்பது ஒரு நல்ல விஷயமாக எனக்குத் தோன்றுகிறது. இந்த அறச்சார்பு நிலை என் குடும்பப் பின்னணியிலிருந்து உருவான ஒரு கண்ணோட்டம். பிறருடன் எப்படி நடந்து கொள்ள வேண்டும், எந்தக் காரியத்தைச் செய்யலாம், எதைச் செய்யக்கூடாது போன்றவை சார்ந்த உரையாடல் என் குடும்பத்தில் தொடர்ந்து இருந்து வந்திருக்கிறது. எந்தக் காரியத்தைச் செய்தாலும் ஒருவர் கண்காணித்து இப்படிச் செய்யக்கூடாது, இப்படிச் செய்ய வேண்டும் என்று சொல்லிக் கொண்டேயிருப்பார்கள். வயது ஆகஆக இந்த

11.10.2000 அன்று நாகர்கோவில் வானொலி நிலையத்தில் வேதசகாய குமாருக்கு அளித்த பேட்டி

அறச்சார்பு நிலையில் என் அறிவுக்கு ஏற்ப, வாசிப்புக்கு ஏற்ப, பழக்கவழக்கங்களுக்கு ஏற்ப, பல்வேறு மாற்றங்கள் நிகழ்ந்து வந்திருக்கின்றன. தனிமனிதனுக்கும் புற உலகத்துக்குமான உறவில் சில நியதிகள் தேவையாக இருக்கின்றன. குடும்பத்திற்குள் தாய், தகப்பன், சகோதரன், சகோதரி, பிற உறவினர்கள் இவர்களுடன் கூடிவாழச் சில ஒழுக்கங்கள், நியதிகள் தேவையாக இருக்கின்றன. இதனுடைய கூட்டுத்தொகை பற்றித்தான் நான் அதிகமும் சிந்தித்து வந்திருக்கிறேன். எந்தவிதமான நியதிகளை, ஒழுக்கங்களை மனிதன் அடிப்படையாகக்கொண்டால் சமூகம்சார்ந்த, குடும்பம் சார்ந்த – பரிபூரண வாழ்க்கை வாழ முடியாவிட்டாலும் – பெரிய பிரச்சனைகள் இல்லாத வாழ்க்கையை வாழமுடியும் என்ற விஷயம் என் கவனத்தில் இருந்துகொண்டே வந்திருக்கிறது. இந்த எண்ணங்களை என் புனைவுகளிலும் சரி, புனைவுகளுக்கு வெளியிலான பிறபடைப்புகளிலும் சரி, தமிழ்ச் சூழல்சார்ந்து வெளிப்படுத்தி வந்திருக்கிறேன். இத்தனை வருடங்களுக்குப் பிறகு உங்களுடைய அறச்சார்பு நிலை அப்படியே இருக்கிறதா என்று கேட்டீர்கள் ... அறச் சார்பு நிலையில் அழுத்தம் அப்படியே இருக்கிறது என்றாலும் வயது ஆக ஆக, அதுசார்ந்த எண்ணங்களில் பலவிதமான மாற்றங்கள் நிகழ்ந்திருக்கின்றன. எல்லாருக்கும் ஒரேவிதமான பொதுவான அறச்சார்பு என்பது இருக்க முடியாது என்று தோன்றுகிறது. ஒரு குடும்பத்தில் இருக்கும் அறச்சார்பு நிலைக்கும், இன்னொரு குடும்பத்தில் இருக்கும் அறச்சார்பு நிலைக்கும் இடையில் வேற்றுமைகள் இருக்கின்றன. வெவ்வேறு மதங்கள், வெவ்வேறு சாதிகள், வெவ்வேறு நாடுகள், வெவ்வேறு கலாச்சாரப் பின்னணியில் வளர்ந்தவர்கள் வெவ்வேறுவிதமான அறச்சார்பு நிலை கொண்டவர்களாக இருக்கிறார்கள் என்ற விஷயத்திற்கு அதிக முக்கியத்துவம் தந்து வருகிறேன். என்னுடைய அறச்சார்பு நிலையை நீ ஏன் பின்பற்றவில்லை என்று கேட்கப்படும் கேள்வி எனக்கு உசிதமாகப்படவில்லை. என்றாலும் ஒரு மனிதன் தன்னையும் பிற மனிதர்களையும் சமூகத்தையும் கணக்கிலெடுத்துக் கொண்டு ஒருவித அடிப்படை நியதியைப் பின்பற்ற வேண்டிய அவசியம் இருந்துகொண்டுதான் இருக்கிறது. நியதிகளை மனிதன் தொடர்ந்து பின்பற்றுவதைவிட அதைத் தொடர்ந்து அவன் பரிசீலித்து வரவேண்டும் என்று நினைக்கிறேன். நான் செய்யும் ஒரு விஷயம் எனக்கு மகிழ்ச்சியைத் தருகிறதா, என் குடும்பத்தினருக்கு மகிழ்ச்சியைத் தருகிறதா, என் சமூகத்துடன் இசைவாக இருக்கிறதா என்பதைப் பரிசீலனை செய்யும் காரியமாக அறச்சார்பு நிலை இருக்கிறது என்ற முடிவுக்கு வந்திருக்கிறேன். அறச்சார்பு என்பது இலக்கணம் சார்ந்த ஒன்றல்ல, விவேகம் சார்ந்த ஒன்று.

தகழியின் கதைகளும் புதுமைப்பித்தனின் கதைகளும் இரண்டு துருவங்களில் நிற்கின்றன. முப்பது வருடங்கள் கழித்து இப்போது இருவரது கதைகள்பற்றிய உங்கள் எண்ணம் என்னவாக இருக்கிறது?

தகழியின் மனோபாவத்திற்கும் புதுமைப்பித்தனின் மனோபாவத்திற்கும் இடையில் மிகுந்த வேறுபாடு இருக்கிறது என்பது எனக்கு இப்போது நன்றாகவே தெரிகிறது. ஆரம்பக் காலத்தில் புதுமைப்பித்தன் கதைகளின் கலை அம்சங்களை விட வேறு விஷயங்கள்தான் என்னை வெகுவாகக் கவர்ந்திருந்தன. ஏழைகளைப் பற்றி, வறுமையைப் பற்றி, மக்கள் படும் துன்பங்களைப் பற்றி எழுதப்பட்ட கதைகள் என்னை வெகுவாகப் பாதித்திருந்தன. அந்தப் பகுதிதான் புதுமைப்பித்தனின் முக்கியமான பகுதியென நான் நினைத்திருந்தேன். பிற்காலத்தில் அந்த எண்ணத்தை நான் மாற்றிக் கொண்டேன் என்றாலும் அந்த வயதில் அந்த எண்ணம்தான் இருந்தது. ஆரம்பத்தில் நான் தீவிர இடதுசாரிச் சிந்தனை கொண்டிருந்தேன். சமூகத்தில், வாழ்க்கையில் எப்படியாவது மாற்றத்தை ஏற்படுத்த வேண்டும்; வேலையில்லாத் திண்டாட்டம், வறுமை இதையெல்லாம் இல்லாமல் ஆக்க வேண்டும் என்ற எண்ணம் இருந்தது. என் பார்வையில் ஒடுக்கப்பட்ட மக்களைப் பற்றிப் பேசக்கூடிய தகழியும் அது போன்ற கதைகளை எழுதிய புதுமைப்பித்தனும் ஒரே தளத்தினர் போலத்தான் தோன்றினார்கள். அவர்கள் இருவருக்கும் இடையில் அடிப்படையாக ஒரு வித்தியாசம் இருப்பது இப்போது தெரிகிறது. ஜனங்களைப் பொருளாதாரத் தளத்தில் வைத்துப்பார்க்கும் போக்கு தகழியிடம் அழுத்தமாக இருக்கிறது. பொருளாதாரம்தான் ஒரு மனிதனின் வாழ்க்கையைத் தீர்மானிக்கிறது. அந்தத் தளத்தில் ஒரு மாற்றம் ஏற்பட்டால் மனிதனுடைய வாழ்க்கை மேம்பட்டுவிடும் என்பது தகழியின் ஆதாரமான சிந்தனை. புதுமைப்பித்தனின் சிந்தனை என்னவென்றால் வாழ்க்கையில் மனிதர்களுக்கு இருக்கும் கஷ்டங்களுக்கு முக்கியமான காரணம் வறுமை. ஆனால் அந்தக் கஷ்டங்கள் தீர்க்கப்பட்டு விடுவதினாலேயே வாழ்க்கை மேம்பட்டுவிடும் என்று சொல்லமுடியாது. அதற்கு மேலும் பிரச்சனைகள் இருக்கின்றன. பொருளாதாரப் பிரச்சனைகள் தீர்க்கப்பட்டதும் அதற்கு அடுத்தபடியாக ஆன்மிகப் பிரச்சனைகள், மனம்சார்ந்த, அதிகாரம்சார்ந்த போட்டி, அகம்பாவம்சார்ந்த பிரச்சனைகள் எழும்பத் தொடங்கும். எனவே மனிதனுடைய மனத்தை ஊடுருவி, அலசி அதன் எல்லா அம்சங்களையும் கணக்கிலெடுத்துக் கொண்டு சிந்தித்தால்தான் நல்ல சமுதாயத்தை உருவாக்க முடியும். எனவே, மனிதனின் மனத்தைப் புரிந்துகொள்வதுதான் முக்கியமான விஷயம் என்று

சுந்தர ராமசாமி

புதுமைப்பித்தன் கருதுகிறார். இந்த அம்சம்தான் அவர்கள் இருவருக்குமான முக்கியமான வித்தியாசம். நான் தகழியிட மிருந்து ஆரம்பித்துப் புதுமைப்பித்தனின் சிந்தனைசார்ந்து நகர்ந்து வந்திருப்பதை என் கதைகளைப் படிக்கும் எந்தச் சாதாரண வாசகனும் தெரிந்துகொள்ளமுடியும்.

கம்யூனிஸ்ட் தோழர்களுடைய நட்பு உங்களுக்கு இருந்ததில்லையா . . ? இந்த முப்பது வருடங்கள் கழித்து அந்த நண்பர்கள் பற்றி, அவர்களுடனான உறவு பற்றி உங்களுடைய அபிப்பிராயம் என்ன?

சிறுவயதிலிருந்தே நான் தனியாகவே இருந்து வந்துள்ளேன். பள்ளியில் நன்கு படித்திருக்காததால் ஆசிரியர்களின் நட்பு எனக்குக் கிடைத்திருக்கவில்லை. நன்கு படித்த மாணவர்களின் நட்பு எனக்குக் கிடைத்திருக்கவில்லை. என் வீட்டிலும் என் விஷயங்களை – புத்தகங்கள் படித்தல் போன்ற விஷயங்களை – தனித்து நானே கவனித்து வரவேண்டிய குழந்தையாக, மற்றவர் களுடன் சகஜமாகக் கலந்து பழகாதவனாக இருந்தேன். ஆங்கிலத்தில் சொல்வதானால் நான் ஒரு *introvert. Extrovert* அல்ல. அந்தமாதிரி இருந்த எனக்கு இடதுசாரிச் சிந்தனைகள் ஏற்பட்ட பிறகு இடதுசாரி நண்பர்கள் கிடைக்க ஆரம்பித்தனர். கிட்டத்தட்ட 20 நண்பர்கள் இருந்திருப்பார்கள். நாலைந்து பேர் எங்கள் ஊரைச் சேர்ந்தவர்கள். பிறர் திருநெல்வேலியைச் சேர்ந்தவர்கள். அவர்களுடன் ஏற்பட்ட சந்திப்பு என்பது என் வாழ்க்கையில் மிகவும் முக்கியமான ஒரு விஷயம். அப்போது தான் வாய்விட்டுப் புத்தகங்களைப் பற்றிப் பேச ஆரம்பித்திருந்தேன். கதைகள், கவிதைகள்பற்றி விவாதிக்க ஆரம்பித்திருந்தேன். மற்றவர்கள் அவைகுறித்து என்ன சொல்கிறார்கள் என்பது பற்றி யோசிக்க ஆரம்பித்திருந்தேன். 1950களின் ஆரம்பத்தில் எனக்கு இருந்த இடதுசாரி நண்பர்கள் எல்லாருமே தீவிரமாகப் படிக்கக்கூடியவர்களாக இருந்தனர். புத்தகங்கள் வாங்குவதற்கான பொருளாதாரப் பலமே அவர்களுக்குக் கிடையாது. ஆனால் கையில் கொஞ்சம் பணம் சேர்ந்தால் அவர்களது முன்னுரிமை புத்தகங்கள் வாங்குவதாகத்தான் இருக்கும். சினிமாவிற்குப் போவது, சட்டை வாங்கிக்கொள்வது, வீட்டிற்கு அரிசி வாங்கிச் செல்வது போன்றவையெல்லாம் இரண்டாம் பட்சமானவைதான். அந்த அளவுக்குத் தீவிரமான வாசகர்கள். என் வாழ்க்கையில் புத்தகம் என்பதும், சிந்தனை என்பதும், விமர்சனம் என்பதும், எழுத்து என்பதும், மறுபரிசீலனை என்பதும் முக்கிய இடத்தைப் பிடித்துக் கொண்டதற்கு அவர்களே காரணம். காலப்போக்கில் பிற அரசியல் இயக்கங்களுக்கு ஏற்பட்ட தாழ்வுகள், முரண்பாடுகள், சமாளிப்புகள், சமரசங்கள் அவர்களுக்கும் ஏற்பட்டுவிட்டிருக்கிறது. இன்றும் கூடப் பிற இயக்கங்களைச் சேர்ந்தவர்களைவிட

அவர்கள் தாழ்ந்துவிடவில்லை. இன்றும் கூட இடதுசாரிச் சிந்தனையாளர்களுடன் பேசுவதற்கு, விவாதிப்பதற்குத் தயாராக இருக்கிறேன். எனக்கும் அவர்களுக்கும் என்ன கருத்து வேற்றுமை இருக்கிறது என்பதை யோசித்துப் பார்க்கிறேன். அந்தக் கருத்து வேற்றுமையை மதிக்கத் தயாராக இருக்கிறேன். ஆனால் பிற அரசியல் இயக்கத்தைச் சேர்ந்தவர்களுடன் சம்பாஷணைக்கான தளமே இல்லை என்றுதான் நினைக்கிறேன்.

1959இல் காந்தியவாதியான செல்லப்பா 'எழுத்து' பத்திரிகை ஆரம்பித்தபோது அதில் தீவிரமாக ஈடுபட முடிந்திருக்கிறது. இடதுசாரி மனோபாவம்கொண்ட நீங்கள் தேசிய மனோபாவம் கொண்ட செல்லப்பாவை எப்படி அணுக முடிந்தது?

1959இல் 'எழுத்து' பத்திரிகை ஆரம்பித்தபோது எனக்கு அதனுடன் தொடர்பு உருவானது என்பது சரிதான். அது எவ்வளவு சரியோ அதே அளவு சரி அதனுடன் எனக்கு ஆழமான தொடர்பு ஏற்பட்டிருக்கவில்லை என்பதும். இரண்டாவதாக, இடதுசாரி இயக்கத்துக்கும் தேசிய அரசியல் இயக்கத்துக்கும் இடையில் ஒரு தொடர்பு இருந்திருக்கிறது. தேசிய இயக்கம் தீவிரமாக இருந்த காலத்திலேயே அதனுள் சோஷியலிச சிந்தனையாளர்கள் இருந்திருக்கிறார்கள். முதலில் இந்தியாவுக்கு அரசியல்ரீதியிலான சுதந்திரத்தைப் பெறப் போராடுவோம்; அதன்பிறகு பொருளாதார ரீதியிலான சமத்துவத்திற்குப் போராடுவோம் என்ற எண்ணம் கொண்டிருந்த பொதுவுடைமை வாதிகள் தேசிய இயக்கத்திற்குள் இருந்திருக்கிறார்கள். 1959இல் 'எழுத்து' பத்திரிகை ஆரம்பிக்கப்பட்ட பின் மாத இதழாகக் கிட்டத்தட்ட 120 இதழ்கள் வெளிவந்திருக்கிறது. 'எழுத்து'வில் கிட்டத்தட்ட என்னுடைய 12 கவிதைகள்தான் வெளிவந்திருக்கின்றன. என் ஒரே ஒரு கதைதான் அதில் வெளியாகியிருக்கிறது. கட்டுரை, மதிப்புரை எதுவுமே எழுதியிருக்கவில்லை. அந்தப் பத்திரிகையுடன் எனக்குத் தொடர்பு உருவானது. ஆனால், அதை நீடித்துக்கொண்டு போக முடிந்திருக்கவில்லை. அதற்குக் காரணம் அதன் ஆசிரியரின் பார்வைமேல் எனக்கு உயர்வான எண்ணம் எதுவும் இருந்திருக்க வில்லை. அவர் ஒரு பழமைவாதியோ என்ற எண்ணம் எனக்கு இருந்துகொண்டிருந்தது. அந்தக் காலகட்டத்தில் நான் தமிழ் இலக்கியத்தை எப்படி மேலே எடுத்துச்செல்வது, அதற்கு எந்தச் சிந்தனைகளைத் தழுவ வேண்டும், நான் என் பங்காக என்ன செய்ய முடியும் என்பதுபற்றி நான் சிந்தித்துக் கொண்டிருந்தேன். அவரோ, இருக்கக்கூடிய சிந்தனைகளே – இலக்கியத்தில் அல்ல, சமுதாயத்தில் – போதும்; அதாவது சமுதாயம் இப்போது இருக்கும் நிலையிலேயே இருக்கட்டும். இலக்கியத்தில் மட்டும் புதிய விஷயங்கள் வரட்டும் என்று கருதுபவராக இருக்கிறாரோ

என்று எனக்குத் தோன்றியது. அவர் தன்னை மாடர்னிஸ்டாகக் கருதுகிறார் என்பது உண்மைதான். என்னைப் பொறுத்தவரையில் புதிய சமுதாயமும் புதிய இலக்கியமும் ஒன்றுதான். பழைய சமூகத்தில் புதிய இலக்கியம் என்பதில் எனக்கு உடன்பாடில்லை. மாடர்னிஸ்ட் உலகத்தை மாடர்னிஸ்ட் மூவ்மெண்டிலிருந்து பிரித்துப்பார்க்க என்னால் முடிந்திருக்கவில்லை. அதுசார்ந்து எனக்கு அவருடன் கருத்துவேறுபாடுகள் தோன்றின. பின்னால் பல நண்பர்களும் அவரிடமிருந்த அந்தக் குறையை உணர்ந்து விலகி இசை, ஓவியம் போன்ற துறைசார்ந்த பத்திரிகைகளைத் தழுவியிருக்கிறார்கள். இலக்கியத்தின் மீது செல்லப்பா வைத்திருந்த ஆத்மார்த்தமான அக்கறைமீது எனக்கு எப்போதுமே மதிப்பு உண்டு. புதுக்கவிதையை உருவாக்கிய பத்திரிகை அது. இலக்கிய விமர்சனத்திற்கு அடித்தளம் போட்ட பத்திரிகை அது. என்றாலும் கூட அந்தப் பத்திரிகையின் மீது எனக்கு விமர்சனம் உண்டு. அந்த விமர்சனம் காரணமாக அந்தப் பத்திரிகையுடன் நீடித்த உறவை உருவாக்கிக்கொள்ள முடியாமல் போய்விட்டது.

மார்க்ஸியர்கள் ஆரம்பத்தில் புதுக்கவிதையை ஏற்றுக் கொண்டிருக்கவில்லை. ஆனால் 'எழுத்து' துவங்கியவுடன் உங்களால் புதுக்கவிதை எழுத முடிந்திருக்கிறது. இது எவ்வாறு முடிந்தது?

1959இல் 'எழுத்து' வருவதற்கு முன்பே கவிதைபற்றிய விமர்சனங்கள் என் மனதில் இருந்தன. அதற்கு ஒரு மொழி உருவம் கிடைத்திருக்கவில்லை. அந்த அளவுக்கு என் மனம் பக்குவமடைந்திருக்கவில்லை. நமக்கு ஒரு புதிய கவிதை தேவையாக இருக்கிறது; பழைய கவிதையின் காலம் முடிவடைந்து விட்டது என்பதை உணர முடிந்திருந்தது, அவ்வளவுதான். இப்போது தெளிவாகச் சொல்கிறேன். அன்று அப்படிச் சொல்ல முடிந்திருக்கவில்லை. அது சம்பந்தமான உணர்வுகள் இருந்தன. இப்போது யாப்பை எடுத்துக்கொள்ளுங்கள். யாப்பில் எதைப் பற்றியும் எழுத முடியும்; எந்தத் தடையும் கிடையாது. இது தியரிட்டிக்கலாகச் சரிதான். ஆனால் நான் என்ன உணர்கிறேன் என்றால் ஒரு குறிப்பிட்ட விஷயங்களை மட்டுமே எடுத்துப் பழகிவந்திருக்கும் யாப்பிற்குப் பொருள் சம்பந்த மான கட்டுப்பாடுகளும் இருக்கின்றன என்று நினைக்கிறேன். ஒரு பாத்திரத்தில் ஒரேவிதமான பொருளைத் தொடர்ந்து வைத்துக்கொண்டேயிருந்தால் அந்தப் பொருளின் தன்மை அந்தப் பாத்திரத்திற்கு வந்துவிடுவதுபோல் யாப்பிலும் அப்படியான அம்சம் இருக்கிறது. ஒரு நவீனச் சிந்தனையை, தத்துவம்சார்ந்த, அறிவியல்சார்ந்த புதிய சிந்தனையை யாப்பு ஏற்றுக்கொள்ளாது. யாப்புக்கு இருக்கும் எதுகை, மோனை இவற்றையெல்லாம் போட்டு நவீன விஷயம் ஒன்றைப் பற்றி

எழுதும்போது அது கேலிக்குரியதாக மாறிவிடுகிறது. நவீன விஷயத்தைப் பரிகாசம் பண்ணத்தான் யாப்பைப் பயன்படுத்த முடியும் என்பதுபோல் ஆகிவிட்டிருக்கிறது. இது எனக்குப் பெரிய பிரச்சனையாகப்பட்டது. அப்படியானால் நாம் புதிய விஷயத்தை எப்படிச் சொல்லப்போகிறோம் என்ற கேள்வி என் மனத்தில் எழுந்தது. பலருடன் விவாதித்தேன். ஏதோ ஒருவிதத்தில் கவிதைசார்ந்த இலக்கணம் 2000 வருடங்களாக இருந்து வருகிறது. அதைத் தாண்டிப் போகமுடியாது என இடதுசாரி நண்பர்கள் சொல்லிவந்தார்கள். க.நா.சு.வைப் பார்த்தபோதுதான் என்னைப் போலவே தீவிரமாகச் சிந்திக்கும் இன்னொருவர் இருக்கிறார் என்ற எண்ணம் ஏற்பட்டது. யாப்பைத் தாண்டிப் போகமுடியும் என்று அவர் சொன்னார். வேறுமொழிகளில் தாண்டிப்போய்விட்டார்கள். பிரெஞ்சில், ஆங்கிலத்தில் தாண்டிப்போயாகிவிட்டது. நாம்தான் பின்தங்கி இருக்கிறோம். நாமும் முயற்சி எடுத்துக்கொண்டால் போகமுடியும் என்று அவர் சொன்னார். யாப்பைத் தாண்டி ஒரு மென்மையான ஓசையை அடிப்படையாகக் கொண்டு ஒரு படைப்பை, ஒரு கவிதையை உருவாக்க முடியும் என்றார். அது எனக்கு மிகப்பெரிய நம்பிக்கையைத் தந்தது. எனக்கு யாப்பைப் படிப்பதில் அக்கறை இருந்திருக்கவே இல்லை. என் அளவில் அது உபயோகமில்லாத பொருள். உபயோகமில்லாத ஒரு பொருளைப் புலமையை முன்னிட்டு ஒரு படைப்பாளி தெரிந்துகொள்ள வேண்டிய அவசியமே கிடையாது. ஆகவே உணர்வுகள்சார்ந்து இந்த விஷயங்களை முயற்சிசெய்து பார்க்கலாம் என்றார்.

1959இல் கவிதை எழுதுவதில் எனக்குள் உள்ளூரப் பயம், தயக்கம், வெட்கம் இருந்து வந்தது. கவிதை என்பது மிகப் பெரிய விஷயம். அதற்கான தயாரிப்பு என்னிடம் இருக்கிறதா என்ற தயக்கம் இருந்தது எனக்குள். எனவே ‘பசுவய்யா’ என்ற பெயரில் ஒரு கவிதையை எழுதி ‘எழுத்து’விற்கு அனுப்பிவைத்தேன். க.நா.சு.வுக்கு நான்தான் பசுவய்யா என்பது தெரியாது. ஆனால் எழுத்துவில் ஒரு கடிதம் எழுதியிருந்தார், இந்த இதழிலேயே மிகவும் முக்கியமான கவிதை பசுவய்யாவினுடையதுதான் என்று. நான்தான் அந்தக் கவிதையை எழுதினேன் என்பது தெரியாமல் க.நா.சு. என்னைப் பாராட்டியது எனக்கு மிகுந்த நம்பிக்கையைத் தந்தது. புதிய விஷயங்களைப் பற்றி யார் தீவிரமாகச் சிந்தித்திருந் தாரோ அவரே பாராட்டியது மிகுந்த மகிழ்ச்சியைத் தந்தது. அதுபோன்ற கவிதைகள் எழுத ஆரம்பித்தேன். தமிழகத்தில் இருந்த இடதுசாரிச் சிந்தனையாளர்கள் மாடர்னிஸ இயக்கத்திற்குள் வரவில்லை. வேறு சமூகங்களில் மார்க்ஸியர்கள் மாடர்னிஸ்ட் மூவ்மெண்டைப் பொருட்படுத்திப் பார்த்திருக்கக்கூடும்.

ஆனால் தமிழகத்தில் அப்படி நடந்திருக்க வில்லை. 2000 வருட மரபின் அழுத்தம் காரணமாகவோ என்னவோ அவர்கள் பல விஷயங்களில் எடுத்த நிலைப்பாடு நிலப்பிரபுத்துவ நிலைப்பாடுதான் என்பதை இப்போது தெளிவாகவே பார்க்க முடிகிறது.

இந்தக் காலகட்டத்தில்தான் என்று நினைக்கிறேன். உங்களுடைய 'ஒரு புளிய மரத்தின் கதை' வெளிவந்தது. நகரத்தின் மத்தியில் இருக்கும் ஒரு புளிய மரமானது அந்த நகரத்தின் தேர்தலையே தீர்மானித்துவிடுகிறது. அந்த நாவல் வெளியான அறுபதுகளுக்கு முன்னால் ஜனநாயகத்தின் மேல் மக்களுக்கு முழுமையான நம்பிக்கை இருந்த காலகட்டம். வாக்கெடுப்பின் மூலம் ஆட்சி மாற்றத்தைக் கொண்டுவரலாம் என்ற நம்பிக்கை மிகுந்திருந்த காலகட்டம். அப்போதே நீங்கள் அந்த நாவலை எழுதியிருந்தீர்கள். இப்போது நினைத்துப்பார்க்கும்போது நீங்கள் சரியாகத்தான் சொல்லியிருக்கிறீர்கள் என்று தெரிகிறது. ஒரு புளியமரம் என்றில்லை ஒரு செங்கல் கட்டிடம் கூட ஒரு பெரிய நாட்டின் தேர்தலைத் தீர்மானித்துவிட முடியும். இந்த தரிசனத்தை எப்படிப் பார்க்க முடிந்தது?

'ஒரு புளியமரத்தின் கதை'யில் பின்னால் வரப்போகும் காலத்தில் அரசியல் சார்ந்து, வாழ்க்கை மதிப்பீடுகள் சார்ந்து ஒரு தாழ்வு இந்தச் சமுதாயத்தில் நிகழப்போகிறது என்ற செய்தி அந்த நாவலில் இருப்பதாக நான் நினைக்கிறேன். இந்தப் பார்வை என்பது அறிவுசார்ந்த ஒன்றல்ல. படைப்பாளியின் மனம் செயல்படும் விதம் சம்பந்தப்பட்டதுதான். தமிழகத்திலும் இந்தியாவிலும் பல அறிவாளிகள் இருந்திருக்கிறார்கள். ஆனால் ஒரு படைப்பாளியால்தான் சூட்சுமமான விஷயங்களைக் கிரகித்துக்கொள்ள முடியும் என்று நம்புகிறேன். அந்த ஆற்றல் என்னிடம் இருந்திருக்கக்கூடும். சிறுவிஷயங்களிலிருந்து பல பெரிய விஷயங்களைக் கற்பனை செய்துகொள்ளும் போக்கு என்னிடம் இருந்திருக்கிறது. சமூகத்தில் சாதாரணமாகப் பெரிய விஷயங்கள்தான் முக்கியமானதாகக் கருதப்படும். என்னைப் பொறுத்தமட்டில் சிறுவிஷயங்களும் முக்கியமானவைதான். ஒரு உதாரணம் சொல்கிறேன். நானும் ஒரு இடதுசாரித் தோழரும் ஹோட்டல் அறை ஒன்றில் தங்கியிருந்தோம். சாயங்காலம் ஒரு கூட்டத்தில் அவர் பேச இருந்தார். அவர் பேசும் மொழி மலையாளம். நான் அதைத் தமிழில் மொழிபெயர்த்துப் பேச இருந்தேன். மாலையில் கூட்டத்திற்காகப் புறப்பட்டோம். கொஞ்ச தூரம் போனதும், தோழரிடம் சொன்னேன் 'அறையில் ஃபேன் ஓடிக்கொண்டிருக்கிறது என்று நினைக்கிறேன். சாவியைத் தாருங்கள், போய் அணைத்துவிட்டு வந்துவிடுகிறேன்.' அதற்கு

அவர் சொன்னார், 'முதலாளியின் ஹோட்டல்தானே. சுற்றிக் கொண்டிருக்கட்டும்' என்றார். அப்போது நான், 'இன்று இப்படிச் சொல்லும் நீங்கள் நாளை நமது பொதுவுடைமை அரசாங்கம் ஆட்சிக்கு வந்து அமைச்சரானால் மக்களின் பொதுப்பணத்தை வீணாக்குவீர்கள்' என்று சொன்னேன். எனக்கும் அவருக்கும் தகராறு வந்துவிட்டது. 'ஒரு ஃபேனை அணைக்க வேண்டாம் என்று சொன்னதற்காகப் பொதுப்பணத்தை வீணாக்குவேன் என்று தீவிரமான குற்றச்சாட்டை வைக்கிறீர்களே. இப்படிப் பேசலாமா' என்றார். எனக்கு அது சரி என்றுதான் தோன்றுகிறது. விஷயங்களை நான் அப்படித்தான் பார்க்கிறேன். அதிகாரத்திற்காக ஆட்கள் என்னவெல்லாம் செய்கிறார்கள், பின்னால் அதை மறைக்க என்னவெல்லாம் செய்கிறார்கள், ஜாதி எத்தகைய ஆதிக்கம் செலுத்திவருகிறது, மதம் எத்தகைய ஆதிக்கம் செலுத்தி வருகிறது, 1945இல் சொன்னதுக்கும் 1955இல் சொன்னதுக்கும் இடையில் பெரிய வித்தியாசம் இல்லையென்றாலும் சொல்வதன் பின்னால் இருக்கும் மனோபாவத்தில் ஏற்பட்டுள்ள மாற்றங்கள் என்னென்ன, இனிமேல் நாட்டைத் தங்களது சுய லாபத்துக்காகப் பயன்படுத்திக்கொள்ள வேண்டும் என்ற எண்ணம்தான் பெரும்பாலான அரசியல்வாதிகளுக்கு உருவாகிக்கொண் டிருக்கிறது போன்றவற்றைப் பல்வேறு விஷயங்கள் மூலம் நான் தெரிந்துகொண்டிருந்தேன். 'ஒரு புளியமரத்தின் கதை' என்ற படைப்பில் இருக்கும் பார்வைக்கான விளக்கம் அதுதான் என்று நினைக்கிறேன்.

நீங்கள் சொல்வதைக் கேட்க மிகவும் சந்தோஷமாக இருக்கிறது. பொதுவாக, இன்று இருக்கும் தமிழ் எழுத்தாளர்களுக்கு ஒரு தத்துவ வறுமை இருப்பதாகச் சொல்கிறார்கள். இலக்கியத்தைத் தவிர வேறு எதுபற்றியும் அக்கறை கொள்வதில்லை. புறஉலகம், சமூகம்பற்றி அக்கறை கொள்வதில்லை, மக்கள் எப்படி இருக்கிறார்கள் என்பது பற்றிக் கவனிப்பதே இல்லை என்று சொல்கிறார்கள். அதுபற்றி நீங்கள் என்ன நினைக்கிறீர்கள் . . ?

எடுத்த எடுப்பில் சொல்வதானால் தமிழில் இருக்கும் தீவிரமான பலபல எழுத்தாளர்களுக்கு இலக்கியத்துக்கு வெளியில் எந்த அக்கறையும் இல்லை என்று சொல்வது சரியான விஷயம்தான். ஆனால், இதற்கான காரணம் என்ன என்று பார்த்தால் பல்வேறுபட்ட காரணங்கள் இருக்கின்றன. 1935ஐ ஒட்டிய வருடங்களில் எழுத்தாளர்களுக்கு இலக்கியத்தில் இருந்த அக்கறை சமூகத்தின் பேரிலும் இருந்திருக்கிறது. மொழிபெயர்ப்பில், சிந்தனைகளில் இப்படிப் பல்வேறுபட்ட விஷயங்களில் அக்கறை இருந்திருக்கிறது. பல எழுத்தாளர்கள் அரசியல் போராட்டத்தில் பங்கெடுத்துக்கொண்டு ஜெயிலுக்குப்

போயிருக்கிறார்கள். 1950க்குப் பின்னால் எழுத்தாளர்கள் தங்களுக்கு அரசியலில் எந்தப் பங்கும் இல்லை என்ற முடிவுக்கு வந்துவிட்டார்கள். எந்த ஒரு அரசியல்வாதியும் எந்த ஒரு தீவிர எழுத்தாளன் சொல்லும் எதையும் பொருட்படுத்திக் கேட்பதில்லை என்ற சூழல் ஏற்பட்ட பின் எழுத்தாளர்களின் அரசியல் உறவுகள் முறிந்துபோக ஆரம்பித்தன. முக்கியமான படைப்பாளிக்கு சினிமாவில் எந்தப் பங்கும் இல்லை. எழுத்தாளர்களைப் புறக்கணிப்பதுதான் சினிமாக்காரர்களின் வேலை என்று ஆகி விட்டிருக்கிறது. இப்படியாக ஒவ்வொரு துறையும் எழுத்தாளனைப் புறக்கணித்துக்கொண்டே வருகிறது. இதற்குப் பதிலாக—பதிலாக என்று சொல்வது கூடத் தவறுதான் விளைவாக என்றுதான் சொல்ல வேண்டும்—எழுத்தாளர்களும் அந்த விஷயங்களில் தங்கள் அக்கறைகளைக் குறைத்துக் கொண்டு வருகிறார்கள். கதைகள், கவிதைகள், நாவலைப் பற்றிய விமர்சனம், புதிய புத்தகங்களை அறிமுகம் செய்தல் எனத் தங்களைக் குறுக்கிக் கொண்டு சிறு பத்திரிகைகளில் இலக்கியம் சார்ந்த விஷயங்களில் மட்டுமே ஈடுபட்டு வருகிறார்கள். 1985—90க்குப் பிறகு இலக்கியத்துறையில் ஓரளவு மாற்றம் நிகழ்ந்து வருவதை நீங்கள் பார்க்கலாம். நான் ஆரம்பித்த 'காலச்சுவடு'வில் மட்டுமல்ல பிற பத்திரிகைகளிலும் படைப்புகள் எவ்வளவு வெளியிடப்படுகிறதோ அதே அளவுக்குத் தீவிரச் சிந்தனை சார்ந்த கட்டுரைகளும் வெளியிடப்பட்டு வந்திருக்கின்றன. அந்த விதமான முயற்சி 10, 15 வருடங்களாகத் தமிழில் நடந்துவருகிறது. அது போன்ற பத்திரிகைகளில் சிந்தனைசார்ந்த கட்டுரைகள் எவ்வளவு வருகிறதோ அந்த அளவுக்கு அரசியல் சார்ந்த கட்டுரைகள் வெளிவருவதில்லை. அதற்குக் காரணம் அந்தப் பத்திரிகைகள் பெரும்பாலும் மூன்று மாதத்திற்கு ஒருமுறை தான் வெளிவருகின்றன. மூன்று மாதத்திற்குள் ஒரு அரசியல் நிகழ்வு ரொம்பவும் பழசாகிவிடுகிறது. அரசியலைச் சுடச்சுடத் தீவிரமாக விசாரணை செய்வதற்கான பத்திரிகை இயக்கம் தமிழில் இன்னும் உருவாகவில்லை. நானும் ஆரம்பத்தில் முழுக்க முழுக்க இலக்கியம், சிறுகதை, கவிதை, நாவல் இப்படித்தான் இயங்கிக்கொண்டிருந்தேன். இப்போது போகப்போகப் பல்வேறுபட்ட விஷயங்களில் என் அக்கறையைச் செலுத்த முயன்று வருகிறேன். சமீபத்தில் கல்வி சம்பந்தமாக டாக்டர் வசந்திதேவியுடன் நீண்ட பேட்டி ஒன்று எடுத்திருக்கிறேன். கிட்டத்தட்ட 200 பக்கங்கள்கொண்ட பேட்டி. கல்வி சம்பந்தமான தீவிர விசாரணைகளை அந்தப் புத்தகத்தில் அவர்கள் சொல்லியிருக்கிறார்கள். நாளாக நாளாக எழுத்தாளர்கள் பல்வேறு விஷயங்களைக் கவனிக்கக் கூடிய சூழல் உருவாகிக் கொண்டிருக்கிறது என்று நினைக்கிறேன்.

அரசியலில், வாழ்க்கையில், சமூகத்தில், கல்வித்துறையில் இருக்கும் அபத்தங்கள்தான் உங்களது இரண்டாவது படைப்பான ஜே.ஜே: சில குறிப்புகளை உருவாக்கத் தூண்டுதலாக இருந்ததா?

ஜே.ஜே: சில குறிப்புகள் தமிழ் வாழ்க்கை சம்பந்தப்பட்ட விமர்சனம்தான். மலையாள வாழ்க்கையைப் பின்னணியாகக் கொண்டு தமிழ் வாழ்க்கைமேல் ஒரு விமர்சனத்தை வைக்கிறது. அதை நேரடியாகச் சொன்னால் தமிழ் வாசகர்களுக்கு ஒரு விலகல் ஏற்பட்டுவிடும் என்று கருதினேன். நமது கலாச்சாரம் பற்றி, நமது வாழ்க்கைபற்றி, நமது சிந்தனைபற்றி இந்த எழுத்தாளர் குறை கூறுகிறார் என்ற விலகல் ஏற்பட்டுவிடும் என்பதால் மலையாளக் கதாபாத்திரங்களைக் கொண்டு விஷயங்களைச் சொல்லியிருக்கிறேன். அது ஒரு பாவனைதான். எனக்கு மலையாளச் சூழலைவிடத் தமிழ்ச் சூழல் மேல்தான் அதிக அக்கறை இருக்கிறது. தமிழ் வாழ்க்கையில் இருக்கும் அபத்தங்கள், முக்கியமாகப் பரிசீலனை இல்லாமலேயே ஒரு விஷயத்தை ஏற்றுக்கொள்வது; சக மனிதனை ஏமாற்ற வேண்டும் என்று நினைத்தால் தமிழகத்தில் வெகுசுலபமாக ஏமாற்றிவிட முடியும். தமிழகத்தில் விழிப்பு நிலை குறைவாக இருக்கிறது. சிந்தனைசார்ந்து, பகுத்தறிவுசார்ந்து விழிப்புநிலை வெகு குறைவாக இருக்கிறது. விவாதங்கள் இல்லை. விஷயங்களைச் சரிவரப் புரிந்துகொள்ளக்கூடிய ஆற்றல் இல்லை. வெகுஜன சினிமா, வெகுஜனப் பத்திரிகைகள், அரசியல்வாதிகள் எந்த எண்ணங்களை மக்கள் மனதில் ஏற்படுத்த நினைக்கிறார்களோ அதைத் திட்டவட்டமாக ஏற்படுத்திவிட முடிகிறது. அதற்கு ஒரு *check* இல்லை; *resistence* இல்லை. மொத்த மக்களுடைய வாழ்க்கையை வியாபாரச் சக்திகள்தான் தீர்மானிப்பது என்ற அவலம் ஏற்பட்டுவிட்டது. அதற்கெதிரான ஒரு மனோபாவத்தை ஏற்படுத்த வேண்டும் என்பதுதான் அந்த நாவலின் முக்கியமான நோக்கம். அந்த விஷயத்தை என்னால் இயன்ற அளவுக்குச் சரியாகச் செய்திருக்கிறேன் என்று நினைக்கிறேன்.

அவசர நிலை, தமிழ் எழுத்தாளர்களைப் பெரிய அளவு பாதித்திருக்கவே இல்லை. அதனால் பாதிக்கப்பட்ட ஒருசில எழுத்தாளர்களில் முக்கிய மாகக் குறிப்பிட்டுச் சொல்லப்பட வேண்டியவர் நீங்கள். அந்தக் காலக் கட்டத்து உங்கள் எழுத்துக்களில் சர்வாதிகாரத்திற்கு எதிரான மனோபாவம் வலுவாக இருந்திருக்கிறது. இதுபற்றி இப்போது என்ன நினைக்கிறீர்கள் . .?

எமர்ஜென்ஸி என்பது தமிழ் மக்களை எந்த அளவுக்குப் பாதித்திருக்க வேண்டுமோ அந்த அளவுக்குப் பாதித்திருக்க வில்லை என்பது உண்மைதான். சுதந்திரம்சார்ந்த கட்டுப்பாடுகள் எப்போது உங்களைப் பாதிக்கும் என்றால் சுதந்திரம்

உங்களுக்குத் தேவையாக இருக்கும்போதுதான். உங்களுடைய வாழ்க்கையில் ஏதோ ஒரு சந்தர்ப்பத்தில் சுதந்திரத்தைப் பறிகொடுத்து விட்டிருக்கிறீர்கள். எதைப்பற்றி வேண்டுமானாலும் தைரியமாகப் பேசலாம், யாரைப்பற்றி வேண்டுமானாலும் விமர்சனத்தை வைக்கலாம் என்ற சுதந்திரத்தை நீங்கள் செயல் படுத்தி வந்திருந்தால்தான் அதற்கு ஒரு தடை, அதில் சிறிது மாற்றம் ஏற்படும்பொழுது அந்த விஷயம் உங்கள் கவனத்திற்கு வரும். தமிழ் வாழ்க்கையில் அப்படி நடக்கவே இல்லை. ரொம்ப நாட்களுக்கு முன்னாலேயே ஒரு உயர்வு தாழ்வு பற்றிய விஷயம் அமுலாகிவிட்டது. பல விஷயங்களைப் பற்றி நீங்கள் கேள்வி கேட்கவே முடியாது. அவையெல்லாம் கேள்விகளுக்கு அப்பாற்பட்டவை என்பது உறுதியாகிவிட்டது. நான் சொல்வதைக் கேட்டுக்கொள் என்பதுதான் வலுவான நீதியாக இருக்கிறது. மக்களும் படைப்பாளிகளும் சுதந்திரம் என்பதை உணராதவரையில் சமூகத்தில் எந்த மாற்றத்தையும் ஏற்படுத்தவே முடியாது. பதில்கள் முக்கியமானவையே அல்ல. கேள்விகள்தான் முக்கியமானவை. ஒரு மாணவன் என்ன கேள்வி கேட்கிறான் என்பதுதான் முக்கியமானது. அவன் என்ன தெரிந்துகொள்கிறான் என்பதைவிடத் தொடர்ந்து கேள்விகளை உருவாக்கும் ஆற்றல் எந்த அளவுக்கு இருக்கிறது என்பதுதான் கல்வியின் அடிப்படையே. ஒரு படத்தைப் பார்த்தால் அந்தப் படம்சார்ந்து என்ன கேள்விகளை உருவாக்குகிறான், ஒரு புத்தகம் படித்தால் அதுசார்ந்து என்ன கேள்விகளை உருவாக்குகிறான் என்பதுதான் மிக முக்கியமானது. கேள்விகளை உருவாக்கக்கூடிய பண்பாடு இருந்தால்தான் சுதந்திரம் என்ற விஷயத்தை உங்களால் உணரமுடியும்.

இந்தச் சுதந்திரத்தை இழக்கவேண்டி வந்தது என்னைக் கடுமையாகப் பாதித்தது. அந்தக் காலத்தில் பத்திரிகைகளில் எழுதுவதற்கான வாய்ப்புகள் எனக்கு மிகவும் குறைவு. என் மனத்தில் எவ்வளவு சங்கடங்கள் இருந்ததோ அதை எழுத்தில் காட்ட முடிந்திருக்கவில்லை. *200 அல்லது 300 இதழ்கள் விற்கும் பத்திரிகையில் எழுதவேண்டிய சூழ்நிலையில் இருந்திருக்கிறேன்.* அதிகம் விற்பனையாகும் பத்திரிகைகளின் தொடர்பு இருந்திருக்கு மானால் இன்னும் சிறப்பாக இந்தக் காரியத்தைச் செய்திருக்க முடியும். இப்போது திரும்பிப்பார்க்கும்போது சுதந்திரத்திற்குப் பின்னால் ஒரு தாழ்வு நம் சமூகத்தில் ஏற்பட்டது. அதற்குப் பின்னால் எமர்ஜென்ஸியை ஒட்டி இன்னொரு தாழ்வு நிகழ்ந்தது. அதிலிருந்து படிப்படியாக நாம் தாழ்ந்துகொண்டே போகிறோம். எல்லாவிதமான சுதந்திரங்களையும் நம்மை அறியாமலேயே பறிகொடுத்து வருகிறோம். சாதிசார்ந்த, மதம்சார்ந்த பிரச்சனைகள்

அதிகரிக்க ஆரம்பித்திருக்கின்றன. ஒரு சர்வாதிகாரப் போக்கு உருவாகி வருகிறது. வெவ்வேறு சிந்தனை, மனோபாவம் இவற்றுக்கெல்லாம் இடமளிக்காமல் எல்லாவற்றையும் ஒரு மையத்தை நோக்கி ஒருமுகப்படுத்தும் போக்கு வலுப்பெற்று வருகிறது. இவையெல்லாம் எமர்ஜென்ஸியின் தொடர்ச்சி யாகத்தான் இந்தச் சமூகத்தில் நிகழ்ந்து வந்திருக்கின்றன.

'செங்கமலமும் ஒரு சோப்பும்' கதை இருக்கிறதே, அதைக் கிட்டத்தட்ட ரஷ்ய வீழ்ச்சியுடன் தொடர்புபடுத்திப் பார்க்க முடிகிறது இல்லையா. நற்செயல் சர்வாதிகாரத்தை நாம் முழுமையாக மறுத்துவிடலாம் இல்லையா. உங்களுடைய மூன்றாவது நாவலான 'குழந்தைகள் பெண்கள் ஆண்கள்' நாவலுக்கு வருகிறேன். இந்த நாவலை எடுத்துக்கொண்டால் சுதந்திரம் என்பது குடும்ப அமைப்பி லிருந்து வர வேண்டும். தமிழ்க் குடும்ப அமைப்பில் சுதந்திரம் இல்லை. சர்வாதிகாரம் திணிக்கப்படுகிறது. இதுதான் எல்லாச் சிக்கலுக்கும் காரணம் என்று சொல்ல வருகிறீர்கள் இல்லையா?

அந்த நாவல் என்று மட்டுமில்லை என் எல்லாப் படைப்புகளும் – சுருக்கமாகச் சொல்ல வேண்டுமென்றால் – மூன்று விஷயங்களைப் பற்றித்தான் அவை எல்லாமே பேசுகின்றன. ஒன்று, அது என்னைப் பற்றிப் பேசுகிறது; அல்லது என் அப்பாவைப் பற்றிப் பேசுகிறது; அல்லது ஸ்டாலினைப் பற்றிப் பேசுகிறது. மாறிமாறி இந்த விஷயங்களைப் பற்றித்தான் பேசிவந்திருக்கிறேன். என் அப்பாவும் ஸ்டாலினும் பக்கத்தில் பக்கத்தில் இருக்கிறார்கள். நான் சற்றுத் தள்ளியிருக்கிறேன். அவ்வளவுதான். என் சிறுவயதில் இருந்தே என் அப்பாவின் நற்செயல் சர்வாதிகாரத்திற்கு எதிரான ஒரு மனோபாவத்தைத் தான் நான் என்னுள் வளர்த்துவந்திருக்கிறேன். என் அப்பா எங்கள் எல்லோரையும் மேலெடுத்துச் செல்ல விரும்பினார். தன்னையும் மேலேடுத்துச் செல்ல விரும்பினார். அதில் தவறொன்றும் கிடையாது. தன் குறிக்கோளைச் சென்றடைய அவர் சில வழிமுறைகளைக் கைக்கொள்கிறார். கட்டுப்பாடுகள், நியதிகள், பாகுபாடுகள், இலக்கணங்கள் இவற்றைப் பிறருடைய இச்சையைக் கேட்காமல், பிறரது அனுமதியின்றி அவர்கள்மீது திணித்துக்கொண்டே வந்தால் குடும்பம் மேல்நிலைக்குச் சென்றுவிடும் என்று நம்பி அதையே செய்துவந்தார். அது அவருடைய ஆழமான சிந்தனை. அந்த வழிமுறை சாத்தியமா, சரியா என்ற கேள்விகள் என் மனத்தில் ஆரம்பத்திலிருந்தே இருந்து வந்தன. உலக அளவில் இதே மனோபாவத்துடன் செயல்பட்ட சக்தியாகத்தான் ஸ்டாலினைப் பார்க்கிறேன். என் அப்பாவின் செல்வாக்கெல்லாம் எங்களுடைய குடும்பத்துடன் சரி. அதற்கு வெளியே அவருடைய செல்வாக்கு எதுவுமே செல்லுபடியாகாது.

அதே நேரத்தில் வலுவான தத்துவப் பின்னணிகொண்ட, பெரிய கட்சியின் ஆதரவுபெற்ற, அரசியல் அதிகாரம்கொண்ட ஒரு மிகப்பெரிய சக்தி உருவாகிக்கொண்டிருக்கிறது. இது இரண்டினாலுமே சங்கடப்படும் நான் இந்த மூன்று புள்ளிகள் பற்றித்தான் தொடர்ந்து பேசிக்கொண்டு வந்திருக்கிறேன். இப்போது யோசித்துப் பார்க்கும்போது அந்த எதிர்நிலை மேலும் மேலும் வலுப்பட்டுக்கொண்டே வந்திருக்கிறது. 'குழந்தைகள் பெண்கள் ஆண்கள்' நாவலை எடுத்துக்கொண்டால் என் அப்பாதான் அதன் மையத்தில் இருக்கிறார். அந்த நாவலில் அவரது நற்செயல் சர்வாதிகாரம் எப்படித் தோல்வியுறுகிறது, அவரே அதை எப்படி உணரவும் செய்கிறார் என்பதைப்பற்றி விவரித்திருக்கிறேன். குடும்பத்தில் ஆக விவேகியான ஆள் தான்தான் என்று நினைத்துக்கொண்டிருந்த அவருக்கு எல்லோருமே தன்னைவிட விவேகிகளோ, வீட்டில் வேலை பார்க்கும் கௌரியிலிருந்து, சமையல் வேலைபார்க்கும் ஆனந்தத்திலிருந்து, மனைவி லக்ஷ்மியிலிருந்து, குழந்தைகளில் இருந்து எல்லோருமே தன்னைவிட விவேகமான ஆட்களோ என்ற சந்தேகம் ஏற்படுகிறது. அந்தத் துக்கம் அவர்மேல் கவிகிறது. இதுதான் நாவலின் மையக்கரு. அது சார்ந்த என் நம்பிக்கைகள் மேலும் மேலும் வலுப்பட்டுக்கொண்டுதான் இருக்கின்றன. மனிதனை அந்த வழியில் திருத்தவே முடியாது. மாட்டுப்பண்ணையை வேண்டுமானால் அப்படி உருவாக்கலாம். நான் சொல்வதைக் கேட்டுக்கொண்டிரு என்று ஒருநாளும் மனிதன் மனிதனிடம் சொல்லவே கூடாது. எதைச் செய்தால் உனக்குச் சௌகரியமாக இருக்கும்? என்ன பேசினால் உனக்குச் சௌகரியமாக இருக்கும்? நான் என்ன உதவி செய்ய வேண்டும் என்று நீ எதிர்பார்க்கிறாய்? இந்த மொழிதான் மனிதனிடம் உருவாக வேண்டும். அப்போதுதான் வாழ்க்கையில் ஓரளவு சந்தோஷம் வரும் என்று நான் நினைக்கிறேன்.

●

இன்றும் வசீகரம் குறையாத ஊர்

என்னுடையஎட்டாவது வயதில் திருவிதாங்கூர் சமஸ்தானத்திலிருந்த கோட்டயத்திலிருந்து நாகர்கோவிலுக்குக் குடும்பத்தோடு வந்தேன். எங்கப்பாவுக்குச் சொந்த ஊர் ஸ்ரீவைகுண்டம். எங்கள் அம்மாவின் சொந்த ஊர் நாகர்கோவில். பர்மாஷெல் ஆயில் கம்பெனியில் முகவராக இருந்ததை விட்டு இங்கு வந்துவிட்டார். அப்போது என்னுடைய கனவு சம்பந்தப்பட்ட விஷயமாக இருந்தது நாகர்கோவில். என்னுடைய தாத்தா பாட்டி அங்கு இருந்தார்கள். கோட்டயத்தில் அப்போது எங்கள் வீட்டில் மட்டுமே தமிழ் பேசமுடியும்; வெளியே மலையாளமும் காதில் விழுந்துகொண்டிருக்கும். "நாகர்கோவில் போனால் எல்லா இடத்திலும் தமிழ்தான்" என்று சொன்னார் எங்க அம்மா. ஒரு ஊர் முழுக்கத் தமிழ் பேசுவது அந்த வயதில் எனக்கு ஆச்சரியமான விஷயமாக இருந்தது.

அந்தச் சமயத்தில் அடிக்கடி எங்கம்மாவிடம் "எனக்குக் கழுதையைப் பார்க்கணும்" என்று சொல்லுவேன். கோட்டயத்தில் அதற்கான வாய்ப்பே கிடைக்காது. நிச்சயமாக அங்கு இருந்திருந்தாலும் தமிழ்நாட்டு அளவுக்குச் சகஜமாகப் பார்க்கக்கூடிய பிராணியாக அது இல்லை. "அங்கே ஊருக்குப் போனால் பார்க்கலாம்" என்றார் அம்மா. 'தளியல்' என்கிற ஊரில் எங்க அம்மாவின் வீட்டிலிருந்து இரண்டு நிமிஷங்கள் நடந்தால் ஆற்றுக்குப்

குமுதம், 7.12.2000
பேட்டி கண்டவர்: மணா

சுந்தர ராமசாமி

போய்விடலாம். எனக்கு இரண்டு வயது மூத்த மாமா சகல சுதந்திரத்துடன் அங்கு இருந்தார். அவருடன் சேர்ந்து ஊர் சுற்றலாம். இப்படிப் பல்வேறு விதமான கற்பனைகளுடன் சந்தோஷமாக நாகர்கோவிலுக்கு வந்தேன். அந்த உணர்வுகள் இப்போது இங்கு வந்து அறுபது வருஷங்களாகியும் குறையவில்லை.

நாகர்கோவில் வந்த பிறகு நானும், எங்கள் மாமா மகாதேவனும் முடிந்தஅளவுக்கு ஊர் சுற்றினோம்; அவருக்கு இங்குள்ள சந்து பொந்தெல்லாம் தெரியும். அதோடு இலக்கியத்திலும் அவருக்கு ஈடுபாடு. இலக்கிய, அரசியல் பேச்சுக்களையெல்லாம் கேட்பார். அவருடன் ஐந்து மைல் அளவுக்குச் சுற்றுவேன். அவர்தான் இஞ்சின், நான் ரயில் பெட்டி. அவர் பின்னாடி போய்க்கொண்டிருப்பேன். கிட்டத்தட்ட ஒன்பது வயதிலிருந்து பதினைந்து வயதுவரை நாகர்கோவில் சுற்றுவட்டாரங்களில் நடக்கும் பல அரசியல் கூட்டங்களுக்குப் போயிருக்கிறேன்.

பெரும்பாலும் முனிசிபல் திடலில்தான் அரசியல் கூட்டங்கள் நடக்கும். ஒலிபெருக்கி வைத்தும் இல்லாமலும் பேசுவார்கள். அப்போது நோட்டீஸ்களிலேயே 'ஒலிபெருக்கி வசதி உண்டு' என்று அச்சடித்திருப்பார்கள். அப்படியென்றால் முக்கியமான தலைவர் வருகிறார் என்று அர்த்தம். ஜீவா கூட்டம் என்றால் முன்னாடி உட்கார்ந்திருப்போம். கூட்ட நெரிசல் இருந்தாலும் முண்டிமுண்டி முன்னால் போய்விடுவோம்.

தலைவர்கள் பேசும்போது என் மாமா கை தட்டுவார்; உடனே நானும் கை தட்டுவேன். பொதுக்கூட்டங்களில் முன்னாடி மேடைக்குக் கீழே உட்கார்ந்திருப்பதால் பேசுகிற பல தலைவர்களின் எச்சில் எங்கள் மீது தெறித்திருக்கிறது. ம.பொ.சி., பெரியார், ஜீவா என்று பாக்கியில்லாமல் பலருடைய எச்சில் எல்லாம் எங்கள் தலைமீது விழுந்திருக்கிறது. எங்களுக்கு அதெல்லாம் ஒரு பொருட்டே இல்லை. முக்கியமான விஷயங் களைப் பேசுகிற தலைவர்களுக்குப் பக்கத்தில் நாம் இருக்கிறோம் என்கிற கனவுதான் அப்போது இருந்தது.

நாகர்கோவில் என்கிற ஊர் உருவாக்கியிருந்த வசீகரம் இன்னும் எனக்குக் குறையவில்லை. இதே ஊரில் 33 வருஷங்களாக இருந்தும் என்னுடைய அப்பாவுக்குத் தெரியாத பல தெருக்கள் எனக்குத் தெரியும். 'என்னுடைய பின்னணி சார்ந்து ஒரு உலகம் மறைக்கப்பட்டிருக்கிறது. அந்த உலகத்தைத் தெரிந்து கொள்ள வேண்டும். அந்த உலகை நாம்தான் தேடிக் கண்டுபிடிக்க வேண்டும்' என்கிற எண்ணம்தான் என் அலைச்சலுக்கும் நான் எழுத்தாளன் ஆனதற்கும் முக்கியக் காரணம்.

எனக்கு இந்த ஊரிலுள்ள அநேக மரங்கள் தெரியும். நான் படித்த எஸ்.எல்.பி. பள்ளியில் உள்ள மரங்கள்மீது எனக்குத் தனி ஈடுபாடு. கிட்டத்தட்ட ஆறேழு கதைகளை இந்தப் பள்ளிப் பின்னணியில் எழுதியிருக்கிறேன். இதைத் திட்டமிட்டு எழுதினதில்லை. சுமார் 25 வருஷங்களுக்கு முன்பு பள்ளிக்கூடத்திற்கு முன்னிருந்த மரத்தின் கீழ் ஒரு அம்மா உட்கார்ந்து கடலை விற்றுக்கொண்டிருப்பாள். இலைகள் கூட அதிகம் இல்லாத அந்த மரத்தின்மீது ஒருவித மானசீகமான உறவு இருந்தது எனக்குத் தெரியாது. திடீரென்று இந்திரா காந்தி அம்மையார் அந்தப் பள்ளிக்கு வருவதாகச் சொல்லிப் பாதுகாப்புக் காரணம் சொல்லி அந்த மரத்தை முறித்துவிட்டார்கள். எனக்குத் தாங்க முடியவில்லை. அந்த அளவுக்கு மரங்கள், தெருக்கள், விதவிதமான மனித முகங்கள் எல்லாம் என் மனத்தில் பதிந்துபோயிருக்கின்றன. அப்படி இந்த ஊரின் மீது எனக்கிருக்கிற பாசத்தை அடிப்படையாக வைத்துத்தான் 'ஒரு புளியமரத்தின் கதை' நாவல் உருவானது என்று நினைக்கிறேன்.

எங்கள் வீட்டில் பேசுகிற தமிழைவிட வெளியே தெருக்களில் வட்டாரக் கொச்சையுடன் பேசப்படுகிற தமிழ் மீது எனக்குத் தனிக் கவர்ச்சி ஏற்பட்டது. இந்த மொழியைத் தனது 'மருமக்கள் வழி மானியம்' என்கிற நூலில் அற்புதமாகப் பதிவு பண்ணியிருக்கிறார் கவிமணி தேசிக விநாயகம் பிள்ளை. நானும் மாமாவும் தெருக்களில் சுற்றுகிற காலத்தில் விதவிதமான பேச்சுக்களைக் கேட்டிருக்கிறேன்; அவை பல மதம், ஜாதிசார்ந்த பல பண்பாட்டுக்கூறுகளைப் பிரதிபலிக்கக்கூடிய பேச்சுக்கள். பலசமயங்களில் இந்தப் பேச்சைக் கேட்பதற்காகவே, மாமாவின் அதிகாரம் கொஞ்சம் அதிகமாகிவிட்டது என்ற எண்ணம் வந்ததும் தனியாகவே சுற்ற ஆரம்பித்துவிட்டேன். வீட்டிலும் 'நம்மால் இவனைத் திருத்த முடியாது. காலம்தான் ஏதாவது செய்ய வேண்டும்' என்கிற முடிவுக்கு வந்து என்னை வெளியே விட்டுவிட்டார்கள்.

ஜீவாவுக்கும் எங்கள் ஊருக்கும் இருக்கிற உறவு என்னைப் பாதித்திருக்கிறது. அவர் கூட்டத்தில் பேசுகிறபோது கொச்சையைத் தவிர்த்து நல்ல தமிழில்தான் பேசுவார். ஆனால், உணர்ச்சிவசப்படுகிற நேரங்களில் கொச்சை வந்துவிடும். ம.பொ.சி யிடம் அப்படியில்லை. அவரது பேச்சு முழுக்க எழுத்துத் தமிழில் இருக்கும். அவரிடமும் உணர்ச்சி இருந்தாலும் அது பேச்சின் வடிவத்தைக் கெடுக்காத உணர்ச்சியாக இருக்கும். பேச்சினுள்ளிருந்து ஒழுங்கைச் சிதைக்காமல் உணர்ச்சி கொப்பளித்துக் கொண்டிருக்கும். ஜீவாவுக்கு உணர்ச்சி வந்து விட்டால் மொழி எங்கெங்கோ போய்விடும். ஆட்களை

நேரில் பார்த்துக் கோபப்படுகிறமாதிரிப் பேசுவார். நேர்ப் பேச்சிலும் அதே தன்மை. எதிலும் செயற்கை இல்லாமல் அவரது பின்னணிக்கான ஜீவனான மொழியுடன் பேசுவார். இவரைப்போன்ற பல மனிதர்களின் தொடர்பால் இந்த ஊரின் மதிப்புக் கூடியிருக்கிறது.

என்னுடைய இளமைக்காலத்தில் முப்பத்தைந்து வயது வரைக்குமான காலகட்டம்தான் என் மனத்தில் ஆழப்பதிந் திருக்கிறது. பிறகு எழுத்து, வாசிப்பு என்று ஒருவித விலகல் வந்துவிட்டது. சகஜமாகச் சுற்றுவதும் குறைந்துபோய்விட்டது. அப்போது எனக்கு நெருக்கமாக இருந்த பத்துப் பதினைந்து நண்பர்களுக்கும் இந்த ஊர் சம்பந்தமாக இருந்த பிரியத்தை நான் உணர்ந்திருக்கிறேன். எனக்கு மொழிமீது அபரிமிதமான ஆர்வம் ஏற்படக் காரணமே இங்குள்ள ஜனங்கள் பேசுகிற மொழிதான். புத்தகங்களிலிருந்து நான் மொழிமீது நேசத்தை உருவாக்கிக் கொள்ளவில்லை... இந்த ஜனங்களின் மொழியிலிருந்துதான் அது உருவானது.

'சிவாலய ஓட்டம்' என்று ஒரு பழக்கம் இங்கு உண்டு. அதற்குக் கோவில் கோவிலாகப் போவார்கள். எங்க அம்மாவுடன் நான் போயிருக்கிறேன். அந்தக் கோவில்கள் இருக்கிற கிராமங்கள் எல்லாம் அவ்வளவு அற்புதமாக இருக்கும். அங்கிருக்கிற மரங்கள், செடிகொடிகள், கோவிலின் தோற்றம், வயல்வெளிகள் எல்லாவற்றிலும் அற்புதமான அழகும் கனவம்சமும் இருப்பதாகத் தோன்றும். இங்கிருந்து பத்மனாபபுரம் வழியாகப் போகிற சமயத்தில் வெளித்தெரிகிற இயற்கை, பார்க்க மிகவும் பரவசத்தை ஏற்படுத்தும். இதற்கு இணையாக இயற்கை தரும் பரவசத்தை யாழ்ப்பாணத்தில் பார்க்கமுடியும் என்று இங்கு வந்த யாழ்ப்பாண நண்பர்கள் சொல்லியிருக்கிறார்கள். இது எங்கள் உறவைக் கூட்டுகிறது; 'நாம் ஒரே மண்ணில்தான் இருக்கிறோம்' என்கிற உணர்வை உருவாக்குகிறது.

இந்த ஊருக்கு வெளியிலுள்ள விஷயங்களும் என்னைக் கவராமல் இல்லை. புதுமைப்பித்தனின் கொச்சைமொழிமீது எனக்கு ஒரு பிடிப்பு உண்டு. என்னுடைய சிந்தனைகள் புத்தக வழியானதல்ல, வாழ்க்கை வழியானவை. அதில்தான் எனக்கு விருப்பம் இருக்கிறது. இந்தப் பின்னணியையே புரிந்து கொள்ளாமல் எந்த விஷயத்திலும் அறிஞன், புலவன், பண்டிதர் என்கிற வார்த்தைகளை என்மீது தூக்கிப்போட்டால் எனக்கு ஆழ்ந்த வருத்தம் ஏற்படுகிறது.

சில திருவிழாக்களும் விசேஷமாக நடக்கும். சுசீந்திரத்தில் நடக்கும் திருவிழாக்களுக்கு, அங்கு நடக்கும் இசைக்கச்சேரிகளுக்கு

ஆர்வமாகப் போவோம் நானும் கிருஷ்ணன் நம்பியும். பாடகர் களின் திறனைச் சோதிக்கக்கூடிய களமாக ஒரு காலத்தில் இருந்திருக்கிறது சுசீந்திரம். கோட்டாறில் சவேரியார் கோவில் திருவிழா நடக்கும். ஒவ்வொரு தடவையும் அந்தத் திருவிழா முடிந்ததும் காலரா ஆரம்பமாகிவிட்டது என்ற செய்தி தினசரிகளில் வரும். சிலர் காலராவினால் இறந்து போவார்கள். எங்கப்பாவின் எச்சரிக்கையையும் மீறி அப்போது அந்தத் திருவிழாவைப் பார்க்கப்போவேன்.

தக்கலையிலும் கொல்லத்துக்கு அருகிலும் முஸ்லிம் பண்டிகை களுக்கும் போவேன். எனக்கு ஜனங்களைக் கூட்டத்துடன் பார்ப்பது சந்தோஷமாக இருக்கும். வில்லிசைப்பாட்டுக்கள் போன்ற பல கலைவடிவங்கள் இருந்தாலும் இளவயதில் அதன் மீது பெரிய அளவில் கவனம் பதியவில்லை.

என்.எஸ். கிருஷ்ணனின் நெருக்கமான நண்பர் வெ. நாராயணன் எனக்குத் தாய்மாமா. அதனால் என்.எஸ்.கே. வீட்டுக்குப் போயிருக்கிறேன். எனக்கு உடல்நிலை சரியில்லாத நேரத்தில் என்னைப் பார்க்க என்.எஸ்.கே.வும் புளிமூட்டை ராமசாமியும் வந்திருந்தார்கள். வந்து தைரியம் சொல்லி என்னைக் குஷிப்படுத்துவதற்காக முக்கால் மணிநேரம் இருவரும் மாறிமாறிப் பாடினார்கள். பிறரைச் சந்தோஷப்படுத்துகிற குணம் அவருக்கு இருப்பதைப் பரிபூரணமாக உணர்ந்தேன். இவரை மாதிரி எங்களூர்க்காரரான டி.கே. சண்முகத்துடன் பழக்கம் இல்லாவிட்டாலும், சிறுகதை எழுத்தாளனாகி, பரிசு வாங்கியது அவரது கையால்தான்.

இன்னொரு முக்கியமான விஷயம், இந்த ஊரில் நிலவும் சுத்தம். சுத்தமாக வைத்திருக்க வேண்டும் என்பதில் ஜனங்களின் மனத்தில் இருக்கிற ஒழுங்கு. இந்தப் பாதிப்புக்குத் திருவிதாங்கூருடன் முன்பு இணைந்து இருந்தது ஒருவிதத்தில் காரணமாக இருக்கலாம். இங்கே பெய்யும் நல்ல மழை, கூடுதலான தண்ணீர் வசதி, படிப்பறிவும் காரணமாக இருக்கலாம். எனது படைப்பியக்கச் சூழலுக்கு இந்த ஊர் முக்கியக் காரணம். ஆனால், எந்த அளவுக்கு இந்த ஊர் மனத்தில் கனவாக இருக்கிறதோ, அந்த அளவுக்கு அது படைப்பாக வெளிப்படவில்லை என்கிற குறையுடன்தான் நான் இருக்கிறேன். இந்த ஊர் தூண்டுதல்களை, சவால்களைத் தந்திருக்கிற அளவுக்கு அதை நிறைவேற்றுகிற படைப்பாற்றல் எனக்கு இல்லையோ என்கிற சந்தேகத்தில்தான் நான் இருக்கிறேன்.

எதை நான் அனுபவித்தேனோ அதை முழுமையாகச் சொல்ல முடியவில்லையே என்கிற ஆதங்கம் ஏற்படுகிறது.

அதற்கு மொழி ஒரு தடையாக இருக்கிறது என்று நினைக்கிறேன். எங்காவது வெளியூர்களுக்கோ வெளிநாடுகளுக்கோ போனாலும் மனத்திற்குள் இந்த ஊர் இருந்துகொண்டுதான் இருக்கிறது. அது மட்டுமே போதுமானதாக இல்லாமல், திரும்ப ஊருக்கு வரவேண்டும் என்கிற எண்ணமும் ஏற்படுகிறது. நம் ஊருக்கு வந்ததும் வரவேண்டிய இடத்துக்கு நாம் வந்துவிட்டோம் என்று மனசுக்குள் அனுபவிக்கிற நிறைவு இருக்கிறதே... அது அற்புதமானது!

●

போலிகளுடன் விவாதத்தில் ஈடுபட முடியாது

நீங்கள் எழுத்தாளனாய் வாழ்வைத் தொடங்கி, இத்தனைக் காலம் எழுத்து வாழ்வில் பயணம் செய்து நிறைய அனுபவங்களைப் பெற்ற பின்பு, இன்று உங்கள் எழுத்துவாழ்வை எப்படிப் பார்க்கிறீர்கள்?

நான் எழுதத் தொடங்கி ஐம்பது வருடங்கள் ஓடிவிட்டன. கனவுபோல் நழுவி விட்டிருக்கிறது காலம். எப்போதும் என் எழுத்து வாழ்க்கை சீராகவோ ஒழுங்காகவோ இருந்தது என்று சொல்ல முடியாது. நிறைய மேடு பள்ளங்கள். தத்தளிப்புகள். அவதூறுகளை, மௌனத்தைக் கடைப்பிடித்து எதிர்கொள்ள வேண்டிய நிர்ப்பந்தம்; அவமானம், இவையெல்லாம் இருந்திருக்கின்றன. சூழல் கழுத்தை நெரித்தபோது ஒருசில வருடங்கள் எழுதாமலும் இருந்திருக்கிறேன். எழுத்தை விட்டுவிடுவோமா என்றும் யோசித்திருக்கிறேன். பிழைப்புக்கான வேலை நிர்ப்பந்தங்கள் எழுத்துக்கான நேரத்தை ஒழித்துக் கட்டிவிட்ட காலமும் உண்டு. எழுத்தைக் குறைந்தபட்ச வாசகர்களிடம்கூடக் கொண்டுபோக முடியாத திணறல் தொடர்ந்து இருந்து வந்திருக்கிறது. என் எழுத்துக்கள் பலவும் ஐந்நூறு அல்லது ஆயிரம் பிரதிகள் அச்சேற்றப்படும் சிற்றிதழ்களில்தான் வெளிவந்தன.

மூன்றாவது மனிதன் ஜனவரி – மார்ச் 2001
பேட்டி கண்டவர்: பௌசர்

சுந்தர ராமசாமி

இப்போது நிலைமையில் சில மாற்றங்கள். முழு நேரமும் எழுத்து அல்லது வாசிப்புத்தான். வேறு பொறுப்புக்கள் இல்லை. மன ஆரோக்கியம், உடல் ஆரோக்கியம் முன்னைவிடவும் எவ்வளவோ மேல். வயது ஆக ஆக ஆரோக்கியம் கூடிக்கொண்டே போகிறது. ஆகச் சிறிய வயதில்தான் ஆக மோசமான நோயாளியாக இருந்தேன்.

எதிர்மறையான விமர்சனங்களையும் அவற்றின் சூட்சுமம் பார்த்துத் தரம் பிரிக்கக் கற்றுக்கொண்டுவிட்டேன். எழுத்தாளர்களின் தலைநகரமான சென்னையிலிருந்து வெகுதொலைவில், ஒரு வித்தியாசமான பின்னணியில் வாழ்ந்து வருவதால், இலக்கிய அரசியலின் சூட்சுமங்களை வெகுவாகப் பிந்தித்தான் புரிந்துகொண்டேன். ஒவ்வொன்றையும் அதனதன் இடத்தில் வைத்துப் பார்க்க இப்போது கற்றுக்கொண்டுவிட்டேன். மிகுந்த நம்பிக்கையுடன், நிறையச் செய்ய வேண்டும் என்ற ஆசையுடன் இருக்கிறேன். ஆசைகள் நிறைவேறச் சூழலின் ஒத்துழைப்பும் வேண்டும்.

நீங்கள் எழுத ஆரம்பித்த காலத்தில் இருந்த தமிழ்ச் சூழலுக்கும் பின்வந்த காலங்களில், தமிழ்ச் சூழல் அதை எதிர்கொண்ட சவால்களை முகம்கொடுத்து முன்சென்றிருக்கிறது என்று நம்புகிறீர்களா?

மாற்றங்கள் சிறுகச் சிறுக நிகழ்ந்துகொண்டிருக்கின்றன. பெரிய பாய்ச்சல் என்று சொல்ல முடியாது. தமிழ் இனி 2000 இலக்கிய அரங்கில்கூட நீங்கள் கவனித்திருக்கலாம். யுவன் சந்திரசேகர் என்ற கவிஞர் கவிதைபற்றிய அவரது 'விசேஷத் தத்துவத்தைப்' பேசும்போதுகூட இருநூறு, முந்நூறுபேர் அதைக் கேட்கிறார்கள். என் சிறுவயதில் ம.பொ.சி., ஜீவா, அண்ணா போன்றவர்கள் இலக்கியத்தை அரசியலுடன் கலந்து பேசும்போதுதான் இவ்வளவு கூட்டத்தைப் பார்த்திருக்கிறேன். ஆழமான, கடினமான இலக்கியக் கட்டுரைகளின் ஜெராக்ஸ் பிரதிகளைப் பெறத்தான் ஒரே கூட்டம். எதற்கெடுத்தாலும் புரியவில்லை என்ற பேச்சு குறைந்து கடினமான விஷயங்களையும் அதிக உழைப்பைச் செலுத்திப் புரிந்துகொள்ள வேண்டும் என்ற ஆவல் தலைதூக்கி இருக்கிறது.

நவீனத்துவத்திற்குப் பிந்திய இலக்கியப் போக்குகளைப் பற்றிய பேச்சு – அமைப்பியல், பின்னமைப்பியல், பின்நவீனத்துவம், தலித்தியம், பெண்ணியம் போன்றவை – இந்திய மொழிகளிலேயே தமிழில் அதிகமாக இருக்கலாம்; அல்லது அதிகமாக இருக்கும் மொழிகளில் தமிழும் ஒன்றாக இருக்கலாம்.

'பிச்சமூர்த்தியின் கலை: மரபும் மனித நேயமும்' என்று, படைப்பாளியின் ஆளுமை பற்றிய மிகவும் குறிப்பிடத்தக்க ஆய்வு ஒன்றைத் தந்தவர் நீங்கள். இப்போது புதுமைப்பித்தனின் சிறுகதைகளை மிகவும் கனதியான தொகுப்பாக்கி வெளிக்கொண்டு வந்துள்ளீர்கள். தமிழ்ச் சூழலில் இவ்விரு ஆளுமைகளின் தேர்வுக்கான காரணம் என்ன?

புதுமைப்பித்தனின் படைப்புகளைச் சிறப்பாகப் பதிப்பித் திருப்பவர் ஆ.இரா. வேங்கடாசலபதி. நான் அதற்கு முன்னுரை மட்டுமே எழுதியிருக்கிறேன்.

புதுமைப்பித்தன் சிறுவயதிலேயே என்னை ஆட்கொண்டவர். இதைப் பற்றிப் பல பேட்டிகளிலும் கட்டுரைகளிலும் குறிப்பிட்டிருக்கிறேன். அவரது கதையான 'மகாமசான'த்தைப் படித்தபோது அது தந்த எதார்த்த உணர்வு மனரீதியாகவும் உடல் ரீதியாகவும் என்னைப் பாதித்தது. மிகுந்த கிளர்ச்சி அடைந்தேன். எதார்த்தத்திற்கும் மொழிக்குமான உறவில் கூடிவந்த அழகியல் தந்த கிளர்ச்சி அது. ரொமான்டிசிஸத்துக்கு எதிரான ஒரு மனோபாவம் சிறுவயதிலிருந்து தொடர்ந்து எனக்கு இருந்து வருகிறது.

தமிழ்ச் சூழலின் வகைமாதிரிகளைப் புதுமைப்பித்தன் போல் பதிவுசெய்தவர் எவரும் இல்லை. இந்த வகைமாதிரி களின் வீச்சும் விரிவும் எனக்கு மிக முக்கியமானவை. மேலே யிருந்து கீழே இருப்பவர்கள் வரையிலும் மேன்மைகளிலிருந்து தாழ்வுகள் வரையிலும் இலக்கியப் படைப்புக்கு உகந்த விஷயம் என்பதை அவர்தான் நிரூபித்தார். பகுதிகள் என்றில்லாமல் மொத்த வாழ்க்கையையும் முக்கியத்துவப்படுத்தினார். அவர் படைப்புகளில், 'வாழ்க்கையை நேரடியாகப் பார்' என்ற செய்தி இருக்கிறது. இந்தச் செய்தியும் எனக்கு முக்கியமானது. தமிழ்ச் சமூகத்தின் தாழ்வு, கனவும் கற்பனையும் சார்ந்த பார்வைதான். நீண்ட கவிதை மரபின் பின்விளைவு இது. சமயம், புராணம் ஆகியவையும் இவற்றில் கலந்துகிடக்கின்றன. தமிழர்களின் ரொமான்டிக் மனோபாவத்தைத்தான் சகல வணிகச் சக்திகளும் – இதழ்கள், திரைப்படங்கள், அரசியல்வாதிகள், சமயத் தலைவர்கள், தொலைக்காட்சி – சுரண்டிக்கொண்டிருக்கின்றன. மொழி உருவாக்கும் ரொமான்டிசிஸம்தான் எல்லாவற்றிற்கும் அடிப்படை. புதுமைப்பித்தனின் பார்வை இவற்றிற்கு எதிரான இன்றைய தேவை என்று நான் நம்புகிறேன்.

எழுத்தாளர்கள் தங்கள் அறச் சாரங்களை இழந்துகொண் டிருக்கிறார்கள். குறுக்கு வழியில் வெற்றி என்பதுதான் இன்றைய சுலோகம். புகழ் ஒளியில் சதா இருந்துகொண்டிருக்க வேண்டும். பரிசுகள் வந்து சேருபவை அல்ல; வாங்கப்படுபவை.

அரசியல் சமரசங்களின் மூலம்தான் எழுத்தாளன் நிகழ்கால வெற்றிகளைப் பெற முடியும். இவ்வகையான சிந்தனைகள் தலைவிரித்தாடுகின்றன. இவற்றிற்கு நேர் எதிரான மனநிலையில் வாழ்ந்தவர் ந. பிச்சமூர்த்தி. அவரிடமிருந்த கல்ச்சர் ஒரு தமிழ் எழுத்தாளனுக்கு இன்று அவசரத் தேவையாக இருக்கிறது. தாழ்ந்துபோவது அல்ல; தன்மானத்தை விட்டுக்கொடுக்காத பிடிவாதம்தான் எழுத்தாளனுக்குத் தேவை. போராட்டம்தான் அவன் வழியே தவிர, சமரசம் அல்ல. கனமான புத்தகங்களைத் தொடர்ந்து படித்துக்கொண்டிருந்தவர் பிச்சமூர்த்தி. ஆனால் அவர் தன் வாசிப்பை விளம்பரப்படுத்திக்கொள்ளவே இல்லை. தான் எழுதியுள்ள படைப்புகளை முன்னிலைப்படுத்தத் தானே உழைப்பது எழுத்தாளனுக்கு அவமானம் என்று அவர் நம்பினார். நாளிதழ்களில் பணியாற்றிக் கொண்டிருந்தபோது உடன் பணி புரிபவர்களுக்குக்கூட அவர் ஒரு கவிஞர் என்பது தெரியாது.

இன்றைய சூழலைக் கணக்கிலெடுத்துப் பார்க்கும்போது பிச்சமூர்த்தியைப் போன்ற ஒரு கலைஞர் வெகுசமீபத்தில் தமிழகத்தில் வாழ்ந்திருந்தார் என்பதை நம்பவே கஷ்டமாக இருக்கிறது. அவருடன் உறவு கொண்டிருந்தவர்கள் எல்லோரும் மிகவும் சாதாரணமானவர்கள். பண்டாரங்கள், பைராகிகள், கைரேகை பார்ப்பவர்கள், ஜோசியர்கள், அரைகுறை வைத்தியர்கள், பிச்சையெடுப்பதற்காகத் துறவறம் பூண்டவர்கள், கோயில்-குளம்-மண்டபங்களில் உட்கார்ந்து தங்கள் வாழ்நாளைக் கழித்தவர்கள், சிறு பொருட்களை விற்பனை செய்யும் வியாபாரிகள்.

மரபுக் கவிதைக்கும் புதுக்கவிதைக்குமான பாலத்தை நிர்மாணித்தவர் அவர்தான். அலட்டிக்கொள்ளாமல் அதை லகுவாகச் செய்தார். இன்று எனக்கு அவர் கவிதைகளில் பெரிய ஈடுபாடு இல்லை. ஆனால் குறிப்பிட்ட காலத்தில் அவர் ஆற்றிய பங்கு மிக முக்கியமானது. சிறுகதை ஆசிரியர்களில் இன்றும் அவருக்கு மிகமுக்கியமான இடம் உண்டு.

உங்கள் படைப்பு வாழ்வில் நீங்கள் கவிதை, சிறுகதை, நாவல், உரைநடை, மொழிபெயர்ப்புப் போன்றவைகளில் காலூன்றி நின்றிருக்கிறீர்கள். இவற்றில் உங்கள் சிந்தனையை மிகத்தெளிவாக வெளிப்படுத்த ஏற்ற உலகமாக எதை அதிகமாகக் கருதுகிறீர்கள்?

முதலில் சிறுகதைகளை எழுதத் தொடங்கினேன். அப்போது வேறு இலக்கிய உருவம் எதுவும் சாத்தியம் என்ற நம்பிக்கை இருக்கவில்லை. அப்பா என்னை உதவாக்கரை என்று நினைத்தார். அதை நியாயமான மதிப்பீடு என்றுதான் சொல்வேன்.

இலக்கியத்தில் ஒன்றைச் சாதித்து, வெளி உலகத்தில் என்னை ஏற்றுக்கொள்ளும்படிச் செய்து, அப்பாவைத் தோற்கடிக்க வேண்டும் என்று நினைத்துத்தான் சிறுகதைகள் எழுத ஆரம்பித்தேன். இடதுசாரி இயக்கத் தொடர்பும் அவர்களுடைய தத்துவங்களில் நான் கொண்டிருந்த நம்பிக்கையும் படைப்புக்கு ஒரு சமூக நியாயத்தை உருவாக்கித் தந்திருந்தன.

அதன் பின் 'ஒரு புளியமரத்தின் கதை' நாவலை எழுதினேன். க.நா.சு.வின் தூண்டுதலால்தான் கட்டுரைகளும் கவிதைகளும் எழுதத் தொடங்கினேன். இலக்கிய உருவங்கள் சார்ந்த நம்பிக்கைகள் எனக்கு முக்கியமானவை. ஒரு உருவத்தை மற்றொரு உருவத்துடன் பொறுப்பின்றிக் குழப்பியடிப்பதில் விருப்பமில்லை. ஒவ்வொரு உருவத்திற்கும் ஒரு நோக்கம் இருக்கிறது. அழுத்தம் இருக்கிறது. ஒரு முன்னுரிமை இருக்கிறது. ஆனால் எந்த உருவத்தில் அதிக நம்பிக்கை என்று கேட்டால் என் குறிக்கோள்சார்ந்து எல்லா உருவங்களிலும் என்றுதான் சொல்வேன். தெரிந்தோ தெரியாமலோ நோக்கம் அல்லது விஷயம்தான் உருவத்தைத் தேர்ந்தெடுக்கிறது. இருப்பினும் வாழ்வின் புதிர்களை ஆராய நாவல் தரும் வசதியைப் பிற உருவங்கள் தராததால் நாவல்மீது தனியான மரியாதை வைத்திருக்கிறேன்.

தமிழில் நீண்டகாலமாக ஒரு எதார்த்தவாதப் பண்பு இருந்து வந்திருக் கிறது. ஆனால் இப்போது இந்த எதார்த்தவாதப் பண்பு தொடர்பான கேள்விகள் எழுப்பப்படுகின்றன. தமிழில் ஒரு எழுத்தாளன் தான் நினைத்ததை முற்றுமுழுதாக எழுதவுமில்லை, சொல்லவுமில்லை என்கிறார்கள். இந்த எதார்த்தவாதம் என்பது ஒரு தேர்வுக்கு உட்பட்ட அல்லது சமூக மனோபாவத்தை ஏற்றுச் சுத்திகரிக்கப்பட்ட இலக்கிய முயற்சிகள்தானா?

படைப்பில் புறத்தைப் பற்றிய பேச்சு எல்லாம் அகத்தை ஊடுருவத்தான். தோற்றம் சாரத்துக்கு இட்டுச் செல்ல வேண்டும். எதார்த்தவாதம் என்பது ஒரு தளத்தின் பொதுப்பெயரே தவிர ஒரு படைப்பின் குணத்தைத் தீர்மானிக்கக்கூடியது அல்ல. ஒரு எதார்த்தத் தளத்தைச் சேர்ந்த ஒரு எழுத்து நம்மை ஆட் கொள்ளும்போது அதே தளத்தைச் சேர்ந்த மற்றொன்று மிகுந்த சலிப்பைத் தருகிறது. ஊடுருவல்தான் முக்கியம். எதார்த்தத் தளம் சார்ந்த ஊடுருவல் தமிழ் வாழ்வின் ஸ்திதிக்கு இன்று பொருந்தி வருகிறது. அதன் மீதான என் விருப்பம் தமிழ் வாழ்வைக் கடுமையாகப் பாதிக்க வேண்டும் என்ற குறிக்கோள் சார்ந்தது.

தமிழில் எதார்த்தவாதிகள் எவரும் அதையே பிடித்துத் தொங்கிக்கொண்டிருக்கவும் இல்லை. 'ஆறில் ஒரு பங்கு',

'சின்னச் சங்கரன்' போன்ற கதைகளை எழுதிய பாரதிதான் 'ஞானரத'த்தையும் எழுதியிருக்கிறான். 'பொன்னகரம்', 'கவந்தனும் காமனும்' போன்ற கதைகளை எழுதிய புதுமைப்பித்தன்தான் 'ஞானக்குகை', 'பிரம்மராக்ஷஸ்' போன்றவற்றையும் படைத்திருக் கிறான். கு.ப.ரா., ந. பிச்சமூர்த்தி போன்றவர்களும் எதார்த்த வாதத்தைத் தாண்டிப் பல கதைகளை எழுதியிருக்கிறார்கள். மௌனி எதார்த்தவாதத்துக்குள் நுழையவே இல்லை. எதார்த்தம் தாண்டிய படைப்பு நம்பிக்கைகளைப் புதிய கண்டுபிடிப்புகள் போல் இப்போது சிலர் பேசுவது உண்மை அல்ல.

என் 'பல்லக்குத் தூக்கிகள்' தொகுப்புக்கூட எதார்த்தவாதக் கதைகளைச் சேர்ந்தது அல்ல. இப்போதைய என் கதைத் தொகுப்பின் தலைப்பான 'காகங்கள்' கதையையும் ஒரு எதார்த்தவாதக் கதை என்று சொல்ல முடியாது. இவையெல்லாம் மேல்நாட்டுத் தத்துவங்களைப் படித்துவிட்டுப் போலி செய்தவையும் அல்ல. இந்திய மரபில் இல்லாத மாந்திரீக எதார்த்தம் வேறு எந்தத் தேசத்திலும் இருப்பதாக எனக்குத் தெரியவில்லை.

எதார்த்தவாதத்தின் பாதிப்பைப் பெற்ற ஒரு மூளையால் தான் அமைப்பியல்வாதம், பின்னமைப்பியல் வாதம், பின் நவீனத்துவம் போன்ற தத்துவங்களைச் சரிவரப் புரிந்துகொள்ள முடியும் என்று நான் நம்புகிறேன். எதார்த்தவாதம் வழியாகத் தான் நீங்கள் அவற்றைத் தாண்டிச் செல்லும் தத்துவங்களுக்கும் போக வேண்டும். நம் வாழ்வின் ஸ்திதியைக் கணக்கில் எடுத்துக் கொள்ளாத, மிகச் சிக்கலான தத்துவங்களைப் பேசுவதன் மூலம் பேசுபவர்களுக்கு உபயோகப்படும் அதிகார மையங்களை உருவாக்கலாம். தமிழ் வாழ்க்கையில் எந்தப் பாதிப்பையும் நிகழ்த்த முடியாது. தமிழ்ச் சூழலில் அரசியல் சார்ந்த இன்டெலக் சுவல் வர்க்கத்தின் அதிகபட்ச எல்லை பாரதிதாசன். புதுமைப் பித்தன் இன்றும் அவர்களுக்கு ஒரு புதிர். இவையெல்லாம் தமிழ் எதார்த்தங்கள். புதிய சிந்தனைகளின் அறிமுகங்களை நான் வரவேற்கிறேன். அந்தச் சிந்தனைகளை நாம் அறிந்து கொள்ள வேண்டும். அவற்றின் பாதிப்பையும் பெற வேண்டும். அந்தச் சிந்தனைகளுக்கு முற்பட்டவையெல்லாம் காலாவதியாகி விட்டன என்ற பாவனை உண்மையில்லை. 'ஆசிரியர் இறந்துவிட்டார்' என்று கூறுகிறவர்கள் ஆசிரியருக்கு மட்டுமே முக்கியத்துவம் தரும் விமர்சனங்களைத்தான் இப்போதும் உருவாக்கிக்கொண்டிருக்கிறார்கள். படைப்பாளி அதீத முக்கியத் துவம் பெற்று வருகிறான் என்றுகூடச் சொல்லலாம். எல்லாப் பிரதியும் ஒன்று என்று சொன்னவர்கள் பாரதியைப் பற்றியும் புதுமைப்பித்தனைப் பற்றியும் இன்றைய படைப்பாளிகளில் பொருட்படுத்தத் தகுந்தவர்களைப் பற்றியுமே பேசுகிறார்கள்.

தமிழ் நாவல் வெளிப்பாட்டு முறையில் உங்கள் 'ஜே.ஜே: சில குறிப்புகள்' ஒரு முக்கியமான திருப்பம். இது இயல்பாக நடந்ததா அல்லது முற் கற்பிதத்துடனான எழுத்துச் செயல்பாடா?

பெருமளவு இயல்பாக நடந்தது என்றுதான் சொல்ல வேண்டும். அதை எழுதி முடித்த நிலையில் தமிழ் நாவல் மரபில் அது வித்தியாசமானது என்ற உணர்வு மட்டும்தான் எனக்கு இருந்தது. நண்பர்களும் முன்பின் தெரியாத வாசகர்களும் சாதகமான அபிப்பிராயங்களைக் கூறத் தொடங்கியபோது நான் எதிர்பாராத காரியம் நடந்திருப்பதாக உணர்ந்தேன். விமர்சகர்கள் அதைக் கடுமையாகக் கண்டிக்க ஆரம்பித்தார்கள். வாசகர்களின் வரவேற்பு வழக்கத்திற்கு மாறாக இருந்தது. வாசக அபிப்பிராயங்களை விமர்சனம் சிறிய அளவில்கூடப் பிரதிபலிக்கவில்லை என்பது என் அனுபவம்.

மொழியையோ சிந்தனையையோ தமிழில் யாரும் இப்படிக் கைக்கொண்டு வெளிப்படுத்தவில்லை. நாம் இதனைத் தமிழில் செய்வோம் என்றாவது நினைக்கவில்லையா அல்லது தமிழ் நாவல் வெளிப்பாட்டு முறையில் இது ஒரு புதுக்காலடி என்றாவது எண்ணவில்லையா?

பிறர் செய்து வைத்திருக்கும் காரியங்களையோ நான் செய்து முடித்துவிட்ட காரியங்களையோ திரும்பச் செய்யக் கூடாது என்பதில் எப்போதும் உறுதியாக இருந்திருக்கிறேன். படைப்பு என்பது புதிது. இதற்கு முன் இல்லாதது. கோடிக்கணக்கான குழந்தைகள் பிறந்திருக்கின்றன. ஆனால் இப்போது பிறந்திருக்கும் குழந்தை இதற்குமுன் பிறந்ததே இல்லை. இயற்கையிலேயே படைப்பு இப்படி. நிகழ்த்தியதை மீண்டும் நிகழ்த்திக் காட்டுவது பழக்கம் அல்லது சகஜம்.

'ஒரு புளியமரத்தின் கதை' வெளிவந்தபோது குடும்பங் களுக்கு வெளியே உருவாக்கப்பட்ட நாவல் என்று எதுவும் இருக்கவில்லை. மனிதனுக்கும் கருத்துக்களுக்குமான உறவு வலிமையானது. உணர்ச்சித் தளங்களில் வேர்விட்டு நிற்பது. அதனால்தான் கருத்துகள் சார்ந்த முறிவு மனிதனை மிக மோசமாகப் பாதிக்கிறது. 'ஜே. ஜே: சில குறிப்புகள்' மனிதனுக்கும் கருத்துக்களுக்குமான உறவைப் பற்றிச் சொல்கிறது. 'குழந்தைகள் பெண்கள் ஆண்கள்' நாவல் குடும்பத்துக்கும் மனிதனுக்குமான உறவைச் சொல்கிறது என்று வைத்துக்கொள்ளலாம். குடும்பம் ஒரு நிறைவான அமைப்புதானா? அதன் தோற்றத்திற்கும் உள்ளார்ந்த செயல்பாடுகளுக்கும் இசைவு உண்டா? குறையுணர்ச்சியுடன்தான் மனிதன் குடும்பத்துக்குள் தத்தளித்துக் கொண்டிருக்கிறானா? இதுபோன்ற பல கேள்விகள் இருக்கின்றன.

உள்ளூர இருந்த ஆவேசம்தான் புதிய படைப்புகளைப் பார்க்கத் தூண்டிக்கொண்டே போயிருக்கிறது. பெரிய திட்டங்கள் என்று இல்லை. புதுமைக்காகப் புதுமை என்பதும் இல்லை. சிறிய அளவிலான யோசனைகள்தான்.

படைப்புத் தொடர்பான தீவிர ஆவேசம் தெரிகிறதே உங்களிடம்...

அந்த ஆவேசம் எப்போதும் இருந்து இப்போதும் இருப்பது தான். ஒரு மாற்றத்தை நிகழ்த்த வேண்டும் என்ற ஆசையி லிருந்து பிரிக்க முடியாத ஆவேசம் அது. உலக இலக்கியப் படத்தில் சிறிய நாடுகள், சிறிய மொழிகள்கூட அவற்றுக்குரிய இடத்தைப் பிடித்துக்கொண்டிருக்கின்றன. தமிழ், மரபும் செழுமையும் கொண்ட மொழி. இங்கும் பெரிய காரியங்கள் நடக்க வேண்டும். அதற்கான சூழல் உருவாக வேண்டும். எழுத்தாளன் சமூக மதிப்பைப் பெற வேண்டும். எழுதுவது மட்டுமே படைப்பு என்று நான் நினைக்கவில்லை. படைப்புக்கு வெளியே சக மனிதனிடம் நாம் வெளிப்படுத்தும் சிந்தனைகள், வாசிப்பில் நாம் கொண்டிருக்கும் ஆர்வம், சுயப்பரிசோதனை, சொல்லையும் செயலையும் இயன்ற அளவு இணைப்பதற்கான முயற்சி, ஜீவராசிகள் அனைத்தின்மீதும் கொள்ளும் பரிவு எல்லாமே படைப்பு மனத்திலிருந்து தோன்றுபவைதான்.

உங்கள் எழுத்தை வாசிக்கும்போது முரண்பாடுகள்மீதான உணர்வு களையே காணமுடிகிறது. தனிமனிதர்கள்மீதான முரண்பாடு, தத்துவங்கள் மீதான முரண்பாடு. உங்களுக்குத் தனி மனிதன், சமூகம், சமூக நிறுவனங்கள், தத்துவங்கள் எதுவுமே திருப்தியைத் தரவில்லையா?

சமூக வாழ்க்கையில் எனக்குத் திருப்தி இல்லை. தத்துவங்கள் சார்ந்தும் சமூக ஒழுக்கங்கள் சார்ந்தும் மனிதன் போடுகிற வேஷம் மிகப் பெரிய சீரழிவை உருவாக்குகிறது. உயர்வானவையும் மனித ஸ்பரிசம் படும்போது கீழிறக்கம் கொள்கின்றன. பதவியைப் பிடிக்கத் தத்துவங்களைப் பயன்படுத்தும்போது உபயோக மதிப்பு உள்ளார்ந்த சாரத்தை அரித்துவிடுகிறது. பார்வையற்றோர் பள்ளிக்கு வெளிநாட்டிலிருந்து வரும் உணவை ஆசிரியர்கள் திட்டமிட்டுத் திருடுகிறார்கள். மனிதன் மேலானவன் என்பதை ஒரு சுலோகமாக்க நான் விரும்பவில்லை. மனிதநேயம் படைப்பாளி நம்பித் தீர வேண்டிய ஒரு நிர்ப்பந்தம் அல்ல. படைப்பாளியிடம் அனுபவம்சார்ந்த பார்வைதான் வலிமையாக இருக்க வேண்டும். சகல பாதிப்புகளும் அந்த அனுபவத்துக்குள் இருக்கின்றன. மனித ஸ்திதியை அது எவ்வளவு கேவலமாக இருக்கும் நிலையிலும் புரிதல்சார்ந்து மேலெடுத்துச் சென்றுவிட முடியும். பிரக்ஞைபூர்வமான வேஷதாரிகளைத்

திருத்துவது மிகக் கடினம். வேஷதாரிகளால் அழிக்கப்பட்டுக் கொண்டிருக்கும் சமூகம் தமிழ்ச் சமூகம். கபடமற்ற ஜனங்களின் சரிவு அல்ல பிரச்சனை. திட்டமிட்டு ஏமாற்றும் சக்திகளின் கூட்டு ஒப்பந்தம்தான் பெரிய பிரச்சனை.

நீங்கள் உணர்ச்சிபூர்வமாக இருந்தாலும் உங்கள் மொழி ஆளுகையில் அறிவின் மொழியினூடாக உங்கள் சிந்தனை வெளிப்படுவது எப்படிச் சாத்தியமாகிறது?

தமிழ்ச் சூழலில் உணர்ச்சியின் பீறிடல்களைச் சிறுவயதி லிருந்தே கவனித்துக் கொண்டிருக்கிறேன். புகழும் பணமும் பதவியும் தேடித் தர ஏற்ற விற்பனைப் பண்டமாகவே உணர்ச்சியின் பீறிடல் தமிழ்ச் சமூகத்தில் பயன்படுத்தப்பட்டு வருகிறது. அரசியல் மேடைக் கத்தல்கள், தமிழ்த் திரைப்படங்களில் கண்ணீரின் பிரவாகம், வணிக எழுத்தாளர்களின் நெகிழ்ச்சிகள் எல்லாவற்றிற்கும் எதிராக நான் என் உணர்ச்சியைச் செம்மை செய்துகொள்ள விரும்பினேன். வாசகர்களைச் சிந்திக்கச் செய்ய வேண்டும். அப்போதுதான் அவர்களிடம் சுயமான விமர்சனம் உருவாகும். இந்த விழிப்புநிலையிலிருந்துதான் ஜனநாயகத்தை வலிமைப்படுத்தும் செயல்பாடுகள் தோன்றுகின்றன. அறிவு சார்ந்த மொழி உருவாகும்போது இன்னும் ஆரோக்கியமான விவாதங்களை நடத்த முடியும். இப்படியெல்லாம் யோசிக்கிறேன்.

மதங்களில், தத்துவங்களில் நம்பிக்கை இழந்துவிட்டோம் என்பது உங்கள் குரலாக உள்ளது. மனிதர்கள் பற்றிப் பிடிப்பதற்கு ஏதாவது ஒரு ஆதாரம் தேவையில்லையா? உங்கள் அனுபவம் சார்ந்து இதனை எப்படிப் பார்க்கிறீர்கள்?

மனிதர்களின் சமய நம்பிக்கைகளுக்கு எதிராக நான் எதுவும் சொல்ல விரும்புவதில்லை. அவன் விரும்பும் சமயத்தில் அல்லது தத்துவத்தில் அல்லது சிந்தனைகளில் நம்பிக்கை கொள்ளட்டும். எவற்றினூடாகவும் மனித வாழ்க்கை சார்ந்த விமர்சனமும் கனவும் ஒருவனுக்கு இருக்குமென்றால் அவனுடன் விவாதம் செய்ய எனக்கு ஒரு சந்தர்ப்பம் இருக்கிறது. ஆனால் எந்தத் துறையைச் சேர்ந்த போலிகளுடனும் நான் விவாதத்தில் ஈடுபட முடியாது. அது என்னையே அழித்துக் கொள்வதாகும். முற்போக்கு, பிற்போக்குச் சார்ந்த பழைய இலக்கணங்கள் எல்லாம் சுக்கு நூறாகத் தெறித்துவிட்டன. சங்கராச்சாரி ஜாதிப் புத்தி கொண்ட பிற்போக்குவாதி என்பது என் எண்ணம். ஜெயலலிதா மீது பக்திகொண்ட வீரமணி எந்தவிதத்தில் முற்போக்குவாதி? பொதுவுடைமைவாதிகள் – இவர்களில் பலர் முக்கியமான தமிழ் எழுத்தாளர்கள் – கால் நூற்றாண்டேனும் சகல மனித ஒடுக்கல்களையும் அறிந்த நிலையில் சோவியத்

சர்வாதிகாரத்துக்குத் துணை போனவர்கள். தங்கள் கடந்த கால வாழ்க்கையைப் பற்றிய விளக்கம் எதுவும் அளிக்காமலே அவ்வாழ்க்கை புதைந்துபோய்விட்ட திருப்தியில் இப்போதும் ஜனநாயகம் பற்றியும் சமூக முன்னேற்றம் பற்றியும் பேசிக் கொண்டிருக்கிறார்கள்.

ஒரு தனிமனிதன் எந்த அளவுக்குச் சமூக மனிதனாகவும் இருக்கிறான் என்பது எனக்கு முக்கியம். எந்த அளவுக்கு வெளிப்படையாகவும் பகிர்ந்துகொள்கிறவனாகவும் இருக்கிறான்? சமூகப் பிரக்ஞையுடன் செயல்படுகிறானா அல்லது ஏமாற்று வதற்காகச் செயல்படுகிறானா? படைப்பாளியின் எழுத்து, எந்தவிதமான வாழ்க்கையைச் சென்றடைய அவன் கனவு காண்கிறான் என்பதைக் காட்டுகிறது. மனித சாரத்தைப் பேண முற்படுகிறவர்களுடன் நான் மானசீக உறவு வைத்துக்கொண் டிருக்கிறேன். என் ஊரையும் உலகத்தையும் தழுவிய உறவு இது.

நீங்கள் முதலில் எழுதத் தொடங்கிய நாவல் 'குழந்தைகள் பெண்கள் ஆண்கள்'. 38, 40களில் அக்கதை நடக்கிறது. ஆனால் இடையில் உங்களுடைய இரு நாவல்கள் வெளிவந்தன. மூன்றாவது நாவலாகத் தான் 'குழந்தைகள் பெண்கள் ஆண்கள்' வெளிவந்தது. தமிழ்ச் சூழலில் ஏன் அந்த நாவல் அதிகக் கவனம் பெறாது போய்விட்டது. இதுவே உங்களின் முதல் நாவலாக வெளிவந்திருந்தால் நீங்கள் தமிழில் அதிகக் கவனத்துக்குரிய படைப்பாளியாக ஏற்கப்பட்டிருப்பீர்களா?

நான் 1978, 79 காலங்களில்தான் 'குழந்தைகள் பெண்கள் ஆண்கள்' நாவலை எழுதத் தொடங்கினேன். (இப்போது வெளி வந்திருப்பது அதிலிருந்து வெகுவாக விலகிவந்த ஒரு எழுத் துருவம்.) ஆகவே இது என் முதல் நாவல் அல்ல. முதல் நாவலாக வந்திருந்தால் அதிகக் கவனம் பெற்றிருக்கும், மூன்றாவது நாவலாக வந்ததால்தான் கவனம் பெறாது போய்விட்டது என்பது உண்மை என்றால் அது கவனம் பெறாமல் போனது நல்லதுதான். ஏனென்றால் அதன் உயிர்ப்புச் சார்ந்து அது வாழ வேண்டும் என்ற எதிர்பார்ப்புத்தான் எனக்கு இருக்கிறதே தவிர அதன் வரிசைசார்ந்து அது வாழ வேண்டும் என்ற எண்ணம் எனக்கு இல்லை.

என் மூன்று நாவல்களில் மிக முக்கியமான நாவலாக நான் கருதுவது 'குழந்தைகள் பெண்கள் ஆண்கள்'தான். அது தான் வாழ்க்கையை அதன் முழுமையான தளத்திற்கு விரித்துப் பார்க்க முயல்கிறது. அது காட்சியளிக்கும் வகையிலேயே எடுத்துக் கொள்ளப்பட்டுவிட்டால் அது எனக்கு ஒரு இழப்புத்தான். அந்த நாவலில் வரிகளுக்குப் பின்னால் இருக்கும் வரிகள் மிக முக்கியமானவை என்று நம்புகிறேன். அவற்றைத் தொகுத்துப்

பார்க்க வேண்டும். அவ்வாறு தொகுத்துப் பார்க்கச் சிரத்தையான, ஆழமான வாசிப்புத் தேவை. அதை ஊடுருவி வாசித்த பின்பும் ஏற்கவில்லையென்றால் அதை நான் மதிக்கிறேன். இதற்கு மேல் செய்ய எதுவும் இல்லை. மோஸ்தர் சார்ந்த புறக் கோலங்கள் இல்லை என்ற காரணத்திற்காக அது உதாசீனப்படுத்தப்பட்டால் வாசகனுக்கு அது ஒரு இழப்பு என்றே சொல்வேன்.

உங்கள் எழுத்துக்களின் பின்னால் ஒரு தொனி இருக்கிறது. 'இப்போது இருப்பவன் புரிந்துகொள்ளாவிட்டாலும் எதிர்காலத்தில் என்னைப் புரிந்துகொள்ளும் ஒரு வாசகன் வருவான். அவனுக்காகவே நான் எழுதுகிறேன்' என்கிறீர்கள். அப்படியான வாசகன் வந்துவிட்டானா?

திட்டவட்டமாக அப்படிச் சொல்ல முடியாது. வாழும் காலத்தில் அங்கீகாரம் பெறமுடியாத எழுத்தாளன் தன் உயிர்ப்பைத் தக்கவைத்துக்கொள்ள எவ்வளவோ வாக்கியங்களை உருவாக்க வேண்டியிருக்கிறது. அதில் ஒன்றுதான் 'இன்று இல்லையென்றாலும் நாளை ஒளி வரும்' என்பது. சமூக ஸ்திதியையும் எழுத்தாளனின் ஆதங்கத்தையும்தான் இவ்வரிகள் வெளிப்படுத்துகின்றன. பலருக்கு ஒளி வராமல் போயிருக்கிறது. புல் முளைத்து மண்டியிருக்கிறது. எதிர்மறையான சூழலில் நம்பிக்கை கொண்டு செயல்படப் பல மந்திரங்கள் தேவையாக இருக்கின்றன. போன நூற்றாண்டு முழுக்கப் பல படைப்பாளிகள் வெவ்வேறு வகைகளில் இந்த மந்திரங்களை உருவாக்கியிருக் கிறார்கள். சிலருக்குக் காலம் துணை நின்றும் இருக்கிறது.

உங்கள் 'காற்றில் கலந்த பேரோசை'யில் ஜீவாவைப் பற்றி எழுதி யுள்ளீர்கள். பெரியார் உங்களைப் பாதிக்கவில்லையா? இத்தேர்வுக்கு அரசியலும் ஒரு காரணமாக இருக்குமோ?

ஜீவா எங்கள் ஊரைச் சேர்ந்தவர். பத்து வயதுவாக்கில் நான் அவரைப் பார்த்தாயிற்று. பின்பு அவரது மறைவுவரை யிலும் அந்தத் தொடர்பு நீடித்தது. எங்கள் ஊருக்குப் பெரியார் வந்துபோகக் கூடியவர் என்றாலும் என் குடும்பப் பின்னணியில் அவர் பெயர் அடிபடவே இல்லை. சிறுவயதில் நான் மலையாள எழுத்தாளர்களைத்தான் அதிகம் படித்தேன். எம். கோவிந்தன், சி.ஜே. தாமஸ், தகழி, பஷீர் போன்றவர்களை. எங்கள் பகுதி தமிழகத்துடன் இணைந்த பின்புதான் எனக்குப் பெரியார்மீது கவனம் வந்தது. அவருடைய உண்மை உணர்ச்சியை நான் ஏற்றுக்கொண்டேன். அந்த உண்மைகளை அவர் முன்வைக்கும் முறைகளை என்னால் ஏற்றுக்கொள்ள முடியவில்லை. அதில் ஈரமோ, அழகியலோ, அரவணைப்போ இல்லை.

பெரியாரை நீங்கள் நிராகரிப்பது அரசியலுக்கு அப்பாற்பட்ட மொழி சம்பந்தமாக மட்டும்தானா?

பெரியாரை நான் நிராகரிக்கவில்லை. அவருடைய கருத்துக்களில் பெரும்பான்மையானவை நான் ஏற்றுக்கொள்ளக் கூடியவைதான். சொல்முறை பற்றிச் சொன்னேன். மொழிக்கும் கருத்துக்குமான உறவு எனக்கு மிக முக்கியம். அவரது இயக்கத்தில் அவர் ஒருவர்தான் சொல்லோடு செயலை இணைத்திருந்தவர். பின்னால் வந்தவர்கள் எவரையுமே அப்படிச் சொல்ல முடியாது. அரசியல் தளத்தில் ஆகப் பெரிய அநாகரிகங்களை உருவாக்கியவர்கள் அவர்கள். அந்த இயக்கத்தின் இன்றைய சரிவு கொடுமையானது.

நீங்கள் மார்க்ஸியச் சித்தாந்தத்தில் ஈடுபாடு உள்ளவராக இருந்திருக்கிறீர்கள். பின்னால் ஒரு இடைவெளி ஏற்படுகிறது. இந்த இடைவெளி மார்க்ஸியத்தின் போதாமை காரணமாக ஏற்பட்டதா அல்லது மார்க்ஸிய நிறுவனங்களின் பலவீனங்களின் அடிப்படையில் ஏற்பட்டதா?

மார்க்ஸியம் ஒரு தத்துவம்தான். சமய நெறி அல்ல. தத்துவங்கள் காலத்தின் போக்குக்கு ஏற்ப மறுபரிசீலனை செய்ய இடம் தருபவை. அந்த வாசலை இங்குச் சாத்திவிட்டார்கள். குறுகிய நோக்கங்களுக்காகத் தத்துவங்கள் பயன்படுத்தப்படும்போது அவை இறுகி அதன் சாராம்சத்தை இழந்து அடையாளங்களாக மாறிவிடுகின்றன. அடையாளங்கள் சார்ந்து நம்பிக்கை மதிப்பிடப்படுகிறது. இந்த விஷயங்களைத்தான் நான் 'ஜே.ஜே: சில குறிப்புக'ளில் சொல்ல முயல்கிறேன். தத்துவத்துடன் நான் நேரடியாக மோதவில்லை. மிகப் பெரிய நாகரிகத்தை உருவாக்க முற்படுகிறவர்கள் கருத்துச் சுதந்திரம், ஜனநாயகப் பண்பு ஆகியவற்றில்கூட நம்பிக்கையற்ற அதிகாரிகளாக மாறுவது தான் என் பிரச்சினை. எல்லா அரசியல் கட்சிகளிலும், சமய அமைப்புகளிலும் இந்த நிலை இருக்கிறது.

சுந்தர ராமசாமி என்ற படைப்பாளியை, ஆளுமையை உருவாக்குவதில் மலையாளச் சூழலுக்கு எந்தவிதமான பங்களிப்பு உள்ளது?

பெரிய அளவில் பங்களிப்பு இருக்கிறது என்று சொல்ல முடியாது. இடதுசாரிச் சிந்தனைகளில் கவனம்கொள்ள என்னைத் தூண்டியவை மலையாள எழுத்துகள்தான். மார்க்ஸியப் பார்வை கொண்ட சிறுகதைகளை நான் ஆரம்பக்காலத்தில் எழுதத் தூண்டுதல் பெற்றதும் மலையாளப் படைப்பிலக்கியத்தின் பாதிப்பாக இருக்கலாம்.

ஈழத்துத் தமிழ்ச் சூழலில் மேற்கு நாடுகளுக்கான தமிழ்ப் புலம் பெயர்வு அதிகமாக நடந்திருக்கிறது. அங்குப் போய்த் தமிழில் எழுதுகிறார்கள். தமிழில் புலம் பெயர் இலக்கியம் என்ற ஒரு அம்சம் ஏற்பட்டுள்ளது. இதனை எப்படிப் பார்க்கிறீர்கள்?

என்னை மிகவும் பாதித்த விஷயம் இது. இருபத்தைந்து வருடங்களாகவே எனக்கு ஈழத்து எழுத்தாளர்கள் பலர் நெருக்க மான நண்பர்களாக இருக்கிறார்கள். அங்கு நிகழ்ந்த எல்லாப் பிரச்சனைகளையும் இவர்களைப் பற்றிய என் ஞாபகங்கள் வழியாகத்தான் பார்க்கிறேன். புலம் பெயர்ந்த தமிழர்களையும் அவர்கள் வசிக்கும் இடங்களையும் ஓரளவுக்குப் பார்க்க முடிந்தது. கசப்பான பல உண்மைகள் இருக்கின்றன. அவர்களுடைய வாழ்க்கை அங்கு நீடிக்கும் என்றால் அவர்கள் குடும்பங்களி லிருந்து தமிழ் வெளியே போய்ச் சூழலில் இருக்கும் மொழி உள்ளே வந்துவிடும். குழந்தைகளால் தமிழைக் காப்பாற்ற முடியாது. இது வரலாற்றின் கட்டாயம். இந்தத் தலைமுறையில் ஏதேனும் தமிழ் எழுத்துகள் வந்தால்தான் உண்டு. படைப்பு உருவாவதற்கு மொழியறிவு மட்டும் போதாது. மொழிசார்ந்த வாழ்க்கையும் வேண்டும்.

பின்நவீனத்துவக் கோட்பாட்டைத் தமிழ்ச் சூழலுடன் எப்படிப் பொருத்திப் பார்க்கிறீர்கள்?

பின் நவீனத்துவக் கோட்பாடும் தமிழ்ச் சூழலும் இன்று வரையிலும் பொருந்தாமல்தான் இருக்கிறது என்று நினைக்கிறேன். படைப்புக்கள் வழியாக அதன் பாதிப்புக் குறிப்பிடும்படி நிகழ்ந்ததாகவும் தெரியவில்லை. சகல முனைகளிலும் சுதந்திரத்தின் எல்லைகளை விரிக்க வேண்டும் என்றாலும் கூட நடைமுறையில் பாலியல் விவரணைகளில் மட்டும்தான் விரிக்கப்படுகிறது. இது அதிர்ச்சி மதிப்புக்குத் தரும் முக்கியத்துவம் தவிர வேறு அல்ல. பின்நவீனத்துவக் கோட்பாட்டைத் தமிழ்ச் சூழலுடன் இணைத்துக் காட்டும் படைப்புச் சிந்தனை தோன்றும் என்றால் அந்தச் சிந்தனை இன்னும் அதிகக் கௌரவத்தைப் பெறும். படைப்பிலக்கியத்தையும் பாதிக்கும்.

தமிழ்ச் சிற்றிதழ் வரவில் 'காலச்சுவடு' மிக முக்கியமானது. அச்சிற்றிதழ் வருகைக்கான குறிக்கோள்கள் எட்டப்பட்டுவிட்டனவா? இப்போது எங்கே நிற்கிறது?

இப்போது 'காலச்சுவட்'டை உருவாக்குவதில் எனக்கு எந்தப் பங்களிப்பும் இல்லை. கண்ணனும் மனுஷ்ய புத்திரனும் அவர்களது நண்பர்களின் உதவியுடன் செய்து வரும் காரியம். நான் நடத்தி வந்த காலச்சுவட்டின் எல்லைகள் இப்போது பெரிய அளவுக்கு

விரிந்திருக்கின்றன. குறிக்கோளைச் சென்றடைந்துவிட்டோம் என்ற பேச்சுக்கே இடம் இல்லை. தமிழ் வாசகர்களிடையே மிகப் பெரிய விழிப்புநிலையையும் சுதந்திர உணர்வையும் உருவாக்க வேண்டும். வாழ்க்கையை மதிப்பிடவும் மறுபரிசீலனை செய்யவும் புதியவற்றை ஏற்கவும் பழையவற்றைக் கழிக்கவும் அவர்களால் சாத்தியப்பட வேண்டும்.

தமிழ் இனி 2000 சந்திப்பில் எதைச் சாதிக்க வேண்டுமென விரும்பினீர்கள்?

தமிழ் இனியை உருவாக்கியவர்களின் நோக்கம் எல்லோரும் கூடிக் கடந்து வந்த பாதையைப் பற்றியும் இனி நடக்க வேண்டிய பாதையைப் பற்றியும் ஆழமாகச் சிந்திப்பது என்பதுதான். அதன் நோக்கம் ஓரளவு நிறைவேறிற்று என்று நினைக்கிறேன். இதன் மூலம் பல நல்ல விளைவுகள் கூடி வரவேண்டும்.

அண்மைக்காலமாக ஈழத்துடன் உங்களுக்கான தொடர்பு அதிகரித்திருக்கிறது. இன்றைய ஈழத்துத் தமிழ் இலக்கியம் தொடர்பாக உங்கள் மனநிலை என்ன?

ஈழத்து இலக்கியம் பற்றிச் சொல்வதென்றால் கவிதைப் படைப்புகளிலும் விமர்சனச் சிந்தனைகளிலும் அவர்கள் கொண்டிருக்கும் அக்கறையைத்தான் முன்னிலைப்படுத்த வேண்டியிருக்கிறது. சமீபகாலங்களில் ஈழத் தமிழர்களுக்கு நிகழ்ந்த வாழ்க்கை நெருக்கடிகள் மிகப் பெரிய நாவலுக்கான களத்தை விரிப்பவை. அவ்வகையான முயற்சிகள் தோன்றாமல் இருப்பது புரிந்துகொள்ள முடியாத கேள்வியாகவே இருக்கிறது. தங்களைப் பற்றித் தாங்களே உருவாக்கிக்கொள்ளும் மிகையான அபிப்பிராயங்களையும் பிறர் உருவாக்கும் மிகையான அபிப்பிராயங்களையும் மறுபரிசீலனை செய்ய அவர்களுக்குத் தெரிந்திருக்க வேண்டும் என்று எதிர்பார்க்கிறேன்.

●

புதிதாகச் சொல்ல எதுவும் இல்லாதபோது

இந்த நேர்முகம் சு.ரா. என்னும் படைப்பாளியின் எழுத்துக்களுடன் அதிகப் பரிச்சயம் இல்லாத, ஆனால் அவரது வீச்சில் கவரப்படுவார்கள் என்னும் நம்பிக்கையுடன் புதிய வாசகர்களையும் கணக்கிலெடுத்துக்கொண்டு நடத்தப்படுகிறது. இங்குக் கேட்கப்படும் கேள்விகள் அனைத்துமே இலக்கியத்தைப் 'புறத்திருந்து துய்க்கும்' வாசகர்கள் சார்பாகவே கேட்கப்பட்டுள்ளன. வேறு சொற்களில் கூறுவதென்றால் இவை ஒரு சகப்படைப்பாளியின் கோணத்திலோ, அல்லது ஒரு இலக்கிய விமர்சகனின் பார்வையிலோ கேட்கப்படுவன அல்ல. ஒரு விதத்தில் இக்கேள்விகள் ஒரு முதிர்ந்த ஆசானிடம் மாணாக்கர்கள் கேட்கும் கேள்வியை ஒத்தவைதான். இந்த நீண்ட பீடிகை சு.ரா.விடம் எழுப்பப்பட்டிருக்கும் மிகச் சாதாரணமான கேள்விகளுக்கான காரணங்களைச் சுட்டுபவை.

உங்களுக்குக் கனடாவின் தலைசிறந்த கல்வி அமைப்பான டொரொன்டோ பல்கலைக்கழகம் வாழ்நாள் இலக்கியச் சாதனைக்கான 'இயல்' விருதை வழங்கவிருக்கிறது. எழுபது வயது நிறைவடையவிருக்கும் இந்த நல்ல நாளில் உங்களை முதன் முறையாகச் சந்திப்பதில் எனக்கு மட்டற்ற மகிழ்ச்சி. என் நல்வாழ்த்துகள்.

---

25 மே 2001 அன்று டொரொன்டோ(கனடா)வில் 'ஹாலிடே இன்' விடுதியின் வரவேற்புக் கூடத்தில் வே. வெங்கடரமணனுக்கு அளித்த பேட்டி.

முதல் கேள்வி உங்களைப் பற்றி. இக்கேள்விக்குப் பதில் சொல்லி நீங்கள் மிகுந்த அலுப்பு அடைந்திருப்பீர்கள். ஆனால் இந்த அடிப்படைச் செய்திகளைப் பல வாசகர்களிடமும் கொண்டுபோக வேண்டும் என்பதற்காகக் கேட்கிறேன்.

உங்கள் ஆரம்பக்கால வாசிப்புகள், ஊக்கிகள், வளர்ச்சியின் ஊற்றுக்கண், ஏமாற்றங்கள் குறித்து...

சிறுவயதிலேயே கம்யூனிஸச் சித்தாந்தத்தால் மிகவும் கவரப்பட்டுவிட்டேன். எல்லாப் பிரிவுகளையும் தாண்டிய சமத்துவம் என் மனத்தை வெகுவாகக் கவர்ந்தது. சிறு வயதில் என் உறவினர்களிடமும் என்னைச் சுற்றியிருந்த உலகத்திலும் காணநேர்ந்த வறுமையும் இழிவும் என்னை மிகக் கடுமையாகப் பாதித்தன. அப்போது எனக்கு ஆங்கிலம் தெரியாது. மார்க்ஸீயச் சித்தாந்தத்தைப் பற்றித் தமிழில் வெளிவந்திருந்த புத்தகங்கள் மிகக் குறைவாக இருந்தன. இருப்பினும் அவற்றைத் தொடர்ந்து படித்துவந்தேன். மனத்தைக் கவரும் புத்தகங்களை மீண்டும் மீண்டும் படிப்பது என் பழக்கம். இது அன்றிலிருந்து இன்று வரையிலும் மாறாமல் இருக்கிறது. எமர்சனின் 'தன்னம்பிக்கை' (வ.வே.சு. ஐயர் மொழிபெயர்ப்பு) கட்டுரையை மீண்டும்மீண்டும் படித்ததில் மொத்தக் கட்டுரையின் பல பகுதிகளும் மனப்பாடமாகி விட்டன. அதேபோல் ஏசுவின் மலைப் பிரசங்கத்தையும், மாக்ஸிம் கார்க்கியின் அமெரிக்காவிலே (கு. அழகிரிசாமி மொழிபெயர்ப்பு) கட்டுரைத் தொகுப்பையும் பலமுறை படித்திருக்கிறேன்.

சிறு வயதில் கி.சந்திரசேகரனின் 'பச்சைக்கிளி' என்ற கதை எனக்கு வெகுவாகப் பிடித்திருந்தது. அதில் படிப்பு வராத ஒரு பையன் வீட்டுக்குப் பின்னால் நின்ற தோட்டத்துக்குச் சென்று சதா கிளிகளைப் பார்த்துக்கொண்டே இருக்கிறான். இவனுடைய எதிர்காலத்தை நினைத்துப் பெற்றோர்கள் மிகவும் வருத்தப்படுகிறார்கள். மெத்தப்படித்த ஒருவர் அவர்கள் வீட்டுக்கு வரும்போது தந்தை மகனைப் பற்றிப் புகார் கூறுகிறார். அவர்கள் இருவரும் தோட்டத்துக்கு வருகிறார்கள். படித்தவர் சிறுவனிடம் பறவைகளைப் பற்றிப் பல கேள்விகளைக் கேட்கிறார். அப்போதுதான் அவனுடைய ஈடுபாடு வெளிப்படுகிறது. அவர் சிறுவனின் தந்தையைப் பார்த்து, 'உங்கள் மகன் மிகப்பெரிய புத்திசாலி. அவன் பறவைகளைப் பற்றியே படிக்கட்டும். மிகப்பெரிய பதவிக்கு வந்துவிடுவான்' என்கிறார். நானும் அந்தச் சிறுவனின் நிலையில்தான் இருந்தேன். அந்தக் கதையைப் படிக்கும்போது ஒவ்வொரு முறையும் எனக்குச் சுயபச்சாதாபம் ஏற்படும். மனம் நெகிழும். மெத்தப் படித்த ஒருவர் வந்து என்னைப் பற்றியும் என் அப்பாவிடம் அதே போல் சொல்லவேண்டும்

என்று ஆசைப்பட்டேன். ஆனால் அவருடைய வருகைக்கான என் காத்திருப்பு வீணாகிப் போய் விட்டது.

சிறுவயதில் அதிகமும் மலையாளப் புத்தகங்கள் படித்தேன். அதன் மூலம்தான் கம்யூனிஸச் சித்தாந்தத்தில் நம்பிக்கை ஏற்பட்டது. அப்போது தகழி சிவசங்கரப் பிள்ளை நான் விரும்பிய ஆசிரியர்களில் மிக முக்கியமானவர். அவருடைய 'தோட்டியின் மகன்' என்ற நாவலைத் தமிழில் மொழிபெயர்த்தேன்.

அன்று தமிழில் அதிகமும் படித்தவை அரசியல் துண்டுப் பிரசுரங்கள். அப்போதெல்லாம் துண்டுப் பிரசுரங்கள் சரமாரியாக வந்து கொண்டிருந்தன. ஒரு நாளைக்கு ஒன்று இரண்டு என்று. புதுமைப்பித்தனைப் படித்தபின் தமிழிலும் இலக்கியப் புத்தகங்கள் படிக்கும் ஆவல் ஏற்பட்டது. கிடைத்தவரையிலும் எல்லாவற்றையும் பாரபட்சமில்லாமல் படித்தேன். ஆங்கிலப் புத்தகங்கள் படிக்கத் தொடங்கியபோது சாதாரணப் புத்தகங்கள் கூட மிகக் கடினமானவையாகத் தென்பட்டன. எமிலி பிராண்டி எழுதிய 'உதறிங் ஹைட்ஸ்' படித்தபோது ஒவ்வொரு பக்கம் புரிவதற்கும் இருபது முப்பது தடவை ஆங்கில அகராதியைப் பார்க்க நேர்ந்து மிகுந்த சலிப்படைந்து அறையைச் சாத்திக்கொண்டு அழுதிருக்கிறேன். ஆங்கிலப் புத்தகங்களைப் படிக்கும் ஆற்றல் ஒருபோதும் எனக்குக் கிடைக்கப் போவதில்லை என்று நினைத்திருக்கிறேன். பின்னால் ஆங்கிலப் புத்தகங்களை நிறையப் படிக்க முடிந்தது என்பது எந்த முட்டாளாலும் கடினமான உழைப்பை மேற்கொண்டு எந்தக் காரியத்தையும் சாதிக்க முடியும் என்பதற்கு ஒரு உதாரணமாக இருக்கிறது. அநேகமாக எல்லாத் திறன்களையும் கடின உழைப்பால் பெற்றுவிடலாம். கடின உழைப்பால் பெற்றுவிட முடியாதவை மனிதனின் வக்கிரங்களும் கோணல்களும்தான்.

கிட்டத்தட்ட ஐம்பதாண்டு எழுத்துப் பயணத்தில் நிழலாகத் தொடர்ந்து வந்திருக்கும் நம்பிக்கைகள் என்று எவற்றைக் கருதுகிறீர்கள்?

எப்போதும் நம்பிக்கையுடனேயே இருந்தேன் என்று சொல்ல முடியாது. இளம் வயதில் நம்பிக்கையோடும் மத்திய வயதுகளில் அவநம்பிக்கையோடும் முதுமை ஏறத் தொடங்கிய திலிருந்து மீண்டும் நம்பிக்கையோடும் இருந்து வருகிறேன் என்று பொதுவாகச் சொல்லலாம். அதிக நம்பிக்கையோடு இருப்பது இப்போதுதான். இன்னும் முப்பது வருடங்கள் வாழ்ந்தால் என் நூறாவது வயதில் இப்போது இருப்பதைவிடவும் பல மடங்கு நம்பிக்கையோடு இருப்பேனோ என்னவோ.

சிறுவயதிலிருந்தே மனத்திற்கு இசைவான நண்பர்களைப் பெறும் வாய்ப்பைத் தொடர்ந்து பெற்று வருகிறேன்.

சொல்லியும் அதிகம் சொல்லாமலும் இவர்கள் தந்த ஊக்கம் பெரிய உந்து சக்தியாக இருந்து வந்திருக்கிறது. சிறுவயதில் என் தாயும் அதன்பின் என் மனைவியும் நான் சோர்ந்து துவண்டபோதெல்லாம் என்னைத் தூக்கி நிறுத்தியிருக்கிறார்கள். குழந்தைகள் பெரியவர்களானபின் அவர்கள் தரும் ஊக்கம் எளிய வார்த்தைகளில் விவரிக்கக்கூடியவை அல்ல.

எனக்கு விளையாட்டுத் துறை, கட்டடக் கலை, காலத்திற்கு ஒவ்வாத சமயப் புத்தகங்கள், சட்டம், வழக்குகள் பற்றிய விவரங்கள், துப்பறியும் கதைகள், பேய்க் கதைகள், வாசகனை மகிழ்விக்கும் நோக்கம் மட்டுமே கொண்ட நூல்கள், உடலுறவை முன்னிலைப்படுத்தும் நூல்கள் நீங்கலாகப் பிற வகை நூல்கள் எல்லாவற்றிலுமே ஈடுபாடு உண்டு. புத்தக வாசிப்பு சில சமயம் மிகப்பெரிய அனுபவத்தைத் தந்திருக்கிறது. சிறந்த படைப்புகளைப் படிக்கும்போது மனித ஜென்மம் எடுத்ததற்காக மிகவும் சந்தோஷப்படுகிறேன்.

உங்களை மிகவும் சங்கடப்படுத்திய விஷயம் எது?

சிறுவயதில் தொடர்ந்து பல வருடங்கள் நோய்வாய்ப் பட்டிருந்தேன். ஆனால் அந்த வயதில் ஏனோ தெரியவில்லை என் துன்பத்தையே எனக்கு உணரத் தெரியாமல் இருந்திருக்கிறது. மார்க்ஸீய இயக்கத்தில் நெருக்கமான தொடர்பு ஏற்பட்ட பின் எழுத்தாளர்களான, இலக்கிய வாசிப்புக் கொண்டவர்களான, லட்சியவாதிகளான பல தோழர்களும் நண்பர்களானார்கள். ஒருசேர அவ்வளவு நண்பர்களையும் இழக்க நேர்ந்தது தாங்க முடியாத தத்தளிப்பை ஏற்படுத்திற்று.

ஏன் அவர்களை இழக்க நேர்ந்தது?

ஸ்டாலினின் எதேச்சாதிகாரம் என் மனத்தைக் குடைந்து கொண்டே இருந்தது. சோவியத், அமெரிக்கா ஆகிய இரு மாறுபட்ட கோணங்களைச் சார்ந்த புத்தகங்களையும் நான் படித்து வந்ததால் முடிவான உண்மையைக் கண்டுகொள்ள இயலாமல் தத்தளித்துக் கொண்டிருந்தேன். 1956இல் சோவியத் யூனியன் ஹங்கேரியை ஆக்கிரமித்தபொழுது சோவியத் அரசை ஒரு சோஸலிஸ்ட் அரசாக என்னால் ஏற்றுக்கொள்ள முடியாமல் இருக்கும் நிலையை நண்பர்களிடம் பகிர்ந்துகொள்ளத் தொடங்கினேன். என் சந்தேகங்கள் வெளியே பரவ ஆரம்பித்ததுமே எனக்கும் தோழர்களுக்குமான உறவில் இடைவெளிகள் தோன்றத் தொடங்கிவிட்டன. குருட்சேவின் ரகசிய அறிக்கை வெளியானதும் எனக்கும் நண்பர்களுக்கும் இனிக் கொள்கை ரீதியான உறவு எதுவும் இல்லை என்பதைத் தெரியப்படுத்தினேன்.

அப்போது எல்லோருமே என்னைவிட்டு விலகியதை நான் உணர முடிந்தது. அந்தக் காலம் மிகவும் சங்கடமானது.

கொள்கையில் முரண்பாடு தோன்றியது என்பதற்காக நட்பில் எதற்காக இடைவெளி தோன்ற வேண்டும்?

இப்படித்தான் காலம்காலமாக நாம் கேட்டுக் கொண்டிருக்கிறோம். இங்கும் சரி மேற்கத்திய நாடுகளிலும் சரி, கொள்கை வேற்றுமை ஏற்படும்போது உறவும் முறிந்துதான் போகிறது. சார்த்தருக்கும் காம்யுவுக்கும் இடையே இருந்த நட்பையும் அதன்பின் நேர்ந்த விலகலையும் கோபதாபங்களையும்கூட யோசித்துப் பாருங்கள்.

ஸ்டாலின் மீதான வெறுப்பு கம்யூனிஸ இயக்கத்தையே துறக்கும்படி உங்களை ஏன் தள்ளவேண்டும்?

தத்துவ ரீதியாக நீங்கள் கேட்கும் கேள்வி சரிதான். எனக்குத் தெளிவாகச் சிந்திக்கத்தெரியும் வயதல்ல அப்போது. தத்துவத்தையும் தனிநபர் செயல்பாடுகளையும் பிரித்துப் பார்க்கக்கூடிய ஆற்றல் அப்போது இல்லை. என் ஈடுபாடே உணர்ச்சி வசப்பட்டது. லட்சியவாதிகளின் லட்சியவாதம் தெரிந்த அளவுக்குப் பிற மனிதரைப் போலவோ – ஒருக்கால் அதைவிட அதிகமாகவோ – அவர்களிடம் இருந்த கரும்புள்ளிகள் பற்றி எனக்கு எதுவும் தெரியாது. மேலும் ஸ்டாலினை நான் ஒரு தனிநபராக மட்டும் பார்க்கவில்லை. ஒரு மோசமான மனிதனாலோ எதேச்சாதிகாரியாலோ கொலைகாரனாலோ பிறருடைய உதவியின்றி ஒரு தேசத்தை அழிக்க முடியாது. சோவியத் அமைப்பு சிறுகச்சிறுகச் சீரழிக்கப்பட்ட நிலைமையில்தான் ஆட்சியாளர்களின் மொத்தச் சுயநலம் ஒரு தேசத்தின் அடிப்படை நம்பிக்கைகளையே குலைத்துவிடுகிறது.

என் நண்பர்களாக இருந்த தோழர்கள் எல்லோருக்குமே இந்தச் சீரழிவு தெரிந்துதான் இருந்தது. முற்றும்முடிவுமாக தெரியாத நேரத்தில்கூட மனத்தளவில் ஆழ்ந்த சந்தேகங்கள் இருந்தன. அவர்கள் அதை வெளிப்படுத்தவில்லை. காரணம் இயக்கத்தில் ஒட்டிக் கொண்டிருக்கக்கூட ஒருவனுக்கு இயக்கம் பற்றிச் சந்தேகமற்ற பற்றுதல் இருக்க வேண்டும். அவனுக்காகப் பிற தோழர்கள் எந்தத் தியாகத்தையும் செய்வார்கள். ஆனால் சிறிய அளவில் சந்தேகம் ஏற்பட்டுக் கேள்விகள் கேட்கத் தொடங்கி விட்டால் அன்று முதல் அவன் தோழர்களின் எதிரியாகி விடுவான். அவனைக் கொள்கைத் தளத்தில் நசுக்குவதே அதன் பின் அவர்களுடைய வேலையாக இருக்கும். இந்து மதத்தை விமர்சிப்பதற்கு அன்று ஒரு இந்துவுக்கு எவ்வளவு

சுதந்திரம் இருந்ததோ அதில் நூறில் ஒரு பங்குகூட இயக்கத்தை விமர்சிப்பதற்குத் தோழர்களுக்குச் சுதந்திரம் இருக்கவில்லை. இந்நிலையில் மார்க்ஸீயத்தில் அவர்கள் நம்பிக்கை கொண்டிருந் தார்கள் என்று சொல்வதைவிடப் பக்திக்கும் மேலான ஒன்றைக் கொண்டிருந்தார்கள் என்றுதான் சொல்லவேண்டும். இங்கு நீங்கள் கண்முன் பார்க்கும் ஒவ்வொரு தோழரும் பக்தி ஆவேசத்துக்கு ஆட்பட்டு அதற்கு ஏற்ப இரட்டை வேடம் போட்டுக் கொண்டிருக்கும்போது மார்க்ஸின் மூலத்தத்துவத்தில் இது போன்ற பலவீனங்களுக்கு இடமில்லை என்று சொல்வதில் எந்தப் பொருளும் இல்லை. இந்தக் கோணத்தில்தான் நான் ஜே.ஜே: சில குறிப்புகள் எழுதினேன். அந்நாவலில் நான் மார்க்ஸியத்தின் முழுமைபற்றியோ குறைபற்றியோ வாயே திறக்கவில்லை. அந்தத் தத்துவம்பற்றி எனக்கு நிறைவாகத் தெரியாது என்பது எனக்குத் தெரியும். அதிலிருந்து அதிகாரம், அதை உருவாக்கும் செயல்பாடு என்பவற்றில் நான் மிகுந்த அவநம்பிக்கை கொள்ள ஆரம்பித்தேன்.

இது தொடர்பாக எனக்கு மற்றுமொரு கேள்வி தோன்றுகிறது. இயக்கத்தைப் பற்றிப் பேசும்போது மதச் சிந்தனைகளையும் தொட்டுப் பேசினீர்கள். இந்த இடத்தில் என்னுடைய புரிதலின்படிப் பிற மதத் தத்துவங்கள் எல்லாம் மேலிருந்து போதிக்கப்பட்டு – உதாரணமாக இயேசு அல்லது நபிநாயகம் – கீழிறங்கி வந்தன. இந்து மதத் தத்துவங்கள் எல்லாம் ஒரு பரந்துபட்ட தளத்திலிருந்து, கீழிருந்து மேலெழுந்தவை என்று அறியப்படுகின்றன. இந்த அடிப்படை வித்தியாசம் இந்து தத்துவத்திற்கு ஒரு உயர்வையோ, அல்லது பிற மதங்களிலிருந்து மாறுபாட்டையோ அளிப்பதாக நம்புகிறீர்களா?

இந்து மதம், கிறிஸ்துவ மதம், இஸ்லாமிய மதம், பௌத்த மதம் எல்லாமே கீழிருந்து மேலே சென்றவை என்றுதான் கருதுகிறேன். சிறுசிறு பிராந்தியங்களில் மக்களுக்கு ஏற்பட்ட அகவுலகப் புறவுலக நெருக்கடிகளை எதிர்கொள்வதற்காக அந்த மக்களையும் பிரச்சனைகளையும் அறிந்த ஒருவரோ அல்லது பலரோ கூறிய சொற்களின் தொகுப்புத்தான் எல்லா சமய நூல்களின் அடிப்படை. மனிதனின் ஆதாரமான சிந்தனைகள் உலகம் முழுவதும் பெரிதும் ஒன்றாகவே இருக்கின்றன என்று கருதுகிறேன். அதனால்தான் சமய மூலவர்களின் கருத்துக்களை ஒப்பிட்டுப் பார்க்கும்போது பல ஒற்றுமைகளும் காணக் கிடைக்கின்றன. ஆனால் அதிகாரம் எப்போதும் வேற்றுமைக்கே அழுத்தம் தருகிறது. சமயங்கள் நிறுவனமயமான பின்பு அவற்றின் தத்துவங்களும் இறுக்கமாகிவிடுகின்றன. இந்து மதத்தில் உயர்வாகப் போற்றக்கூடிய ஒரு ஒற்றை நூலோ, கடவுளாகவோ

தீர்க்கதரிசியாகவோ கருதக்கூடிய ஒற்றைக் குரலோ இல்லை என்பதால் அம்மதத்தை ஏற்றுக்கொள்பவர்களுக்கும் விமர்சிக்கப் படுபவர்களுக்கும் நிராகரிக்கிறவர்களுக்கும் சுதந்திரத்தின் சிறிய அளவிலோ பெரிய அளவிலோ வெளி ஒன்று கிடைக்கிறது.

இது எளிய வாசகர்களுக்கு ஏற்படும் ஒரு சந்தேகம். இன்று படைப்புக் களைப் பல வடிவங்களில் நிகழ்த்துகிறோம். சிறுகதை, நாவல், புதுக் கவிதை, யாப்புக் கவிதை எனப் பல. ஒரு ஐம்பது அல்லது நூறு வருடங்களுக்கு முன்னர்கூடப் படைப்புக்கு நமக்கேயான ஒரு வடிவம் இருந்தது. இரவல் வாங்கப்படாத ஒரு வடிவம். அந்த வடிவத் திற்கு இன்றைய இலக்கியச் சங்கப்பலகையின் ஒரு மூலையில்கூட இடமில்லை. நமக்கேயான வடிவங்களை இழந்து படைப்பும் துய்ப்பும் ஒருவிதத் தாழ்வு மனப்பான்மைக்குத் தள்ளப்பட்டிருக்கின்றன என நினைக்கிறேன்.

புதிய வடிவங்கள் தோன்றியது நம் மொழியில் மட்டுமல்ல, உலக மொழிகள் எல்லாவற்றிலுமே நிகழ்ந்த ஒரு மாற்றமாகும். அவ்வாறு ஒரு குறிப்பிட்ட காலகட்டத்தில், சற்று முன்போ பின்போ மிகப்பெரிய மாற்றம் ஒன்று நிகழும்போது அந்த மாற்றத்தைத் தூண்டிய காரணிகள் என்ன என்பதை நாம் யோசித்துப் பார்க்க வேண்டும். இவ்வாறு புது வடிவங்கள் தோன்றியதை நான் இழப்பாகக் கருதவில்லை. கால மாற்றத்தால் தான் எல்லாச் சமூகங்களிலும் பல வடிவங்கள் நிகழ்ந்தன. நவீன அறிவியல் வளர்ச்சி உலகப் பரப்பை உணரும்படிச் செய்து புதிய அனுபவங்களையும் உருவாக்கியது. காலம் அளித்த புதிய சவால்களைப் பழைய கவிதைகளால் எதிர்கொள்ள முடியவில்லை. கவிதையின் இயக்கமே மென்மையானதும் சாவகாசமானதும் ஆகும். எந்திர உலகில் விரைவாகச் செய்தி களையும் அறிவுகளையும் அனுபவங்களையும் எடுத்துச் செல்ல வேண்டிய நிர்ப்பந்தம் உருவாகிவிட்டது. பின்னால் தோன்றிய சகல உருவங்களையும் கவிதைக்கும் உரைநடைக்கும் ஏற்பட்ட மோதல் காரணமாக நிகழ்ந்தவை என்று சொல்லலாம். கவிதையின் பழமை உருவம் பின்னகர்ந்ததே ஒழியக் கவித்துவம் பின்னகர்ந்துவிடவில்லை. புதிய கவிதைகளும் சிறுகதைகளும் நாடகங்களும் கவித்துவ ஆற்றலை அடிப்படையாகக் கொண்டவைதான். நாவல் கவிதையோடு உறவுகொள்ளாத ஒரு உருவம் என்ற தோற்றத்தை அளிக்கிறது என்றாலும், ஏதோ ஒரு புள்ளியில் அவை விலகிச்சென்றாலும் மீண்டும் மற்றொரு புள்ளியில் அவை சந்தித்துக்கொள்ளவும் செய்கின்றன. அப்படிப் பார்க்கும்போது எல்லா இலக்கிய வடிவங்களுக்கும் ஆதாரமாக நிற்பது இன்றும் கவித்துவ ஆற்றல்தான்.

உங்கள் பதில் மிகவும் வித்தியாசமாக இருக்கிறது. நாம் உலகத் தரத்துக்கு ஈடான சிறுகதைகளையும் நாவல்களையும் படைத்திருக் கிறோம். அதே சமயத்தில் அறிவியல் புனைகதைகள் (Science Fiction), அதீதக் கற்பனைக் கதைகள் (Fantasy) போன்றவற்றிற்கு நம் இலக்கிய வட்டாரங்களில் ஒருவிதப் புறக்கணிப்பு இருப்பதை உணர்கிறீர்களா? அவற்றின் மீதான இலக்கிய ஆய்வுக்கு blanket ban இருக்கிறது. நம் இலக்கிய விமர்சகர்களிடத்தில் ஏன் இந்தப் பாரபட்சம்?

அறிவியல்சார்ந்த அக்கறையை ஆழமான சிந்தனைகளி லிருந்து பிரிக்க முடியாது. அறிவியலுக்கு அடிப்படை திட்ட வட்டமான நிரூபணம். இந்த மொழியே இன்னும் தமிழில் உருவாகவில்லை. நவீனக் காலத்துக்கு முற்பட்ட கவித்துவ மொழியே இன்னும் நம்மை ஆட்டிப்படைத்துக் கொண்டிருக்கிறது. அறிவியல் உண்மைகள் உலகம் பற்றிய நம் கற்பனைகளைச் சுக்குநூறாக உடைத்துக்கொண்டு போகின்றன. நாமோ அதிகம் உடையாமல் நம்மைக் காப்பாற்றிக் கொள்ளவே முயன்று வருகிறோம். எல்லாம் உடைபெற்றால் எதுவும் மிஞ்சாமல் போய்விடும் என்ற பயம் நமக்கு இருக்கிறது.

அறிவியல் சூழலிலிருந்து அறிவியல் புனைகதைகளைப் பிரிக்க முடியாது. அறிவியல் சார்ந்த சாதனைகள், அவற்றால் நிகழ்ந்திருக்கும் அதிசயங்கள், இனி நிகழவிருக்கும் அதிசயங்கள், அறிவியல் சார்ந்த எதிர்காலம், மனித வாழ்க்கையை அது பாதிக்கும் முறை இவைபற்றிய ஆர்வங்களெல்லாம் மேற்கத்திய சூழல்களிலிருந்து பிரிக்க முடியாதவை. மேற்கத்திய வாழ்வுக்கே அடிப்படையாக இருப்பவை. நாம் இவர்களுடைய உலகத்திலேயே வாழவில்லை. அறிவியல் விளைவுகளை அன்றாட வாழ்க்கைக்குப் பயன்படுத்திக்கொள்ள மட்டுமே செய்கிறோம். பொதுவாகச் சொன்னால் அறிவியலைப் பெரிய அளவில் நாம் படைப்பவர்களே அல்ல; அதன் அனுகூலங்களைப் பெரிய அளவில் நுகர்பவர்கள் மட்டுமே. ஆகவே அறிவியல் புனைகதைகள் என்பது இன்று நம் சமூகத்தில் ஒரு செயற்கையான உருவமே. அதுபற்றி நமக்கு நம் மண்ணைச் சார்ந்து சொல்ல எதுவுமில்லை.

எதார்த்தம் உலகத்தைப் புரிந்துகொள்வதற்கான ஒரு தீவிர முயற்சிதான். எதார்த்தத்தைப் புரிந்துகொள்வதற்கான அறிவியல் முயற்சியுடன் இலக்கிய எதார்த்தத்தால் போட்டி போட முடியவில்லை. மேற்கில் புறவுலகம்/அகவுலகம் சார்ந்து இல்லாத ஒரு மயக்கம் இன்னும் நம் சமூகத்தில் இருக்கிறது. அதீதக் கற்பனைவாதம் சார்ந்த மயக்கம் இது. இங்குப் பொதுவுடைமைவாதிகள்கூட அதிகமும் அதீதக் கற்பனை

வாதிகள்தான். எதார்த்தப் படைப்புக்கள் இந்த மயக்கத்தை ஊடுருவ முயல்கின்றன. மேற்கத்திய பல்துறை அறிவுகள் மூலம் நம் சமூகத்தின் முடிச்சுகள் அவிழ்ந்து கொண்டிருக்கின்றன. கலைப் பாங்கற்ற எதார்த்தம் அளிக்கும் சலிப்புக்கு எதிராக மீண்டும் அர்த்தப் பூர்வமான ஊடுருவல்களை நிகழ்த்தும் கலைப் பார்வையின் தேவை இன்று நமக்கு ஏற்பட்டிருக்கிறது. இது போன்ற ஒரு நிலை சுமார் நூறு வருடங்களுக்கு முன்னரேயே மேற்கில் ஏற்பட்டுவிட்டது. அந்நிலையை எதிர்கொள்ள எவ்வளவோ புதுவகையான இலக்கியப் படைப்புக்கள் தேவைப் பட்டன. கற்பனை கதைகள் *(Fantasy)* அதில் ஒன்று.

அறிவியல் புனைகதைகளுக்கு இலக்கிய அந்தஸ்து உண்டா? இதைப்பற்றி என்ன நினைக்கிறீர்கள்?

மொத்தமாக இலக்கிய அந்தஸ்து அளித்து அறிவியல் புனைகதைகளைச் சேர்த்துக்கொள்ளவோ அல்லது தள்ளவோ முடியாது. இரண்டு வகையான அறிவியல் கதைகள் இருக்கின்றன. அறிவியலை அறிந்துகொள்ள விரும்பும் வாசகனின் கவனத்தைப் புதிய விஷயங்களை நோக்கியும் புதிய கேள்விகளை நோக்கியும் திருப்புபவை. அறிவியல் அடிப்படைக்கு மேலே கற்பனைசார்ந்த ஒரு கட்டடத்தை எழுப்பிக்கொண்டு போகிறவை. இவை அறிவியல் கேள்விகளற்ற கற்பனையாகும். உண்மையில் கற்பனை அறிவியலுக்கு அப்பாற்பட்ட ஒன்று அல்ல. அறிவியல்சார்ந்த பெரும் கேள்விகளும் வரம்பற்ற கற்பனைகளும் கொண்டவர்களே உலக வரலாற்றின் வரை படத்தை மாற்றிய விஞ்ஞான உண்மைகளைக் கண்டுபிடித்தவர்கள். ஜூல்ஸ் வெர்னே *(Jules Verne)*, ஹெச்.ஜி. வெல்ஸ் *(H.G. Wells)*, ஆர்தர் கிளார்க் *(C. Arthur Clarke)*, ஐசக் அஸிமோ *(Isaac Asimov)* போன்றவர்கள் மிகச்சிறந்த அறிவியல் புனைகதைகளை உருவாக்கியிருக் கிறார்கள். இதற்கு எதிர்நிலையில் எந்தவிதமான அறிவியல் அடிப்படையும் இல்லாமல், விடை கண்டுபிடிக்காது எஞ்சி நிற்கும் அறிவியல் கேள்விகளின் வேதனை எதுவும் அறியாதவர்கள் மனித பலவீனங்களுக்குத் தீனி போடுவதற்காக அறிவியல் புனைகதைகளையும் படைத்திருக்கிறார்கள். இவற்றிற்கு எந்த இலக்கிய மதிப்பும் கிடையாது.

உங்கள் பார்வை இன்றைய தமிழ் இலக்கியவாதிகளின் பார்வை யிலிருந்து மாறுபடுவதாக நான் நினைக்கிறேன். இணையத்தில் நடைபெற்ற சில விவாதங்களில், பிரபஞ்சத்தினூடாக மானிடத்தின் இருப்பினை ஆராயும் பிரபஞ்சத் தோற்றம் (cosmogeny), சிந்தனை எல்லையியல் (epistemology) என்பனவற்றின் மீது புனைவை முன்னிறுத்தும் தத்துவப்பார்வைகொண்ட நல்ல அறிவியல் புனை

கதைகள் உட்பட எவற்றுக்குமே இலக்கிய அந்தஸ்து இல்லை எனப் பலர் வாதிட்டனர். அறிவியல் புனைகதைகளிலிருந்து நேரடியாக அறிவியலுக்கே செல்லலாம். உங்களுக்கு அறிவியல் குறித்த ஆழ்ந்த அக்கறையோ சிந்தனையோ உண்டா?

எனக்கு முறையான பள்ளிப் படிப்பு இல்லை. எனக்குத் தெரிந்த விஷயங்கள் எல்லாம் சுயவாசிப்பில் இருந்துதான் தெரிந்து கொண்டிருக்கிறேன். அறிவுத்துறையில் என் பயணம் மிகுந்த தத்தளிப்புக் கொண்டது. ஆனால் பல்துறை அறிவுகள் மீது எனக்கு ஆசை உண்டு. என் உழைப்பு மட்டானது என்றும் சொல்ல முடியாது. தன் பல்துறைத் தேர்ச்சியை வெளிப்படுத்திக் கொண்டிருப்பவன் அறிஞன் அல்ல என்று நினைக்கிறேன். அது நினைவாற்றல் சம்பந்தப்பட்ட ஒரு திறன். அறிவின் சேமிப்பு என்னென்ன புதிய கண்ணோட்டங்களை ஒரு மனிதனிடம் உருவாக்குகின்றன? இவைதான் வெளிப்படுத்தத் தகுந்தவை. அந்த ஆற்றல் இன்னும் எனக்குக் கூடி வரவில்லை.

சிறிது காலத்துக்கு முன் டெட்ராய்ட் போயிருந்தேன். என் மகள் ஒரு புராதனப் புத்தகக் கடைக்கு என்னை அழைத்துச் சென்றாள். மிகப் பழைமையான கட்டடம். மர ஏணிகள். நான்கு மாடிகள். புத்தகங்கள் லட்சக்கணக்கில் இருக்கும் என்று தோன்றிற்று. ஆனால் அற்புதமாக வரிசைப்படுத்தியிருக்கிறார்கள். வரவேற்பறையில் ஐசக் அஸிமோவின் புத்தகங்கள் இருக்கிறதா என்று கேட்டேன். நான்காவது மாடியில் ஏழாவது அலமாரியில் மூன்றாவது தட்டிலிருந்து வரிசையாக நூற்று மூன்று புத்தகங்கள் இருக்கின்றன என்று சொன்னார்கள். அங்குப் போய்ப் பார்த்தபோது அறிவியல் பற்றிய பழைய புத்தகங்கள் மட்டுமே ஆயிரக்கணக்கில் இருக்கும் என்று தோன்றிற்று. அதன்பின் பலமுறை அங்குப் போயிருக்கிறேன். புத்தகங்களைத் தொடர்ந்து பார்த்துக்கொண்டு போகும்போது கழுத்து வலி வந்துவிடுகிறது. இல்லையென்றால் காலையில் போய் மாலை வரை அங்கு இருக்கலாம். உணவும் ஓய்வெடுத்துக் கொள்ள வசதியும் பிற வசதிகளும் இருக்கின்றன. எந்தப் புத்தகத்தை எடுத்தாலும் நாம் அதை உட்கார்ந்து புரட்டிப் பார்த்துவிட்டு அந்த இடத்திலேயே வைத்துவிட்டு வந்துவிடலாம்.

நிறையப் புத்தகங்கள் வாங்கினேன். என்னைப் பார்க்கிலும் அறிவியலை ஆழ்ந்து கற்றவர்கள் பலர் தமிழகத்தில் இருப்பார்கள். என்னை வியப்பில் ஆழ்த்திய சில புத்தகங்களின் ஆசிரியர்கள் பெயர்களை மட்டுமே சொல்கிறேன். Steven Weinberg, Natalie Angier, Paul Davies, Michio Kaku, Isaac Asimov, Stephen Hawkings, Timothy Ferris, Stephen Jay Gould (இவர்கள் பெயர்களை எப்படி உச்சரிக்க வேண்டும் என்று எனக்குத் தெரியவில்லை.) பல

புத்தகங்கள் படிக்க மிகச்சிரமமாக இருக்கின்றன. அப்போது ஒன்றைக் கற்றுக்கொண்டேன். புரியவில்லை என்பதற்காக வாசிப்பைப் பாதியில் நிறுத்திவிடக் கூடாது. தொடர்ந்து படித்துக்கொண்டே போனால் அதிகம் புரியத் தொடங்கிவிடும். அடிப்படைகள் பற்றி மிகத் தெளிவாகவும் எளிமையாகவும் எழுதப்பட்டுள்ள ஐசக் அஸிமோவின் புத்தகங்களை எந்தளவுக்குப் படிக்கிறோமோ அந்தளவுக்குப் பிற புத்தகங்களின் வாசல்கள் திறக்கத் தொடங்கும்.

ஐசக் அஸிமோ என்ற பெயரில் அறிவியல் பற்றி ஒரு புல்லட்டின் தமிழில் கொண்டு வரவேண்டும் என்ற ஆசை எனக்கு இருக்கிறது. ஆனால் அதன் ஆசிரியராக இருக்க எனக்குத் தகுதியில்லை. ஐசக் அஸிமோ ஒரு குறியீடு. அவருடைய துறை வேதியியல். பிற அறிவியல் துறைகள் பலவற்றையும் கற்றுக்கொண்டு எல்லாவற்றைப் பற்றியும் எழுதினார். ஷேக்ஸ்பியரைப் பற்றிக்கூட ஒரு நூல் எழுதியிருக்கிறார். எழுதப்பட்ட புத்தகங்களின் எண்ணிக்கை சுமார் நானூறுக்கும் மேல்.

அறிவியலின் வளர்ச்சிக்கு அவசியமானது அறிவியல் பற்றிய சமூக அறிவு என்பதில் அசைக்க முடியாத நம்பிக்கை கொண்டவர். அஸிமோ அறிவியலுக்கு என்ன பங்கை ஆற்றினாரோ அந்தப் பங்கைத்தான் பெர்ட்ராண்ட் ரஸல் ஃபிலாஸஃபிக்கு அளித்தார். நாம் வீட்டில் இருந்துகொண்டே இவர்களை ஆசிரியர்களாகப் பெற்றுவிடுகிறோம். இந்த வாய்ப்பை நினைத்துப் பாருங்கள்.

இப்போது அறிவியலை வெளிப்படுத்த நம் மொழிக்கு ஆற்றல் இருக்கிறது என்ற நம்பிக்கையில் – என்னை நம்பி அல்ல – உலகெங்கிலும் வாழ்பவர்களில் யார்யார் அறிவியலைப் பற்றித் தமிழில் எழுதக்கூடும் என்ற செய்தியைத் திரட்டிக் கொண்டிருக்கிறேன்.

நீங்கள் கூறும் செய்திகள் எனக்கு மட்டற்ற மகிழ்ச்சியைத் தருகின்றன. இவை குறித்து நீங்கள் வேறு எங்கும் பதிவு செய்ததாகத் தெரிய வில்லை.

பல காரியங்கள் செய்யவேண்டும் என்ற ஆசை இருக்கும் போதே ஒரு சில நடக்காமல் போய்விடலாம். இதற்கான சாத்தியம்தான் வெளியே சொல்லக் கூச்சத்தைத் தருகிறது. செயல்தான் முக்கியம். செயலைப் பற்றிய பேச்சல்ல.

அண்மைக் காலங்களில் மேற்கத்திய எழுத்துக்களை வரிப்பதாகக் காட்டிக்கொள்ளும் சிலர் பாலுணர்வு குறித்த ஆழ்மன விவகாரங்களை அப்பட்டமாகவும், கதைக்குச் சம்பந்தமில்லாமலும் கையாண்டு வருகிறார்கள். இத்தகைய போக்குத் தவிர்க்க இயலாததா?

சுந்தர ராமசாமி

முற்றிலுமாக அந்த வர்ணனைகளை ஒதுக்கினாலும் அந்தப் புதினங்களைப் படிக்க முடியும். சொல்லப்போனால் அதன் தரம் மேலும் உயரும். இப்படி இருக்க வலிந்து அத்தகைய வக்கிரங்களை எழுத்தில் கொண்டுவரக் காரணம் என்ன?

பாலுறவைப் பற்றி நாம் யோசிப்பதும் அதுபற்றி வெளிப் படையாகப் பேசுவதும் அவ்வுறவில் இருக்கும் பிரச்சனைகளைச் சமூகத்தின் முன் வைப்பதும் மிக உயர்வான விஷயங்கள் என்றே நான் நினைக்கிறேன். நம் மரபில் நாம் பாலுறவு சார்ந்த அறிவை ஒடுக்கி வைத்துக்கொண்டிருக்கிறோம். மிக மோசமான வன்முறைகளில் ஒடுக்கப்பட்ட காமத்திற்கும் ஒரு பங்கு இருக்கிறது. காமம் என்ற சொல்லுக்கே ஒரு இழிவான பொருள் தந்திருக்கிறோம். காமம் இல்லை என்றால் காதல் இல்லை என்று சொல்லக் கூச்சப்படுகிறோம்.

எனக்குப் பாலுறவுச் சிந்தனைகள்பற்றி மனித மனங்களின் ஆரோக்கியத்தை முன்வைத்து எழுதப்பட்ட நூல்கள் எல்லாம் திருக்குறளும் தொல்காப்பியமும் போல் உயர்ந்த படைப்புகள் என்ற எண்ணம்தான். எடுத்துக்கொண்டிருக்கும் விஷயம் பாலுறவு என்பதாலேயே அது கீழானதாக இருக்க வேண்டும் என்பதில்லை.

இரண்டாவது விஷயம், மனிதனுக்குத் தெரியவேண்டியவை, தெரியக்கூடாதவை என்ற பிரிவு அறிவுசார்ந்து இல்லை. சகல மனிதர்களுக்கும் சகல அறிவுகளும் போய்ச்சேரும் சமூகத்தைப் பார்த்துத்தான் நாம் நகர்ந்துகொண்டிருக்க வேண்டும்.

சிலர் பாலுறவைப் பற்றி எழுதும்போது எனக்கு மிகுந்த எரிச்சல் ஏற்படுகிறது. அவர்கள் மனிதனுக்குப் பாலுறவுசார்ந்து இருக்கும் பலவீனத்தைச் சுரண்டுகிறார்கள். கீழான செயல் பாடுகள் எல்லாமே மேலான சிந்தனைகளை முகமூடியாக வைத்துக்கொள்ளும். தமிழில் 'ஹெல்த்' சார்ந்த சஞ்சிகைகளைப் பார்த்தால் – முக்கியமாகக் கேள்வி பதில்களில் – அவை பாலுணர்வைத் தூண்டும் வகையில் அமைக்கப்படுகின்றன. தமிழ்ப் பெண்கள் பாலுறவுப் பிரச்சனைகளைப் பற்றி வெளிப் படையாகப் பேச இன்னும் ஐம்பது வருடங்களாவது ஆகலாம்.

அதிகமாக இழப்புக்களையும் எதிர்மறையான விஷயங்களைப் பற்றியுமே கேட்டு வருகிறேன். இதைவிடுத்து நம்பிக்கைகளைப் பற்றிச் சில கேள்விகள். எனக்குத் தெரிந்தவகையில் இருண்மைக் கோலம் பூண்ட வேளைகளிலும் நம்பிக்கை ஊற்றுக்களைத் தன்னகத்தே அடக்கியது உங்கள் எழுத்துக்கள். உங்கள் விமர்சனங்கள் மூலமாகவும் எங்களுக்குப் பல நம்பிக்கைகளை அடையாளம் காட்டியிருக்கிறீர்கள். சிறுகதை, நாவல், கட்டுரை, விமர்சனம்,

கவிதை என ஒவ்வொரு தொகுதியிலும் தென்படும் நம்பிக்கை நட்சத்திரம் என்று யார் யாரைக் குறிப்பிடுவீர்கள்?

இப்போது கடந்த பத்துப் பன்னிரண்டு ஆண்டுகளில் முக்கியத்துவம் பெற்றுள்ள பெயர்களை மட்டுமே சொல்கிறேன்.

நாவல்கள்: ஜெயமோகனின் 'விஷ்ணுபுரம்', 'பின்தொடரும் நிழலின் குரல்' ஆகியவை மிக முக்கியமான நாவல்கள். இமயத்தின் 'கோவேறு கழுதை'களும், யூமா. வாசுகியின் 'ரத்த உறவு'ம், மிகச் சிறப்பாக எழுதப்பட்டுள்ளன. பாமாவின் 'கருக்கு' வித்தியாசமான நாவல். எம்.ஜி. சுரேஷின் 'அட்லாண்டிஸ் மனிதன்', 'அலெக்ஸாண்டரும் ஒரு கோப்பைத் தேநீரும்' வாசகர்கள் கவனத்திற்கு வர வேண்டிய இரு அபூர்வமான நாவல்கள். உருவத்தைக் கலைத்துப் போடும்போதே ஈர்ப்புடன் நாவல்களைப் படிக்கும்படிச் செய்துவிடுகிறார் இவர். இவரது தமிழும் நாவலை முன்னிறுத்தித் தன்னைப் பின்னிறுத்திக்கொள்ளும் பண்பு கொண்டது.

சிறுகதைகள்: கோணங்கி (ஆரம்பக்காலச் சிறுகதைகள்). சிறுகதையை அடுத்த படிக்கு நகர்த்தும் முயற்சியில் பல நிறைவுகள் இவருக்குக் கூடியிருக்கின்றன. தலித் படைப்பாளிகளில் அழகிய பெரியவன் மிகுந்த நம்பிக்கை தரும்படி எழுதிக் கொண்டிருக்கிறார்.

அம்பை, பிரபஞ்சன் (முதல் இரண்டு தொகுதிகளும் பின்னர் எழுதிய ஒரு சில கதைகளும்), அசோகமித்திரனின் சிறந்த கதைகள் ஆகியவையும் தேர்வு செய்யப்பட்டுப் புத்தக வடிவம் பெறுமென்றால் சிறுகதையில் தமிழின் இன்றைய சாதனைக்கு உதாரணமாக அமையும்.

விமர்சனங்கள்: ராஜ்கௌதமன், தலித் பார்வைசார்ந்து இறுக்கமற்ற விமர்சனத்தைத் தெளிவாக முன்வைப்பவர். அ. ராஜமார்த்தாண்டன் விருப்பு வெறுப்பின்றி, வாதங்களை முன்னிறுத்தித் தான் நன்கு அறிந்த விஷயங்களைப்பற்றி மட்டும் எழுத முற்படுகிறவர். டாக்டர் வேதசகாயகுமார் ஒரு இடைவெளிக்குப் பின் மிகுந்த ஊக்கத்துடன் எழுதிக் கொண்டிருக்கிறார். இம்மூவரும் புதுமைப்பித்தனை மதிப்பிட்டு விமர்சன நூல்கள் எழுதியிருக்கிறார்கள். சமூக விமர்சனங்கள் எழுதுவதில் முன்னணியில் இருப்பவர் அ. மார்க்ஸ். ரவிக்குமாரின் எழுத்துக்கள் சமூக மதிப்பீடு சார்ந்தும் இலக்கியம் சார்ந்தும் கூரிய பார்வை கொண்டவை.

கவிதைகள்: யுவன் சந்திரசேகர், யூமா. வாசுகி, சங்கர ராம சுப்பிரமணியன், குட்டி ரேவதி, பா. வெங்கடேசன்,

மனுஷ்யபுத்திரன், சல்மா போன்ற பலரும் சிறப்பாக எழுதுகிறார்கள். இவர்களது கவிதைகள் கவிதைசார்ந்த தேக்கத்தை உடைக்க முயல்கின்றன.

கவிஞர் 'பசுவய்யா'வை ஏன் இப்போதெல்லாம் காணவில்லை?

முதலில் நான்தான் கவிஞர் பசுவய்யா என்பதை வாசகர்களுக்குச் சொல்ல வேண்டியிருக்கிறது. அவர் இருக்கிறார்; சற்று மறைவாக வாழவேண்டிய காலம் இப்போது அவருக்கு.

கவிதை பெருமளவுக்குத் தேங்கிப் போய்விட்டது. கவிதை எழுதவேண்டும் என்பதற்காக எழுதுவதில் எனக்கு நம்பிக்கையில்லை. புதிதாக எதுவும் சொல்ல இல்லாதவரை மௌனம் சாதிப்பதே அழகு. முன்னால் எழுதிய கவிதைகளின் வரிசையைத் தொடர்வதென்றால் நாளொன்றுக்கு ஒரு கவிதையேனும் எழுத முடியும். மற்றப்படி கவிதை சம்பந்தமான அக்கறை குறைந்து போய்விடவில்லை.

படைப்புலகிற்கு எப்போதும் சாத்தியப்படாதவை இப்போது இணையத்தின் மூலம் உருவாகியிருக்கின்றன. மின் பதிப்பு, வாசகர்களுடன் இணையத்தின் மூலம் ஊடாடல் எனப் பல்வேறு புதிய வழிகள் தோன்றிவிட்டன. இவை படைப்பாளியின் நோக்கிலும் போக்கிலும் மாற்றங்களை விளைவிக்கும் என்று நீங்கள் நினைக்கிறீர்களா?

தமிழகத்தில் சில எழுத்தாளர்கள் இந்த நவீன வசதிகளைப் பயன்படுத்திக் கொள்கிறார்கள். கையால் எழுதுவதற்குப் பதில் கம்ப்யூட்டரைப் பயன்படுத்துவதோ, கடிதம் எழுதுவதற்குப் பதில் இமெயிலை அனுப்புவதோ வளர்ச்சி என்று நான் கருதவில்லை. சௌகரியம் என்றே கருதுகிறேன். கம்ப்யூட்டர் எதிர் காலத்தில் என்னென்ன கோலங்கள் கொள்ளப்போகின்றன என்பது பற்றி விஞ்ஞானிகளின் நம்பிக்கைகள் எனக்குச் சந்தேகம் கலந்த பயத்தை ஏற்படுத்துகின்றன. இந்த நூற்றாண்டில் அது செய்ய இருக்கும் காரியங்களைப்பற்றிய அறிவியல் கட்டுரைகளைப் படிக்கும்போது மலைப்பாகவும் இருக்கிறது. ஆனால் படைப்பு ரீதியாக அதற்கு எந்தப் பங்கும் இருப்பதாகத் தெரியவில்லை. மனித மூளைக்கு இணையான ஒரு செயற்கை மூளையை உருவாக்குவது சாத்தியமா என்பது பற்றி விவேகிகளான அறிவியல் வாதிகளுக்கு மிகுந்த சந்தேகம் இருக்கிறது. கையால் கடிதம் எழுதுவதற்குப் பதிலாக இமெயில் கடிதங்கள் உருவாகியிருப்பது மனித உறவு சார்ந்த நெருக்கத்தைப் பலவீனப்படுத்தும் என்றே நினைக்கிறேன். கடிதங்கள் எப்போதும் மனித முகங்களை நினைவில் தூண்டுகின்றன. அத்துடன் கடிதங்கள் பயன்பாடு மட்டும் சார்ந்து (Clinical) உருவாக்கப்படும்போது இரண்டு

உள்ளங்கள் கலக்கும் ஈரம் அதில் இல்லாமல் போகிறது. இதன் மூலம் அறிந்தவர்கள் அதிகமாகவும் நண்பர்கள் குறைவாகவும் போய்விடலாம். விரைவில் செயல்படக்கூடிய ஆற்றலைவிட முக்கியமானவை மனித உறவுகள். சந்தேகங்களைக் கேட்பதற்கோ பிற உதவிகளுக்கோ சக மனிதனைக் கணக்கிலெடுத்துக் கொள்ளும் காலம் முடிந்து அனைத்திற்கும் கம்ப்யூட்டரை நம்பும் உலகம் தோன்றுவது அச்சத்தையே தருகிறது. அறிவின் சூட்சுமங்களைப் பரிமாற ஒரு முகம் தேவை என்றுதான் இப்போது நினைக்கிறேன். பல சூட்சுமங்கள் மொழிக்குக் கட்டுப்படாமல் மனித மனத்தைச் சார்ந்து நிற்கின்றன.

ஒரு காலத்தில் நம் இலக்கியத்தில் தேக்க நிலையைப் போக்குவதில் சிற்றிதழ்கள் பெரும் பங்கு வகுத்திருக்கின்றன. இப்போது இணையத்தின் வளர்ச்சி அதைப்போல் சாதகமாகப் பயன்படும் என்று நினைக்கிறீர்களா?

அச்சு உலகத்திற்குப் பதிலாக இணையத்தை என்னால் கருதமுடியவில்லை. தஸ்தாயேவஸ்கியின் 'கரமஸோவ் சகோதரர்கள்' நாவலை இணையத்தில் படிக்க யாரும் அக்கறை கொள்ள மாட்டார்கள் என்றே நினைக்கிறேன். நான் அச்சு உலகத்தில்தான் அதிக நம்பிக்கை கொண்டிருக்கிறேன். இணையத்தின் வீச்சைப்பற்றித் தெரியாததும் ஒரு காரணமாக இருக்கலாம். உலகம் முழுக்க உறவு கொள்ளலாம் என்ற எண்ணத்தில் இணையத்தைக் கவ்விப்பிடித்துக்கொள்வது என் வேலை அல்ல என்றே கருதுகிறேன். கணினித் தேர்ச்சியாளர் களுக்கு என் படைப்பில் விருப்பம் இருந்தால் என் எழுத்தைப் பரப்ப அவர்கள் ஏதேனும் செய்யத்தான் செய்வார்கள். இவர்கள் செயல்பாட்டில் நம்பிக்கை வைப்பதுதான் எனக்கு நல்லது.

இறுதியாக ஒரு ஆதங்கம் நிறைந்த கேள்வி. சிறந்த அச்சு அமைப்புக் கொண்ட ஒரு சிற்றிதழ் பத்து ரூபாயிலிருந்து இருபத்தைந்து ரூபாய்க்குள் கிடைத்து விடுகிறது. அளவில் அதைவிடச் சிறிய நாவல்களும் சிறுகதைத் தொகுப்புகளும் நூறு ரூபாய்க்கு விற்கப்படுகின்றன. படைப்புக்கள் பரவலாகச் சென்றடையத் துணை நிற்கும் தொழில் நுட்பங்கள் நடைமுறைக்கு வந்துவிடுகின்றன. நீங்கள் சொன்னதுபோல் ஐந்து டாலர் விலையில் ஐசக் அஸிமோ போன்ற ஒரு எழுத்தாளரின் படைப்புக்களை நாம் கொண்டுவர முடியாதா? மற்றுமொரு குறை. விற்றுத் தீர்ந்துவிட்ட சிறந்த புத்தகங்களுக்கு ஏன் மறுபதிப்பு வருவதில்லை? ஆர்வமுடன் நண்பர்களால் பரிந்துரைக்கப்படும் நூல்களில் அநேகம் புத்தகச் சந்தையில் கிடைப்பதில்லை. ஏன்?

உலகமெங்கும் சுமார் ஏழுகோடித் தமிழர்கள் இருக்கிறார்கள். இவர்களில் எத்தனை பேர் வாசகர்கள்? தமிழர்களின்

எண்ணிக்கையைவிடப் பத்தில் ஒரு பங்கு ஜனத்தொகை கொண்ட தேசங்களில் நம்மைவிடப் பத்து மடங்கு அதிகம் புத்தகங்கள் விற்கின்றன. எல்லாத் தேசங்களிலும் வாசகர்களை நம்பித்தான் புத்தகங்கள் வெளியிடப்படுகின்றன. தமிழில் நூல் நிலையங்களை நம்பிப் புத்தகங்களைத் தயாரித்து வருகிறோம். புத்தகம் என்பது பல வெளியீட்டாளர்களுக்கும் சந்தைச் சரக்கு (Commodity). ஆயிரம் பிரதிகள் அச்சேற்றி நேர்வழியிலோ அல்லது குறுக்கு வழியிலோ அதில் முக்கால் பங்கையேனும் நூல் நிலையத்திற்குள் தள்ளி விட்டுவிட்டால் மீதிக் கால் பங்கை ஒன்றிரண்டு வருடங்களில் வாசகப் பெருமக்களிடம் விற்றுவிடலாம் என்பதுதான் தமிழ்ப் புத்தக வெளியீட்டாளர்களின் கணக்கு. புத்தகத் தயாரிப்புக் கலைப்பாங்காக இருந்தால்தான் நவீன வாசகர்கள் அதை வாங்க ஆசைப்படுவார்கள். பிற நாடுகளில் ஒரே புத்தகத்தின் மலிவுப் பதிப்பும் நூல் நிலையப் பதிப்பும் ஒரே நேரத்தில் வெளியாகின்றன. நம் நூல்கள் எல்லாமே 'பேப்பர் பாக்'தான். சிற்றிதழ்களில் வருமானம் வராது என்பதும் நஷ்டம் உறுதி என்பதும் முன்கூட்டியே தெரிந்த நிலையில்தான் அவை தொடங்கப்படுகின்றன. புத்தக வெளியீடு அதன் முதலீடு சார்ந்து வணிகக் கூறுகளும் கொண்டவை. சஞ்சிகைகள் போல் புத்தகங்கள் மலிவாக வரமுடியாது. புத்தகங்கள் காலத்தைத் தாக்குப் பிடிக்க வேண்டியிருக்கிறது. அதனால் அதன் தயாரிப்பு முறையே வேறு.

இந்த நிலைமையில் மாற்றம் அடைய வேண்டுமென்றால் வாசகர்கள் எண்ணிக்கை பெருக வேண்டும். ஏழுகோடித் தமிழர்களில் பத்தாயிரத்துக்கு ஒருவர் ஒரு புத்தகம் வாங்கினால் கூட ஏழாயிரம் பிரதிகள் விற்றுவிடும். ஒரு புத்தகத்தின் லட்சம் பிரதிகள் விற்கக்கூடிய காலம் இந்த நூற்றாண்டின் இறுதியில் உருவாகக் கூடாது என்பதும் இல்லை. புத்தக வாசிப்பில் எறும்புகள் ஊர்வதுபோல் நாமும் முன்னேறிக்கொண்டுதானே இருக்கிறோம்.

என் கேள்விகளுக்கெல்லாம் விரிவாகவும் பொறுமையாகவும் பதில் கூறிய உங்களுக்கு என் சார்பிலும் என் நண்பர்கள் சார்பிலும் நன்றியைத் தெரிவித்துக்கொள்கிறேன். இன்று மாலை நீங்கள் பெறவிருக்கும் இயல் விருதுக்கு முன்கூட்டி என் வாழ்த்துகள்.

உங்களைச் சந்தித்துப் பேசிக்கொண்டிருந்தது எனக்கு மிகுந்த மகிழ்ச்சியை அளித்தது. நம் உறவு என்றும் நீடிக்க வேண்டும்.

தமிழ்ச் சூழலில் பெரும் மாற்றத்தைக் கொண்டுவர வேண்டும்

தொடக்கத்தில் எழுத வேண்டும் என்ற உந்துதல் எந்த வயதில் எதன் மூலம் ஏற்பட்டது..?

என்னுடைய குடும்பத்தை இலக்கியப் பாரம்பரியம் மிகுந்த குடும்பம் என்று சொல்ல முடியாது. வணிகத்தில் ஈடுபட்டிருந்த குடும்பம்தான் எங்கள் குடும்பம். விதிவிலக்காக என் தாயாருக்கு இலக்கியத்தில் சிறிது ஈடுபாடு இருந்தது. சிறந்த பத்திரிகையான மணிக்கொடியை – 1930களில் வந்த பத்திரிகை அது – புதுமைப்பித்தன், கு.ப. ராஜகோபாலன், பி.எஸ்.ராமையா, ந.பிச்சமூர்த்தி, மௌனி, சி.சு. செல்லப்பா போன்றோர் எழுதிய அந்தப் பத்திரிகையை ஒரு குறிப்பிட்ட காலம் வரை தொடர்ந்து படித்து வந்திருக்கிறார்கள். புதுமைப்பித்தன், கு.ப.ரா., பி.எஸ். ராமையா, ந. பிச்சமூர்த்தி இவர்களின் சிறுகதைகளில் என் தாயாருக்கு மிகுந்த ஈடுபாடு இருந்து வந்திருக்கிறது. எனது சிறுவயதில் இந்தக் கதைகளை எல்லாம் அடிக்கடி என்னிடம் சொல்வதுண்டு. பல கதைகள் அவர் மனத்தில் ரொம்பப் பசுமையாக இருந்திருக்கின்றன. முக்கியமாக ந. பிச்சமூர்த்தியின், 'தாய்' எனும் சிறுகதையைக் குறைந்தது ஐந்தாறு தடவையாவது என்னிடம்

வானொலிக்கு அளித்த பேட்டி
மேலதிக விபரம் தெரியவில்லை

சொல்லியிருப்பார். சிறுவயதென்பதால் இந்தக் கதைகளைக் கேட்கும் போது என் மனத்திற்குள் ஆழ்ந்த கற்பனை உணர்வுகள் ஏற்படும். அந்தக் கதை நிகழக்கூடிய இடம், கதாபாத்திரம், அவர்களின் மொழி பற்றியெல்லாம் என் கற்பனை சார்ந்து பல்வேறு காட்சிகளை மனத்திற்குள் உருவாக்கிக்கொள்வேன். என்னுடைய தாய்மாமனின் பெயர் வே.நாராயணன். அவருக்கும் இலக்கியத்தில் சிறிது ஈடுபாடு இருந்தது. முக்கியமாக, பல்வேறு பட்ட ஆளுமைகளுடன் அவருக்கு நெருக்கமான தொடர்பு இருந்துவந்தது. ஜீவா, கல்கி, வ.ரா., ராஜாஜி, திரு.வி.க., அறிஞர் அண்ணா, என்.எஸ்.கிருஷ்ணன், எம்.ஜி.ஆர்., கவிமணி தேசிக விநாயகம் பிள்ளை போன்ற பல ஆளுமைகளுடன் அவருக்கு நெருக்கமான தொடர்பு இருந்தது. எங்கள் குடும்பத்திற்கு அவர் வருகிறபொழுதெல்லாம் அந்தத் தலைவர்களைப்பற்றித் தொடர்ந்து பல சுவையான நிகழ்ச்சிகளைச் சொல்லிக்கொண்டிருப்பார். அவருடைய வித்தியாசமான வாழ்க்கையும் என்னுடைய மனத்தை வெகுவாகக் கவர்ந்தது. அவருடைய நண்பர்கள் எல்லோரும் இலக்கியத்தில் நல்ல ஈடுபாடுகொண்டவர்கள்.

நான் சிறுவயதிலேயே நோய்வாய்ப்பட்டுவிட்டேன். அதனால் என்னுடைய படிப்பும் தடைபட்டுவிட்டது. பொழுது போகாமல் மிகவும் கஷ்டப்பட்டுக்கொண்டிருந்தேன். அப்போது என் உறவினர் ஒருவர் என்னிடம் ஒரு புத்தகத்தைத் தந்து படிக்கும்படிச் சொன்னார். அதற்கு முன் புத்தகங்களைப் படிக்கும் சந்தர்ப்பமே எனக்கு வாய்த்திருக்கவில்லை. அதில் எனக்கு ஆர்வமும் இருந்திருக்கவில்லை. சொல்லப்போனால் நான் பள்ளியில் தமிழ் படித்திருக்கவேயில்லை. பதினாறு பதினேழு வயதில்தான் நான் தமிழைப் படிக்க ஆரம்பித்தேன். முதலில் எனக்குப் படிக்கக் கிடைத்த புத்தகம் புதுமைப்பித்தனின் ‘காஞ்சனை’ என்ற சிறுகதைத் தொகுப்புதான். அந்தத் தொகுப்புப் புதுமைப்பித்தனால் எழுதப்பட்டது என்பது எனக்கு அப்போது தெரிந்திருக்கவில்லை. புத்தகங்களின் ஆசிரியர்களைக் கவனிக்கக் கூடிய மனோபாவம் அப்போது எனக்கு இருந்திருக்கவில்லை. அந்தக் கதைகளை நான் படித்துக்கொண்டு வரும்போது அந்தத் தொகுப்பில் இருந்த ‘மகாமசானம்’ என்ற கதையைப் படித்தபோது விவரிக்க இயலாத உணர்ச்சியை நான் அடைந்தேன். அந்த உணர்ச்சி என்னை மிக வேகமாகத் தாக்கிற்று என்றுதான் சொல்ல வேண்டும். இந்தக் கதையை எழுதியிருக்கும் மனிதர் என்ன காரியத்தைச் செய்திருக்கிறாரோ அதே காரியத்தைத்தான் நானும் செய்ய வேண்டும் என்ற உறுதி என் மனதில் ஏற்பட்டது. அப்போது எனக்கு 18 – 19 வயதிருக்கும். நான் சிறுகதை எழுத ஆசைப்படுகிறேன்… இலக்கியத்தில் ஈடுபடப்போகிறேன் என்று

சொன்னால் வீட்டில் யாருமே நம்பமாட்டார்கள். அதை வெளியில் சொல்வதற்கு எனக்கும் கூச்சமாக இருந்தது. அந்த அளவிற்கு உலகம் தெரியாத, எதுவும் தெரியாத அப்பாவியாகத் தான் நான் வளர்க்கப்பட்டிருந்தேன். பின் 18 – 19 வயது ஆனபோது நானே சொந்தமாகக் கரும்பலகையில் தமிழ் எழுத்துக்களை எழுதிப் படிக்க ஆரம்பித்தேன். எனக்கு அதில் ஆர்வம் மிகுதியாக இருந்ததால் ஓராண்டிற்குள் தமிழில் எழுதும் திறமை பெற்று விட்டிருந்தேன். எழுதப் படிக்க ஆரம்பித்து முடித்த ஒரு வருடத்தில் அதாவது என் இருபதாவது வயதில் முதல் சிறுகதையை எழுதினேன். புதுமைப்பித்தன் மீது ஆழ்ந்த ஈடுபாடு கொண்டவனாக இருந்த காரணத்தால் அப்போது அவர் நினைவாக ஒரு சிறப்பு மலர் ஒன்றை வெளியிட்டிருந்தேன். அதில் என் முதல் சிறுகதையும் இடம்பெற்றிருந்தது.

அந்த முதல் படைப்பு எப்படி விமர்சிக்கப்பட்டது?

அந்தப் படைப்புக் குறித்து எழுந்த விமர்சனங்கள் என் நினைவில் தற்போது இல்லை. ஆனால் அந்தப் படைப்புப் பெரிய அளவில் புதுமைப்பித்தனின் பாதிப்பினால் எழுதப்பட்ட ஒன்று. பல்வேறு கதைகளை நான் எழுதிய பிறகு அந்த முதல் கதையைப் பார்த்தபோது அது அவ்வளவு சிறப்பாக வந்திருக்க வில்லை என்பதும், முழுக்க முழுக்கப் புதுமைப்பித்தனின் சிந்தனை, மொழியின் பாதிப்பில் உருவானது என்பதும் தெரிய வந்தது. ஆனால் என் இரண்டாவது கதையாகிய 'தண்ணீர்' வெளிவந்ததும் நண்பர்கள் பலரும் அதைப் பாராட்டினார்கள். அதிலிருந்துதான் தொடர்ந்து கதை எழுத முடியும் என்ற நம்பிக்கையை நான் பெற்றேன்.

'ஒரு புளியமரத்தின் கதை' நாவலுக்கு முன்னால் நீங்கள் எத்தனை கதைகள் எழுதியிருந்தீர்கள்?

அந்த நாவலுக்கு முன்னால் கிட்டத்தட்ட 25 கதைகள் எழுதியிருப்பேன் என்று நினைக்கிறேன். அந்தக் கதைகளில் ஆரம்பக்காலக் கதைகள் என் நண்பரான தொ.மு.சி. ரகுநாதன் நடத்திய 'சாந்தி' பத்திரிகையில் வெளிவந்தன. அவர்தான் எனக்கு முதன்முதலாக இடம் தந்து உற்சாகப்படுத்தியவர். கிட்டத்தட்ட 10 – 12 கதைகள் 'சாந்தி'யில்தான் வெளியாயின. 'சாந்தி' நின்றதற்குப் பின்னால் என் இன்னொரு நண்பரான வ. விஜயபாஸ்கரன் நடத்திய 'சரஸ்வதி' இதழில் கிட்டத்தட்ட 12 கதைகள் நான் எழுதியிருக்கிறேன். 'ஒரு புளியமரத்தின் கதை' கூட ஆரம்பத்தில் 'சரஸ்வதி'யில்தான் தொடராக வெளிவந்தது. பின்னர் 'சரஸ்வதி' நின்றுபோனதால் நாவல் எழுதுவதையும் சில காலம் நிறுத்திவிட்டிருந்தேன். அப்போது ஆர்வமும் இருந்திருக்கவில்லை. நாவல் பாதியிலேயே நின்று

கொண்டிருந்தது. 5 – 6 வருட இடைவெளிக்குப் பின்னர் அந்த நாவலைப் பூர்த்திசெய்து 1965 – 1966இல் வெளியிட்டேன்.

இலக்கிய உலகில் அந்த நாவல் எந்த அளவிற்கு வரவேற்பைப் பெற்றது . . ?

'ஒரு புளியமரத்தின் கதை'யைப் பொறுத்தவரை அது எழுத்தாளர்களாலும் வாசகர்களாலும் நன்கு வரவேற்கப்பட்டது என்றுதான் சொல்ல வேண்டும். அந்தக் காலத்தில் என் மனத்தில் மிக முக்கியமானவர்களாக மதிப்பிற்குரியவர்களாக இருந்த பல எழுத்தாளர்களிடமிருந்து பாராட்டுக் கடிதங்கள் வந்தன. அவர்களால் நான் உற்சாகப்படுத்தப்பட்டேன். வாசகர்களையும் சந்தித்தபோது நன்றாக வந்திருக்கிறது என்றுதான் சொன்னார்கள். என் படைப்புத் திறமைமீது எனக்கு நம்பிக்கையை உருவாக்கிய முயற்சி ஒரு புளிய மரத்தின் கதை என்றுதான் சொல்ல வேண்டும்.

எழுத்தாளர்களுக்காக எழுதக் கூடிய சிறந்த எழுத்தாளர் என்ற பேர் உங்களுக்கு இருக்கிறது. அதுபற்றி . . .

எழுத்தாளர்களுக்காக எழுதுபவர் என்றெல்லாம் பாராட்டும் முகமாகவோ உற்சாகப்படுத்தும் விதமாகவோ ஒருவரைச் சொல்லலாம்தான். என்றாலும் என்னளவில் அவ்வளவு சிறப்பாகச் செய்கிறேனா என்று எனக்குத் தெரியவில்லை. ஆனால் செய்யும் காரியங்களை ஆத்மார்த்தமாக, சிரத்தையாக, ஒரு ஒழுங்குடன் நான் செய்துவருகிறேன் என்று வேண்டுமானால் சொல்லலாம். அது ஓரளவுக்கு எழுத்தாளர்களையும் பாதிக்கக்கூடியதாக இருக்கலாம்.

பொதுவாக நாவல், சிறுகதை இரண்டிற்கான கருவை எப்படி வித்தியாசப்படுத்திப் பார்க்கிறீர்கள்?

ஒரு சிறுகதையை நாவலாக விரிக்க முடியாது என்றில்லை. நாவலாக மாற்றும்போது பல்வேறுபட்ட கதாபாத்திரங்கள், சம்பவங்கள், பின்னணிகள், கதாபாத்திரங்களுக்கு இடையேயான முரண்பாடுகள் இதையெல்லலாம் சற்று ஆழமாக நுட்பமாகச் சொல்ல வேண்டியிருக்கும்.

2

உங்களுடைய படைப்புக்கள் பல்வேறு மொழிகளில் மொழிபெயர்க்கப் பட்டுள்ளன. இப்படி மொழிபெயர்ப்பு செய்யப்படுகிறபோது மூல நூலின் ஆத்மா சிதையாமல் மொழி மாற்றம் பெற்றுள்ளதா உங்கள் அனைத்துப் படைப்புக்களும்?

அதுபற்றி எதுவும் தெளிவாகச் சொல்ல முடியாது என்றுதான் நினைக்கிறேன். என் கதைகள் பல்வேறு மொழிகளில்

மொழிபெயர்க்கப்பட்டிருந்தாலும் எனக்குத் தெரிந்த மொழியில் பெயர்க்கப்பட்டுள்ளவற்றை மட்டுமேதான் நான் ஒப்பிட்டுச் சொல்ல முடியும். உதாரணமாக ஆங்கிலத்தில் வந்தால் ஓரளவுக்குச் சொல்ல முடியும். மலையாளத்தில் வந்தவற்றைப் பற்றிச் சொல்ல முடியும். ருஷ்ய மொழியிலோ வேறு ஐரோப்பிய மொழியிலோ வரும்போது எனக்கு அந்த மொழிகள் தெரியாது என்பதால் எந்த அளவிற்கு அது இருக்கிறது என்று மதிப்பீடு செய்வது சாத்தியம் இல்லை. பெரும்பான்மையான மொழி பெயர்ப்புகள் கவனமாகச் செய்யப்படுவதில்லை என்பதுதான் என் அனுபவம்.

நமக்கு அருகில் இருக்கும் கேரள இலக்கிய உலகம், நமது தமிழ் இலக்கிய உலகம் இவை பற்றிய உங்களது கருத்து என்ன?

இருமொழி இலக்கியத்திற்கும் கடுமையான வேற்றுமைகள் இருக்கின்றன என்றுதான் நினைக்கிறேன். முக்கியமாக, தீவிரமான இலக்கிய இயக்கம் அங்குள்ள பெரும்பான்மை மக்களின் கவனத்திற்கும் வருவதாக இருக்கிறது. தீவிரமான கவிதைகள், தீவிரமான சிந்தனைகள், தீவிரமான நாவல்கள், கட்டுரைகள் எல்லாமே லட்சக்கணக்கான வாசகர்களின் கவனத்திற்கு வருகின்றன. அதை அவர்கள் விரும்பிப் படிக்கிறார்கள். புத்தகங் களைப் பணம் கொடுத்து வாங்குகிறார்கள். சாதாரணமாக மிகத் தீவிரமான ஒரு மலையாள நாவல் ஒரு வருடத்திற்குள் 5000, 10000 பிரதிகள் விற்று விடுவது என்பது கேரளாவில் ஒரு சர்வ சாதாரணமான நிகழ்வாக இருக்கிறது. இங்கு நேர்மாறாக ஒரு சிறந்த புத்தகம் 2000 பிரதிகள் விற்றுத் தீர்வதற்குக் கூட 3 – 4 வருடங்கள் ஆகிறது. எழுத்தாளர்கள் வேறு எந்தப் பணியையும் செய்யாமல் எழுத்துப் பணியை மட்டுமே செய்துகொண்டு நல்லமுறையில் மிகவசதியாக வாழ முடியக் கூடிய சூழல் கேரளாவில் இருக்கிறது. தமிழ்நாட்டில் அது போன்ற சூழல் இன்னும் உருவாகவில்லை.

சிந்தனை என்பதே பயமுறுத்தக்கூடிய விஷயமாக மக்களுக்கும் பத்திரிகைகளுக்கும் பிற ஊடகங்களுக்கும் இருக்கிறது. சிந்தனையை வளர்க்கக்கூடிய ஆற்றல், பண்பு தமிழகத்தில் உருவாகாதவரையிலும் தமிழ் வாழ்க்கையில் பெரிய மாற்றங்கள் நிகழ்ந்துவிட முடியாது.

தமிழ்ப் படைப்புலகம் இந்த மாதிரி இருப்பதற்கான காரணங்கள் என்னென்ன?

முக்கியமாகப் பொழுதுபோக்கு என்பதையே நமது ஊடகங்கள் இலக்காகக் கொண்டுள்ளன. பொழுதுபோக்கு என்பது நமக்குப் பயன்படக்கூடிய முறையில் இருக்கக்கூடாது என்பதில்லை.

சுந்தர ராமசாமி

பொழுதுபோக்கு என்பது பொழுதை வீணாக்குவதும் அல்ல. தமிழகத்தில் பொழுதுபோக்கு என்பது பொழுதை வீணாக்குவது என்ற அர்த்தத்தில்தான் இருக்கின்றது. நல்ல விஷயங்களை, சிந்தனைகளைச் சுவையான முறையில் பொழுது போக்கு அம்சங்களுடன் மக்களுக்குப் போய்ச் சேரும்விதமாகச் சொல்ல முடியும். ஆனால் அந்த வாய்ப்பைத் தமிழ்ப் பத்திரிகைகளோ சினிமாவோ, வேறு கலாச்சார ஊடகங்களோ போதுமான அளவு பயன்படுத்திக் கொள்ளவில்லை என்றுதான் தோன்றுகிறது.

வாசகர்களாகவும் ரசிகர்களாகவும் இருக்கும் மக்கள்தான் இதற்குக் காரணம் என்று கூறுகிறார்கள் . . . இது சரியா?

இது கொஞ்சங்கூட நியாயமில்லாத விஷயம். கொஞ்சம் கொஞ்சமாகத் தீவிரமான விஷயங்களைத் தந்துகொண்டு வந்தால் மக்கள் அதை விரும்பிப் படிப்பார்கள்; பார்ப்பார்கள்; இதில் சந்தேகமே கிடையாது.

ஒரு பத்திரிகை என்பது வியாபாரம்தான். ஏராளமான முதலீடு அதில் இருக்கிறது. ஆனால் வியாபாரம் மட்டுமே அல்ல அது. பொருளாதார வெற்றி மட்டுமே அதன் இலக்கு அல்ல. அதற்குச் சமூகக் கடமையும் இருக்கிறது. அவற்றைக் கணக்கில் எடுத்துக்கொண்டு சிந்தனையைத் தூண்டக்கூடிய விஷயங்களைப் பல்வேறுபட்ட பார்வைகளைச் சார்ந்த விஷயங் களைக் கொடுக்க வேண்டிய பொறுப்பு ஊடகங்களுக்கு இருக் கின்றன. அப்பொறுப்பைத் தமிழக ஊடகங்களில் இருப்பவர்கள் போதுமான அளவு உணர்ந்திருக்கவில்லை. லாபத்தைக் குறிக் கோளாகக்கொண்டு அவர்கள் செய்யும் காரியங்களுக்கு மக்களைக் குறை சொல்லுகிறார்கள் என்றுதான் நான் கருதுகிறேன்.

நீங்கள் ஒரு கவிஞர். பாரதி, பாரதிதாசனுக்குப் பிறகு தமிழில் சிறந்த கவிஞர் இல்லை என்று ஒரு கருத்து நிலவுகிறதே அது சரிதானா?

அக் கருத்து சரி என்றுதான் நான் நினைக்கிறேன். பாரதியுடனோ, பாரதிதாசனுடனோ ஒப்பிடக்கூடிய அளவுக்கு ஒரு கவிஞர் தமிழில் அவர்களுக்குப் பின்னால் தோன்றவில்லை என்று கருதுகிறேன். முக்கியமான கவிஞர்கள் உருவாகியிருக்கிறார்கள். ஆனால் பாரதி, பாரதிதாசன் போல் பல்வேறுபட்ட விஷயங்களைச் சிந்தித்துப் பாடிய கவிஞர்கள் இல்லை என்றுதான் சொல்ல வேண்டும். சமூக அக்கறையுடன், மிகுந்த புலமையுடன் நீண்ட காலகட்டத்திற்கு 30 – 40 வருடங்கள் தொடர்ச்சியாகப் பாரதி, பாரதிதாசனைப் போல் செயல்பட்ட கவிஞர்கள் அவர்களுக்குப் பின் தமிழில் இல்லை என்றுதான் கருதுகிறேன்.

தமிழ் இலக்கியச் சூழலில் தற்போது குழுமனப்பான்மை மிகுந்து இருப்பதாகவும் திறனாய்வுகள், விமர்சனங்கள் தரத்தினடிப்படையில் இல்லாமல் காழ்ப்புணர்ச்சியுடன் செய்யப்படுவதாகவும் பரவலாகக் குற்றம் சாட்டப்படுகிறதே இதுபற்றி . . .

படைப்பாளிகளைப் பற்றி நமக்குக் கற்பனையான எண்ணங்கள் தேவையில்லை. படைப்பாளிகள் குறிப்பிட்ட விதமான ஆற்றல் கொண்டவர்கள். தங்களுடைய அனுபவங்களை மறு படைப்பு செய்யும், பகிர்ந்துகொள்ளும் ஆற்றல்கொண்டவர்கள் அவ்வளவுதான். அவர்கள் புனிதமானவர்களோ மனித பலவீனங் களுக்கு அப்பாற்பட்டவர்களோ அல்ல. சமுதாயத்தில் மற்றவர் களிடம் என்னென்ன பலங்கள், பலவீனங்கள் உண்டோ அவை படைப்பாளிகளிடமும் இருக்கின்றன. இருக்கத்தான் செய்யும்.

அவதூறுகள் ஒருபுறமும் இருக்கத்தான் செய்கின்றன என்றாலும் தமிழில் சிறந்த படைப்புக்களும் நேர்மையான விமர்சனங்களும் வந்துகொண்டுதான் இருக்கின்றன. எனவே அந்தப் புத்தகங்களைப் படித்து வாசகர்கள் பெற வேண்டிய பயனைப் பெற்றுக்கொள்ளலாம். அதற்குத் தடையாக எதுவுமே இல்லை.

இல்லை. அதுபோன்ற தவறான அறிமுகங்கள், விமர்சனங்கள் வாசகர்களைத் திசை திருப்பிவிடாதா?

ஒரு புத்திசாலியான வாசகனை எந்த ஒரு குழுவும் தொடர்ந்து ஏமாற்றிக்கொண்டிருக்க முடியாது. என்னுடைய அனுபவத்தில் எழுத்தாளர்கள் எந்த அளவிற்குப் புத்திசாலிகளோ அந்த அளவிற்கு வாசகர்களும் புத்திசாலிகளாகத்தான் இருக்கிறார்கள். அவர்கள் எழுதுவதில்லையே தவிர எழுதப்படுபவற்றைத் தரம் பிரித்துச் சிறந்தவற்றை அடையாளம் கண்டு கொள்ளும் திறமை அவர்களிடம் இருக்கத்தான் செய்கிறது. இலக்கியக் குழுக்களைப்பற்றி நாம் அதிகம் கவலைப்பட வேண்டியதில்லை. சினிமாவில், அரசியலில், மற்ற அலுவலகங்களில் எல்லாம் குழுக்கள் இருப்பது போலப் படைப்பாளிகள் மத்தியிலும் இருக்கின்றன. படைப்பாளிகளின் குழுக்களைத் தனியாக எடுத்துப் பார்க்க வேண்டியதில்லை. குழுக்களின் அபிப்பிராயங்களைத் தாண்டி நல்ல புத்தகங்களை அடையாளம் கண்டுகொள்ளும் திறமை வாசகர்களிடம் இருக்கிறது. தமிழ் இலக்கிய உலகில் சிறந்த புத்தகங்கள் வாசகர்களின் ஆதரவைப் பெற்று மேலே வந்துகொண்டுதான் இருக்கின்றன. இன்னும் பெரிய அளவில் சிறந்த வாசகர்களை உருவாக்க வேண்டும். அந்தச் செயல்பாடுகளைச் செய்ய வேண்டிய ஊடகங்களின் செயல்பாடுகள் பலவீனமாகத் தமிழகத்தில் இருந்து கொண்டிருக்கின்றன.

கல்லூரிப் பேராசிரியர்கள், மாணவர்கள் தமிழ்ப் படைப்பாளிகளோடு, அவர்களது படைப்புகளோடு ஒன்ற முடியாமல் விலகிப் போய்க் கொண்டிருப்பதற்கு எது காரணமாக இருக்கிறது?

படைப்புகளில் பிரபலமான படைப்புகள் என்று ஒரு வகை; மற்றொன்று சிறந்த படைப்புகள். கல்லூரி ஆசிரியர்களைப் பிரபலமான படைப்புகள் கவரும் அளவிற்குச் சிறந்த படைப்புகள் கவருவதில்லை. அது தமிழகத்தின் துரதிருஷ்டம். மற்ற மாநிலங்களிலெல்லாம் கல்லூரிப் பேராசிரியர்கள் பிரபலமானவற்றில் இருந்து சிறந்த படைப்புகளைத் தரம் பிரித்து அறிந்துகொள்ள மாணவர்களுக்குக் கற்றுத் தருகிறார்கள். இலக்கியக் கல்வியின் அடிப்படை விஷயமே அதுதான். இருப்பவற்றில் இருந்து சிறந்ததை அடையாளம் கண்டு கொள்ளுதல். இந்தச் செயல் தமிழகத்தில் போதிய அளவு நடைபெறுகிறதா? கல்லூரிப் பேராசிரியர்களும் சாதாரண வாசகர்களைப் போல் பிரபலமானவர்களின் எழுத்துக்களில் ஏன் மயங்கிக்கொண்டிருக்கிறார்கள் என்ற ஒரு முக்கியமான கேள்வி நம் முன்னே இருக்கிறது. விதிவிலக்காகச் சில ஆசிரியர்கள் இருக்கிறார்கள். நல்ல புத்தகங்களை இனங்கண்டுகொண்டு மாணவர்களுக்கு அறிமுகம் செய்துவைக்கிறார்கள். ஆனால் பரவலாகக் கல்லூரி ஆசிரியர்களின் செயல்பாடுகள் இன்னும் சிறப்பாக இருந்தால் நன்றாக இருக்கும். அது எழுத்தாளர்களுக்கும் உற்சாகம் தருவதாக இருக்கும். மாணவர்களுக்கு மிகப்பெரிய ஆற்றலைத் தரும்.

தற்போது பயிற்றுமொழி தமிழாக இருக்க வேண்டுமா, இல்லையா என விவாதங்கள் எழும்பி வந்துள்ளன. அதுபற்றித் தங்களது கருத்து என்ன?

பயிற்றுமொழியாகத் தாய்மொழிதான் – தமிழ்மொழிதான் இருக்க வேண்டும் என்பதில் எந்தச் சந்தேகமும் கிடையாது. சிறுவயதிலிருந்தே என் கருத்து இப்படித்தான் இருந்து வந்திருக் கிறது. அதே சமயத்தில் முக்கியமான உலகத் தொடர்பிற்குத் தேவையான ஒரு மொழியைக் கற்றுக்கொள்ளவும் வேண்டும். அதிலும் 200 – 300 வருடங்களாக ஆங்கிலேயர் இங்கே இருந்ததால் இயல்பாகவே ஆங்கிலம்சார்ந்த பின்னணி நமக்கு இருக்கிறது. எனவே கல்வி தாய்மொழியில் இருக்க வேண்டும். அதே சமயத்தில் மாணவர்கள் ஆங்கிலத்தில் மிகச்சிறந்த ஆழமான அறிவு பெற்றிருக்கவும் வேண்டும். இந்தக் கருத்திற்கு எதிராகப் பேசுபவர்களுக்கு வெவ்வேறு நோக்கங்கள் இருக்கலாம். சமூக முன்னேற்றம்தான் ஒருவருடைய நோக்கமாக இருக்குமானால் அவர் இந்த முடிவிற்குத்தான் வருவார் என்பதில் எனக்கு எந்தவிதச் சந்தேகமும் இல்லை.

உங்களுடைய இலக்கு என்ன?

தமிழ்ச் சூழலை மாற்ற வேண்டும் என்பதுதான் என் இலக்கு. தமிழில் எழுதி முக்கியமான எழுத்தாளராக ஆவதோ விருதுகளைப் பெறுவதோ என் நோக்கமல்ல. அது போன்ற சம்பவங்கள் நடக்கலாம்; நடக்காமலும் போகலாம். ஆனால் என்னுடைய நோக்கம் தமிழ்ச் சூழலில் பெரும் மாற்றத்தைக் கொண்டு வரவேண்டும் என்பதுதான். என் அனைத்துக் கதை, கவிதை, நாவல்களிலும் அதற்கு வெளியே எழுதப்பட்ட கட்டுரை களிலும் தமிழ்ச்சூழல் குறித்த விமர்சனங்களைத்தான் செய்து வந்திருக்கிறேன். ஆனால் என் விமர்சனங்களை லட்சக்கணக்கான வாசகர்களிடம் கொண்டுசெல்ல வேண்டும் என்ற என் எண்ணம் ஈடேறவேயில்லை. எந்தவித ஊடகத்தை நான் விமர்சிக்கிறேனோ அது மூலமாகத்தான் வாசகர்களை என்னால் அடையவும் முடியும். எனவே இந்த இரண்டு விஷயங்களையும் என்னால் ஒரே நேரத்தில் செய்ய முடியவில்லை. மிகச்சிறிய பகுதியினரிடம் மட்டுமே என் கருத்துக்களைக் கொண்டு செல்ல முடிந்திருக்கிறது. அதுபோன்ற விமர்சனங்களுக்குத் தற்போது ஓரளவு வரவேற்புக் கிடைத்துவருகிறது. சூழலில் சிறிது மாற்றம் நிகழ்ந்துகொண்டு வருகிறது என்று நான் நம்புகிறேன். இது பெரிய அளவிற்கு நிகழ வேண்டும் என்பதுதான் என் கனவு. அந்த என் கனவு நிறைவேறிவிடுமென்றால் எந்தப் பரிசை நான் பெறாமல்போனாலும் எனக்கு வருத்தமிருக்காது. என்னைப் பொறுத்தவரையில் என் குறிக்கோள் நிறைவேறியிருக்கிறது என்ற மனநிறைவை அடைந்துவிடுவேன்.

உங்களுடைய கனவு நிறைவேற என்ன முயற்சிகள், பங்களிப்புகள் செய்துவருகிறீர்கள்?

அதற்கான செயல்களில்தான் நான் ஈடுபட்டுக்கொண்டு வருகிறேன். எங்காவது சில மாணவர்கள் ஒரு கூட்டமாகக் கூடித் தீவிரமான விஷயங்களைச் செய்ய முன் வருகிறார்கள் என்றால் நான் அங்குப் போய் அவர்களிடம் கலந்து உரையாடு கிறேன். போலியான ஆடம்பரமான கூட்டங்களில் கலந்து கொள்வதில் எனக்கு என்றுமே நாட்டம் இருந்ததில்லை. சிறுசிறு தீவிரமான குழுக்களிடம் சென்று கருத்துக்களைப் பகிர்ந்து கொண்டுவருகிறேன். இளம் வயதில் செய்ததைவிடத் தற்போது இன்னும் வேகமாகச் செய்துகொண்டு வருகிறேன். தொடர்ந்து என் கருத்துக்களை எல்லாம் ஒளிவு மறைவு இல்லாமல் வாசகர் களுடன் பகிர்ந்துகொள்கிறேன்.

●

ஜெயிலுக்குப் போக ஆசைப்பட்டேன்

எப்போது, எப்படி உங்கள் எழுத்து வாழ்க்கையைத் தொடங்கினீர்கள்?

நான் சுமார் 20 வயது வாக்கில் எழுத ஆரம்பித்தேன். புதுமைப்பித்தன் கதைகளை வாசித்தபோது எனக்கு மிகுந்த ஆர்வம் ஏற்பட்டது. அவரைப்போல் எழுத வேண்டும் என்று ஆசைப்பட்டேன். அவரைப் படிப்பதற்கு முன் பிரபல சஞ்சிகைகளில் நான் படித்திருந்த ஐந்தாறு சிறுகதைகள் என் மனத்தில் ஆழமாகப் பதிந்திருந்தன. இன்றும் என் மனத்தில் அவை காட்சி ரூபங்களாக இருக்கின்றன. அக்கதைகளை எழுதிய ஆசிரியர் பெயர்களைக் கவனித்து நான் மனத்தில் இருத்திக் கொள்ளவில்லை. ஆனால் 'பச்சைக்கிளி' என்ற தலைப்புக்கொண்ட கதை மட்டும் கி.சந்திரசேகரன் எழுதியது என்பது நினைவிருக்கிறது. இக்கதைகள் எனக்கு அப்போது விருப்பமாக இருந்ததற்குக் காரணம் என் வாழ்க்கையில் ஏதோ ஒரு பகுதியை அக்கதைகள் பிரதிபலித்து என் மனத்தில் இருந்த துக்கத்தைத் தூண்டியதுதான். அழவேண்டும் என்று தோன்றுகிற போது இந்தக் கதைகளில் ஏதாவது ஒன்றைப் படிப்பேன். ஒரு சமயம்கூட அந்தக் கதைகள் என்னை ஏமாற்றிய தில்லை.

பின்னர் தமிழில் புதுமைப்பித்தனை மட்டுமே திரும்பத்திரும்பப் படித்துக்கொண்டிருந்தேன்.

Waves - East West Publication - British Council, டிசம்பர் 14, 2001
பேட்டி கண்டவர்: லக்ஷ்மி ஹோம்ஸ்ரோம்

மலையாள இலக்கியத்தில் இடதுசாரிப் படைப்புகள் ஓங்கி வளர்ந்துகொண்டிருந்த காலம். அப்போது மலையாள சஞ்சிகைகளில் வெளிவந்த கட்டுரைகளும் கதைகளும் இடதுசாரி மனோபாவத்தை என்னிடம் வலிமையாக உருவாக்கின. தகழி சிவசங்கரப் பிள்ளை, வைக்கம் முகம்மது பஷீர் ஆகிய இருவரின் படைப்புக்கள் மீதும், எம். கோவிந்தன், சி.ஜே. தாமஸ் ஆகிய இருவரின் சிந்தனைகள் மீதும் எனக்கு மிகுந்த கவர்ச்சி இருந்தது. இருபது, இருபத்தொன்று வயது வாக்கில் நான் முதலில் செய்த காரியமே தகழியின் தோட்டியின் மகனைத் தமிழில் மொழி பெயர்த்ததுதான். அதன்பின் புதுமைப்பித்தனுக்கு ஒரு மலர் போட்டு அதை ஆயிரக்கணக்கில் தமிழகமெங்கும் விற்றுக் கணிசமான லாபம் சம்பாதித்து, ஒரு காசுகூட எனக்கென்று எடுத்துக்கொள்ளாமல் அந்தப் பணத்தை அப்படியே புதுமைப் பித்தன் குடும்பத்திற்குக் கொடுக்கவேண்டும் என்ற கனவை நிறைவேற்றவே புதுமைப்பித்தன் மலரை நான் போட்டேன். எப்படி அந்த மலரை விற்பது என்றே எனக்குத் தெரியவில்லை. யாரிடம் மலரை வாங்கிக்கொள்ளும்படிக் கேட்டாலும் புதுமைப்பித்தனைப்பற்றிக் கேள்விப்பட்டதில்லையே என்று சொல்வார்கள். இதைவிடக் கல்கியின் பெயரில் ஒரு தொகுப்புக் கொண்டுவந்திருக்கலாம் என்றும் சொன்னார்கள்.

புதுமைப்பித்தன் நினைவுமலர் வீட்டுக்கு வந்து என் அறையில் அடுக்கப்பட்டபோது ஒரு துணியைப் போட்டு அதை மூடிவைத்திருந்தேன். யாராவது நண்பர்கள் என் அறைக்குள் வரும்போது பெஞ்ச் போல் தோற்றம் அளித்ததினாலோ என்னவோ அதில் வசதியாக உட்கார்ந்துகொண்டார்கள். கடைசியில் அன்பளிப்பாக வாசகர்களுக்கு அந்த மலரைக் கொடுப்பது என்று தீர்மானித்து மணிக்கொடி மீது அபிமானம் கொண்ட வாசகர்களைத் தேடிக்கொண்டே இருந்தேன். சுமார் ஓராண்டில் பெஞ்சின் உயரம் ஒன்றரை அடி குறைந்தது. அதன்பின் வருகிறவர்களுக்கு அதில் வசதியாக உட்கார முடியாமல் போயிற்று. நாலைந்து வருடங்களில் எல்லாப் பிரதிகளையும் கொடுத்துத் தீர்த்துவிட்டேன். கடைசியில் கணக்குப் பார்த்த போது ஐம்பத்தேழு பிரதிகள் ரொக்கத்திற்கு விற்றிருந்தன. பலவருடங்களுக்குப் பின் க.நா.சு.விடம் இந்தச் சம்பவத்தைச் சொன்னபோது, 'ஐம்பத்தேழு பிரதிகளா?' என்று ஆச்சரியத்துடன் கேட்டுவிட்டு 'நல்ல விற்பனைதான்; மோசம் இல்லை' என்றார். 'தமிழில் ஐம்பத்தேழு புதுமைப்பித்தன் அபிமானிகள் அன்றே இருந்தது ஆச்சரியம்' என்றார். இதையெல்லாம் அவர் கிண்டலாகச் சொன்னாரா, உண்மையாகச் சொன்னாரா என்பது எனக்குத் தெரியாது. நம் அருமைத் தமிழ் வாசகர்களைப்பற்றிச்

சொன்னதால் கிண்டலாகச் சொல்லியிருக்க மாட்டார் என்றுதான் நினைக்கிறேன்.

சிவசங்கரப் பிள்ளையின் 'தோட்டியின் மக'னை ஏழெட்டு வருடங்கள் கையில் வைத்துக்கொண்டிருந்தேன். அப்பா சில பக்கங்களில் கணக்கு எழுதியிருந்த மிகப்பெரிய பேரேடு ஒன்று வீட்டில் இருந்தது. பணக்கார வீடுகளில் முன் கூடத்தில் போடும் பெரிய டீப்பாயின் மேல் பக்கம் அளவு பெரிது அது. பேரேட்டை மேஜைமீது பிரித்துப்போட்டால் அதன்பின் மேஜையில் குண்டூசி டப்பாவைக்கூட வைக்க இடம் இருக்காது. இடது பக்கத்திலிருந்து வலது பக்கத்திற்கு சைக்கிளில்தான் போகவேண்டியிருக்கும் என்று தோன்றும். அதைத் தூக்கி மடியில் வைத்துக்கொள்ள அப்போது எனக்குப் போதிய பலம் இருக்கவில்லை. அந்த அளவுக்கு நோஞ்சானாக இருந்தேன். முக்காலியில் உட்கார்ந்து எழுதினால் பேரேட்டின் முதல் வரிவரையிலும் என் கை போய்ச் சேராது. நின்றுகொண்டே எழுதினேன். உலகத்திலேயே நான்தான் முதல்முதலாக நின்றுகொண்டு எழுதிய எழுத்தாளன் என்ற எண்ணம் எனக்கு இருந்தது. பின்னால் ஏனஸ்ட் ஹெமிங்வேயின் வாழ்க்கை வரலாற்றைப் படித்தபோது அவர் சுவர் ஓரத்தில் நின்றுகொண்டு எழுதுவார் என்பதைப் படித்ததும் மிகுந்த அதிர்ச்சி அடைந்தேன். 'அடப் பாவிகளா, ஒன்றைக் கூட ஒரிஜினலாகச் செய்ய விடமாட்டீர்களா' என்று கேட்டுக்கொண்டேன்.

சுமார் பத்து வருடங்கள் என் கையில் அந்தப் பேரேடு இருந்தது. 'சரஸ்வதி' ஆசிரியர் வ. விஜயபாஸ்கரனின் தொடர்பு ஏற்பட்டபோது அவர் தன் இதழ்களில் தொடர்கதையாக அக்கதையை வெளியிட்டார். பேரேட்டைத் தபால் தலைமை அலுவலகம் அனுப்பிவைக்க மறுத்துவிட்டதால் தாள்களை மட்டும் கிழித்து அனுப்பினேன். அந்தக் காலத்தில் 'சரஸ்வதி'யில் நிறையக் கதைகள் எழுதினேன். அதற்கு முன்பே தொ.மு.சி. ரகுநாதன் ஆசிரியராக இருந்த 'சாந்தி'யில் தண்ணீர் என்ற கதையில் ஆரம்பித்து வரிசையாக என் கதைகள் வந்தன. ரகுநாதனின் முயற்சியால் என் கதைகள், 'அக்கரைச் சீமை'யிலே என்ற தலைப்பில் தொகுக்கப்பட்டு வெளிவந்தது. வெளியீட்டுக் கூட்டத்தின் போது சென்னையைச் சேர்ந்த மிக முக்கியமான ஐம்பது எழுத்தாளர்களேனும் வந்திருந்தார்கள். அவர்களுடைய பட்டியலை நான் இப்போது சொன்னால் பலரும் நம்பமாட்டார்கள். அந்தப் பெரிய எழுத்தாளர்கள் எல்லோரும் என்னை 'நன்றாக எழுதுகிறாய்' என்றும், 'இதைவிடவும் நன்றாக உன்னால் எழுதமுடியும்' என்றும் ஆசீர்வாதம் செய்தார்கள். அந்த ஆசீர்வாதத்தின் பலத்தினால்தான் என் வண்டி இன்றுவரையிலும் சுமாராக ஓடிக்கொண்டிருக்கிறது.

உங்கள் எழுத்தின் மீதான பாதிப்புகளைப்பற்றிச் சொல்ல முடியுமா?

பல பாதிப்புகள் எனக்குத் தெரிந்தும் தெரியாமலும் இருந்திருக்கலாம். அவற்றையெல்லாம் கண்டுபிடித்துக் கோவையாக இப்போது என்னால் சொல்ல முடியும் என்று தோன்றவில்லை. அரை நூற்றாண்டுக்கு முன் நான் எப்படி இருந்தேனோ? ஆனால் ஒன்று நிச்சயம். புதுமைப்பித்தனின் எழுத்து என்னைக் கடுமையாகப் பாதித்திருந்தது. அவருடைய எதார்த்தம், அவருடைய சமூக விமர்சனம், அவருடைய கிண்டல் எல்லாம் எனக்கு வெகுவாகப் பிடித்திருந்தன. தகழியின் படைப்புத் திறனைப் புதுமைப்பித்தனுடன் ஒப்பிடமுடியாது என்றுதான் அன்றே எனக்குத் தோன்றிற்று. அவருடைய மலையாள மொழியில், வடமொழி இலக்கிய வல்லுநர்கள் சொல்கிறார்களே 'வக்ரோக்தி' என்று, அது இல்லவே இல்லை. புதுமைப்பித்தன் வக்ரோக்தியில் நிபுணர். என்றாலும் புதுமைப்பித்தனிடம் இல்லாத புரட்சிகர எண்ணங்கள் தகழியிடம் இருந்தன. புதுமைப்பித்தனைப் படித்து நான் ரசிக்கும்போது தகழியின் எழுத்துக்கள் ரத்தக் கொதிப்பை ஏற்படுத்தின. அந்த ரத்தக் கொதிப்பைத் தமிழுக்குக் கொண்டுவர வேண்டும் என்று நான் நினைத்தேன். எனது இடதுசாரி மனோபாவம்தான் காரணம். மற்றொரு நோக்கமும் எனக்கு இருந்தது.

இந்தியா சுதந்திரம் பெறுவதற்கு முன்னர் ஒருதடவையாவது ஜெயிலுக்குப் போகவேண்டும் என்ற ஆசை அபரிமிதமாக இருந்தது. என் வகுப்பில் இரண்டு மாணவர்கள் கைது செய்யப் பட்டுச் சுமார் பதின்மூன்று மணி நேரங்கள் ஜெயிலில் இருந்திருக் கிறார்கள். அவர்களை ஆகஸ்ட் தியாகிகள் என்று நாங்கள் அழைத்தோம். அந்தப் பட்டியலில் என் பெயரும் இடம்பெற வேண்டும் என்று நான் ஆசைப்பட்டேன். பள்ளிக்கூடத்தில் வேலை நிறுத்தம் ஏற்படுகிறபோது போலீஸ் வேன் பக்கத்தில் சென்று 'மகாத்மா காந்திக்கு ஜே' என்று என்னால் முடிந்த அளவுக்கு உரக்கக் கத்துவேன். அப்போது துரதிருஷ்டவசமாக எனக்குக் கீச்சுக் குரலாக இருந்தது. அந்த வழக்கமான இரு நண்பர்களையும் போலீஸ் வேனில் ஏற்றி அழைத்துக்கொண்டு போகும்போது நானும் ஏறிக்கொள்ள போலீஸ்காரர்கள் சம்மதிக்கவே இல்லை. அதைவிடவும் அவமானமாக இருந்தது, போலீஸ்காரர்கள் என் மண்டையில் குட்டி, காதைத் திருகி, 'வீட்டுக்குப்போ' என்று என்னை அலட்சியம் செய்தது. அந்த அவமானத்தை இன்றுவரையிலும் நான் மறக்கவே இல்லை. நான் ஜெயிலுக்குப் போவதற்கு முன்னாலேயே இந்தியா சுதந்திரம் அடைந்துவிட்டது என் துரதிருஷ்டம்.

ஆனால் புரட்சிகரமான கதைகள் எழுதினால் கைதாவதற்கு ஒரு வாய்ப்பு உண்டு என்று நினைத்தேன். எனக்கு நெருக்கமான நண்பரான பாலமோகன் தம்பியிடம் என் கதைகளைப் படித்துக் காட்டினேன். அவர் அப்போது ஒரு தீவிர கம்யூனிஸ்டாக இருந்தார். பின்னால் நான் தமிழில் 'ஜே.ஜே: சிலகுறிப்புகள்' என்ற நாவலை எழுதி எல்லோருடைய வசைகளையும் வாங்கிக் கட்டிக்கொண்டிருந்தபோது பாலமோகன் தம்பி கேரளப் பல்கலைக்கழகத்தின் துணைவேந்தராகப் பதவி பெற்றார்.

பாலமோகன் தம்பி நண்பராக இருந்தபோது என்னுடைய எல்லாக் கதைகளையும் படித்துவிட்டு அவருடைய தந்தையிடமும் அதைப்பற்றிச் சொல்லியிருந்தார். அவர் ஒரு போலீஸ் கான்ஸ்டபிள். ஒருநாள் தம்பியின் தந்தையை நான் தெருவில் சந்தித்தபோது 'புரட்சிகரமான என் கதைகள் மூலம் நான் கைதாவதற்குச் சந்தர்ப்பம் உண்டா?' என்று கேட்டேன். 'நீ தங்கமான பிள்ளை. உன்னை யாராவது கைது செய்வார்களா?' என்று கேட்டார் அவர். எனக்கு மிகுந்த ஏமாற்றமாக இருந்தது. இப்போது எனக்கு எழுபது வயது. உள்ளே போய் ஒருநாளேனும் இருக்க வேண்டும் என்ற என் ஆசை இனி எனக்கு நிறைவேறப் போவதில்லை என்றுதான் நினைக்கிறேன்.

தமிழில் சரளமாகவும் தேர்ச்சியுடனும் எழுதும் எழுத்தாளர்களில் நீங்களும் ஒருவர். நீண்டகாலமாக எழுதியும் வருகிறீர்கள். கவிதையி லிருந்து கதைக்கு ஏன் மாறினீர்கள்? இரண்டும் வெவ்வேறு வடிவங்கள் என்பதாலா?

கவிதை என்றால் என்ன, உரைநடை என்றால் என்ன என்பது பற்றியெல்லாம் தீர்மானமான எண்ணங்கள் நமக்கு இருப்பது போல் தோன்றினாலும் அப்படியொன்றும் தீர்மானமான எண்ணங்கள் நமக்கு இல்லை என்பதுதான் உண்மை. கவிதை என்பது என்ன என்று ஒரு நண்பர் என்னிடம் கேட்டால் என்னால் பதிலே சொல்லமுடியாது. எது கவிதை என்று உனக்குத் தோன்றுகிறது என்று கேட்டால்தான் பதில் சொல்லவே தொடங்க முடியும்.

எல்லாப் படைப்புகளுக்கும் மூலச்சக்தியாக நிற்பது கவித்துவம்தான். கவிதையிலும் சிறுகதையிலும் நாடகங்களிலும் கவித்துவம் இருப்பது கொஞ்சம் வெளிப்படையாகவே தெரிகிறது. அந்தளவுக்கு வெளிப்படையாக நாவலிலும் உரைநடையிலும் தெரிவதில்லை. எங்குக் கவிதை இருக்கிறதோ அங்குத்தான் வாசிப்பு ஆழ்ந்த உணர்வுகளை உருவாக்குகிறது. அந்த உணர்வுகளை விவரிக்க இயலாமல் வாய் கட்டிவிடுகிறது.

கவிதைகள் எழுதாத கவிஞர்களை நாம் இப்போது நினைவுபடுத்திக் கொள்ளலாம். ராமகிருஷ்ண பரமஹம்சர் ஒரு உதாரணம். உலகப்புகழ் விஞ்ஞானியான ஐன்ஸ்டீன் மற்றொரு உதாரணம். ஜெ. கிருஷ்ணமூர்த்தியும் கவிஞர்தான். ஓஷோவும் கவிஞர்தான். ஜெ. கிருஷ்ணமூர்த்தியை 'எழுத்து' மரபைச் சேர்ந்த கவிஞர் என்றும் ஓஷோவை 'வானம்பாடி' மரபைச் சேர்ந்த கவிஞர் என்றும் வர்ணிக்கலாம். 'மரம் எந்தத் திசையைப் பார்த்து நிற்கிறது?' என்று மௌனி கேட்டார். இது கவிதையா உரைநடையா என்று கேட்டால் கவிதை என்றுதான் சொல்வேன். ஒரு அர்த்தத்தில் புதுக்கவிஞர்களின் முன்னோடி என்றுகூட மௌனியைச் சொல்லலாம். ஆக உரைநடைக்குள் கவிதையும் கவிதைக்குள் உரைநடையும் இருக்கின்றன என்றுதான் நான் நினைக்கிறேன்.

உரைநடை சொற்களின் இணைப்பில் கூடும் சகஜ அர்த்தங்களை விட்டுவிட்டு ஆழ்ந்த அர்த்தங்களைத் தேடும்போதுதான் வாசக ஈர்ப்பை அது உருவாக்குகிறது. உரைநடைச் சொற்களுக்குள் உள்ளார்ந்து கிடக்கிறது அர்த்தம். கவிதை, சொற்கள் தரும் அர்த்தத்தின் அபத்தத்தை வெளிப்படுத்துகிறது. ஆழ்ந்த அர்த்தம் தரும் அனுபவத்தைவிட, அபத்தமான அர்த்தம், புதிய அனுபவங் களையும் கேள்விகளையும் தேடல்களையும் பெருவெளி சார்ந்த பயணத்தையும் உருவாக்குகிறது.

என் தனிப்பட்ட பழக்கம் என்ன என்று கேட்டால் ஒரு உருவகக் கதையைச் சொல்லி நான் அதை விளக்க முடியும். என்னிடம் பல வகையான பறவைகள் இருக்கின்றன. நான் தானியங்களை முற்றத்தில் விசிறுகிறபோது எல்லாப் பறவைகளும் அங்குக் கூடித் தானியங்களைக் கொத்துகின்றன. இந்த நேரத்தில் அவற்றின் உடல் அசைவுகள் வெவ்வேறு விதமாக இருக்கின்றன. ஆனால் ஒன்று நிச்சயம். தானியங்களைக் கொத்தும்போது ஒருகணம்கூட அவற்றால் இந்தப் பூமியை மறக்க இயலாது.

உணவு உண்டபின் அவை பறக்கத் தொடங்குகின்றன. அந்தப் பறப்பிலும் பல வகைகள் இருக்கின்றன. கூட்டைத்தேடி விரையும் பறவைகள்போல் நெடுக்கும் குறுக்குமாகப் பறப்பவை. சில பறவைகளுக்கு இந்தப் பறப்புப் போதுமானதாக இல்லை. அவை வானத்தின் உச்சிக்குச் சென்று வட்டமிடத் தொடங்கு கின்றன. உண்மையில் வானத்தைக் கிழித்துக்கொண்டு வெளியேற வேண்டும் என்பதுதான் அவற்றின் லட்சியம். இப்போது அவற்றிற்குக் கவலையோ, பாதுகாப்புணர்வோ, உடல் பற்றிய நினைவோ இல்லை என்றுதான் தோன்றுகிறது. அர்த்தம் தெரியாத களிப்பு மட்டுமே இருக்கிறது.

என்னைப் பொறுத்தவரையில் தானியங்களைப் பொறுக்கித் தின்னும் பறவைகளை உரைநடை என்றும் குறுக்கும்நெடுக்குமாகப் பறக்கும் பறவைகளை உரைநடையில் தானாக வந்து சேர்ந்து வெளிப்படும் கவிதைகள் என்றும் வானத்தின் முகட்டில் பறக்கும் பறவைகளின் விவரிக்க இயலாத களிப்பைக் கவிதைகள் என்றும் சொல்வேன்.

எந்த அடிப்படையில் என் கைவசம் இருக்கும் கவித்துவத்தை நான் பயன்படுத்துகிறேன் என்பது என் உள்ளுணர்வு சார்ந்ததுதான். பிரக்ஞைபூர்வமான ஒன்றல்ல.

பறவைகளின் மூன்று செயல்பாடுகளில் வானத்தில் வட்ட மிட்டுப் பறப்பதுதான் லௌகீகப் பார்வையில் மிகவும் அபத்த மானது. ஆனால் அதுதான் களிப்பைத் தரக்கூடியது. எல்லை களற்றது. உருவமற்ற பெருவெளியில் மர்மத்தில் திகைப்பது.

எழுத்தில் நீங்கள் கொண்டிருக்கும் அக்கறைகள்பற்றிச் சொல்ல முடியுமா?

என் கவலைகள் அக்கறைகள் என்ன? அவற்றில் இரண்டு தளங்களைப்பற்றி மட்டும் நான் சொல்லலாம். அவைதான் பிரதானமானவை.

சென்ற நூற்றாண்டில் மொழியை நேசித்த படைப்பாளி களில் நானும் ஒருவன். அந்த நேசம் உண்மையாக உருவாகும் போது மொழிசார்ந்த பெருமைகளைப் பற்றிய புலம்பல்கள் பொருள் இழந்து போகின்றன. மொழியின் ஆற்றலை, அதன் விலைமதிப்பற்ற தன்மையை, காலத்தை ஊடுருவும் அதன் சக்தியை, நடைமுறையில் செய்து காட்டவேண்டும்.

ஒவ்வொரு நிமிஷமும் மொழியை எண்ணற்றவர்கள் சீரழித்துக்கொண்டிருக்கிறார்கள். கங்கையைச் சாக்கடையாக மாற்றியவர்களால் மொழியை எந்தளவுக்குச் சீரழிக்க முடியும் என்று கற்பனை செய்து பார்ப்பது சுலபமானதுதான்.

ஆனால் படைப்பாளி மொழிக்கு மீண்டும் வலுவூட்டுகிறான். அது வாரியிறைக்க வேண்டிய சொத்து அல்ல என்பதை உணர்த்துகிறான். சேமித்துப் பத்திரமாகக் காப்பாற்றி அதன் மீது படரும் பூஞ்சைக் காளானை நிரந்தரம் துடைத்து அதைப் புத்தம் புதுசாக வரவிருக்கும் தலைமுறைக்குக் கைமாற்ற வேண்டும் என்று நினைக்கிறான்.

மற்றொரு தளம் தமிழ்ச் சூழலைச் சார்ந்தது. இந்தச் சூழலில் எழுத்தோ திரைப்படக் கலையோ, கலைப் படைப்பு, சிந்தனை அல்லது அர்த்தப்பூர்வமான வாழ்க்கை போன்ற

எந்தத் தளத்திலும் இன்னும் போதிய விழிப்புநிலை கூடவில்லை. இந்த விழிப்புநிலை உருவானால் தமிழ்ச் சூழலில் ஒரு மாற்றம் உருவாகும். நம்மிடையே முடக்கப்பட்டுக்கிடக்கும் சக்தி அளவில் மிகுந்த வீச்சுக் கொண்டது. இரண்டாயிர வருடக் கவிதை மரபிலிருந்து நாம் பெற்ற ஆற்றல் அது. அந்த ஆற்றலை வெளிப்படுத்த உருவாக்கப்படும் தடைகளைத்தான் விழிப்பு நிலையற்ற முடக்கம் என்று நான் சொல்கிறேன். இந்த விழிப்பு நிலையை உருவாக்கச் சிறிய அளவிலேனும் நான் முயன்றிருக் கிறேன் என்று நம்புகிறேன். என் சிறுகதைகளும் நாவல்களும் கவிதைகளும் கட்டுரைகளும் மொழிபெயர்ப்புகளும் இந்த விழிப்புநிலையை உருவாக்க நினைப்பவனின் எளிய பயணங்கள் என்றுதான் நினைக்கிறேன். இந்த இரண்டு கவலைகளைப் பற்றி நான் சொல்லலாம். ஆனால் என்னை ஆழ்ந்து படிக்கும் வாசகன் அவற்றை ஏற்றுக்கொண்டால்தான் சிறிய அளவிலேனும் அந்தக் கவலைகள் மதிப்புப் பெறும். இப்போது எந்த அளவுக்கு அந்தக் காரியம் நடந்திருக்கிறது, இனி எந்த அளவுக்கு அந்தக் காரியம் நடக்கும் என்பது பற்றியெல்லாம் எனக்குத் தெளிவான பார்வை இல்லை. இந்த விஷயத்தில் இதற்குமேல் சொல்ல எதுவும் இல்லை.

இன்றைய தமிழ் இலக்கியம்பற்றி என்ன கருதுகிறீர்கள்?

தமிழில் நவீன இலக்கியம் இப்போது ஒரு புதிய வேகம் பெற்றிருக்கிறது. கடந்த ஐந்தாறு வருடங்களாக இந்த வேகத்தை நன்றாகவே உணர முடிகிறது. வாசகர்களுக்குப் புதிய இலக்கியத் தின்பால் ஆர்வம் அதிகமாகிக்கொண்டிருக்கிறது. சிற்றிதழ்கள் நிறைய வந்துகொண்டிருக்கின்றன. புதிய பத்திரிகைகளாகச் சொல்புதிது, பன்முகம், உன்னதம், கதைசொல்லி, அகம்புறம், அட்சரம், புதியகோடங்கி போன்ற பல பத்திரிகைகள் வந்து கொண்டிருக்கின்றன. நான் பார்த்தவரையிலும் முக்கியமான பத்திரிகை புது எழுத்து.

நாவல்களில் பெரும் மாற்றம் நிகழ்ந்துகொண்டிருக்கிறது. பெரிய நாவல்கள் வந்திருக்கின்றன. நாவல் உருவத்தை உடைப்பதற் கான முயற்சியும் எதார்த்தத்தைத் தாண்டிப் போவதற்கான வேட்கையும் வேகம் கொண்டிருக்கின்றன. ஜெயமோகனின் விஷ்ணுபுரம், பின்தொடரும் நிழலின் குரல் இரண்டும் மிகப் பெரிய கனவையும் உழைப்பையும் உள்ளடக்கியவை. யூமா. வாசுகியின் ரத்தஉறவு, இமையத்தின் ஆறுமுகம் ஆகியவை முக்கியமான முயற்சிகள். இப்போது குறிப்பிட்டுச் சொல்ல வேண்டியவர் எம்.ஜி. சுரேஷ். அவருடைய அட்லாண்டிஸ் மனிதன் மற்றும் சிலருடன், அலெக்ஸாண்டரும் ஒரு கோப்பைத் தேநீரும்'

ஆகிய இரு நாவல்களும் முக்கியமானவை. இவர் நாவலின் உருவத்தை உடைத்திருக்கிறார் என்றாலும் வாசகனை மிகுந்த ஆர்வத்துடன் படிக்கத் தூண்டும் பிரதியை உருவாக்கியிருக்கிறார்.

விமர்சனத்தில் புதுமைப்பித்தனைப் பற்றி மூன்று நூல்கள் வந்திருக்கின்றன. அ. ராஜமார்த்தாண்டன், ச. வேதசகாயகுமார், ராஜ்கௌதமன் மூவரும் புதுமைப்பித்தனை வெவ்வேறு கோணங்களில் அணுகியிருக்கிறார்கள். இளங்கவிஞர்களில் முக்கியமானவர்கள் என்று நான் நினைப்பவர்கள் சூத்ரதாரி, லஷ்மி மணிவண்ணன், பாலைநிலவன், சல்மா, மனுஷ்யபுத்திரன், ஜி. நஞ்சுண்டன், பா. வெங்கடேசன், மகாதேவன், குட்டி ரேவதி, யூமா. வாசுகி, யுவன் சந்திரசேகர் போன்றவர்கள். கவிதையில் ஒரு தேக்கம் இருந்தது. இளங்கவிஞர்கள் அந்தத் தேக்கத்தை இப்போது உடைத்துக்கொண்டு வருகிறார்கள் என்று தோன்று கிறது. புதிய சிறுகதை எழுத்தாளர்களில் முக்கியமானவர்கள் அ. முத்துலிங்கம், சூத்ரதாரி, யுவன் சந்திரசேகர், லஷ்மி மணிவண்ணன், பா. வெங்கடேசன் போன்றோர். ஆராய்ச்சியில் தன் உழைப்பையும் செய்நேர்த்தியையும் சந்தேகத்துக்கு இடமின்றி உறுதிப்படுத்தியுள்ளவர் ஆ.இரா. வேங்கடாசலபதி.

●

என்னைப் பாதித்த மூன்று பேர்

உங்கள் இயற்பெயர் என்ன?

எட்டாவது வயதில் கோட்டயம் ஊரில் மலையாளப் பள்ளிக்கூடத்தில் என்னைச் சேர்த்தபோது முதல்முறையாக என் பெயர் எஸ்.ராமஸ்வாமி ஐயர் என்று பதிவேட்டில் பதிந்தது. நாகர்கோவில் வந்தபின் எனக்குச் சிறிது தமிழ் உணர்வு முளைக்கத் தொடங்கியதும் என் பெயரை நா.சு. ராமசாமி என்று மாற்றிக்கொண்டேன். அந்தப் பெயரில்தான் என் முதல் கதையான 'முதலும் முடிவும்' 1952இல் நான் வெளியிட்ட புதுமைப்பித்தன் மலரில் இடம்பெற்றது.

அதன்பின் எப்போது உங்கள் பெயரை மாற்றிக் கொண்டீர்கள்?

பின்னால்தான் ஏகப்பட்ட ராமசாமிகள் தமிழ் உலகில் நடமாடிக்கொண்டிருப்பது தெரிந்தது. (எஸ். ராமகிருஷ்ணன் விதவிதமான ராமசாமிகளைப் பற்றி ஒரு கிண்டல் கதை எழுதியிருக்கிறார்.) அப்போது என் பெயர் தனியாகத் தெரிய வேண்டும் என்ற ஆசையில் அப்பாவின் பெயரை என் பெயருடன் சேர்த்துக்கொண்டேன். என் இரண்டாவது கதையான தண்ணீர் தொ.மு.சி. ரகுநாதன் ஆசிரியராகப் பணியாற்றிய 'சாந்தி'யில் சுந்தர ராமசாமி என்ற பெயரில் வெளிவந்தது. அதன்பின் பெயரை மாற்றிக் கொள்ளவில்லை.

ஆனந்த விகடன், 11, 18.11.2001
பேட்டி கண்டவர்: எஸ். உமாபதி

உங்களுக்கு இப்போது என்ன வயது? எத்தனை வருஷங்களாக எழுதிக்கொண்டிருக்கிறீர்கள்?

எழுபது வயது. சுமார் ஐம்பது வருஷங்களாக எழுதிக் கொண்டிருக்கிறேன். இடையில் ஐந்தாறு வருஷங்கள் மௌனம் சாதித்திருக்கிறேன்.

ஏன் மௌனம் சாதித்தீர்கள்?

அலுப்பும் துக்கமும். ஒருவித existential agony என்று அதைச் சொல்லலாம்.

இப்போது வேகமாக இயங்கிக்கொண்டிருக்கிறீர்களா?

நான் வேகமாகப் படிக்கக்கூடியவனோ, எழுதக்கூடியவனோ அல்ல. எனது முக்கியமான தொழில் பகல் கனவு காண்பது. அதனால் வாசிப்பும் எழுத்தும் மட்டாகவே நடந்திருக்கிறது. கடந்த பத்து வருடங்களாக வயோதிகனுக்குச் சாத்தியமான சுறுசுறுப்புடன் இயங்கிக்கொண்டிருக்கிறேன்.

எத்தனை புத்தகங்கள் எழுதியிருக்கிறீர்கள்?

சிறுகதைகள், நாவல்கள், கவிதைகள், விமர்சனம், மொழி பெயர்ப்பு, பேட்டி என்று சுமார் பத்துப் புத்தகங்கள் எழுதியிருக் கிறேன். நான் எழுதியுள்ள ஐம்பத்தாறு சிறுகதைகளும் 107 கவிதைகளும் தனித் தொகுப்புகளாக வந்திருக்கின்றன.

உங்கள் எழுத்துக்களுக்கு இலக்கிய உலகில் என்ன மதிப்பு இருப்பதாக நீங்கள் கருதுகிறீர்கள்?

நான் ஒரு முக்கியமான எழுத்தாளன் என்று என்னை மதிக்கும் பலர் இருக்கிறார்கள். முக்கியமானவன்தான் என்றாலும் அவ்வளவு முக்கியமானவனும் அல்ல என்று சொல்பவர் களும் இருக்கிறார்கள். என் எழுத்தின் மீது ஜென்மப் பகை கொண்டவர்கள் இருக்கிறார்கள். நிதானமாகச் செயல்படும் எழுத்தாளர்களுக்குக் கூட என்னைப் பற்றிச் சொல்லும்போது ஒரு கோணல் வந்துவிடுகிறது. என்னைப்போல் வசையை வாங்கிக் கட்டிக்கொண்டவர்கள் தமிழ்ச் சூழலில் இருக்கிறார்களா என்பது சந்தேகம்தான்.

உங்களுக்கு இதுவரையிலும் எந்தப் பரிசும் கிடைக்கவில்லையே, ஏன்?

நான் 'குமாரன் ஆசான்' விருது என்ற குட்டிப் பரிசைப் பெற்றிருக்கிறேன். மிக முக்கியமான சிந்தனையாளராக நான் மதிக்கும் மலையாள எழுத்தாளர் எம். கோவிந்தனின் கையால்

பரிசு பெறும் சந்தர்ப்பத்தை இழக்க நான் விரும்பவில்லை. அத்துடன் டொரொன்டோ (கனடா) பல்கலைக்கழகம் வாழ்நாள் இலக்கியச் சாதனைக்கான இயல் விருதை இந்த ஆண்டு எனக்கு வழங்கியிருக்கிறது. ஒரு பரிசைத் தந்தவர்கள் மலையாளிகள். மற்றொன்றைத் தந்தவர்கள் புலம்பெயர்ந்த தமிழ் எழுத்தாளர்கள்.

தமிழகத்தில் இயங்கும் குட்டி நிறுவனமான இலக்கியச் சிந்தனை சுமார் முப்பது ஆண்டுகளாக மாதம் ஒரு சிறந்த கதையைத் தேர்வுசெய்து வருகிறது. ஒருமுறைகூட என்கதை தேர்வு செய்யப்பட்டதாகத் தெரியவில்லை. இலக்கியச் சிந்தனை அமைப்பைச் சேர்ந்தவர்கள் என்னை மதிப்பவர்கள். அவர்கள் கேட்டுக் கொண்டதற்கிணங்க 'ந. பிச்சமூர்த்தியின் கலை: மரபும் மனிதநேயமும்' என்ற விமர்சன நூலை நான் அவர்களுக்கு எழுதித் தந்திருக்கிறேன். நான் விமர்சிப்பது மாதக் கதைகளைத் தேர்ந்தெடுத்திருக்கும் முந்நூற்றுக்கும் மேற்பட்ட தேர்வாளர்களைத்தான்.

சாகித்திய அக்காதெமி பரிசு பெற உங்களுக்குத் தகுதி இல்லையா?

நான் எழுதியுள்ள எல்லாப் புத்தகங்களுமே சாகித்திய அக்காதெமி பரிசு பெறத் தகுதியுள்ளவைதான். பரிசு பெறாததற்கு பல காரணங்களை ஊகிக்க முடிகிறது என்றாலும் திட்டவட்டமாக ஒன்றைச் சொல்ல முடியவில்லை.

சாகித்திய அக்காதெமிக்காகத் தகழி சிவசங்கரப் பிள்ளையின் *செம்மீன்* நாவலை நான் மொழிபெயர்த்து 1962இல் அதன் முதல் பதிப்பு வெளிவந்திருக்கிறது. அது மொழிபெயர்ப்புக்கு நல்ல பெயர் வாங்கியது. ஐந்து பதிப்புகள் விற்றிருக்கின்றன. அதன்பின் கடந்த நாற்பது வருடங்களில் சாகித்திய அக்காதெமி எந்தப் புத்தகத்தையும் மொழிபெயர்க்க எனக்கு வாய்ப்புத் தரவில்லை. மொழிபெயர்க்கத் தகுந்த நபர்கள் கிடைப்பதில்லை என்று மூக்கால் அழுவது சாகித்திய அக்காதெமியின் வழக்கம். பலருக்கு அவர்கள் வழங்கியுள்ள மொழிபெயர்ப்புக்கள், பணி முடித்துத் தராததால் பாக்கி கிடக்கின்றன. தந்திகளும் நினை வூட்டுக் கடிதங்களும் மொழிபெயர்ப்பாளர்களுக்குப் பறந்து கொண்டிருக்கின்றன. பல எழுத்தாளர்கள் மொழிபெயர்ப்புக் கூலியை முன்பணமாக வாங்கிக்கொண்டு நூறு நூற்றைம்பது பக்கங்கள் கொண்ட புத்தகங்களைப் பல வருடங்களாகச் செய்து முடிக்காமல் அக்காதெமிக்குத் தண்ணி காட்டிக்கொண்டிருக் கிறார்கள். இந்தத் தகவல்கள் எல்லாம் அக்காதெமி எனக்கு உத்தியோகப் பூர்வமாக அனுப்பிய அறிக்கைகளை ஆதாரமாக வைத்துச் சொல்கிறேன. தங்கள் கைவசம் இருக்கும் முன்பணம்

மக்களுக்குச் சொந்தமான வரிப்பணம் என்பது மொழிபெயர்ப் பாளர்கள் சுரணையில் இல்லை.

மத்திய அரசின் மற்றொரு அமைப்பான 'நேஷனல் புக் டிரஸ்ட்' என் எந்தப் புத்தகத்தையும் இன்றுவரை வெளியிட்டது இல்லை. தகுதிகளுடன் இருப்பது அல்ல; பணிகளைக் குறித்த நேரத்தில் முடித்துத் தருவதும் அல்ல; அக்காதெமியின் இலக்கிய அதிகாரிகளுடன் ஒரு எழுத்தாளர் வைத்துக்கொண்டிருக்கும் தனிநபர் உறவுதான் முக்கியமானது.

சாகித்திய அக்காதெமியின் சட்டதிட்டங்கள் அகில இந்திய அளவில் மாற்றப்பட வேண்டியவை. அவற்றிலுள்ள ஓட்டை களைத் தங்களுக்குச் சாதகமாகப் பயன்படுத்திக்கொண்டு அன்றிலிருந்து இன்றுவரையிலும் ஊழல்களில் திளைப்பதில் முன்னணியில் நிற்பது சாகித்திய அக்காதெமியின் தமிழகக் கிளை. இந்த ஊழல்களில் தமிழ் எழுத்தாளர்களும் முக்கியப் பங்கு பெற்று வருகிறார்கள். இவற்றைத் தாண்டியும் நான் மதிக்கும் எழுத்தாளர்கள் ஒரு சிலருக்கு – பாரதிதாசன், கு. அழகிரிசாமி, ஜெயகாந்தன், தி. ஜானகிராமன், க.நா. சுப்ரமணியம் தொ.மு.சி. ரகுநாதன், லா.ச. ராமாமிர்தம், கி. ராஜநாராயணன், எம்.வி. வெங்கட்ராம், அசோகமித்திரன், பிரபஞ்சன், தோப்பில் முகம்மது மீரான் போன்றவர்கள் – பரிசு கிடைத்திருப்பது எனக்கு மனநிறைவைத் தந்த விஷயம்.

சாகித்திய அக்காதெமி பரிசு உங்களுக்குக் கிடைக்காததால்தான் அதைக் குறை கூறி வருகிறீர்கள் என்று சொல்பவர்கள் இருக்கலாம் அல்லவா?

இருக்கிறார்கள். பரிசு என்பது ஒரு சுரணை உள்ள சமூகம் எழுத்தாளனின் சாதனையை அங்கீகரிக்கும் ஒரு குறியீடு. கடந்த முப்பது முப்பந்தைந்து வருடங்களாக எனக்குக் கிடைக்கும் சந்தர்ப்பங்களில் எல்லாம் சாகித்திய அக்காதெமியைக் கடுமை யாக விமர்சித்து வந்திருக்கிறேன். சூழலும் சட்டதிட்டங்களும் காரணமாக முதல்தர எழுத்தாளர்களுக்குப் பரிசு அளிக்க முடியாது போகும் நேரங்களில்கூடக் குறைந்தது இரண்டாம் வரிசை எழுத்தாளர்களுக்கேனும் பரிசு தர வேண்டும் என்று சொல்லி வந்திருக்கிறேன். இன்றுவரையிலும் நம் பரிசுகளைப் பெற்றிருக்கும் பலர் படைப்புக்கு வெளியே நிற்பவர்கள். சமூக அந்தஸ்து, அரசியல் தொடர்பு, பட்டம் பதவிகள், சிபாரிசுகள், காக்காய் பிடிக்கும் ஆற்றல் இவை காரணமாகப் பல மூன்றாந் தர எழுத்தாளர்கள் பரிசை வாங்கிக்கொண்டிருக்கிறார்கள். இவர்களுக்கு இருபத்தைந்தாயிரம் ரூபாய் கிடைப்பதில் எனக்கு வருத்தம் ஒன்றுமில்லை. அதிகபட்சம் அதை வைத்து ஒரு

நவீனக் கழிப்பறையை அவர்கள் கட்டிக் கொள்ளலாம். ஆனால் இந்தத் தரம் கெட்ட புத்தகங்கள் பிற இந்திய மொழிகளில் மொழிபெயர்க்கப்படும்போது நம்மை மிகக்குறைவாக அவர்கள் மதிக்கிறார்கள். இந்தத் தலைகுனிவை மலையாள இலக்கியச் சூழலில் நான் அனுபவித்திருக்கிறேன். பிற மொழிகளிலும் இதற்கு மாறுபட்ட அபிப்பிராயங்கள் இருக்கச் சாத்தியமில்லை. நம் மொழியிலோ அநேகமாக எல்லா இலக்கிய வடிவங்களிலும் சிறந்த, பிறமொழிப் படைப்பாளிகளுக்கு இணையானவர்களும், மேலானவர்களும்கூட இருக்கிறார்கள். இதுதான் என் வருத்தம்.

அண்மையில் சாகித்திய அக்காதெமி பரிசு பெற்ற தி.க.சி. பரிசுக்குத் தகுந்தவர்தானா?

சிறிதும் தகுதியில்லாதவர். சாகித்திய அக்காதெமி ஐம்பது தமிழ் எழுத்தாளர்களுக்கு ஒரே நாளில் பரிசளிக்கப் போகிறோம் என்று சொல்லி என்னிடம் ஒரு பட்டியல் கேட்டால் அந்த ஐம்பது பேர்களில் நான் தி.க.சியின் பெயரைச் சேர்க்கமாட்டேன்.

ஒரு சமுதாயத்தில் நல்ல எழுத்தாளர்களும் இருக்க மாட்டார்களா? ஊழலோ சிபாரிசோ செய்யாதவர்களும் பரிசு பெற்றிருக்கலாம் அல்லவா?

பொது நியதியைக் கூறும்போது மாறுபட்ட சிறுபான்மை யினரையும் புண்படுத்திவிடுகிறோம் என்ற எண்ணம் எனக்கு எப்போதும் உண்டு. நூற்றுக்குத் தொண்ணூறு ஆசிரியர்கள் பொறுப்பில்லாமல் இருக்கும் சமூகத்தில் அவர்கள்மீது நாம் ஒரு விமர்சனம் வைத்தால் மீதம் பத்து ஆசிரியர்களும் நாங்கள் சிறப்பாகச் செயல்படுகிறோமே என்று வருத்தப்படுவார்கள். இது நியாயமான வருத்தம்தான். பொதுக் குணத்தை வைத்துத் தான் சமூகத்தை விமர்சிக்க முடியும். பரிசைத் தட்டிப்பறிக்க முண்டாமல் அப்பரிசு வந்து கதவைத் தட்டியபோது கௌரவமாக வாங்கிக்கொண்டவர்களும் இருப்பார்கள். ஜெயகாந்தன் அப்படித்தான் பரிசு பெற்றார் என்பது என் எண்ணம். அழகிரிசாமிக்குப் பரிசு கிடைக்கும்போது சிபாரிசு செய்யவோ, சிபாரிசு செய்யாமல் இருக்கவோ அவர் உயிரோடு இல்லை. எழுத்தாளர்களுக்குரிய பரிசை விதவைக் கோலத்தில் வருந்திக் கொண்டிருக்கும் மனைவிமார்களிடம் தருவது ஒருவிதத்தில் அவர்களைப் புண்படுத்துவதாகும். இதுபோல் என் மறைவுக்குப் பின் பரிசை என் மனைவியிடம் அளிக்க நேர்ந்தால் அதைப் பெற்றுக்கொள்ள வேண்டாம் என்று அவளிடம் சொல்லி வைத்திருக்கிறேன். பரிசை நேர்மையாகப் பெற்ற புண்ணியவான்கள் ஒரு சிலர்பற்றி எனக்குத் தெரியாமலும் இருக்கலாம்.

ஞானபீடப் பரிசும் தமிழுக்குக் கிடைத்துப் பல வருஷங்கள் ஆகிறதே. அந்தப் பரிசை வாங்கத் தகுதியுள்ளவர்கள் இருக்கிறார்களா?

நிச்சயமாக இருக்கிறார்கள். சிபாரிசு செய்ய வேண்டிய படிவம் பல ஆண்டுகளாக எனக்கு வந்துகொண்டிருக்கிறது. என் அபிப்பிராயத்தை ஆராய்பவர்கள் அவர்கள் மட்டும்தான். ஒவ்வொரு வருஷமும் ஜெயகாந்தன் பெயரையோ அல்லது அசோகமித்திரன் பெயரையோ மாற்றிமாற்றிச் சிபாரிசு செய்கிறேன். அவர்களுக்கு விருது கிடைக்கமாட்டேன் என்கிறது. நான் சிபாரிசு செய்வதை நிறுத்திக்கொண்டால் ஒருவேளை அவர்களுக்குக் கிடைக்குமோ என்னவோ?

நீங்கள் நெருங்கிப் பழகியுள்ள எழுத்தாளர்கள்/கலைஞர்கள் ஆகியோரில் மறைந்துபோனவர்களும் உங்களுடன் வாழ்ந்து கொண்டிருப்பவர்களும் யார்யார்?

கவிமணி தேசிகவிநாயகம் பிள்ளை, என்.எஸ். கிருஷ்ணன், ப. ஜீவானந்தம், வெ. சாமிநாத சர்மா, ந. பிச்சமூர்த்தி, க.நா. சுப்ரமணியம், நா. வானமாமலை, கிருஷ்ணன் நம்பி, கு. அழகிரிசாமி, ஜி. நாகராஜன், நா. பார்த்தசாரதி, தி. ஜானகிராமன், தருமூ அரூப் சீவராம் (பிரமிள்), மௌனி, ந.சஞ்சீவி, சரஸ்வதி ராம்நாத், சி.சு. செல்லப்பா, சாமி சிதம்பரனார், ஆத்மாநாம், ஆதவன் போன்றவர்கள் மறைந்த எழுத்தாளர்கள்.

என் சமகாலத்தில் வாழ்பவர்களில் நூற்றுக்கு மேற்பட்ட எழுத்தாளர்களைத் தெரியும். வல்லிக்கண்ணனிலிருந்து குட்டி ரேவதி வரையிலும்.

மறைந்துபோன பெரியவர்களையேனும் 'புதிய தலைமுறை' வாசகர்களுக்கு அறிமுகப்படுத்தி நீங்கள் எழுதலாமே?

எழுதலாம். இருப்பவர்கள்பற்றி எழுதினாலும், இல்லாதவர்கள்பற்றி எழுதினாலும் வம்புதான். இல்லாதவர்கள் பற்றி முதலில் எழுதலாம் என்றிருக்கிறேன். இருப்பவர்களைப் பற்றி எழுதிவைத்துவிட்டு என் மறைவுக்குப்பின் அதை வெளியிட உயில் எழுதிவிட்டுப் போகும் எண்ணமும் உண்டு.

ஒருசிலரைப் பற்றியாவது இப்போது சொல்லுங்களேன்?

இதுபோன்ற ஒரு பேட்டியில் கொஞ்சம்தான் சொல்ல முடியும்.

கவிமணியை நான் 1950களின் ஆரம்பத்தில் சந்தித்தேன். என் நண்பர் கவிஞர் தே.ப. பெருமாள்தான் என்னைக் கவிமணியிடம் அழைத்துக்கொண்டு போனார். கவிமணி படுத்த படுக்கையாக

இருந்தார். மிகக் கடுமையான எக்ஸிமா நோய். கழுத்திலிருந்து பாதம்வரையிலும் வெள்ளைத் துணியால் போர்த்திக்கொண்டிருந்தார். கைகளும் போர்வைக்குள் இருந்தன. உடல் வற்றலாக இருந்தது.

தே.ப. பெருமாளுடன் அவர் முதலில் பேசிய விஷயங்கள் எனக்குப் புரியவில்லை. ஆனால் குரல் வலிமையாக இருந்தது. பேசுவதில் ஆசை என்பதும் தெரிந்தது. என்னைக் கவனிக்கவே மாட்டாரோ என்ற எண்ணத்துடன் அவர் முகத்தையே பார்த்துக்கொண்டிருந்தேன். 'தம்பி யாரு?' என்று பெருமாளிடம் கேட்டார். தகழியின் 'தோட்டியின் மகன்' நாவலின் மொழிபெயர்ப்பு, 'புதுமைப்பித்தன் நினைவு மலர்' என்ற இரண்டு பொற் குண்டலங்கள்தான் அப்போது என்னிடம் இருந்தன. துரதிருஷ்டவசமாக அவை இரண்டும் வெளியாகியிருக்கவும் இல்லை. சற்றுத் தொலைவில் முக்காலியில் பவ்யமாக உட்கார்ந்துகொண்டிருந்த என்னைத் தன் பக்கம் வரும்படிக் கவிமணி சமிக்ஞை காட்டினார். நான் முக்காலியை என் புட்டியில் ஒட்டிவைத்துக்கொண்டவாறே அவர் பக்கம் சென்றேன். எந்தக் கேள்வியை வயதானவர்கள் கேட்பதில் நான் கூசிக் குறுகிக் கொண்டிருந்தேனோ அந்தக் கேள்வியைத்தான் கவிமணியும் கேட்டார். 'நல்ல படிக்கிறியா தம்பி?' என்றார். நான் என்ன பதில் சொல்ல முடியும்? சுமாராகப் படிப்பவனாக இருந்திருந்தால்கூட, 'நன்றாகப் படிக்கிறேன்' என்று சொல்வதில் பெரிய மிகையோ பெரிய பொய்யோ இல்லை. நான் மௌனமாக இருந்தேன். பேச்சு அந்தத் தடம் வழி போனால் கொஞ்சம் ரசாபாசமாகிவிடும் என்பதை அறிந்திருந்த தே.ப. பெருமாள், 'சிறு வயதென்றாலும் பெரிய சிந்தனையாளன்' என்றார். அவர் போர்த்திய பொன்னாடையைச் சிரம்தாழ்த்தி ஏற்றுக்கொண்டேன்.

கவிமணி வீட்டிற்கு யார் போனாலும் அவலில் வெல்லமும் தேங்காயும் விரவிய தின்பண்டம் கிடைக்கும். ஒருமுறை எனக்கு ஸ்பெஷலாகப் பனைநாரில் முடைந்த சில்லுக் கருப்பட்டியும் கிடைத்தது. பனைநாரை அவிழ்க்க எனக்கு மனசு வரவில்லை. அவ்வளவு அழகான பாக்கிங்.

என்னுடைய வேர் எங்கே மறைந்திருக்கிறது என்பதைக் கவிமணி கண்டுபிடிக்கத் தொடங்கினார். தந்தை வம்சம் ஸ்ரீவைகுண்டம் என்று நான் சொன்னதும் அதில் கவிமணிக்கு சுவாரஸ்யம் ஏற்படவில்லை. 'தாயார்?' என்று கேட்டார். 'தளியல்' என்று நான் சொன்னேன். 'தழுவிய மகாதேவர் கோயிலா?' என்றார். பார்வதியைச் சிவன் தழுவிக்கொண்ட

இடம் அது என்பது அப்போது எனக்குத் தெரியாது. சிவனுடைய சல்லாபங்கள் எல்லாமே இமயத்தின் கொடிய பனிப்பிரதேசங் களில்தான் நடந்திருக்கும் என்று நினைத்துக்கொண்டிருந்தேன். கவிமணிதான் அந்தப் பெயர் வந்த காரணத்தை விளக்கினார். 'பாட்டா பெயர்?' என்று கேட்டார் கவிமணி. பெயரைச் சொன்னேன். 'வெங்கட்ராமனா? நானும் அவனும் கூட்டாளி இல்லியா?' என்று சொல்லிவிட்டு, பெருமாளைப் பார்த்து, 'இவன் பாட்டாவும் நானும் இப்படி' என்று தன் கைவிரல்களைக் கோத்துக் காட்டினார். பெருமாள், 'நெருக்கிக்கொண்டு வந்துட்டீங்களே. அப்பம் உங்களுக்குப் பேரன் முறையில்லா!' என்றார்.

முதல்நாள் கவிமணியின் நகைச்சுவை உணர்வை நான் கவனிக்கவில்லை. இரண்டு மூன்று முறை போனபின்புதான் பொடிவைத்துப் பேசுவதிலும் கிண்டலிலும் நகைச்சுவை உணர்விலும் அவர் பெரிய ரசஞானி என்பது தெரிந்தது. அவர் பேசும் கூட்டங்கள் அபூர்வம். எப்போதாவது கூட்டத்தில் கலந்துகொள்வதாக இருந்தால் எங்களிடம் தகவல் சொல்வார். 1950இலிருந்து அவர் மறையும் காலம்வரையிலும் கவிமணியை அவர் வீட்டிற்கு வந்து பார்த்த வி.ஐ.பிகள், வி.வி.ஐ.பிகள் பட்டியலும் தமிழ்நாட்டில் அந்தக்காலத்தில் மிகப்பெரிய புகழ் பெற்றிருந்தவர்களின் பட்டியலும் ஏறத்தாழ ஒன்றுதான்.

அவர் கூட்டத்தில் பேசுவதை நான் இருமுறை கேட்டிருக் கிறேன். அவர் பேசத் தொடங்கினால் சபையோர்கள் சிரித்துக்கொண்டே இருப்பார்கள். உணர்ச்சி மேலிட்டுக் கரகோஷம் செய்வார்கள். ஒரு கூட்டத்தில் அவரும் கவிஞர் சுத்தானந்த பாரதியும் கலந்துகொண்டார்கள். சுத்தானந்த பாரதி ஜால்ராவைத் தட்டியபடி இறைவனின் பெருமைகளைப் பாடியவாறே மேடையைச் சுற்றிச்சுற்றி வந்துகொண்டிருந்தார். கவிமணிக்குச் சந்தோஷம் தாங்கவில்லை. தாளம்சார்ந்த நடை என்பதால் சுத்தானந்த பாரதி தளர்நடை போட்டு வந்தார். அவர் முகத்தையே பார்த்துக்கொண்டிருந்த கவிமணி, சுத்தானந்த பாரதி மேடையின் பின்பக்கம் மறையும்போது கழுத்தைத் திருப்பிப் பார்ப்பதும், மீண்டும் அவர் வலது பக்கம் காட்சியளிக்கும்போது தன் முகத்தை வெட்டி அந்தத் திசையில் திருப்புவதும் கூட்டத்தினருக்குப் பரம சந்தோஷத்தைத் தந்தன. இறை வணக்கம் முடிந்ததும் சுத்தானந்த பாரதி மேடையின் முன் வந்து கவிமணியைச் சுட்டியவாறு, 'அவர் மகாகவி; நான் வெறுங்கவி' என்றார். கவிமணி சரேரென்று எழுந்திருந்து, 'அவர் யோகி; நான் ரோகி' என்றார். இதுபோன்ற அவருடைய மின்னல் வெட்டுக்கள் நாஞ்சில் நாட்டுக்காரர்களுக்கு ரொம்பவும் பிடிக்கும்.

கவிமணியைப்பற்றிப் பேச்சு வந்துவிட்டால் இரண்டொரு மின்னல் வெட்டுக்களை எடுத்துவிடாமல் இருக்கமாட்டார்கள்.

கவிமணி மற்றொரு கூட்டத்தில் பேசிக்கொண்டிருக்கும் போது ஒருவர் எழுந்திருந்து, 'பெரியவரே, கடவுள் இருக்கிறாரா?' என்று கேட்டார். 'அதில் என்ன சந்தேகம்?' என்றார் கவிமணி. 'ஐயா, கடவுள் கண்ணுக்குத் தெரியலையே' என்றார் கேள்வி கேட்டவர். கவிமணி, 'திருவிதாங்கூர் முழுரூபாய் கண்ணுக்குத் தெரியுதா ஐயா? கணக்கில் இல்லாமலா போச்சு?' என்றார். சந்தோஷம் தாங்காமல் எல்லோரும் கையைத் தட்டினார்கள். அந்தக் காலத்தில் பிரிட்டிஷ் அரசாங்கம் திருவிதாங்கூர் மன்னருக்கு அரை ரூபாய் நாணயங்களை மட்டுமே அச்சேற்ற உரிமை அளித்திருந்தது. முழுரூபாயை அச்சேற்ற உரிமையில்லை. ஆகவே அன்று ஒரு ரூபாய்க்கு இரண்டு அரை ரூபாய் நாணயங்களைத்தான் பயன்படுத்த வேண்டியிருந்தது. இதைத் தொடர்பு படுத்தித்தான் முழுரூபாய் போல் கடவுள் கண்ணுக்குத் தெரியாமல் இருக்கிறார் என்றாலும் பணப் பட்டுவாடாவில் தன் சக்தியைக் காட்டி வருகிறார் என்று கவிமணி ஒப்பீடு செய்தது திருவிதாங்கூர் மக்களுக்கு ஒரு நொடியில் புரிந்துவிடக்கூடிய விஷயம்.

நான் கம்யூனிஸ்டு கட்சியின் அனுதாபியாக இருந்த காலம். இ.எம்.எஸ். நம்பூதிரிபாட் நாகர்கோவிலுக்குப் பொதுக்கூட்டத்தில் கலந்துகொள்ள வந்திருந்தார். மறுநாள் காலை, கவிமணியைப் பார்க்க வேண்டும் என்றார். ஒரு லொடக்குக் காரை அமர்த்தி அவரைத் தோழர்கள் அழைத்துக்கொண்டு சென்றபோது எனக்கும் தொற்றிக்கொள்ளச் சிறிது இடம் கிடைத்தது.

இ.எம்.எஸ்ஸை நன்கு உபசரித்தார் கவிமணி. அதன்பின், 'நீங்கள் மெத்தப்படித்த மேதாவி. நானோ ஒரு அப்பாவி. ஒரு கேள்வி கேட்கலாமா?' என்றார். தமிழ் சமத்காரத்தைப் பற்றி அறிந்திராத இ.எம்.எஸ் பதறிப் போனார். 'தாராளமாக, தாராளமாக' என்று பலமுறை சொன்னார்.

'கம்யூனிஸம் என்றால் என்ன? என் மூளை புரிந்து கொள்ளும்படிச் சொல்ல வேண்டும்' என்றார் கவிமணி. இ.எம்.எஸ். சிரித்தவாறே, 'உலகத்திலிருக்கும் செல்வங்கள் எல்லா வற்றையும் ஒவ்வொருவருடைய தேவைக்கும் ஏற்ப அளிப்பது. அப்போது மனிதன் சந்தோஷத்துடன் வாழ முடியும்' என்றார்.

கவிமணி கேட்டார்: 'தேவை மட்டும் போதுமா? தேவைக்கு மேல் கொஞ்சம் அதிகமிருந்தால்தான் மனிதன் நிம்மதியாக இருக்கமுடியும்' என்றார். கவிமணி பேசும் முறை இ.எம்.எஸ்ஸுக்கு மிகுந்த சந்தோஷத்தைத் தந்தது.

'ஒரு உதாரணம் சொல்ல முடியுமா?' என்றார் இ.எம்.எஸ்.

'அகலமான பாலத்தில் நடந்துபோகிறோம். பயன்படுத்திக் கொள்ளும் இடம் எவ்வளவு? ஒரு அடி அகலம். அவ்வளவு தானே? ஒரு அடி அகலத்தில் ஒரு பலகையைப் போட்டால் மனிதனால் நிம்மதியாக நடந்து நதியைக் கடக்கமுடியுமா?... நான் திருவனந்தபுரம் போகிறேன். போகவர டிக்கெட் ஒரு ரூபாய். சாப்பாட்டுச் செலவு கால் ரூபாய். ஒன்றேகால் ரூபாய் இருந்தால் நிம்மதியாகப் போய்விட்டு வரமாட்டேன். ஒரு ரூபாயாவது கூடுதல் இருக்கவேண்டும். தேவைக்கு மட்டும் இருந்தால் மனிதனுக்கு நிம்மதி இராது. சற்று அதிகமாக இருந்தால்தான் அவன் நிம்மதியாக இருப்பான்' என்றார்.

இ.எம்.எஸ் பெரிதாகச் சிரிக்க, பின்னால் அடர்த்தியாக நின்ற தோழர்களும் சிரித்தார்கள்.

கவிமணியை நினைக்கும்போது இவ்வாறு எவ்வளவோ விஷயங்கள் ஞாபகத்துக்கு வருகின்றன. அவரைக் கடைசியாகப் பேட்டி கண்டு வெளியிட எனக்கு வாய்ப்புக் கிடைத்தது. அவரைப் போன்ற மனிதர்களை எங்கள் நாஞ்சில்நாட்டில் என் சிறு பிராயத்தில் பக்கத்துக்குப் பக்கம் பார்த்திருக்கிறேன். இப்போது அதுபோல் ஒரு ஜீவனைக்கூடப் பார்க்க முடிவதில்லை.

புதுமைப்பித்தன் தன் சிறுகதைகளில் உயிர்பெறச் செய்திருந்த எதார்த்தப் போக்கைக் கவிமணி தன் 'மருமக்கள் வழி மான்மியம்' என்ற கவிதை நூல் மூலம் உயிர்பெறச் செய்திருந்தார். கவிதையை மக்களுடன் நெருக்கிக்கொண்டுவந்த சாதனை இது.

உங்களுக்குப் பிரபல எழுத்தாளர்கள் யாரையும் தெரியாதா?

தெரியுமே. ஜெயகாந்தன் பிரபல எழுத்தாளர்தானே. பிறருடன் நெருக்கமான பழக்கம் இல்லை. வாஸந்தியை ஐம்பத் தெட்டாவது வயதிலும் வைரமுத்துவை அறுபத்தாறாவது வயதிலும் சிவசங்கரியை அறுபத்தேழாவது வயதிலும் ராஜம் கிருஷ்ணனை அறுபத்தெட்டாவது வயதிலும் முதல் தடவையாகச் சந்தித்தேன். கலைஞர் கருணாநிதி, சோ ராமசாமி போன்ற புகழ்பெற்ற பல எழுத்தாளர்களின் புகைப்படங்களை மட்டுமே பார்த்திருக்கிறேன். எல்லோரும் நீடூழி வாழவேண்டும் என்ற விருப்பம் எனக்குண்டு.

பெண் எழுத்தாளர்கள் எவருடனும் நட்பில்லையா?

இருக்கிறதே. சி.எஸ். லக்ஷ்மி ('அம்பை'). அவருடைய சிறு வயதிலிருந்தே எனக்கு நெருக்கமானவர்.

இன்றைய கவிஞர்கள்மீது நம்பிக்கை வைத்திருக்கிறீர்களா?

நிறைய நம்பிக்கை வைத்திருக்கிறேன். ஞானக்கூத்தன், புவியரசு, வைத்தீஸ்வரன், தேவதேவன், தேவதச்சன், கலாப்ரியா, விக்ரமாதித்தன், பிரம்மராஜன், யுவன் சந்திரசேகர், கனிமொழி, யூமா வாசுகி, லஷ்மி மணிவண்ணன், சங்கர ராம சுப்ரமணியன், குட்டி ரேவதி, மகாதேவன், சூத்ரதாரி, நஞ்சுண்டன், பா. வெங்கடேசன், மனுஷ்யபுத்திரன், சல்மா, பாலைநிலவன் போன்ற பலருடைய கவிதைகளையும் படிக்கிறேன். நடுவில் கவிதையில் ஒரு தேக்கமும் தொய்வும் இருந்தன. இப்போது அவற்றைத் தாண்டி வந்துகொண்டிருக்கிறோம் என்று நினைக்கிறேன்.

பிரபலமான கவிஞர்களை ஒதுக்கிவிடுகிறீர்கள் என்று சொல்ல முடியுமல்லவா?

சொல்ல முடியாது. வைரமுத்து, அப்துல் ரகுமான், சிற்பி, மேத்தா, தணிகைச் செல்வன், தமிழன்பன் போன்றவர்கள் எழுதியுள்ள கவிதைகளில் அரைப் பங்காவது படித்திருப்பேன். இவற்றின் அளவே கணிசமானது.

கலைஞர், புரட்சித் தலைவி, அதற்கு முன்னால் புரட்சித் தலைவர் ஆகிய மூவர் பற்றியும், அவர்கள் ஆட்சிசெய்த காலங்களில் புகழ்ந்து பாடியிருக்கும் கவிஞர்களின் கவிதைகள் மட்டும் ஒரு தொகுப்பாக வரவேண்டியது இன்றைய தமிழின் தேவை. அதுபோன்ற தொகுப்பு எந்த மொழியிலும் பார்க்கக் கிடைக்கக் கூடியதாக இராது.

'உரைநடை எழுத முடியாதவர்களால் கவிதை எழுத முடியாது' என்று பிச்சமூர்த்தியின் கலை: மரபும் மனித நேயமும் என்ற நூலில் குறிப்பிட்டிருக்கிறீர்கள். சற்று விளக்க முடியுமா?

இன்றும் அந்த நம்பிக்கை இருக்கிறது. உரைநடையில் உள்ளார்ந்து கிடக்கும் உணர்ச்சியை மற்றொரு தளத்திற்கு மாற்றிக் கவித்துவ உணர்வைப் பெருக்குவதுதான் கவிதையின் முக்கியமான குணங்களில் ஒன்று. உரைநடையே எழுத முடியாதவர்கள் மொழியின் ஜீவனை எங்கிருந்து பெற்றுக்கொள்வார்கள்?

அமெரிக்க அனுபவங்கள், இப்போது அவர்கள் தொடுத்திருக்கும் போர் பற்றியெல்லாம் சொல்வீர்களா?

நான் எட்டுத் தடவை அமெரிக்கா சென்றிருக்கிறேன். அமெரிக்க மக்களுடன் நெருங்கிப் பழக நான் பெற்ற சந்தர்ப்பங்கள் குறைவு என்றாலும் அவர்களுடைய செயல்பாடுகளை

அவர்களுடைய குடும்பப் பின்னணிகளிலும், அலுவலகங் களிலும், சுற்றுலா இடங்களிலும், உல்லாசக் கேந்திரங்களிலும் நிறையப் பார்க்கவும் புரிந்துகொள்ளவும் பல சந்தர்ப்பங்கள் வாய்த்திருக்கின்றன. அமெரிக்காவிற்குள்ளே பல இடங்களுக்கும் நான் பயணம் மேற்கொண்டிருப்பதும் என் பதிவுகளைச் செழுமைப்படுத்தியிருக்கின்றன.

நான் உணர்ந்த அளவில் அமெரிக்க மக்கள் மிகவும் உயர்வானவர்கள். அவர்களைப்பற்றி மிகத் தவறான எண்ணங்கள் நமக்கும், நம்மைப்பற்றி மிகக் குறைவான எண்ணங்கள் அவர் களுக்கும் ஊடகங்கள் மூலம் உருவாக்கப்பட்டிருக்கின்றன. அரசியல் சக்திகள்தான் ஊடகங்களுக்குப் பின்னால் நின்று செயல்படுகின்றன.

தனிநபர் சுதந்திரத்தைப் பல்லாண்டுகளாகத் தங்குதடை யில்லாமல் அனுபவித்து அதன் வீச்சில் திளைத்துக்கொண் டிருப்பவர்கள் அவர்கள். மேலும் திளைப்பதற்கு நூதனமான வழிவகைகளைத் தேடிக்கொண்டிருப்பவர்கள். இந்தப் பின்னணியில், அன்றாடம் எதிர்கொள்ளும் பற்றாக்குறை, வேலையில்லாத் திண்டாட்டம், உத்திரவாதமற்ற வாழ்க்கை போன்ற நெருக்கடிகளை இந்திய மக்களைப் போல் எதிர்கொள்ளத் திராணியற்றுப் போய்விட்டார்கள் அவர்கள். தனிநபர் சுதந்திரத்துக்கு இப்போது அச்சுறுத்தல் ஏற்பட்டிருப்பதால் அவர்கள் குலைநடுங்கிப் போயிருப்பதில் ஆச்சரியம் எதுவுமில்லை.

அமெரிக்காவின் வெளியுறவுக் கொள்கை மிகவும் கொடூர மானது. நாம் சுதந்திரம் பெற்ற நாளிலிருந்து இன்றுவரையிலும் பாகிஸ்தானை இந்தியாவுக்கு எதிராகத் திருப்ப சகல ஆயுதங்களையும் அளித்து வருபவர்கள் அவர்கள். தேசங்களுக்குள் பிளவுகளை ஏற்படுத்தி, உணர்வுகளில் மனித குலம் ஒன்றுபட முன்னும் கனவுகளை எப்போதும் அழித்துவருகிறவர்கள் அவர்கள்.

தன்னுடன் போட்டியிடும் அளவுக்கு வளர்ந்துவிடும் நாடுகளைக் குறிவைத்து அவர்களது சகல சக்திகளையும் குரூரமாக அழித்துத் தங்கள் தேசத்தை மட்டும் கொழுக்கவைத்துக் கொள்ள வேண்டும் என்பதுதான் அவர்களுடைய கொள்கை. அறிவியல்துறை சார்ந்த பெரும் கண்டுபிடிப்புகளை அமெரிக்கர்கள் நீங்கலான பிற மக்களைக் கொன்று குவிக்கப் பயன்படுத்தியிருக்கும் கறை படிந்த வரலாறு அவர்களுடையது.

அமெரிக்காவிற்குள் ஆப்பிரிக்க அமெரிக்க மக்களான கறுப்பினத்திற்கோ, மெக்சிக்கோவிலிருந்து உடல் சார்ந்த பணிகளை

மேற்கொள்ள அமெரிக்காவிற்குள் வந்திருப்பவர்களுக்கோ, அமெரிக்கத் தேசத்தின் சொந்தக்காரர்களும் பூர்வகுடி மக்களுமான சிவப்பிந்தியர்களுக்கோ சம உரிமைகள் அங்கு அளிக்கப்படவில்லை. இக்குறைகளை ஒரு வாதமாக முன் வைத்து மக்களைத் திரட்ட முடியாத அளவுக்குத் தந்திரமான வசதிகளை ஒரு பக்கம் அவர்களுக்கு அளித்து, பிரச்சனையின் வீரியத்தை நீர்த்துப்போகச் செய்துவிடுகிறார்கள். அமெரிக்க அரசாங்கத்தின் கட்டுமானத்தையோ அதன் ஊடுபாவுகள் சார்ந்த சிக்கலையோ புரிந்துகொள்வதற்கே வாசிப்புச் சார்ந்த, பயணம்சார்ந்த, வரலாறுசார்ந்த, மனித நேசம்சார்ந்த, அசுர உழைப்பு வேண்டும்.

அமெரிக்காவில் சில நாட்கள் இருந்துவிட்டு வந்த ஜெயகாந்தன் அந்நாட்டை சோஷலிசக் கனவு நிறைவேறிய நாடு என்று உணர்ச்சிப்பட வர்ணித்திருக்கிறார். இந்தக் கருத்தை உலக அறிவாளிகள் எவரும் ஏற்றுக்கொள்ள மாட்டார்கள் என்றே நினைக்கிறேன்.

சிறிய சுற்றுப் பயணங்கள் மூலம் சுலபமாக நாம் அறிந்து கொள்ளச் சாத்தியமானவை மக்கள் காட்டும் அன்பு, போக்குவரத்துகளின் ஒழுங்கு, சாலைகளின் நேர்த்தி, சகல இடங்களிலும் தொடர்புச் சாதனங்கள் பழுதின்றி இயங்குவது, தேசம் முழுக்கப் பெரிதும் சுத்தமாக இருப்பது, எண்ணற்ற உணவு வகைகள் மலிவாகவும் செழுமையாகவும் கிடைப்பது, வரவேற்பறைப் பெண்களின் மனந்திறந்த சிரிப்பு, பணிகளில் ஏற்றத்தாழ்வுசார்ந்த அகௌரவம் முற்றாக இல்லாமல் இருப்பது, எரிச்சலூட்டாத சமூக உறவுகள், நோயுற்ற காலங்களில் தரமான சிகிச்சை பெறக் கிடைக்கும் உத்திரவாதம் போன்றவைதான். பணத்தால் தேவையான அனைத்தையும் வாங்கிக்கொள்ளலாம் என்ற நம்பிக்கை கொண்டவர்களுக்கு அது சொர்க்கம்.

தமிழ்ச் சிற்றிதழ் இயக்கம் எப்படி இருக்கிறது?

சிற்றிதழ் இயக்கம் முன் எப்போதும் பெற்றிராத வேகத்தை இப்போது பெற்றிருக்கிறது. வாசகர் வட்டம் விரிந்துள்ளது. தன் சிந்தனையைத் தூண்டிக்கொள்ளவோ அல்லது புதிய விஷயங்களைப்பற்றி அறிந்துகொள்ளவோ சிற்றிதழைத் தேடித்தான் வாசகன் வரவேண்டியிருக்கிறது. சொல்புதிது, பன்முகம், உன்னதம், கதைசொல்லி, சதங்கை, நவீன விருட்சம், அகம்புறம், அட்சரம், உயிர்நிழல், எக்ஸில், புதியகோடங்கி என்று பல பத்திரிகைகள் சரமாரியாக வருகின்றன. மிக முக்கியமான பத்திரிகை 'புது எழுத்து'. கடினமான உழைப்பைச் செலுத்தி விஷயக் கனத்துடன் கொண்டுவருகிறார்கள். இப்பத்திரிகை களுக்கு நன்கொடை தந்தும் சந்தா கட்டியும் நண்பர்களிடம்

அறிமுகப்படுத்தியும் விளம்பரம் சேர்த்துத் தந்தும் உதவவேண்டிய வர்கள் வாசகர்கள். நம் சமூகத்தில் சொல்லும்படிப் பொருளா தாரப் பலம் இல்லாதவர்கள்தான் சிறுபத்திரிகைகளைக் கொண்டு வருகிறார்கள்.

இந்தியாவில் இந்து முஸ்லிம் உறவு எப்படி இருக்கிறது?

மிகவும் சீர்கெட்டு இருக்கிறது. இஸ்லாமிய அரசர்கள் இந்தியாவை நீண்டகாலம் ஆட்சி செய்ததும், இந்தியச் சுதந்திரப் போராட்டத்தின்போது பாகிஸ்தானைப் பிரித்துத் தர முஸ்லிம்கள் வற்புறுத்தியதும், இந்து – முஸ்லிம் உறவை மேம்படுத்தக் காந்தி எடுத்த முயற்சிகளை அவர்கள் போதிய அளவுக்கு அங்கீகரிக்காததும் வரலாற்று ரீதியாகவே இந்துக் களுக்கு இஸ்லாமியர் பற்றிக் குறையையும் வருத்தத்தையும் உருவாக்கியிருந்தன. இந்தக் குறையை ஊதிப்பெருக்கி அரசியல் ஆதாயம் தேடப் பல இந்து இயக்கங்களும் தொடர்ந்து முயன்று வந்திருக்கின்றன. சிறுபான்மையினருக்கு எதிரான மனோபாவத்தை வளர்ப்பதில் இன்று ஆர்.எஸ்.எஸ்ஸும் அதன் துணைக் கிரகமான பாரதீய ஜனதாக் கட்சியும் இதர இந்து மத அமைப்புக்களும் தீவிரமாக இயங்கி வருகின்றன. இந்த இந்துக் கட்சிகளுக்குக் காந்தி மீது இருந்த துவேஷம் எந்தக் காலத்திலும் முஸ்லிம் மக்களுக்கு இருந்ததில்லை.

இந்திய மக்கள் பொதுவாகக் கூடி வாழ்வதில் மிகுந்த நம்பிக்கை கொண்டவர்கள். உதவியும் உதவிபெற்றும் வாழ வேண்டிய நிர்ப்பந்தம் கொண்ட கோடிக்கணக்கான மக்கள் மதம் ஜாதியைத் தாண்டி அடித்தள வாழ்க்கையில் நட்புறவு கொண்டிருக்கிறார்கள்.

ஒரு சம்பவம் நினைவுக்கு வருகிறது: மது அருந்திய நிலையில் ரிக்ஷா ஓட்டுநர்களிடம் வம்புக்குச் சென்ற என் எழுத்தாளர் நண்பர் ஒருவரை, ஓட்டுநர்கள் மிருகத்தனமாக அடித்து அவர் வீட்டு வாசலில் தெருப்புழுதியில் போட்டுவிட்டுப் போய்விட்டார்கள். மதிய நேரம் என்பதால் சுற்றிவர இருந்த வீடுகளில் ஆண்கள் எவருமில்லை. அவர் மனைவி வந்து அலறத் தொடங்கியதும் அக்கம் பக்கத்தில் வசித்து வந்த பல மதங்களையும் பல ஜாதிகளையும் சேர்ந்த பெண்கள் வந்து அவரைத் தூக்கி மிகக்குறுகிய ஏணிப்படி வழியாக அவர் குடியிருக்கும் மாடி வீட்டிற்குச் சென்றார்கள். இவர்களைப் போன்றவர்கள் காலம்காலமாகக் கொண்டிருக்கும் உறவை முறிப்பவர்கள் பல மதங்களையும் சேர்ந்த படிப்பாளிகள்தான். அரசியல் ஆதாயத்தை முன்னிட்டே இந்தப் பிரிவுக்குத் தூபம் போடப்படுகிறது.

அடிப்படைவாதிகள் இந்து மதத்திலும், இஸ்லாமிய மதத்திலும், கிறிஸ்துவர்களிலும், பௌத்தர்களிலும் இருக்கிறார்கள். பௌத்தம் போன்ற கருணை மிகுந்த ஒரு மதத்தில்தான் பௌத்த மதத் தலைவர்கள் இலங்கை அரசுக்குப் பின்னால் நின்று இனவெறியாட்டம் போட்டுக் கொண்டிருக்கிறார்கள்.

சமூகவிரோதச் செயல்பாடுகளில் ஈடுபடும் சகல மதங்களைச் சேர்ந்த அடிப்படைவாதிகளிடமிருந்தும் சமூகத்தைக் காப்பாற்ற வேண்டிய பொறுப்பு எல்லோருக்கும் இருக்கிறது. இந்தப் பொறுப்பைப் பெரிய அளவில் இந்துக்கள் ஏற்றுக்கொள்ள வேண்டும். சிறுபான்மையினருக்கு அச்சமூட்டுவதைத் தவிர்த்து அவர்கள் வாழ்க்கையில் ஊடுருவியிருக்கும் இன்னல்களை நீக்கி அவர்களுடைய பாதுகாப்புக்கு நம்பிக்கை அளிக்கவேண்டியவர்கள் பெரும்பான்மையினரான இந்துக்கள்தான்.

ஜோதிடத்தைப் பாடத்திட்டத்தில் புகுத்துவது பற்றி உங்களுக்கு என்ன அபிப்பிராயம்?

ஜோதிடம் அறிவியல் சார்ந்தது என்ற எண்ணம் எனக்கு இல்லை. பிரபஞ்சத்தைப் பற்றிய இன்றைய அறிவியல் பார்வையை ஏகதேசமாக அறிந்த ஒருவருக்குக்கூடப் பிரபஞ் சத்தைப் பற்றிய ஜோதிடர்களின் நிலைப்பாடு அபத்தமானது என்பதைக் கண்டுகொள்ளச் சிரமம் எதுவுமில்லை. இதுபோன்ற ஒரு மூட நம்பிக்கையைக் கல்லூரியில் பாடமாக்க மக்களின் வரிப்பணத்தைச் செலவு செய்யப் பாரதீய ஜனதா அரசுக்கு எந்த உரிமையும் இல்லை.

ஜோதிடத்தில் நம்பிக்கை கொண்ட அரசியல்வாதிகள், மதவாதிகள், நடிக நடிகைகள், குடும்பத்தினர் அனைவரும் ஜோதிடர்களை நாடித் தங்கள் தேவையைப் பூர்த்தி செய்து கொண்டுதான் இருக்கிறார்கள்.

இந்துக்கோவிலில் தலித்களுக்கும் பிற ஜாதியினருக்கும் சமஉரிமை அளிக்கலாமா? என்ன நினைக்கிறீர்கள்?

மருத்துவமனைகளில் செவிலியர்களாகப் பணியாற்றுபவர்கள் அதற்குரிய தேர்ச்சி பெற்றவர்கள்தான். ஜாதி, மதம் பார்த்து அவர்கள் சேர்க்கப்படுவதில்லை. மருத்துவத்திலிருந்து சிகை அலங்காரம்வரை அனைத்துப் பணிகளும் அவ்வத்துறை சார்ந்த தேர்ச்சியாளர்களால் செய்யப்பட வேண்டியவை. பிற அளவுகோல்கள் அனைத்தும் அபத்தமானவை. காலத்தின் நவீன வளர்ச்சிக்கு முரண்பட்டு நிற்பவை.

அரசியல்வாதிகள் தங்கள் முற்போக்கு முகங்களைக் காப்பாற்றிக்கொள்ள அந்தந்த நேரங்களுக்குச் சாதகமான

சீர்திருத்தங்களை, நடைமுறைப்படுத்த அக்கறையில்லாமல் சொல்லிக்கொண்டிருப்பார்கள். இவர்கள் கூற்றைக் கிளிப் பிள்ளைகள் போல் திருப்பிச் சொல்வது எழுத்தாளர்களின் வேலையல்ல. படைப்பாளிகள் தொலைநோக்கும் கற்பனை வளமும் கொண்டவர்கள். ஒவ்வொரு காலங்களிலும் அரசியல் வாதிகளுக்கும் மதவாதிகளுக்கும் முரண்பட்டு நின்று அவர்கள் உருவாக்கிய உட்டோப்பியாக்கள், அந்தந்தக் காலங்களில் கேலிக்கும் கிண்டலுக்கும் ஆளாயின என்றாலும் இன்று வரலாற்றின் ஒரு பகுதியாக உயிர்பெற்றுக்கொண்டிருக்கின்றன.

ஒரு எழுத்தாளனாக என்னுடைய நிலைப்பாடு சகல ஜாதியைச் சேர்ந்தவர்களும் சகல மதங்களைச் சேர்ந்தவர்களும் இந்துக் கோவிலில் பூசாரிகளாகவோ அல்லது பிற பணிகள் ஆற்றுபவர்களாகவோ இயங்கத் தகுதியானவர்கள்தான். பக்தர்களுடைய தேவையைச் சிறப்பாகப் பூர்த்தி செய்ய அவர்கள் பயிற்சி பெற்றிருக்க வேண்டும். சிதம்பரம் கோவிலில் இன்னும் மாதவிடாய் நிற்காத ஒரு முஸ்லிம் பெண்மணியோ அல்லது ஒரு கிறிஸ்தவப் பெண்மணியோ அல்லது ஒரு தலித் பெண்மணியோ பூசாரியாகப் பணியாற்றுவதை இந்துமதத்தின் அடிப்படையைச் சார்ந்து மறுப்புக்கூற முடியாது. சகல மதங்களும் அவை தோன்றிய காலங்களில் மக்களைப் பிரிவுகளிலிருந்து காப்பாற்றி ஒன்றுபட வைக்கவும் ஏற்றத்தாழ்வுகளை அகற்றவும், வாழ்க்கை மீதான நம்பிக்கையை உறுதிப்படுத்தவும் அவசியமான கருத்துக்களைத் திரட்டிக்கொண்டவைதான். காலப்போக்கில் காலாவதியான கருத்துக்களைக் களையெடுப்பதற்குக் குறுக்காக நின்றவர்கள் மதத்தைச் சார்ந்து அதிகாரத்தைக் கையடக்க முயன்ற அரசியல்வாதிகளும் அவர்களுக்குத் துணை நின்ற பூசாரி வர்க்கமும்தான். இப்படித்தான் காலப்போக்கில் மதம் அபினாக மாறிற்று. நீண்ட காலத்திற்குப்பின் அமுலாக இருப்பதை எழுத்தாளர்கள் இப்போதே கண்டு சொல்லலாம். அந்தக் காலத்தின் வருகைக்காகக் காத்துக்கொண்டிருக்க வேண்டியதில்லை.

நோபல் பரிசு பெற்ற எழுத்தாளரான வி.எஸ்.நைப்பால் பற்றி உங்கள் மதிப்பீடு என்ன?

சிறுவயதிலேயே அவரைப் படிக்கத் தொடங்கி அவர் மொத்த எழுத்தில் முக்கால் பங்கையேனும் படித்திருப்பேன் என்று நினைக்கிறேன். வரலாறுமீது எனக்கு ஒரு அக்கறை இருப்பதால் அவருடைய அறிவும் அற்புதமான ஆங்கில நடையும் என்னை மயக்கின. ஆரம்பத்தில் இந்தியாவின் குறைகளைப் பற்றி

அவர் பட்டவர்த்தனமாக எழுதிய கடுமையான விமர்சனங்கள் ஒரு பக்கச் சார்பானவை. தன் தேசத்தைப் பற்றி வெறுப்புடன் அவர் பேசியது எனக்கு ஏமாற்றத்தைத் தந்தது. பல பயணப் புத்தகங்களில் மனத்தில் எப்போதும் பதிந்துகிடக்கும் காட்சி ரூபங்களை அற்புதமாக உருவாக்கியிருக்கிறார்.

அவர் நாவல்களைச் சிறப்பாக மதிப்பிடும் விமர்சகர்கள் உண்டு. பயண நூல்களை நாவல்களின் சுவாரஸ்யத்துடனும் நாவல்களை அவற்றில் உள்ளார்ந்து கிடக்கும் உணர்ச்சியைத் தவிர்த்தும் எழுதியிருக்கிறார்.

கடைசிக் காலத்தில் அவர் எழுதிய நூல்கள் இந்து மதத்தின் மீது அவர் கொண்ட பற்றையும் முஸ்லிம் கலாச்சாரத்தின் மீது அவர் கொண்ட வெறுப்பையும் வெளிப்படுத்துகின்றன. சென்னையில் இளமையில் அவரது நண்பராக இருந்த சில பிராமணர்களை நீண்ட இடைவேளைக்குப் பின் பார்க்க வரும் காட்சிகளில் பிராமணீயத்திற்கு ஆதரவான மனோபாவம் வெளிப்படுகிறது. இருபதாம் நூற்றாண்டில் தோன்றிய முக்கிய மான ஆசிரியர்களில் ஒருவர்தான் அவர். இருப்பினும் நோபல் பரிசுக்குத் தகுதியுள்ளவர்தானா என்ற கேள்வி எனக்கு இருக்கிறது.

கல்வித்துறை பற்றிய 'தமிழகத்தில் கல்வி' என்ற நூலை உருவாக்கி யிருக்கிறீர்கள். இதுபோல் வேறு துறைகள் சார்ந்த முயற்சிகளை மேற்கொள்ள விரும்புகிறீர்களா?

மருத்துவம், மிகுந்த ஊழல் நிறைந்த ஒரு துறை. மருத்துவர்கள் செய்யும் ஊழல்கள் இன்னும் சமூகத்தில் அம்பலப்படுத்தப்படாதவை. இந்திய மருத்துவர்களின் போக்குகளை நிர்த்தாட்சண்யமாக விமர்சிக்க விருப்பம்கொள்ளும் ஒரு சிறந்த டாக்டரைத் தேடிக்கொண்டிருக்கிறேன். அவரைக் கண்டுபிடித்து விட்டே னென்றால் அடுத்த முயற்சியை நிறைவேற்றலாம்.

இன்றைய தமிழக அரசியல் பற்றி உங்கள் கருத்து என்ன?

இந்தியாவுக்குச் சுதந்திரம் கிடைத்தபின்பு இந்த அளவுக்கு ஊழல்களும் அக்கிரமங்களும் நிறைந்த ஒரு அரசு இந்தியாவின் எந்தப் பகுதியிலும் ஆட்சிக்கு வந்ததில்லை. கூட்டுக் கொள்ளையில் அரசியல்வாதிகள், மதவாதிகள், படத்துறையாளர்கள், குண்டர்கள், ஊடகங்களைச் சேர்ந்தவர்கள், அதிகார வர்க்கம், பணக்காரர்கள், பாமரர்கள் அனைவரும் பங்காளிகளாக இருந்து உரிய பங்கு பெற்றுவரும் ஒரு சமூகத்தில் யார் முன்னின்று இன்றைய நிலையை மாற்றப்போகிறார்கள் என்றே தெரிய வில்லை. ஜனநாயகத்தில் ஆக வலுவான ஆயுதம் வாக்குகள்தான். அவை இப்போது ஏலத்துக்கு வந்துவிட்டன.

உங்கள் குடும்பம் பற்றி ஏதாவது சொல்ல முடியுமா?

என் மனைவி பெயர் கமலா. எங்களுக்கு தைலா, தங்கு என்று இரு பெண் குழந்தைகளும் கண்ணன் என்ற ஒற்றைக்கு ஒரு மகனும் இருக்கிறார்கள். மருமகள் மைதிலி. எனக்கு இரண்டு பேத்திகளும், நான்கு பேரன்களும் இருக்கிறார்கள்.

உங்கள் ஆரோக்கியம் எப்படி? குடும்ப வாழ்க்கை நிறைவாக இருக்கிறதா?

என் ஆரோக்கியம் இப்போது சிறிது சரிந்திருக்கிறது என்றாலும் அவ்வளவு மோசம் இல்லை. உணவில் உப்பு, காரம், சர்க்கரை, எண்ணெய் ஆகியவற்றை நீக்கிவிட்டு வேறு எதை வேண்டுமென்றாலும் சாப்பிடலாம். காலில் ஒரு வலி இருப்பதால் காலை, மாலை காற்று வாங்கப் போக முடிவதில்லை. அமெரிக்காவில் இருக்கும் என் மகள் அதற்குச் சிகிச்சை செய்து வருவதால் கூச்சம் இல்லாமல் நொண்டவும் முடியவில்லை.

குடும்பத்தில் அனைவரும் நான் நிறையப் படிக்க வேண்டும், நிறைய எழுத வேண்டும் என்று ஒற்றைக் காலில் நிற்கிறார்கள். நிதானமாகச் செய்வோம் என்று நான் அவர்களிடம் சொல்லிக் கொண்டிருக்கிறேன்.

●

சுதந்திரத்தைப் பறிக்கும் சட்டம்!

மதமாற்றத் தடைச்சட்டம் பற்றிய தங்கள் கருத்து என்ன? அதை நீங்கள் எதிர்ப்பதற்கான காரணங்கள் என்ன?

மதமாற்றத் தடைச்சட்டம் தமிழகத்தில் இப்போது எந்தத் தேவையுமில்லாமல் இயற்றப்பட்டு அமல்படுத்தப்பட்டிருக்கிறது. மதம் மாறும் சுதந்திரத்தை தம் விருப்பம் சார்ந்து நம் மக்கள் நீண்ட காலமாக அனுபவித்து வருகின்றனர். ஒரு மதத்திலிருந்து மற்றொரு மதத்துக்குப் போவதற்கும், சென்று சேர்ந்த மதத்தில், மதம் மாறியவரின் எதிர்பார்ப்புகள் பூர்த்தியாகாத நிலையில் தன் பிறப்புச் சார்ந்த மதத்துக்குத் திரும்பவும் அரசியல் அமைப்புச் சட்டம் நமக்கு உரிமை வழங்கியிருக்கிறது. சமய நம்பிக்கை கொண்டவனாகவும் அந்த நம்பிக்கைசார்ந்து பிற மதங்களைப் புண்படுத்தாது தம் கருத்துக்களை மக்கள் மத்தியில் பரப்பக் கூடியவனாகவும் நாஸ்திகனாகவும் நாஸ்திகச் சிந்தனைகளைப் பிரச்சாரம் செய்யக்கூடியவனாகவும் செயல்படுவதற்கு இந்தியக் குடிமகனுக்குச் சுதந்திரம் உண்டு. இவைபோன்ற சுதந்திரங்களைச் செயல் படுத்தி வந்ததன் விளைவாகத்தான் நம் சமூகத்தில் பல கடுமையான விவாதங்களும் புதிய சிந்தனை களும் உருவாகி வந்திருக்கின்றன. இவை மூலம் பல்வேறுபட்ட தெளிவுகள் நமக்கு ஏற்பட்டிருக் கின்றன. இதுபோன்ற கருத்து மோதல்களிலிருந்தும் விவாதங்களிலிருந்தும் மனித சிந்தனையின் வளர்ச்சியையோ, நாகரிகத்தின் முன்னகர்வையோ, பண்பாட்டின் செழுமையையோ ஒருபோதும் பிரித்துப் பார்க்க முடியாது.

மதமாற்றம்சார்ந்து எந்தப் புதிய நெருக்கடியை யும் நாம் எதிர்கொள்ளாத இந்த நேரத்தில், நம்

ஆனந்த விகடன், 16.03.2003

சுதந்திரத்தைப் பறிக்கும் இந்தச் சட்டத்தை அவசரமாக அரசு அமல்படுத்தியிருக்கிறது. சிறுபான்மையினரின் சமய உணர்வு களைப் பாதிக்கக்கூடியதும் இன்றைய பதற்றமான அரசியல் சூழலில் சிறுபான்மை சமயத்தினருக்கும் பெரும்பான்மை சமயத்தினருக்குமான உறவு நிலையை மேலும் சீரழிக்கக் கூடியதுமான சட்டத்தை, சட்டமன்றத்தில் தனக்கு இருக்கும் பலத்தை மட்டும் நம்பி அரசு அமல்படுத்தியிருக்கிறது. சட்ட மன்றத்துக்கு இந்தத் தடைச் சட்டத்தை எடுத்துச் செல்வதற்கு முன், மக்கள் மத்தியில் இந்தச் சட்டம்சார்ந்த கருத்துகளைப் பரப்பவோ, அவை பற்றி எதிர்வினையைத் திரட்டவோ, அவற்றுக்கு விளக்கங்கள் அளிக்கவோ, எந்த கவனமும் அரசு எடுத்துக்கொள்ளவில்லை. பிரச்சனைக்குரிய ஒரு சட்டத்தை மக்களின் உணர்வுகளை கருத்தில் எடுத்துக்கொள்ளாமல் திணிப்பதை இன்றைய தமிழக அரசு சர்வாதிகார ஆட்சியை நோக்கி நகர்ந்துகொண்டிருப்பதற்கான அறிகுறியாகவே எடுத்துக்கொள்ள வேண்டும்.

மதமாற்றம் கட்டாயப்படுத்தப்படும்போது மட்டுமே சட்டம் குறுக்கிடும் என்ற வாதம் நடைமுறைக்கு ஒவ்வாதது. பொடா சட்டம் உருவாக்கப்பட்டதன் நோக்கம் என்ன? இந்தச் சட்டத்தை நம் அரசு எந்த நோக்கத்துக்கு இப்போது பயன்படுத்திக்கொண்டிருக்கிறது? மதமாற்றம் கட்டாயப் படுத்தப்படுகிறது என்றால் அது பற்றிய புகார் கட்டாயத்துக்கு ஆட்படுகிறவர்களிடமிருந்து வரவேண்டும். கட்டாயப்படுத்தப் படுவதிலிருந்து விடுதலை பெறுவதற்கு அவசியமான சட்டங்கள் ஏற்கெனவே நம் சமூகத்தில் இருந்துகொண்டிருக்கின்றன. சட்டத்துக்கு அப்பால் நடவடிக்கைகள் எடுக்கவும் வழி முறைகள் இருக்கின்றன. இந்நிலையில், புதிய சட்டம் போட்டுக் கொண்டிருக்கும் ‘கட்டாய’ எனும் முகத்திரைக்கு எந்த மதிப்பும் அளிக்க வேண்டியதில்லை.

மக்களை நேரடியாகப் பாதிக்கும் இம்மாதிரியான பிரச்சனைகளில் அரசை எதிர்த்து அல்லது சம்பந்தப்பட்டவர்களை எதிர்த்து இலக்கிய வாதிகள் ஒன்றாகத் திரண்டு குரல் கொடுப்பதில்லையே, ஏன்?

பொதுவாகத் தமிழகத்தில் இலக்கியவாதிகள் மோசமான பிரச்சனைகள் ஏற்படுகிறபோதுகூட அரசுக்கு எதிராகத் திரண்டு குரல் கொடுப்பதில்லை. ஓரிரு சந்தர்ப்பங்களில் விதிவிலக்காக மட்டுமே எதிர்ப்புத் தெரிவித்திருக்கின்றனர்.

நம் சமூகத்தில் இரண்டு பிரிவுகளைச் சேர்ந்த எழுத்தாளர்கள் இருக்கிறார்கள்.

1. சிற்றிதழ்களைச் சார்ந்து செயல்படுகிறவர்கள்.
2. வணிக இதழ்களைச் சுற்றிச் செயல்படுகிறவர்கள்.

சிற்றிதழ்களில் செயல்படத் தொடங்கியவர்கள், சுதந்திரம் பெற்றுப் பத்துப்பதினைந்து ஆண்டுகளுக்குள்ளாகவே இந்தியாவின் எதிர்காலம் பற்றித் தங்கள் மனங்களில் திரண்டிருந்த கனவுகள் அனைத்தும் பொய்த்துப் போனதையே உணர்ந்தார்கள். அதன் விளைவாக, அவர்கள் மனங்களில் படர்ந்த சலிப்பு அரசியலில் இருந்து முற்றாக அவர்களை விலகச் செய்து, சிந்தனைகளையும் படைப்பையும் உருவாக்குவதே தங்கள் பணி என்று குறுக்கிவிட்டிருக்கிறது.

1959இல் சி.சு. செல்லப்பா ஆசிரியராகப் பணியாற்றிய 'எழுத்து' இதழ் முதற்கொண்டு உருவான இம்மரபு சிற்றிலக்கிய உலகில் சிறுசிறு வித்தியாசங்களுடன் இன்றளவும் தொடர்ந்து கொண்டிருக்கிறது. தீவிர எழுத்தாளர்கள் பலரும் அரசியல் அல்லது இயக்கச் செயல்பாட்டில் நம்பிக்கை அற்றவர்களாகவே இன்றுவரையிலும் இருந்து வருகிறார்கள்.

அதிக விற்பனை கொண்ட வணிக இதழ்கள் அரசின் போக்கு களையும் அரசியல் நிலவரங்களையும் தங்கள் இதழாக்கம் சார்ந்த செயல்பாட்டில் ஒரு பகுதியாகக் கவனித்து வந்திருக்கின்றன. அவர்கள் பலாபலன்களைப் பற்றிக் கவலை கொள்ளாமல், கடுமையான விமரிசனங்களை முன்வைப்பவர்களாக இல்லை. இவர்களது விமரிசனங்கள் சம்பிரதாயமானவை, ஆழமற்றவை, மென்மையானவை.

இன்று சிற்றிதழ் எழுத்தாளர்களின் நிலைகளிலும் வணிக இதழ்களின் போக்கிலும் எளிய மாற்றங்கள் நிகழ்ந்துகொண் டிருக்கின்றன.

சமீபகாலமாகத் தீவிர எழுத்தாளர்களில் ஒரு சிலரேனும் இணைந்து சில சமூகப் பிரச்சனைகளுக்குக் கீச்சுக்குரல் கொடுத் திருக்கிறார்கள். காலப்போக்கில் எழுத்தாளர்கள் தங்கள் சுய பலத்தை அறிந்து, கர்ஜனை செய்யத் தொடங்குவார்கள் என்று நாம் எதிர்பார்க்கலாம். பிரபல இதழ்களும் தீவிரமான விமரிசனங்களுக்கு அவ்வப்போதேனும் இடம் தரலாம் என்று பெருந்தன்மையை ஏற்றுக்கொண்டிருப்பதுபோல் தோன்றுகிறது.

மக்களை நேரடியாகப் பாதிக்கும் பிரச்சனைகளில் அரசை எதிர்த்து அதிகஅளவுக்கு எழுத்தாளர்கள் குரல் கொடுக்கும் காலம் உருவாகிவருகிறது என்றே நம்புகிறேன்.

பொதுவாக முற்போக்கு சங்க எழுத்தாளர்கள் பலருக்கு உங்களோடு கருத்து வேறுபாடுகள் உண்டு. இந்த விஷயத்தில் அவர்களோடு முழுக்க ஒத்துப் போகிறீர்களா?

முற்போக்கு எழுத்தாளர்கள் பலரோடு எனக்கு இன்றும் கருத்து வேறுபாடுகள் இருக்கின்றன. அந்தக் கருத்து வேறுபாடு

களை எனக்குச் சந்தர்ப்பம் கிடைக்கும் அளவில் வெளிப்படுத்திக் கொண்டுதான் இருக்கிறேன். என் பிம்பத்தைப் பற்றிய முற்போக்கு எழுத்தாளர்களின் கற்பனைகளை அகற்றி, அவர்களை, என் கருத்துக்களை எதிர்கொள்ள வைக்க நான் மேற்கொள்ளும் முயற்சி இன்றுவரையிலும் வெற்றி பெறவில்லை.

நான் சோவியத் அரசின் சர்வாதிகாரப் போக்கை, உலகச் சிந்தனையாளர்களில் நான் மிகுந்த நம்பிக்கை கொண்டிருந்தவர்களின் முடிவுகளை ஏற்று, விமரிசித்து வந்திருக்கிறேன். அப்போது முற்போக்கு எழுத்தாளர்கள் எனக்கு, 'பிற்போக்குவாதி' என்ற பட்டத்தை மனமுவந்து அளித்தார்கள். அதன்பின் சோவியத் அரசு, அது தன்னுள் கொண்டிருந்த முரண்பாடால் வீழ்ந்தது. அதன் சர்வாதிகாரப் போக்குகளும் சந்தேகத்துக்கு இடமின்றி அம்பலப்பட்டன. இதைத் தொடர்ந்து சோவியத் அரசு சர்வாதிகார அரசாகச் செயல்பட்டிருக்கிறது என்ற உண்மையை முற்போக்கு எழுத்தாளர்கள் எந்த சுயவிமரிசனமும் இன்றி, கடந்தகாலத் தவறுகளை மக்களிடம் பகிரங்கமாக வைக்க வேண்டும் என்ற நோக்கும் இன்றி ஒரு முணுமுணுப்பாக வெளிப்படுத்தியிருக்கிறார்கள். சர்வாதிகார ஆட்சியை அவர்கள் அறிந்தும் அறியாமலும் தூக்கிப்பிடித்துக்கொண்டிருந்த காலங்களிலும் அவர்கள் முற்போக்குவாதிகள்தான். சோவியத் அரசின் போக்கை முன்கூட்டிப் பதிவுசெய்த என்னையொத்தவர்கள் அன்றும் பிற்போக்குவாதிகள்... இன்றும் பிற்போக்குவாதிகள். இந்நிலை தமிழகத்தில் மட்டுமே இன்று செல்லுபடியாகிக் கொண்டிருக்கிறது. இந்த நிலைபாட்டுக்கும் கருத்துலக ஒழுக்கத்துக்கும் என்ன தொடர்பு இருக்கிறது? இதுதான் மையமான பிரச்சனை, துணைப் பிரச்சனைகள் வேறு சில இருந்தாலும்.

கருத்து வேற்றுமை கொள்ளும் எழுத்தாளர்களை நான் விரோதிகளாகக் கருதுவதில்லை. விமரிசனத்தில் தனிநபர் விரோதம் இருந்தால், அது விமரிசனம் அல்ல. விமரிசனம் சமூக ஆரோக்கியத்தை முன்வைத்துச் செய்யப்படும் ஒரு பேரொழுக்கம்.

கட்டாய மதமாற்றத் தடைச் சட்டத்தை நான் எதிர்க்கிறேன். முற்போக்கு எழுத்தாளர்களும் எதிர்க்கிறார்கள். அடிப்படையான கருத்தொற்றுமை எங்களுக்குள் இருக்கிறது. இந்நிலையில், அவர்களை இந்தப் பிரச்சனைசார்ந்து நான் ஆதரிப்பது இயற்கையானதுதான். இதில் பெருந்தன்மை இல்லை. சமரசமும் இல்லை.

●

தமிழ் மொழியையும் நாகரிகத்தையும் காசுக்காக அவமதிப்பது கவிதை அல்ல

தில்லி கதா நிறுவனம் உங்களுக்கு வாழ்நாள் இலக்கியப் பணிக்கான விருது அளித்துள்ளதை அறிந்தோம். அதைப் பற்றிச் சிறிது கூற முடியுமா?

கதாவின் கலை விழாவில் (Katha Utsav) விருது வழங்கப்பட்ட முதல் நிகழ்ச்சி தில்லியில் 02.01.04இல் நடைபெற்றது. விருது அளித்துக் கௌரவித்தவர் டாக்டர் கபிலா வாத்ஸ்யாயன் அவர்கள். இலக்கியம், படைப்புச் சிந்தனைகள், சமூகச் சிந்தனைகள், திரைப்பட மதிப்பீடுகள், கவிதை வாசிப்பு, கலைப்பட்டறை நிகழ்வுகள் போன்ற பல அரங்குகள் உள்ளிட்ட கதா உத்ஸவ் ஜனவரி இரண்டாம் தேதியிலிருந்து ஏழாம் தேதிவரையிலும் இந்தியா இன்டர்நேஷனல் சென்டரில் நடந்தது. கலைவிழாவின் பொதுக் குறிக்கோளை, *Linking Diversities, Forging Identities* என வகுத்துக்கொண்டார்கள். ஐரோப்பிய எழுத்தாளர்களும் திரைப்பட வல்லுநர்களும் இந்தியத் திரைப்பட வல்லுநர்களும் வந்திருந்தார்கள். ஒரே நேரத்தில் பல இடங்களில் கருத்தரங்குகள் நடந்தன. மிகச் சிறந்த திரைப்படங்கள் காட்டப் பட்டன. மிக முக்கியமாகக் குறிப்பிட வேண்டியது பாகிஸ்தானிய மாணவ மாணவிகளின் வருகை.

கல்கி, கன்னியாகுமரி சிறப்பிதழ், ஆகஸ்ட் 2003
பேட்டி கண்டவர்: ஆர்.சி. ஜெயந்தன்

இந்தியர்களும் அவர்களும் பழகிக்கொண்ட முறை அவர்களுக்குள் எந்தக் கோபதாபங்களும் இல்லை என்பதை நிரூபிப்பிதாக இருந்தது. இந்தியர்களால் பொதுவாகக் கணக்கில் எடுத்துக் கொள்ளாது ஒதுக்கப்பட்டு வந்திருக்கும் வடகிழக்கைச் சேர்ந்த – மிசோராம், அருணாசலப் பிரதேஷ், மணிப்பூர் முதலிய பகுதிகளின் எழுத்தாளர்கள் திரளாக வந்திருந்தனர். தங்கள் இலக்கியங்களையும் கலைகளையும் இந்தியப் பொது நீரோட்டத்தின் கவனத்திற்குக் கொண்டு வருவதில் அவர்கள் முனைப்பாக இருக்கிறார்கள். நாம் முன்னரே அவர்களுடன் உறவு கொண்டிருக்க வேண்டியவர்கள். இப்போது மிகுந்த மனக்குறையுடன் அவர்கள் நம்முடன் உறவுகொள்ள வரும்போது அந்த உறவு வலுப்படுவதற்கான காரியங்களைத் தமிழ் எழுத்தாளர்களும் சிந்தனையாளர்களும் மேற்கொள்ள வேண்டும். கதா உத்ஸவத்தில் பங்கெடுத்துக் கொண்டதன் மூலம் என் சக எழுத்தாளர்களுடன் நான் பகிர்ந்துகொள்ளும் மிக முக்கியமான செய்தி இதுதான்.

தமிழ் எழுத்தாளர்கள் யார் யார் வந்திருந்தார்கள்?

இந்தக் கேள்விக்குப் பதில் சொல்லவே எனக்குத் தயக்கமாக இருக்கிறது. தயக்கத்துக்குக் காரணம் ஏதாவது பெயர் விட்டுப் போய்விடுமோ என்ற பயம்தான். என் நினைவில் பிரேம், சல்மா, சுப்ரபாரதி மணியன், இமையம், சோ. தர்மன் போன்றவர்கள் இருக்கிறார்கள். தமிழகத்திலிருந்து கலந்துகொண்ட ஒரே பெண் எழுத்தாளர் சல்மா. இன்னும் அதிகப் பெண்கள் கலந்து கொண்டிருந்திருக்க வேண்டும். பிறமொழிப் பெண் எழுத்தாளர்கள் நிறைய வந்திருந்தார்கள். பெண்கள் கடந்த பத்து வருடங்களில் பெற்றிருக்கும் மாற்றங்களை நினைக்கும் போது மகிழ்ச்சியாகவும் வியப்பாகவும் இருக்கிறது. மலையாள எழுத்தாளர்களில் ஒருவர்கூடக் கண்ணில் படவில்லை.

இந்த விருது கிடைத்ததில் உங்களுக்கு மகிழ்ச்சிதானா?

அநேகமாக எல்லாப் போட்டோக்களிலும் சிரித்திருக்கிறேன்.

முக்கியமாக உங்கள் மாவட்டத்தைப்பற்றிப் பேசவேண்டும். கன்னியாகுமரி மாவட்டம் திருவிதாங்கூருடன் இருந்ததற்கும் இப்போது தமிழகத்துடன் இருப்பதற்கும் உள்ள மாற்றங்கள், வளர்ச்சிகள் என்ன?

கலாச்சாரம்சார்ந்து நிறைய மாற்றங்கள் இருக்கின்றன. பழைய எச்சங்கள் அபூர்வமாக இன்றும் காணக் கிடைக்கின்றன. என்றாலும் தமிழகத்தின் ஒரு பகுதியாக மாறிவிட்டது என்றே

சொல்லலாம். மலையாளப் பேச்சுக் காதில் விழுவது அபூர்வம். நாகர்கோவிலைச் சுற்றிவரப் பல பகுதிகளிலும் மலையாளிகளும் வீட்டிற்கு வெளியே தமிழ்தான் பேசுகிறார்கள். அவர்கள் குழந்தைகள் பெரும்பாலும் தமிழ்தான் படிக்கின்றார்கள். மலையாளம் படிப்பதைப் பார்க்கிலும் தமிழ் படிப்பது வேலை வாய்ப்பைச் சிறிய அளவிலேனும் கூட்டும் என்ற எண்ணம் அவர்களுக்கு இருக்கிறது.

தமிழகத்துடன் இணையும்போது எங்கள் மக்கள் எதிர்பார்த்த பெரிய அளவிலான பொருளாதார வளர்ச்சி தொழில் வளர்ச்சி ஒன்றும் ஏற்பட்டுவிடவில்லை. தலைநகர் சென்னையாக இருப்பதால் அரசியல் தலைமைகளின் கவனத்தை ஈர்ப்பது எப்போதும் கடினமானதாகவே இருக்கிறது. இப்போது மக்களுடைய பார்வையில் ஒரு சில மாற்றங்கள் நிகழ்ந்திருக்கின்றன என்றாலும் தொன்றுதொட்டுக் காங்கிரஸ் கட்சியை ஆதரிப்பவர்களைப் பெரும்பான்மையாகக் கொண்டது இம்மாவட்டம். காமராஜுக்குப் பின்னால் காங்கிரஸ் ஆட்சிக்கு வரவேயில்லை. எங்கள் மாவட்டத்தைப்பற்றித் தி.மு.க தலைமை சொன்னதாகத் தொடர்ந்து மேற்கோள் காட்டப்படும் புகழ்பெற்ற வாசகத்தைத் திரும்பவும் ஒப்புவிக்க எனக்கு அலுப்பாக இருக்கிறது. போராடத் தெரியாத மக்கள் இப்படி எதையாவது சொல்லிக் கொண்டிருப்பார்கள். ஒரு நகரம் என்று பார்க்கிறபோது மிகுந்த வைத்திய வசதியைக் கொண்டது எங்கள் ஊர். இப்போது ஒரு மருத்துவக் கல்லூரி வர இருப்பது எங்கள் மாவட்டத்தினருக்குச் சிறு ஆறுதலைத் தந்திருக்கும் என்றே நினைக்கிறேன்.

உங்கள் மாவட்டத்தில் சமய இணக்கம் குலைந்துவிட்டது என்று கருதப்படுகிறதே. அது உண்மைதானா?

குலைந்துவிட்டது என்று நான் கருதவில்லை. ஒரு சில முரண்பாடுகள் உருவாகிவிட்டன. இந்த முரண்பாடுகளைத் திட்டமிட்டு உருவாக்கிய அரசியல் தலைமையால் இணக்கமான உறவை உருவாக்கவும் முடியும். வெவ்வேறு மதத்தைச் சேர்ந்த மக்கள் பொதுவாக நேசத்துடன்தான் இப்போதும் இருக்கிறார்கள்.

உங்கள் மாவட்டத்தினருக்குத் தமிழ் சார்ந்த பற்று போதிய அளவு இல்லை என்று ஒரு விமர்சனம் இருக்கிறதே?

இந்த விமர்சனம் யாருக்காவது இருந்தால் அவர்களுக்கு இந்த மாவட்டத்தின் சமீபகால வரலாறு கூடத் தெரியாது என்பதுதான் பொருள். தொல்காப்பியர் எங்கள் மாவட்டத்தைச் சேர்ந்தவர் எனப் பேரறிஞர் எஸ். வையாபுரிபிள்ளை கருதுகிறார்.

தமிழறிஞரும் வரலாற்றறிஞருமான டாக்டர். எஸ். பத்மநாபன் திருவள்ளுவர் என் மாவட்டத்தில் பிறந்தவர் என்பதை நிரூபிக்க நிறைய தடயங்களை வைத்திருக்கிறார். செய்குத்தம்பி பாவலர், ப. சிதம்பரம்பிள்ளை, சிவராஜ பிள்ளை, கவிமணி, ப. ஜீவானந்தம், பேராசிரியர் ஜேசுதாசன், ஆர். வீரபத்திரன் செட்டியார், தினமலர் நாளிதழை உருவாக்கிய டி.வி. ராமசுப்பையர் போன்ற பலர் எங்கள் மாவட்டத்தில் தோன்றியவர்கள்தான். அ.கா. பெருமாள் அரிய ஆராய்ச்சி நூல்களை உருவாக்கிக்கொண்டிருக்கிறார். என்.எஸ். கிருஷ்ணன், டி.கே.எஸ் சகோதரர்கள் ஆகியோர் கலை வரலாற்றில் இடம்பெற்றுவிட்டவர்கள்.

இன்றைய இலக்கியத்தின் வளர்ச்சி உங்கள் மாவட்டத்தில் எப்படி இருக்கிறது?

குமரி மாவட்ட எழுத்தாளர்கள் எல்லோருமே சமூகச் சிந்தனை கொண்டவர்கள். பழைமைவாதிகளான எழுத்தாளர்கள் எவரையும் நான் இங்குச் சந்தித்ததில்லை. கிருஷ்ணன் நம்பி இளமையிலேயே மறைந்துபோகாமல் இருந்தால் மேலும் சிறந்த படைப்புக்களை உருவாக்கியிருப்பார். பொன்னீலன், தோப்பில் முகமது மீரான் ஆகியோர் சாகித்திய அகாதமி விருது பெற்றவர்கள். பா.விசாலம் எழுதியுள்ள நாவல்கள் வாசகர்கள் கவனத்தையும் முற்போக்குச் சிந்தனைகள் கொண்டோர் கவனத்தையும் வெகுவாகக் கவர்ந்திருக்கின்றன. ஹெப்சிபா ஜேசுதாசன் விளக்கு விருது பெற்றிருக்கிறார். ஐசக் அருமை ராஜன் முற்போக்குச் சிந்தனைகள்கொண்ட நாவல்களைப் படைத்திருப்பவர். பிரபல எழுத்தாளர்களான நீல. பத்மநாபனும் ஆ. மாதவனும் எங்கள் மாவட்டத்தைப் பூர்வீகமாகக் கொண்டவர் கள்தான். டாக்டர் எம். வேதசகாயகுமார் நவீன இலக்கியத்தில் தேர்ச்சிகொண்ட விமர்சகர். அ. ராஜமார்த்தாண்டன் தன் நம்பிக்கைகளில் ஊன்றி நின்று நேர்மையான விமர்சனம் எழுதி வருகிறார். டாக்டர் அ.கா.பெருமாள் நாட்டார் இலக்கியத்தின் மிகப் பெரிய விற்பன்னர் ஆவார். டாக்டர் ஸ்ரீகுமார் தன் பேச்சாலும் எழுத்தாலும் நவீனத் தமிழை மாணவர்கள் மத்தியிலும் வாசகர்கள் மத்தியிலும் பெரும் ஊக்கத்துடன் பரப்பி வருகிறவர். ஜெயமோகன் இளம் வயதிலேயே பல அரிய சாதனைகள் புரிந்திருப்பவர். மா. அரங்கநாதன் தன் புதுமையான படைப்புக்கள் மூலம் நவீன விமர்சகர்களையும் வாசகர்களையும் கவர்ந்திருக்கிறார். குமாரசெல்வா தான் வாழும் மண்ணையும் கலாச்சாரத்தையும் தன் படைப்பில் இணைத்து வருகிறவர். லஷ்மி மணிவண்ணன் படைப்பூக்கம் கொண்ட கவிதைகள், சிறுகதைகள் எழுதியிருக்கிறார். ஜே.ஆர்.வி.

எட்வர்ட் தெளிவாகவும் சமநிலை குலையாமலும் எழுதி வருபவர். என்.டி. ராஜ்குமார் தனித்தன்மைகொண்ட தன் கவிதை வழியாகத் தமிழகம் முழுக்கத் தெரிய வந்துவிட்டவர். சி. சொக்கலிங்கம் மார்க்ஸியப் பார்வைகொண்டு அரசியல் கலாச்சார விஷயங்களை முன்னிறுத்தி வருகிறார். இன்னும் பல படைப்பாளிகள் இருக்கிறார்கள். நினைவாற்றல் சற்று மட்டாக இருப்பதால் பல பெயர்களை உடனடியாகச் சொல்ல முடியவில்லை.

தமிழ் சினிமா பற்றி உங்கள் அபிப்பிராயம் என்ன?

தமிழ் இதழ்களைப்பற்றி, அரசியல்வாதிகளைப்பற்றி, சாமியார்களைப்பற்றி, அரசாங்க ஊழியர்கள்பற்றி, ஆசிரியர்கள் பற்றி என்ன அபிப்பிராயமோ அந்த அபிப்பிராயம்தான் தமிழ் சினிமாவைப் பற்றியும். கலையுணர்வு கொண்ட தமிழர்கள் மனங்கூசி வெட்கப்படும்படி இவர்கள் படமெடுக்கிறார்கள். அதே நேரத்தில் சினிமாவில் சிறுசிறு மாற்றங்கள் நிகழ்ந்து கொண்டும் இருக்கின்றன. அந்த மாற்றங்களை மிகையாகவோ குறையாகவோ நாம் பார்க்க வேண்டியதில்லை.

சமீபத்தில் ஏதாவது படம் பார்த்தீர்களா?

நான் தமிழ்ப் படங்களைப் பார்ப்பதைக் கூடியவரையிலும் தவிர்த்து வருகிறேன். அவற்றைப் பார்ப்பது என் ஆரோக்கியத் திற்கு உகந்தது அல்ல என்ற நினைப்பு எனக்கு இருக்கிறது. வன்முறையைப் பார்க்கும்போது பழுதுற்றிருக்கும் என் இதயம் கட்டுக்கடங்காமல் துடிக்கிறது. ஆனால் சிறந்தது அல்ல என்றாலும், சிறிது வித்தியாசமான படம் என்று எனக்குத் தெரிய வந்தால்கூட அதைக் கருமச் சிரத்தையாகப் போய்ப் பார்ப்பேன். 'பிதாமக'னில் பல காட்சிகள் சிறப்பாக அமைந்திருக்கின்றன. மிகச் சிறந்த படத்தை உருவாக்கும் திறன் இயக்குநரிடம் இருக்கிறது. வன்முறை, பெண்ணுடல், மிகை ஆகியவற்றில் கொண்டிருக்கும் நம்பிக்கை தளர்ந்து மன ஆரோக்கியம், சமூகச் சிந்தனைசார்ந்து படங்கள் உருவாகும் காலம் வர வேண்டும். பார்வையாளர்களை முழுமையாகச் சீரழித்துவிட்ட நிலையில் இன்று சமரசத்தை முற்றாகத் தவிர்ப்பது பின்பற்ற இயலாத விதியாகிவிட்டது. உலக அளவில் பேசக்கூடிய படத்தைச் சேரனால் எடுக்க முடியும் என்றுதான் நினைக்கிறேன். எனக்கு ஆழ்ந்த திருப்தியைத் தந்த படம் என்றால் 'குட்டி'தான். அதை எடுத்த இயக்குநரின் மனம் சுத்தமானது. துன்பங்களை அறிந்தது. பார்வையாளர்களின் மனங்களைக் கெடுக்கக் கலைஞர்களுக்கு உரிமை இல்லை என்ற நம்பிக்கை கொண்டது.

கவிதைதானே திரைப்பாடல் ஆகிறது?

அபூர்வமாகத் திரைப்பாடல்கள் கவிதைகளாக விழுந்திருக் கின்றன. இசை, சூழல், சந்தர்ப்பம், கிளுகிளுப்பு இவற்றை அனுசரித்துச் சொற்களைக் கூட்டும்போது கவிதை உருவாவது கடினம். இன்றைய திரைப்பாடல் ஆசிரியர்கள் கவிதையை உருவாக்கும் நோக்கம் கொண்டவர்களும் அல்ல. சிறந்த திரைப்பாடல்களை உருவாக்கும் நோக்கம்கூட அவர்களிடம் இல்லை. தமிழ் மொழியையும் தமிழ் நாகரிகத்தையும் காசுக்காக அவமதிப்பது கவிதையாகவோ பாடலாகவோ இருக்க முடியாது.

சினிமா இசை எப்படி இருக்கிறது?

எப்படி இருந்திருக்கிறது? கேள்வி இப்படி இருக்க விரும்பு கிறேன். அற்புதமாக இருந்திருக்கிறது. இளையராஜாவிடமிருந்து பீறிட்ட இசை வெள்ளம் விளக்க முடியாத ஒரு புதிர். இன்று தமிழகத்தில் வாழ்ந்துகொண்டிருக்கும் ஒரே மேதை அவர்தான்.

தமிழ்ச் சிறுபத்திரிகைகளுக்கு அவசியம் இருக்கிறதா?

தமிழ்ச் சிந்தனையின் ஜீவனே அதுதான். தமிழ்ச் சிற்றிதழ்கள் இல்லாதிருந்தால் இன்றைய தமிழுக்கு எந்த நிமிர்வும் ஏற்பட் டிராது. வணிகம் பிற கலைகளை விழுங்கியிருப்பது போல் இலக்கியத்தையும் சிந்தனைகளையும் பூரணமாக விழுங்கி விட்டிருக்கும்.

காலச்சுவடு இதழின் ஆசிரியர் நீங்கள்தானே?

ஆசிரியராக இருந்தவன் நான். இப்போது அதை வேரோடும் வேரடி மண்ணோடும் என் மகன் கண்ணனுக்குக் கொடுத்து விட்டேன். *காலச்சுவடு இதழின் ஆசிரியர் குழு விரும்பும் அளவில் அதற்கு எழுதித் தருகிறேன்.*

இலக்கியவாதி, அரசியல்வாதி, ஆன்மீகவாதி இவர்களில் யாரோடு பேச விரும்புகிறீர்கள்?

மெய்யான இலக்கியவாதிகளுடனும், மெய்யான ஆன்மீக வாதிகளுடனும், மெய்யான அரசியல்வாதிகளுடனும் பேச விரும்புகிறேன். ஒரு பெயரேனும் இருந்தால் சொல்லுங்கள், நான் தேடிப்போய்ப் பார்க்கிறேன்.

இன்றைய அரசியலில் தங்களைக் கவர்ந்த தலைவர் யார்?

எவருமில்லை. நல்லகண்ணுவை எனக்குத் தனிப்பட்ட முறையில் பிடிக்கும்.

சாகித்திய அக்காதெமியுடன் தொடர்ந்து ஏன் நீங்கள் முரண் படுகிறீர்கள்?

அவர்களுடைய செயல்பாடுகளுடன் நான் ஒத்துப்போனால் நான் ஒரு எழுத்தாளனே அல்ல.

இலக்கிய உலகில் உங்கள் மீதான தனிப்பட்ட தாக்குதல் உங்களைப் பலவீனப்படுத்துகிறதா?

அது நான் பெற்ற பாக்கியம். என்னை எழுதத் தூண்டும் சக்திகளில் மிக வலிமையானது அதுதான்.

பொதுவாக இன்றைய தமிழ் இலக்கியத்தின் வளர்ச்சி பற்றி? இளம் எழுத்தாளர்கள் பற்றி?

இந்திய இலக்கியங்களிலேயே இப்போது வெகுவேகமாக முன்னேறிக்கொண்டிருப்பது தமிழ் இலக்கியம் என்றே நினைக்கிறேன். இந்திய மொழிகளில் பல எனக்குத் தெரியாதவை தான். ஆனால் அந்தந்த மொழியைச் சேர்ந்த எழுத்தாளரிடம் அவர்களது இலக்கியத்தைப்பற்றி விசாரித்தறியும்போது அவர்களைத் தாண்டி நாம் போய்க்கொண்டிருக்கிறோம் என்ற எண்ணமே ஏற்படுகிறது. திறமையான பல இளம் எழுத்தாளர்கள் நம் மொழியில் தோன்றிக் கொண்டிருக்கிறார்கள். புதிய சிந்தனைகள் பிற மொழிகளைவிடவும் இங்கு அதிகம் அறிமுகம் கொண்டிருக்கின்றன. தமிழில் பெண் கவிஞர்களின் வருகையும் தோற்றமும் கவிதைகளில் அவர்கள் வென்றெடுத்து வரும் சுதந்திரமும் மிக முக்கியமானவை. தமிழகத்தில் அறிவியல்சார்ந்த வளர்ச்சி இன்னும் மேம்பட வேண்டும். இன்றைய தமிழிலக்கியத்தை நினைத்து எந்தத் தமிழனும் தாழ்வு மனப்பான்மை கொள்ள வேண்டியதில்லை. ஆனால் கடக்க வேண்டிய தூரம் இன்னும் அதிகம் இருக்கிறது. அதற்குக் கடுமையான உழைப்பு வேண்டும். வைராக்கியம் வேண்டும். எல்லாவற்றையும்விட முக்கியமாகக் கருத்துலக நேர்மை வேண்டும்.

உங்கள் குடும்பம் பற்றி?

குடும்பத்தைப்பற்றி என்ன சொல்ல? எனக்கு ஒரு மனைவி தான். பெயர் கமலா. அவள்தான் என்னை அரை நூற்றாண்டாக ஊக்குவித்து வரும் பெரும் சக்தி. மூத்த பெண் காலமாகி விட்டாள். டாக்டரான இரண்டாவது பெண் தைலாவும், சுற்றுச்சூழலில் தங்கப் பதக்கத்துடன் முதுகலைப் பட்டம் பெற்றிருக்கும் தங்குவும் அமெரிக்காவில் பணியாற்றிக்கொண் டிருக்கிறார்கள். மூன்றாவது குழந்தையும் என் ஒரே மகனுமான

கண்ணனுக்கு அறிமுகம் தேவையில்லை. பேரன்களில் நந்து டைம்ஸ் ஆஃப் இந்தியா நாளிதழிலும், ராகுல் ஒரு கணினி நிறுவனத்திலும் பணியாற்றுகிறார்கள். பத்து வயதான சாரங்கன் ஒரு *voracious reader*. அவன் தம்பி நான்கு வயதான முகுந்தன் வீட்டளவில் ஒரு தாதா. அமெரிக்காவில் இரண்டு பேத்திகள் இருக்கிறார்கள். தனுவும் நிஷாவும். சுத்தமாகத் தமிழ் தெரியாது. எனக்கு வயது 73. ஆரோக்கியமாக இருக்கிறேன். நாளொன்றுக்குப் பதினொன்று மாத்திரைகள் சாப்பிடுகிறேன். எனக்கு உணவு பத்தியம் எதுவும் இல்லை என்று சொன்ன டயற்றிஷியன் – நான் பார்த்திருக்கும் பெண்களில் மிக அழகானவர் – இனிப்பு, உப்பு, எண்ணெய், தேங்காய், தயிர் ஆகியவற்றை மட்டும் தவிர்த்தால் போதும் என்று சொல்லியிருக்கிறார். அந்தப் புண்ணியவாட்டி மிகுந்த கனிவு கொண்டவர். எல்லோரும் மகிழ்ச்சியாக இருக்க வேண்டும் என்பதுதான் என் பிரார்த்தனை.

●

எனது இடதுசாரி நாட்கள்

இடதுசாரிச் சிந்தனைகளோடு உங்களுக்கு எப்படி ஆரம்பத் தொடர்பு ஏற்பட்டது?

என்னுடையக் குடும்பத்துல இடதுசாரிச் சிந்தனைகள் இல்லை. எங்க அம்மா அப்பா எங்க தாத்தா எல்லாருமே வலதுசாரிச் சிந்தனைகள் உள்ளவங்களாகத்தான் இருந்தாங்க. இயற்கையாகவே அவங்களுடைய பின்னணியைச் சார்ந்து அப்படித்தான் இருந்திருக்காங்க. எனக்கு சின்ன வயசுல இடதுசாரிச் சிந்தனை வர்றதுக்கு முன்னாலயே ஒரு பிரச்சினை இருந்தது. முதல்ல நாங்க. ஒரு மேல் நடுத்தர குடும்பம்னு சொல்லலாம். ஆனால் என்னுடைய சொந்தக்காரங்க நிறையபேர் ரொம்ப சிரமப்படுறாங்க. வறுமையிலேயும் மத்தப்படி குழந்தைங்க நிறையா நிறைய! பெண்களை அவங்களுக்குப் பொருத்தமில்லாத விருப்பமில்லாத ஆண்களுக்கு கல்யாணம் பண்ணிக் கொடுத்திருக்காங்க. இந்த ஆட்களையெல்லாம் அடிக்கடி நான் பார்க்கிற சமயத்துல என் மனசுக்குள்ள என்ன இவங்க இப்படி கஷ்டப்படுறாங்கன்னு தோணும். என்னுடைய சித்தி, சித்திப் பெண், மாமா, மாமா பையன் இவங்களுடைய துக்கங்கள் என்னை ரொம்ப அளவுக்கு சங்கடப்படுத்தியிருக்கு. எனக்கும் என் மாமாவுக்கும் ஒரு வயசுதான் வித்யாசம். நான் ஒரு சட்டை போட்டிருப்பேன்.

02.02.2002 அன்று பொன்னீலனுக்கு அளித்த பேட்டி

மாமா ஒரு சட்டை போட்டிருப்பார். நாங்க ரெண்டு பேரும் எக்கசக்கமா வெளிய சுத்துவோம். நாகர்கோவில் ஊர்ல நானும் அவரும் ரொம்ப சுத்தியிருக்கோம். அவர் ஒரு விதத்துல குரு. பெயர் மகாதேவன். ஆனா அவருடைய சட்டையும் நிக்கரும், என்னுடைய சட்டையும் நிக்கரிலிருந்து வித்தியாசமா இருக்கும். எங்கிட்டேயும் அப்போ பெரிய அளவுல காசு ஒண்ணும் கிடையாது. மத்தியானம் என்னன்னதெல்லாம் சாப்பிட்டாய்னு கேட்பாரு. நான் இன்னன்னது எல்லாம் சாப்பிட்டேன். அவர்கிட்ட நீ என்ன சாப்பிட்டான்னு கேட்டா ரொம்ப சாதாரணமா சொல்லுவார். காலையில் கஞ்சி குடிச்சேன் என்பார். உங்கள் வீட்ல தோசையான்னு சந்தோசமா கேட்பாரு. அந்த கேள்வியே எனக்கு என்னன்னே புரியாது. இந்த துக்கம் எனக்குள்ள உணரத் தெரியாமலும் சொல்லத் தெரியாமலும் இருந்தது.

எனக்கு 10–12 வயதுல நான் ஜீவாவ பார்க்கிறேன். ஏன்னா என் மாமா வே. நாராயணன் ஜீவாவோட நெருக்கமான நண்பர். மாமா எங்கிட்ட வந்து ரொம்ப வித்தியாசமான ஆச்சரியமான ஆள் வந்திருக்காரு, பார்க்கிறியா என்றார். நான் அவர் ஒரு நாடக நடிகர் அப்படின்னு மனசுக்குள்ள நெனச்சிக்கிட்டேன். அவர்தான் வித்தியாசமான ஆளாயிருப்பார். அவரக்கொண்டு காட்டப் போறார் என்று என் மனசுல தோணுச்சு. அவர போயி பார்த்ததுக்கறப்புறம் அவர் ஒரு நாடக நடிகர் என்கிறது எனக்கு உறுதியாயிட்டுது. ஏன்னா அவர் பேசுறதோ கை அசைக்கிறதோ ஒண்ணுமே சாதாரண ஆட்களை மாதிரியே இல்ல. ஒரு பெரிய நாடக நடிகர் மாதிரிதான். இவர் உட்கார்ந்திருக்கிறது, பேசுகிறது, திடீர் திடீரென்னு எழுந்து நிற்கிறது. திரும்ப உட்காருறது. அப்போ மாமா வந்து நம்மள ஒரு பெரிய நடிகர்ட்ட கூட்டிண்டு போயிருக்காருன்னு நினைச்சேன். ஆனா அவர் பேசின விசயம் எல்லாம் எனக்கு ஒண்ணுமே புரியல்ல. ரொம்ப எளிமையாகத்தான் பேசுறாரு. ஆனா எனக்கு வெளிப் பழக்கங்கள் ரொம்ப குறைவா இருக்கிறதுனாலயும் எங்க வீட்டில அந்த மாதிரி பேச்சுகள் இல்லாததுனாலயும் அவரோட பேச்சு எனக்கு அவ்வளவா புரியல. ஆனா ஒண்ணு புரிஞ்சுது. அவர் என்ன சொல்றார்ன்னா எல்லாரும் நிம்மதியா இருக்கணும். அப்படி நிம்மதியா இருக்கிறதுக்கு மனுஷனுக்கு ஒரு வருமானம் தேவை. வருமானம் இல்லாம யாருமே நிம்மதியா இருக்க முடியாது. பெரிய வசதிகளோட இருக்க முடியாது. பெரிய வசதிகளோட இருக்க வேண்டிய அவசியமில்லை. அவனுக்கு அவசியமான உடை, உணவு, உடம்பு சரியில்லாம இருந்தா சிகிச்சைக்கான பணம் தேவை.

ஒரு வீடு இருந்தால்தானே மனுஷன் சந்தோசமா இருக்க முடியும்? அவன் எவ்வளவு வருஷமா கேவலமா இருக்கான் பாருங்க. ஐயாயிரம் ஆறாயிரம் வருஷமா எவ்வளவு கேவலமா இருந்திருக்கான் பாருங்க. அதெல்லாம் மாத்த முடியும் என்கிறாரு. ஆனா எப்படி மாத்த முடியும்னு என்கிட்ட சொல்லலல்ல. இந்தச் செய்தி இருக்குல்ல இதுதான் எனக்கிட்ட ஏற்பட்ட இடதுசாரிச் சிந்தனையின் விதை. இவர் சொல்லக்கூடிய உலகம் உருவானால் எங்க சித்தி, பெரியம்மா மாமா பையன்கள் எல்லாம் வேறு விதமாகத்தான் இருப்பாங்க. இந்த மாதிரி கஷ்டங்கள் இருக்காது என்று நினைக்கிறேனே ஒழிய, மற்றவங்க உலகத்தில இருக்கக்கூடிய எல்லாருமே சந்தோசமாவா இருக்காங்களா அப்படின்னு பார்க்க கூடிய ஒரு பார்வை அன்னிக்கி எனக்கு இல்ல. அப்ப நான் நெனச்சேன்; அடிக்கடி இவர சந்திக்கணும். இவர் ஏதோ மந்திரம் மாதிரி ஒண்ணு வச்சிருக்கார் கையில. அத நமக்கு உடனே சொல்லித்தர மாட்டார் இல்லியா. ஏன்னா நம்ம புராணங்களெல்லாம் சொல்லியிருக்கே, ரொம்ப நாளா நாம சிஷ்யனா இருந்தாத்தான் சில விஷயங்களை பெற முடியுமே ஒழிய, போன உடனே சொல்லித்தர மாட்டாங்க. நாம ரொம்ப விசுவாசமான ஊழியன் என்கிறதா நாம அவருக்கு நிரூபிச்சாத்தான் நமக்கு சில விசயங்கள் கற்றுத் தருவார் அப்படிங்கிறது என் மனசுல தெளிவா தெரியுது. நான் தனியாப் போறதுக்கு கூச்சப்பட்டுட்டு மாமாட்ட சொல்லுவேன்.

மணிமேடை பக்கத்துல சுப்பையா பிள்ளையின்னு ஒருத்தர் இருந்தார். டீ கடை வச்சிருந்தார். அவரை வெட்டுக்கத்தி சுப்பையாப் பிள்ளைன்னு கூப்பிடுவாங்க. அவர் ஏதோ ஒரு கேஸ்ல மாட்டிண்டார். அப்புறம் பழைய வழக்கங்களை யெல்லாம் விட்டு திடீரென்னு தேசிய உணர்ச்சியுள்ள ஒரு காங்கிரஸ்காரராயிட்டாரு. ஒரு தொப்பி வச்சிருப்பாரு. முக்கியமான கூட்டத்துக்கெல்லாம் தலைமை வகிச்சிருக்காரு. ம.பொ.சி. கூட்டத்துக்கு, ஜீவா கூட்டத்துக்கு எல்லாம் தலைமை வகிச்சிருக்காரு. ஆனா ஒண்ணும் அவருக்குப் பேசத் தெரியாது. இப்போ ம.பொ.சி. பேசுவார். அண்ணாச்சி ஜீவானந்தம் பேசுவார் என்று சொல்லிட்டு உட்கார்ந்திருவார். ஆனா இவங்களுக் கெல்லாம் அவரைப் பிடிக்கும். நம்ம ஊரு பாஷையில, தாவளம்ன்னு சொல்லுவாங்களே இவங்களுடைய தாவளம் அவர் நடத்திய ஹோட்டல்தான். ஒத்தக் குதிரை ரேக்ளா வண்டி ஒண்ணு வச்சிருந்தாரு. சாயங்காலம் 5 மணி ஆயாச்சுன்னா ஒரு சின்னப் பையன் உட்கார்ந்துண்டுருப்பான். அந்த குதிரை அஞ்சு அஞ்சரை மணிக்குள்ள பயங்கரமா நாகர்கோவில சுத்தி வரும். அசாத்தியமான ஸ்பீடுல போவாரு. அதுக்காகவே குதிரை

வச்சிருந்தார். அந்தக் குதிரை லாயத்துலதான் ஜீவா பெரும்பாலும் இருப்பார். சில நாள் அவருக்கு மீட்டிங் இருக்கும். அப்போ போனா அவர் இல்லைன்னு கவுண்டர்லயே சொல்லிருவாங்க. திரும்ப வந்திருவேன். ஒரு வாரம் கழிச்சுப் போனா திரும்பவும் சந்திக்கலாம்.

அப்புறம் மாமாவுக்குத் தெரியாமலேயே சந்திக்க ஆரம்பிச்சேன். ஜீவா சொல்லுறாரு: உனக்கு எதுக்கு மாமா? நீ ஏன் மாமாக்கூட வரணும். தோணுனா நீ நேர்லே வர வேண்டியது தான. வந்தாலும் நீ எங்கிட்ட பேசிட்டு இருக்கனுன்னு அவசியமில்ல. நீ பாட்டுக்குச் சும்மா இரு. நான் வேறொரு ஆள்ட்ட பேசிட்டிருப்பேன். நீ அதைக் கேட்டிட்டிரு. அடிக்கடி உன்னை பார்க்கணுன்னு ஆசையா இருக்கு. அதனால்தான் சொல்றேன்னு சொன்னாரு. எனக்கு சந்தோசம்னா தாங்க முடியல்ல.

அப்படி கொஞ்ச கொஞ்சமா பழக்கம் வந்தது. அப்போ எனக்கு 16 – 17 வயது ஆயாச்சு. இடையில இரண்டு மூணு தடவ எனக்கு உடம்புக்கு சுகமில்லாம படுக்கையில இருக்கேன். டாக்டர் கோபாலபிள்ளை அவருக்கு பிரண்டாக்கும். ஜீவா அவர அடிக்கடி பார்க்க வருவாரு. அப்போ எங்க வீட்டுக்கும் வருவார். என் பெட்ரூமுக்கும் வருவார். எங்க அம்மா ரொம்ப வருத்தத்தோட இருப்பாங்க. ஒரு பெரிய மகரிஷி சொல்ற மாதிரி சொல்லுவாரு. எதுவுமே நீங்க கவலப்பட வேண்டாம். இவன் மகா கெட்டிக்கார பையன். இவனுக்கு எல்லா நோய்களும் போயிடும். இவன் புத்தகங்கள எல்லாம் படிச்சி, பெரிய ஆளா வருவான். நீங்க கொஞ்சம்கூட கவலைப்பட வேண்டாம் அப்படின்னு சரமாரியாப் பேசுவார். அதுக்கு என்ன அடிப்படை, ஆதாரம் அதெல்லாம் தெரியாது. அம்மாவுக்கு அது ரொம்ப ஆசுவாசமாயிருக்கும். அப்படிச் சொல்லி கேட்கணும் என்கிற அவசியம் அவங்களுக்கு இருக்கு. இவர் ஒரு வழக்கமான ஆள் இல்லியே என்கிறதுனால, இவருக்கு நுட்பமான பார்வை இருக்கும், அப்போ இவர் சொல்லக் கூடியது நடக்கும்னு எங்க அம்மாவுக்கு ரொம்ப சந்தோஷமா இருக்கும்.

இப்படி எந்த ஆள்கிட்டே பேசினாலும் எதையோ ஒன்றைப் பேசி அவங்களுக்கு அசாத்தியமான உற்சாகத்த ஊட்டிடுவார்.

அப்புறம் இன்னொரு விஷயம் என்னக் கவர்ந்தது என்னன்னா மனுஷனுக்கு மனுஷன் வித்யாசம் அவர் மனசுல இல்ல. இப்படிப்பட்ட ஆள்கள நான் என் குடும்பத்துல பார்த்ததே இல்ல. நிறம் சம்பந்தப்பட்டோ, படிப்பு சம்மந்தப்பட்டோ, சாதி சம்மந்தப்பட்டோ, தோற்றம் சம்பந்தப்பட்டோ, மதம் சம்பந்தப்பட்டோ இப்படிப்பட்ட ஏதோ ஒரு வித்தியாசம்

அவங்ககிட்ட எப்போதுமே ஆப்ரேட்டாகிட்டேயிருக்கு. இந்த மனுஷனுக்கு ஒண்ணுமே இல்ல. இவர் மனுஷன்னு சொன்னா எல்லாம் ஒரே மாதிரிதான்னு நினைக்கிறாரு. இது வந்து ஒருத்தனால சாத்தியமா? இந்த இடத்துக்கு ஒரு மனுஷனால வரமுடியுமா. அப்படிங்கிறது எனக்கு ரொம்ப ஆச்சரியமா இருந்தது. ஒரு நாள் வந்தாரு. நான் எங்கேயோ வெளியில போயிருந்தேன். எங்க அம்மா. நீங்க கொஞ்சம் இருங்கோ அவன் எங்கேயோ வெளியில போயிருக்கான். வந்துருவான் என்றார்.

அவர் என்ன பண்ணுனார்? நேரே பின்னால போயிட்டாரு. அங்க ஒரு அம்மா பாத்திரம் தேய்ச்சிட்டிருந்தாங்க. அங்கே ஒரு அருமையான கல் இருக்குது. துவைக்கக் கூடியக் கல். அந்த கல்லில் உட்கார்ந்தார். அப்போல்லாம் ஒரு நிக்கரும் பனியன் மாதிரியும் போட்டிருப்பார். அங்கபோயி உக்காந்ததன் நோக்கமே அந்த அம்மாட்ட பேச்சு கொடுக்கத்தான். அதெல்லாம் நோக்கம் இல்லாதது மாதிரி எங்கேயோ பார்த்து உக்காந்திருப்பார். அது ஒரு ஜாலம்தான். அப்புறம் மெதுவா அந்த அம்மாட்ட பேச ஆரம்பிச்சாரு. பேசிப் பேசி பேசி, கடுக்கரை அல்லது தாழக்குடின்னு பேசி ஓ . . . நீ அவருடைய மகளா? அவளா? எனக்குத் தெரியுமேன்னு சொல்லி, ஒரு உறவ ஏற்படுத்திருவாரு. நான் வந்திருக்கேனே, உங்க தாத்தா வீட்டுக்கு வந்திருக்கேன்னு சொல்லி ஒரு உறவ ஏற்படுத்தி, அவங்க ரொம்ப பிரண்ட்ஸாயிடுவாங்க. ஒரு ஆள வந்து அது ஆணா இருக்கட்டும் பெண்ணா இருக்கட்டும் சின்னவளா இருக்கட்டும் கிழவியா இருக்கட்டும், எந்த ஆளையும் ஒரு அரைமணி நேரத்துக்குள்ள அவர் பிரண்டாக மாத்திடுவார். இங்க வரும்போது உன்னைப் பார்க்கிறேன். உங்க வீட்டுக்கு வருகிறேன் இப்படியெல்லாம் பலவிதமான உறவுகளை உருவாக்கிருவாரு. அப்போ இந்த அக்கறை **(Concern)**இருக்கில்லியா அது என்னை ரொம்ப அளவுக்கு பாதிச்சிருக்கு. இடதுசாரிச் சிந்தனைக்கு அடிப்படையே இதுதான். சகமனுஷன் மேலே இருக்கக்கூடிய அக்கறையிலிருந்துதான் எல்லாமே வருது – அப்படிங்கிற எண்ணம் எனக்கு வந்தது.

அப்புறம் எனக்கு புத்தகம் படிக்கிற பழக்கம் வந்தவுடனேயே அவர் சொன்னார். ரஜினிபாமிதத்துடைய 'இன்றைய இந்தியா' என்கிற புத்தகத்தை படிச்சிபாருன்னு. அவர்கிட்ட இருந்து புத்தகம் ஒண்ணும் வாங்க முடியாது. நம்மகிட்டயிருந்து புத்தகம் வங்கிட்டுப் போவாரு. அதைத் திரும்பத்தரவே மாட்டாரு. நினைக்கவே வேண்டாம். அதப் படிச்சிட்டு இன்னொரு ஆள்கிட்ட கொடுப்பாரு. அவருக்கு புத்தகம் கொடுக்க வேண்டாம்னா அவர் வர்றதுக்கு முன்னாலயே புத்தகத்த மறைச்சி வச்சிறணும்.

இல்ல அவர் எடுத்துட்டுப் போட்டுமென்று மேசையின் மேலே வச்சிரனும். இந்த ரெண்டே வழிதான் உண்டு. ரஜினிபாமிதத்தின் புஸ்தகம் அவர்கிட்டே இருந்து நான் வாங்க முடியல்ல அது யார்கிட்டையாவது கிடைக்கும், விசாரிச்சிப்பார்னார். எனக்குக் கிடைச்சிடுத்து அது. அதுவந்து டாக்டர் எஸ். ராமகிருஷ்னன்னு சொல்லி பின்னால கட்சியில ஒரு தலைவரா வந்தார். அவருடைய சின்ன வயசுல வேலூர் ஜெயில்ல இருக்கக் கூடிய சமயத்தில், இந்த புஸ்தகத்த மொழிபெயர்த்திருக்கார். ஒரு ஐநூறு பக்கம் உள்ள புஸ்தகம். அருமையான புத்தகம். ரஜனிபாமிதத்தை மார்க்சிஸ்ட் அறிஞர்ன்னே சொல்லலாம். ஆரம்ப காலத்துல பிரிட்டீஷ் கம்யூனிஸ்ட் கட்சிய உருவாக்குறதுக்காக சில ஆட்களை அனுப்பியிருக்காங்க. அதுல இவர் முக்கியமானவர். அந்தப் புத்தகத்தைப் படிச்சேன். ராமகிருஷ்ணன் அற்புதமா மொழிபெயர்த்திருக்கார்.

ஒரு புத்தகத்தைப் பார்த்த உடனேயே அந்தப் புத்தகம் எப்போது வெளிவந்தது? அந்த ஆசிரியர் எப்போது பிறந்தார்? எந்த வயசுல அந்த காரியம் நடந்திருக்கு? அந்த வயசுல நாம என்ன செய்திருக்கோம்? மூணுகதை எழுதியிருக்கோம்! இரண்டு கவிதை எழுதியிருக்கோம் அவர் இன்ன மாதிரி பெரிய நாவல் எழுதியிருக்காரு. கிட்டத்தட்ட 17 – 18 வயசுலயிருந்து இன்றுவரை இப்படி ஒரு எண்ண ஓட்டம் எனக்கு இருக்கு. தமிழ்நாட்டு எழுத்தாளர் பல பேருடைய பிறந்த தேதி எனக்குத் தெரியும். இது மட்டுமல்ல. மேற்கத்திய எழுத்தாளருடையதும் எனக்குத் தெரியும். எழுத்தாளனுடைய பிறந்த நாள், அவன் எங்கு பிறந்தான். யாரைக் காதலிச்சான் யாரைக் கல்யாணம் பண்ணின்டான் அவன் 25வது வயசுல என்ன செய்திருக்கான். அப்போ எனக்கு இன்னும் 5 வருஷ அவகாசம் இருக்கு. அதற்கிடையில் புத்தகம் எழுதினாப் போதும் – இப்படிப்பட்ட கற்பனையில ஈடுபடுறது அன்னையிலிருந்து இன்றுவரை எனக்கு வழக்கம். அப்போ அந்தச் சின்ன வயசுல எனக்கு டைம் இருந்து இன்னும் ஐந்து வருஷத்துல சாதனை பண்ணலாம். இவன் ஒரு 35வது வயசுலதான் ஒரு பிரமாதமான நாவல் எழுதியிருக்கான். எனக்கு இன்னும் 10 வருஷம் இருக்குன்னு எனக்கு ஒரு சந்தோசம் இருந்தது. வயசான பிறகு பார்க்கிறேன். குறைவான வயசுலேயே நிறையபேர் சாதனைகள் பண்ணியிருக்காங்க. எங்க பார்த்தாலும் எனக்கு லேட்டாயிடுச்சு. 10 வருஷம் லேட்டாயிடுச்சு. அந்த மாதிரித்தான் இப்போ எனக்கு இருக்கு (சிரிக்கிறார்).

அப்போ எனக்கு ராமகிருஷ்ணன் பெயர்ல பெரிய அபிப்ராயம். 23 வயசுல இந்த அற்புதமான கடினமான

புத்தகத்தை மொழிபெயர்த்திருக்கிறார். அப்போ நான் ஜீவாகிட்ட சொன்னேன். நான் இந்தப் புத்தகத்தைப் படிச்சேன். எப்படி இந்த ஆள் மொழிபெயர்த்திருக்கார் என்றேன். இதுக்கு முந்தி நான் கேட்காத ஒரு வார்த்தையை ஜீவா பயன்படுத்தினார். அவன் ஒரு புத்தி ராட்சசன் என்றாரு. இந்த புத்தி ராட்சசன் என்கிற வார்த்தையை நான் இதுக்கு முந்தி எங்கேயும் கேட்டது கிடையாது. இப்படி எங்கக் குடும்பத்துக்குள்ளே பரிமாறாத எக்கச்சக்கமான வார்த்தைகள் அவர்கிட்டே இருக்கும். அந்த வார்த்தைகள் சரியான நேரத்திலே வந்து விழும். புத்தி ராட்சசன் என்கிற வார்த்தையைத் தவிர வேறு எந்த வார்த்தையை பன்படுத்தினாலும் என்னுடைய உணர்ச்சிக்கு வடிவம் கொடுத்ததாக இருக்காது. மகா கெட்டிக்காரன். அது இது – அதெல்லாம் எனக்குத் தேவையே இல்ல. எனக்கு அவர்மேல ஒரு பிரமிப்பு ஏற்பட்டிருக்கு. அந்த பிரமிப்புக்குப் பொருத்தமான வார்த்தை. இங்க வருவான். உன்னைப் பார்த்தா சந்தோசப்படுவான். அப்படின்னு அவர் ஏக வசனத்துல பேசுறார். அந்த புத்தி ராட்சசன். அப்புறம் பின்னால அவர பார்த்தேன்னு வையுங்கோ. இபடித்தான் என் சிந்தனைகள் படிப்படியாக வளர ஆரம்பிச்சு.

அப்புறம் நான் எதிர்பார்த்த அளவுக்கு எஸ்.ஆர்.கே வளரல்ல. அவர் பார்லிமென்டுக்குப் போயிடுவார்னு நினைச்சேன். தமிழ்நாட்டுல ஒரு முக்கியமான அரசியல் தலைவரா அவர் உருவாவார்ன்னு நினைச்சேன். அதுக்குள்ள எல்லா குணமும் அமைஞ்சவருதான். நல்ல படிப்பு. அருமையாப் பேசுவார். அருமையா மொழிபெயர்ப்பார்.

தமிழ்நாட்டுல இவ்வளவு அருமையா மொழிபெயர்க்க வேறு யாராலும் முடியாது.

கு. அழகிரிசாமி சொல்லுவாரு. ராமகிருஷ்ணனோட ரெட்டை நாதஸ்வரம் கேட்டீர்களா? அது என்னது ரெட்டை நாதஸ்வரம் என்றேன். ஒரு ஆள் இங்கிலீஷ்ல பேசினா, இவரு தமிழ்ல மொழிபெயர்ப்பார், அதைக் கேட்டிருக்கீங்களா? அதுதான் ரெட்டை நாதஸ்வரம் அப்படின்னு சொன்னார் அழகிரிசாமி. இவன் மகா கெட்டிக்காரன். ஒரு பதினஞ்சு நிமிஷம் ஒரு ஆள் பேசறார்னு சொன்னா, உதாரணமா ஜோதிபாசு பேசுறாரு. ஒரு 15 நிமிஷம் அவர் பேசி நிப்பாட்டுவாரு. ஒரு 20 நிமிஷத்துல அவர் பேசின ஒரு கருத்துக்கூட சிதறாமல் அப்படியே டேப் பண்ணுனதுமாதிரி சொல்லுவாராம் கிருஷ்ணன். அது ரொம்ப ஆச்சரியமானது. அந்தந்த வார்த்தைகள் கரெக்டா அந்தந்த இடத்தில வந்து விழும். பின்னால அவர் ரொம்ப பெரிய ஆளா வருவார்ன்னு நினைச்சேன். இந்த டி.எம்.கே.யுடைய ஒரு

பெரிய தாக்கம் இருக்குல்ல 66ல அது எல்லாரையும் அடிச்சித் தள்ளிவிட்டது. யாருக்கும் மேலே வர முடியல்ல.

அப்புறம் மலையாள புத்தகங்கள் படிக்க ஆரம்பிச்சேன். இவர் சொன்ன விதமான புத்தகங்கள் தமிழ்ல எனக்கு இலகுவா கிடைக்கல்ல. மலையாளத்துல அந்த புத்தகங்கள் இருக்குது. ஒண்ணு ரெண்டு எப்படியோ தெரிஞ்சிட்டுத்து. கௌமுதின்னு ஒரு புஸ்தகம் வாங்கினேன். கௌமுதியில கே. பாலகிருஷ்ணன்னு ஒருத்தர் ஆர்.எஸ்.பி.யாக்கும். எனக்கு அவரைத் தெரியாது. அவர் எழுதுறதப் பார்த்து நான் கம்யனிஸ்ட்டுன்னு எடுத்துக்கிட்டேன். கட்சிகளுக்குள்ளே சின்னச் சின்ன வித்தியாசங்கள், பிரிவுகள் இருக்கும் எனக்கு அப்போ புரியல்ல. ஆனா அவர் தீவிரமான இடதுசாரின்னு சொன்னேன். ஜீவாகிட்ட. இந்த வாரம் என்ன எழுதியிருக்கார்னு கேட்பார் அவர். பாலகிருஷ்ணன் இந்தமாதிரி தலையங்கம் எழுதியிருக்கார் என்பேன். அது முக்கியமான கருத்துத்தான் என்று சொல்லுவார். இது எங்களுடைய கருத்துக்கள் இல்லியே, வேறு எதையோ மாத்திச் சொல்றான்னும் சொல்லுவார். அப்போ அதே மாதிரி மலையாள புத்தகங்கள் நிறைய படிச்சேன்.

இன்னும் ஒன்று. 1941–1942ல அப்போ எனக்கு பத்து வயசு இருக்கும். துண்டுப்பிரசுரம் இருக்குல்ல அதை நான் எக்கச்சக்கமா சேர்ப்பேன். எங்கிட்ட இருக்கக்கூடிய காசு வருமானத்துக்குக் கடையில போயி துண்டுப்பிரசுரம்தான் வாங்கமுடியும். துண்டுப்பிரசுரம் ஒரு அணா, ரெண்டணா, எங்க அம்மாவக் கேட்டா எட்டணா தருவாங்க. இன்னும் ரொம்ப வற்புறுத்தினா. ஒரு ரூபாய் ரெண்டு ரூபாய். இதுக்கு மேல எங்க அம்மாட்ட வாங்கமுடியாது. அப்படி வாங்கினா கொஞ்சம் இடைவெளி விடணும். ரெண்டு ரூபாய் வாங்குனா ஒரு இரண்டு வார இடைவெளிவிட்டு திரும்ப இரண்டு ரூபாய் வாங்கலாம். இன்னிக்கு வாங்கிட்டு நாளைக்கு வாங்கமுடியாது. அப்போ எதாவது படிச்சாகணும். பிரிண்டட் மேட்டர் ஏதாவது கிடைக்குமான்னு பார்த்திட்டே இருப்பேன். இந்த லாலா மிட்டாய்க் கடை இருக்கே அங்கேதான் துண்டுப் பிரசுரமெல்லாம் வரும். டெய்லி ஒரு துண்டுப்பிரசுரம் வரும் வேடிக்கையா இருக்கும். அப்படிப் பார்த்திங்கன்னா நான் மாசத்துல 25 துண்டு பிரசுரம் வாங்கிருவேன். காலம்பற படிக்க ஆரம்பிச்சேன்னா மத்தியானம் சாப்பாட்டோட ஒரு துண்டுப்பிரசுரம் தீர்ந்திரும்.

துண்டு பிரசுரம்ன்னா சின்ன பிரசுரமா!

ஆமா. சிறு பிரசுரங்கள். மக்களை எஜுகேட் பண்றது. ஈஜிப்ட்டுல் என்ன நடக்குறது? போலண்ட்டுன்னா என்னா? இப்படி வந்துட்டே இருக்கும். இது மாதிரி எஜுகேஷன் 1950க்கு

அப்புறம் நான் பார்க்கவே இல்லை. அந்தமாதிரி விஷயங்களைத் தெரிஞ்சுக்கிற அவசியம் இப்போ ரொம்ப இருக்கு. ஆனா துண்டு பிரசுரம் யாரும் எழுதுறதில்லை. எனக்கு அதன் மேல ஆர்வம் அதிகம். 47–48 வரை கிட்டத்தட்ட 300–400 துண்டு பிரசுரங்கள் சேகரிச்சேன். அது பெரிய சொத்தாக்கும். அந்த மாதிரி பெரிய எண்ணிக்கையில துண்டுப்பிரசுரம் தமிழ் நாட்டில் வேறு யார்க்கிட்டேயும் இருக்கிறதாத் தெரியல்ல. பின்னால அந்த துண்டு பிரசுரம் எல்லாத்தையும் தாமரைக்குளம் வேலாயுதத்திட்டக் கொடுத்தேன். அது இப்போ என்ன ஆச்சுன்னு தெரியல்ல.

இடையில கொஞ்சம் புத்தகம் போயிட்டு போல, மீதியை அப்படியே பாதுக்காப்பா வச்சிருக்காங்க.

எல்லாமே பைண்ட் பண்ணி வச்சிருந்தேன். விவேகின்னு ஒருத்தன் மாசம் இரண்டு துண்டு பிரசுரம் எழுதுவான். அந்த ஆள் யாருங்கிறது எனக்கு தெரியல்ல. கோரநாதன் என்கிற பெயர்ல துண்டு பிரசுரங்கள் வரும். அது வல்லிக்கண்ணன் என்கிறது பின்னால தெரிஞ்சிக்கிட்டேன். வல்லிக்கண்ணன் பல அவதாரங்கள் எடுத்து எழுதுவார். அவர் திடீர்ன்னு கோயிலை மூடுங்கள் என்று எழுதுவார். அதெல்லாம் அப்போ படிக்கிறதுக்கு ரொம்ப ஒருமாதிரி இருக்கும். நம்ம எண்ணங்கள் கேள்வி கேட்கிற மாதிரி தகர்க்கிற மாதிரி யாரு ஒண்ணச் சொன்னாலும் அது நமக்கு முக்கியமாப் படும். அப்போ பெரியாரைப் பற்றி ரொம்ப உயர்வாக எழுதப்பட்ட புத்தகங்கள், பெரியாரைக் கேலி பண்ணி ரொம்ப மட்டமா எழுதப்பட்டப் புத்தகங்கள், இப்படி ஏகப்பட்ட புத்தகங்கள் படித்தேன். அதெல்லாம் அவர்ட்ட சொல்லுவேன். நீ ரொம்ப அசாத்தியமான விசயங்கள் எல்லாம் படிக்கிறியே. ஒனக்கு எக்கச்சக்கமான ஆர்வம் இருக்கேன்னு சொல்லி நம்மளைத் தூக்கிவிடுவாரு.

அப்புறம் புதுமைப்பித்தனுடைய சிறுகதைகளைப் படிக்கத் தொடங்கினேன். ரகுநாதன் கதைகளை படிக்கத் தொடங்கினேன். என்னுடைய நண்பர்கள் எல்லாம் சொன்னாங்க. இப்போ இருக்கக்கூடிய புதுமைப்பித்தன்தான் ரகுநாதன். அதனால் நீங்க ரகுநாதனைப் பார்த்தால் புதுமைப்பித்தனைப் பார்த்தது மாதிரி. ரகுநாதன் 20 வயதிலேயே எழுத ஆரம்பிச்சிட்டாரு. அவருடைய புத்தகங்களைப் பார்த்தா அவரை சிறுவயசுல உள்ள ஆளுன்னே தோணாது. அந்த புத்தகங்கள படிச்சோமானா அதுல இம்மெச்சூரிட்டியே இருக்காது. நல்ல சிந்திக்கக்கூடிய ஆளுடைய புத்தகமாகவே இருக்கும். முதல்ல 'புயல்'னு ஒரு புஸ்தகம் படிச்சேன். அப்புறம் 'முதலிரவு'. அப்புறம் 'ஆணா

பெண்ணா', அப்புறம் 'கன்னிகா', அப்புறம் 'இலக்கிய விமர்சனம்' அப்படின்னு சொல்லி 50க்குள்ள அவர் எழுதினதுல ஒரு புத்தகம் பாக்கி கிடையாது. படிச்சேன். அப்புறம் கட்டுரைகள் 'சக்தி'யில வந்துட்டிருந்தது. அதெல்லாம் தொகுப்பா வரல்ல. அதுலயும் எதுவுமே பாக்கி கிடையாது. ரகுநாதன் கதைகள் அப்போ புத்தகமா வரல்ல. ஆனா தனித்தனியா ஏகதேசம் எல்லாம் படிச்சிட்டேன்.

இங்கே தே.ப. பெருமாளும் திருவனந்தபுரம் சிதம்பரமும் சேர்ந்து கவிக்குயில்னு ஒரு புத்தகம் போட்டிருந்தாங்க. அதுலதான் ரகுநாதனுடைய கதை ஆனைத் தீ. படிச்சேன். ரொம்ப அற்புதமான கதையாப்பட்டது. இந்த மாதிரியான கதை தமிழ்ல யாருமே எழுதியிருக்கமாட்டாங்கன்னு நினைச்சேன். இப்படி ஒரு ஈடுபாடு ஏற்பட்டதுக்கு அப்புறம் எப்படியும் அவரை பார்க்கனும்னு ஆசை. எப்படின்னா ஒரு எழுத்தாளனைத்தான் பார்க்கணும். மத்தவங்களயெல்லாம் பார்க்கவேண்டிய அவசியமில்ல. அதெல்லாம் பின்னால பார்த்துகிடலாம் அர்ஜெண்டா பார்க்கவேண்டியது ஒரே ஒரு எழுத்தாளரைத்தான். அது ரகுநாதனைத்தான். நாம அதுக்காக ஒண்ணும் பண்ணக்கூடாது. அது இயற்கையா அமையணும். அதுக்காக நேரம் வரும் வரை காத்திருக்கணும்.

இந்த நேரம் புதுமைப்பித்தன் மலர் போடுறேன். எல்லார்க் கிட்டேயும் கட்டுரை வாங்குறேன். அப்போ இவர்கிட்டேயும் கட்டுரை வாங்கணுமே. ஏன்னா இவர்தான் வாழ்ந்திட்டிருக்கிற புதுமைப்பித்தன். அவருக்கு லெட்டர் எழுதினேன். கட்டுரை அனுப்பினார். என்னை உற்சாகப்படுத்தி ஒரு லெட்டர் எழுதினார். புதுமைப்பித்தன் மலர் கொண்டு வர்றது ரொம்ப ஆச்சரியமான விஷயம். எனக்கு நீங்க யாருன்னேத் தெரியல்ல. வயசு 20ன்னு எழுதியிருக்கீங்க. 20 வயசுக்குள்ள இந்த மாதிரி விசயம் செய்யணும்னு உங்களுக்கு எப்படி மனசு வந்தது. இன்னும் பல விஷயங்கள் எழுதியிருந்தாரு. உங்களுக்கு அழகரிசாமிகிட்டயிருந்து கட்டுரை வாங்கி அனுப்புறேன்னும் எழுதியிருந்தாரு. வேறு யாருகிட்ட இருந்து கட்டுரை வாங்கலாம்னு கேட்டேன். அவர் நீளமான பட்டியல் ஒண்ணு அனுப்பினார். தே.ப. பெருமாள் ஒரு பட்டியல் எங்கிட்ட கொடுத்தாரு. வேறு சில ஆட்கள் பெயருலையும் விருப்பம் இருந்தது. ராவ்சாகிப் வையாபுரிபிள்ளை. அப்புறம் மு.வா. இதெல்லாம் அவர் கொடுத்த பட்டியல். இவர் கொடுத்தப் பட்டியல் எஸ்.எஸ். மாரிசாமி, அழகிரிசாமி, இப்படி புதுமைப்பித்தனுடைய எழுத்தில் ஆர்வமுள்ளவர்களின் பட்டியல். எல்லாருக்கும் எழுதி கட்டுரைகளைச் சேர்த்து ஒரு புத்தகமா கொண்டு வர்றதுக்கு ஒரு வருஷம் ஆச்சு. அவருக்கு

ஒரு புத்தகம் அனுப்பினேன். அப்புறம் என்னோடு கடிதத் தொடர்பு அவரு மெய்ன்ட்டேன் பண்ணிக்கிட்டிருந்தார். அடிக்கடி வராது. இரண்டு மாதத்துக்கொரு லெட்டர் வரும்.

அப்போது திடீர்னு ஒரு லெட்டர் வந்தது. நான் சென்னையி லிருந்து திருநெல்வேலி வந்தாச்சு. அப்போ நான் நினைக்கிறேன். நானும் அவரும் சந்திக்கிறதுக்கான நேரம் நெருங்கிக்கிட்டிருக்கு. அதுக்கான ஏற்பாடுகள் நடந்துக்கிட்டிருக்கு. அவர் இங்கே வந்தாச்சு. இன்னும் கொஞ்ச நாளைக்குள் அந்த விசயம் நடந்திரும். நான் இதுவரையும் அவருக்கு உங்களை பார்க்கணும்னு ஆசையாயிருக்கு. உங்கள நினைச்சிட்டுதான் இருக்கேன்னு ஒரு லெட்டர் கூட எழுதினது கிடையாது. ஆனா அவருக்குத் தெரியும். நம்ம எழுத்தின் மேல ரொம்ப ஈடுபாட்டோட இருக்கான் என்கிறது. அவர் என்ன பண்ணினார்? இங்க வர்றதுக்கு எந்தக் காரணமும் கிடையாது. எந்தக் காரணமுமில்லாம திடீர்னு ஒரு நாள் எங்க வீட்டு வாசல்ல வந்து உட்கார்ந்திருக்கார். அப்பாவுக்கு அவர் யார்னு தெரியல்ல. யார்னு கேட்டார். அவருடைய பேர் சொன்னா அப்பாவுக்கு யார்ன்னு தெரியாது என்கிறதுனால. நான் பாஸ்கர தொண்டைமானோட தம்பின்னார். பாஸ்கர தொண்டைமான்னா பெரிய அபிப்பிராயம் அந்தக் காலத்தில் உள்ள ஆட்களுக்கு. ஏன்னா கல்கியில தொடர்ந்து கோயிலப் பற்றி எழுதிட்டு வரார். சிற்பங்களைப் பற்றி எழுதிட்டு வரார். டி.கே.சி.யோட சிஷ்யர். பெரிய ஸ்காலர். ஐ.ஏ.எஸ். ஆபிசர். இப்படிப் பல விதத்திலயும் அவங்களுக்குப் பிடிக்கக்கூடிய நபர். அவருடைய தம்பியா நீங்கன்னு சொல்லி எங்க அப்பா ரொம்ப ஆச்சரியப்பட்டார். உடனே உள்ளே வந்து, உன்னத் தேடி ஒரு முக்கியமான ஆள் வந்திருக்கு, போ போன்னார். நான் போயிப் பார்த்தேன். சாதாரணமா உக்கார்ந்திருக்கார் ஒருத்தர். என்னன்னு கேட்டேன். நான்தான் ரகுநாதன். ஒங்களப் பார்க்கணும்கிற ஆசையில வந்தேன்னார். எனக்கு நம்பவே முடியல்ல. நான் யாரைப் பார்க்கணும்னு நெனச்சிட்டே இருக்கேனோ அவரேதான். அதாவது புதுமைப்பித்தனையும் ரகுநாதனையும் நான் பதினேழு வயசில இருந்து இருபத்துநாலு வயசுவரை ஒரு நாள்கூட ஞாபகமில்லாம இருந்ததில்ல. "ஒனக்கு நிச்சயமா புதுமைப்பித்தன் பைத்தியம் பிடிக்கப்போகுது. சந்தேகமே கிடையாது" அப்படின்னு எங்க அம்மா அடிக்கடிச் சொல்லுவா.

ரகுநாதன் எங்க வீட்ல ரெண்டு நாள் இருந்தார். அப்புறம் கிளம்பினார். கிளம்பினவுடன் என்னைவிட்டு அவர் போறாரே என்கிறத என்னால தாங்க முடியல்ல. எங்க அப்பாகிட்ட இவர் திருநெல்வேலிக்குப் போறாரு நானும் கூட போகட்டுமாண்ணு

கேட்டேன். வேறு ஒரு ஆளுன்னா எங்க அப்பா அனுப்பியிருக்கவே மாட்டாரு. பாஸ்கரத் தொண்டைமானுடைய தம்பி கூப்பிடுறான். அப்படின்னா இவன் போயிட்டு வரட்டும் என்று வேறொரு விஷயத்துல என்னை சம்மந்தப்படுத்தி விட்டாரு. அவருடைய தம்பி ஒருத்தருடைய வீட்ல ஒரு துக்கம் நடந்திருக்கு. அதப்பற்றின விஷயங்கள விசாரிச்சிட்டுவான்னு அந்த விலாசத்தைக் கொடுத்தாரு. இப்படி அபிசியலாகவே போகக்கூடிய வாய்ப்பு எனக்கு கிடைச்சது. நானும் அவருமா பஸ்ல ஏறி போனோம். ஒரு நோக்கமும் கிடையாது. அவரோட எவ்வளவு அதிகமான நேரம் இருக்க முடியுமோ அவ்வளவு நேரம் இருக்கணும். அவர் என்ன செய்தார், பாளையங்கோட்டையில இறங்கினார். பாளையங்கோட்டையில இறங்கிறோம்னு எனக்குத் தெரியாது. இறங்கி என்னை இன்டியன காபி ஹவுஸிற்கு அழைச்சிட்டுப் போனாரு. ஒரு நல்ல இடத்துக்குதான் என்னைக் கூட்டிட்டுப் போணும்கிற எண்ணம் அவருக்கு இருந்திருக்கு. போயி பிரெட்டும் டீயும் சாப்பிட்டோம். நான், 'இந்த விலாசத்துல எங்க சித்தப்பாவப் பார்க்க போறேன்னு' சொன்னேன். அவரு எங்க வீடு திருநெல்வேலி டவுன்ல இருக்குன்னு சொன்னாரு. அதெல்லாம் என் மனசுல பதியவேயில்ல. டவுண் எங்கிருக்கு, ஜங்சன் எங்க இருக்கு. நெல்லையப்பர் கோயில் எங்கிருக்குண்ணு ஒன்றும் எனக்குத் தெரியாது. இனிமேல் உங்களப் பார்க்க முடியுமான்னு கேட்டேன். பார்க்கணுமானா நீ அங்கதான் வரணும்னு சொன்னாரு. எனக்கு அழுகை வந்ததுமாதிரி இருந்தது. அவர் முன்னால அழ வேண்டாம் என்கிறதுக்காக, நீங்க போங்க அப்புறம் பார்ப்போம்னு சொன்னேன். அவர் போயிட்டாரு. நான் அவரப் போயி பார்க்கல்ல. போயி சேருவேனா, நடுவுல தொலைஞ்சு போயிருவேனா என்கிற பயம் இருந்தது. அதுனால போகல.

அப்போ நானும் நம்பியும் பிரண்டாயிருந்தோம். நம்பிகிட்ட அவரப் பார்க்கணும். நீயும் பார்க்க வேண்டிய ஆளாக்கும் அப்படீன்னேன். அதுக்கு என்ன செய்யலாம்னு யோசிச்சோம். நம்பி ஒரு வழி சொன்னான். கிருஷ்ணன்கோயில்ல ஒரு டிரேடு யூனியன் வர்க்கர் இருக்காரு. அவரு எலக்டிரிக்சிட்டியில வர்க் பண்ணுறாரு. அவங்களுடைய ஆண்டுவிழா ஒண்ணு நடக்கப்போகுது. அந்தக் கூட்டம் கிருஷ்ணன் கோயில்லதான் நடக்கப்போகுது. அந்தக் கூட்டத்துக்கு ரகுநாதனைக் கூப்பிடும் படியாச் சொல்லுவோமா? சொல்லாமே என்றேன் நான். நாங்களே எல்லாம் செய்தோம். ரகுநாதன் என்கிற பெயரே அவாளுக்குப் பழக்கம் இல்ல. நாங்க நிறைய விசயங்களைச் சொல்லி அவர் மாதிரி ஆளே தமிழ் நாட்டுல கிடையாது,

அவர மாதிரி யாராலும் பேச முடியாது. அவர் எழுத்தாளர், கவிஞர், நாவலாசிரியர், ரொம்ப அற்புதமாப் பேசுவாருன்னு சொல்லி, அவங்ககிட்டயிருந்து ஒரு லெட்டர் எழுதி வாங்கி, அந்த லெட்டரை போட மறந்துருவாங்களோன்னு நினைச்சி, நாங்களே அந்த லெட்டரை ரகுநாதன் அட்ரஸ்க்கு அனுப்பிட்டோம். டெய்லி அவங்களப் பார்த்து பதில் வந்ததான்னு கேட்போம். ஒரு வாரம் கழிச்சி பதில் வந்ததுன்னு சொன்னாங்க. ரகுநாதன் கூட்டத்துக்கும் வந்தார். அதுதான் ரெண்டாவது விசிட்.

ரெண்டாவது விசிட் வரும்போது அந்த சங்கத்துல இருந்து அவருக்கு உடுப்பி கிருஷ்ணபவன்ல ஒரு ரூம் போட்டுக் கொடுத்தாங்க. அவர் அங்கே இருந்தார். கூட்டத்துக்குத் தலைமை வகிச்சவர் எம்.என். கோவிந்தன் நாயர். அப்போ திருவாங்கூர் பகுதியாக இது இருக்கு. எம்.என். கோவிந்தநாயருக்கும் ரகுநாதனுக்கும் பக்கத்து பக்கத்து ரூம் போட்டிருந்தாங்க. அப்பதான் நான் எம்.என். கோவிந்தநாயரை முதன் முதலாப் பார்க்கிறேன். என்னுடைய சின்ன வயசுல அவரு ஆசாரிப்பள்ளம் ஆஸ்பிட்டல இருந்து தப்பி ஓடினாரே. அதுனால எங்க மனசுல பெரிய ஹீரோவா இருக்கார். இந்த மாதிரி சாகசம் பண்ணக் கூடியவன் எந்தக் கட்சியாக இருந்தாலும் நம்முடைய ஹீரோதான் அப்போ எம்.என். கோவிந்தன் நாயர்தான் பெரிய ஹீரோ ஸ்கூல்ல. இவ்வளவு போலீஸ்காரங்களையும் ஏமாத்திட்டு அவன் பாட்டுக்கு போயிட்டான் – அப்படிச் சொல்லி எங்களுக்கு ரொம்ப சந்தோஷம். அவர அப்பதான் பார்த்தேன். ரகுநாதனோட ரொம்ப நன்றாகப் பழகினார். உங்களுக்கு அவரத் தெரியுமோ, என்னவோ தெரியல்ல. எப்போதும் சிரிச்ச முகத்தோடு இருப்பார். முகத்துல எப்பவும் சிரிப்பு இருந்துட்டே இருக்கும்.

எனக்கு நல்லா தெரியும். பூதப்பாண்டியில முதல் ஜீவா விழாவுக்குக் கூப்பிட்டிருந்தோம். அப்போது அவர் மந்திரி. வந்து ஒரு சாயா கிட்டுமோ என்னாரு. வாங்கிக் கொடுத்தோம். மேடைக்குப் பின்னால நின்று குடிச்சிகிட்டு, பீடியக் குடிச்சிப் பேசிட்டேயிருந்தாரு. அருமையான தோழர்.

இளம் தலைமுறை ஆட்கள வசீகரிக்கிறதில மகா கெட்டிக்காரர் அவர். கேரள கம்யூனிஸ்ட் கட்சியில ரொம்ப இளைஞர்களைக் கொண்டு வந்தது அவர்தான். மத்தவங்களுக்கு உள்ள திறமையைவிட அவருக்கு ரொம்பக் கூடுதல். இ.எம்.எஸ் மகா கெட்டிக்காரர், ஆனா இளைஞர்களை வசீகரிக்கத் தெரியாது. இவரு அவங்கக்கிட்ட பேசி, அவங்க வீட்டுக்குப் போயி அவங்களுடைய பிராப்பிளம்ஸ் என்னன்னு தெரிஞ்சிண்டு, பல விஷயங்கள் செய்வாரு. வீட்டுக்கும்

பையனுக்கும் பிரச்சனைன்னா, அப்பாவப் பாத்துப் பேசி, அம்மாவப் பார்த்துப் பேசி, கல்யாண பிரச்சனையின்னா அதைப் பத்தி பேசி, எல்லாத்துலயும் சம்பந்தப்பட்டு நிறைய இளைஞர்களுக்கு காட்பாதர். இப்படி எக்கச்சக்கமான இளைஞர்கள உள்ளே கொண்டு வந்துட்டார் அவர்.

ரகுநாதன் அந்தக் கூட்டத்துல பேசிட்டு போயிட்டாரு. இப்படி இரண்டு விசிட் நல்லா ஞாபகம் இருக்கு. அப்புறம் ரகுநாதன் மறைஞ்சி போறது வரையும் எவ்வளவோ வருஷங்கள் தொடர்ந்து பார்த்திருக்கோம் பார்க்காமலும் இருந்திருக்கோம்.

ஆரம்பக் காலத்துல அவருடைய பத்திரிகையில நீங்க எழுதினது பற்றி?

அதுக்கு முன்னாலேயே நான் திருநெல்வேலிக்கு ரெகுலராய் போக ஆரம்பிச்சாச்சு. காரணம் என்னன்னா அங்கதான் முதன்முதலா கம்யூனிஸ்டுகள்ல வாசிக்கும் பழக்கமுள்ளவர்களப் பார்த்தேன். நம்ம ஊர்கள்ல அப்படி அவ்வளவா ஆள்கள் இல்ல. உதாரணமா எனக்கு ஒரு சிறுகதையைப் பற்றிப் பேசணும். ஒரு நாவல் பற்றிப் பேசணும். ஒரு புத்தகத்தப் பற்றி பேசணும்னா அதுக்கு ஏத்தாப்புல ஒரு 20 பேரு அங்க இருக்காங்க. பாலன் தலைமறைவா இருக்கிறதுனால ராத்திரி 11 மணிக்கு 12 மணிக்கு வருவார்.

பாலனைச் சந்திச்சிருக்கீங்களா?

எத்தனை நேரம் சந்திச்சிருக்கோம். எனக்கு ரொம்ப குளோஸ் பிரண்ட். பின்னால எனக்குக் கட்சியோட கருத்து வேற்றுமை ஏற்பட்ட பிறகு ரெண்டு மூணுபேர்தான் என்னோட நல்லாப் பழகியிருக்காங்க. அதுல பாலனும் ஒருத்தர். கடைசிகாலத்துல பாலன் இறந்து போறதுக்கு ஒரு ஆறுமாசத்துக்கு முன்னால சென்னையில என் சகோதரிக்கு டைபாய்டுன்னு சொல்லி தந்தி வந்து, நான் அங்கே போனேன். அவளைக் கவனிக்கிறதுக்காக. அப்போ அவள் சொன்னாள், கொஞ்சம் சுகர் வாங்கிட்டுவா. அது ரேஷனாக்கும். எப்படியும் அவளுக்கு சுகர் வாங்கி குடுக்கணும் என்கிறதுக்காக, ஒரு ரேஷன் கடையில போயி க்யூல நின்னுண்டிருந்தேன். பயங்கரமான வெயில். அவள் ரொம்ப கஷ்டமான நிலையில இருக்கிறா, ஒரு டீ சாப்பிடுறதுக்கோ, எதுக்கோ ஜீனி வாங்கிக் கொடுக்கிறதுக்குக் கூட ஆள் இல்லை. அதுக்காக ஜீனி வாங்குறதுக்காக க்யூல நின்னுட்டிருந்தேன். எனக்கு வெயில்ல நின்னு பழக்கம் கிடையாதே. திடீருன்னு ஒரு ஆள் என் கையைப் புடிக்சி இழுத்தாரு. திரும்பிப் பார்த்தேன் பாலன். என்ன எங்கே போறீங்கன்னு கேட்டேன். என்ன

வேணுன்னு அவர் கேட்டாரு. சிஸ்டருக்கு உடம்புக்கு சரியில்ல. கொஞ்சம் சீனிவாங்க வந்திருக்கேன்னேன் நான். அதுக்கு வேறொரு ஆளை நிப்பாட்டி வாங்கிக் கொடுக்க ஏற்பாடு பண்றேன். அட்ரஸ் மட்டும் கொடுத்திடுங்கோ என்றார். இன்னிக்கு ஜெயகாந்தனுக்குப் பிறந்தநாள். வாங்க. நீங்களும் வந்தா சந்தோசப்படுவார் என்றார். நான் சொன்னேன். நான் வந்து இன்னும் என சிஸ்டர்ட்ட பேசல்ல. அதுனால அங்க வரமுடியாதுன்னேன். அவரு போயிட்டார். அப்புறம் விமான விபத்துல இறந்து போயிட்டாரு. அதுக்கு முன்னால எத்தனையோ கூட்டங்க்ளல அவரு பேசினது, அவர் முக ஜாடை . . . சர்வதேச அரசியலை அப்படி ஆரம்பிச்சி, ஒவ்வொரு தேசமா வருவாரு. அப்புறம் பின்னால எனக்கு ரொம்ப வயசானதுக்கப்புறம் மேப்பப் பாத்தப்பிறகுதான் அவரு மேப் படியாக்கும் வந்துண்டுருக்கார்ன்னு தெரிஞ்சுது. அது தெரியிறதுக்கு எனக்கு ஒரு 15 வருஷம் ஆச்சு. இங்கிலாந்துல ஆரம்பிச்சி, ஒவ்வொரு நாடாப்போயி, ரஷ்யாவுக்கு வந்து, அங்கிருந்து டெல்லிக்கு வருவார். ரெண்டு மணிநேரம் ஆகும். டெல்லிக்கு வந்துட்டு, அப்புறம் இந்தியாவுக்குள்ள இந்தியாவுல உள்ள எல்லா இடத்துக்கும் பிரயாணம் பண்ணிட்டு, தமிழ் நாட்டுக்கு வர்றதுக்கு ஒரு மூணு மணி நேரம் ஆகும். அது ஒரு வகுப்புதான். அவ்வளவு பேருக்கும் சர்வதேச அரசியலைச் சொல்லிக் கொடுக்கக்கூடிய அற்புதமான வகுப்பு. இன்னிக்கு தமிழ் நாட்டுல அதுமாதிரி அரசியலச் சொல்லிக் கொடுக்கக்கூடிய ஒரு டீச்சர் இல்ல. யாராலையும் அவர் பக்கத்துலக் கூட வரமுடியாது. அவ்வளவு சுவையாகச் சொல்லிக் கொடுப்பார். வரலாற்ற எப்படி பார்க்கணும்? என்னன்ன நடந்திருக்கு? கடந்த காலத்த கண்முன்னே கொண்டு வர்றதுல என்ன நிபுணன் தெரியுமா? இந்த குறிப்பிட்ட விசயத்துல அவரோட நீங்க யாரையும் ஒப்பிடவே முடியாது. வேறு யாருக்கும் அவ்வளவு திறமைக் கிடையாது. அவ்வளவு அற்புதமான ஆளு அவர்.

அப்புறம் திருநெல்வேலியிலதான் மாணிக்கம் இருக்காரு. நிறைய புத்தகம் படிப்பாரு. அவரும் எனக்கு பிரண்டு. கடைசிவரைக்கும் நட்பு பாராட்டுன இன்னொருத்தர் அவர். எல்லா ஆளுகளுக்கும் என் பேர்ல கோபம் இருந்த பிறகு கூட, எங்க அப்பா காலம் ஆனவுடன் திருநெல்வேலியிலிருந்து என்னைப் பார்க்க இங்கே வந்துட்டார். 1973–ல எங்க அப்பா இறந்ததுக்காக என்னை அவர் வீட்டுக்கு பார்க்க வருவார்ன்னு எனக்கு கொஞ்சம் கூட எண்ணம் கிடையாது. சங்கர் இருந்தாரே நம்ம ஊர்ல. அவரையும் கூட்டிட்டு வந்தாரு. எனக்கு சந்தோசம் தாங்க முடியல்ல. இவரு நம்மட்ட பழய பிரியத்தோட இருக்காரென்று.

ரெண்டு வானமாமலையும் – என். வானமாமலையும், என்.டி. வானமாமலையும் – அப்புறம் ரகுநாதன், சிவசங்கரன், ஜி. நாகராஜன். அவ்வளவு குரூப்பையும் திருநெல்வேலியிலதான் பார்த்தேன். நாகர்கோவில்ல இருக்கிற சமயத்துல எனக்கு எப்பவும் அவங்க சம்பந்தமாத்தான் ஞாபகம் இருந்துட்டேயிருக்கும். ரெண்டு வாரம் மூணுவாரம் ஆனாத்தானே அப்பாட்ட கேட்க முடியும். இவன் ஏன் ஓயாம திருநெல்வேலிக்குப் போறான்னு அப்பா கேட்பாரு. அதுக்காகக் கொஞ்சம் காத்திருந்திட்டு, ரெண்டு வாரத்துக்கப்புறம் போவேன். அண்ணாச்சி சண்முகம் பிள்ளை, இப்படி எல்லாரோடையும் ரொம்ப நெருக்கமானப் பழக்கம் வந்து இப்படி ரெண்டு வருஷம் மூணு வருஷம் போச்சி.

ரகுநாதன் பத்திரிகை ஆரம்பிச்சதே இளைஞர்களுக்காகத்தான். இளம் எழுத்தாளர்களுக்கு பத்திரிகைகளே இல்ல. நாம ஒரு ஊடகத்த உருவாக்கினா இவங்களுடைய எழுத்துக்கள் இதுல வர்றதுகான சந்தர்ப்பம் இருக்கு. திருநெல்வேலி பக்கத்திலிருந்து நிறைய எழுத்தாளர்களை உருவாக்கலாம். கன்னியாகுமரி பக்கத்திலிருந்து எழுத்தாளர்கள் வரலாம். இந்த ஆசையில அவர் செய்தார். அப்படிச் செய்றதுக்கு அவருக்கு வசதியே இல்ல. எப்படிச் செய்தார் என்கிறது எனக்கு மர்மமாகவே இருந்தது. தோழர்கள் யார்க்கிட்டேயும் அவர் இதப்பற்றிச் சொல்லல்ல. பொதுவா அவருடைய வீட்டு விசயங்கள், கஷ்டங்கள், இதுகள யார்க்கிட்டேயும் பகிர்ந்துக்கிற சுபாவம் அவருக்கு இல்ல. எல்லாம் அவரு மனசுக்குள்ளதான் வச்சிண்டுருப்பாரு. ஏதோ ஒரு பாகத்துல அவருக்குக் கொஞ்சம் பணம் வந்திருக்கும் போல. அந்த பணம் பூராத்தயும் அவர் இதுல போட்டுட்டாரு. அப்போ அவருக்கு வசதியே கிடையாது.

இந்தப் பத்திரிகை ஆரம்பிச்சவுடனே அவருக்கும் எனக்கும் உறவு ரொம்ப பலப்பட்டுது. எங்கிட்ட பல விஷயம் சொல்லுவார். ஒரு சமஸ்தானத்தோட ஆஸ்தான வித்வான் இருப்பானே, அதுமாதிரி அந்த பத்திரிகையோட ஆஸ்தான வித்வான் நான்தான். என்கிட்டதான் பத்திரிகையை ஒப்படைச்சிருக்கார் என்கிற மாதிரி எனக்கு ஒரு எண்ணம். பத்திரிகையோட வெற்றியோ, தோல்வியோ என்னை சார்ந்திருக்கு. நான் நாகர்கோவில்ல அல அலன்னு அலஞ்சி ஏகப்பட்ட சந்தா சேகரிச்சிருக்கேன். மடத்தனமா இருக்கும், ரோட்டுல யாரோ போயிண்டு இருப்பாங்க. விஷ் பண்ணுவாங்க. உங்கள எங்கேயோ பார்த்ததுமாதிரி இருக்கே என்பேன். நான் வேலாயுதம்பிள்ளை. நீங்க அந்த கல்யாணத்துக்கு வந்தேள் இல்லியா என்பார். சார், நாங்க ஒரு பத்திரிக்கை ஆரம்பிக்கப் போறோம். ‘சாந்தி’ அப்படின்னு மூணு ரூபாதான் சந்தா கொடுங்களேன். என்கிட்ட பணமில்லியே என்பார்.

நீங்க அட்ரஸ் கொடுங்க நான் தோவாளைக்கு வந்துர்றேன் என்பேன். இப்படி ஆள்கள மடக்கிப் பிடிப்பேன். யார் யார் சந்தா சேர்வாங்க, யார் யார் சேரமாட்டாங்க என்கிறது பற்றி எனக்கு ஒரு ஐடியாவும் கிடையாது. எல்லா மனுஷனும் சந்தா சேர்வான். 3 ரூபாய் கையில இருந்தாப் போதும். அப்படின்னு ஒரு எண்ணத்துல இருந்தேன்.

ஆனா அப்படி முயற்சி செய்ததுனால கிட்டத்தட்ட 30–40 சந்தா சேர்த்துட்டேன். டி.கே. சண்முகத்துடைய அண்ணாச்சி இருக்கார்ல்ல முத்துசாமின்னு ஒருத்தர். அவரப்போயி பார்த்தேன். எனக்கு இலக்கியத்துல ஈடுபாடு கிடையாதேன்னார். அவருக்கு வயசு 55 இருக்கும். எனக்கு 22–23 இருக்கும். படிச்சேள்ன்னா உங்களுக்கு இலக்கியத்துல ஈடுபாடு வந்துரும். அப்படின்னு சொன்னேன் நான். என்னாடா, நீ என்கிட்ட இப்படி யாருமே சொன்னதே இல்லியே. எனக்கு சந்தோசமாயிருக்கு. நீ இப்பிடிச் சொன்னது. வந்துருமான்னு கேட்டாரு. வந்துரும்ன்னு சொன்னேன். அது மட்டுமல்ல, உங்களுக்குக் கொஞ்சநாள் கழிச்சவுடன எழுதணும்னு தோணிடும். அழகா எழுதுவீங்க நீங்க. அதுக்குக் கூட சந்தர்ப்பம் இருக்கு. ஏன், உங்க பிரதர்ஸ் எல்லாம் கலைஞர்கள்தான். அந்தக் கதை உங்க வீட்டுக்குள்ளே இருக்கே. நீங்க நடிச்சிட்டிருந்தீங்க. ஏதோ காரணமா விட்டுட்டீங்க. எழுதுறதுக்கும் நடிக்கிறதுக்கும் ரொம்ப தொடர்பு இருக்கு. சில கலைஞர்கள் நடிப்பு பார்த்துப் போவாங்க. சில கலைஞர்கள் இந்த மாதிரி வருவாங்கண்ணு சொல்லி, அவர நான் ரொம்ப உற்சாகப்படுத்தினேன். அவருக்கு சந்தோசம் தாங்க முடியல்ல. என் வாழ்க்கையிலேயே என்னை இந்த மாதிரி உற்சாகப்படுத்தின ஆள் கிடையாது. அதுக்காகவே உனக்கு 3 ரூபாய் தர்றேன்னு தந்தார். இதெல்லாம் ரகுநாதனுக்கு எழுதுவேன்.

அப்புறம் ஒரு சிறுகதைப்போட்டி வச்சாரு. அதுக்கு 100 ரூபாய் பரிசு. ரகுநாதனுக்கும், டி.கே. சண்முகத்துக்கும் நல்ல நட்பு உண்டு. அதிகமான ஆள்கள்ட்ட பழகமாட்டார். ரொம்பக் குறைவான ஆள்கிட்டதான் பழகுவாரு. அப்போ சண்முகத்துட்ட போயி, இவர் சொல்லியிருக்கார். புதுமைப்பித்தன் பிறந்தநாளைக் கொண்டாடனும்ன்னிட்டு. சண்முகம் 100 ரூபாய் கொடுத்திருக்காரு. பெருமாள்ன்னு ஒருத்தன் எங்க வீட்டுக்கு வருவான். புல்லெல்லாம் வெட்டுவான். அப்பெல்லாம் அவனுக்கு ஒரு ரூபாய் சம்பளம். காலம்பர எட்டு மணிக்கு வந்து, இராத்திரி எட்டு மணிவரை வேலை செய்றதுக்கு ஒரு ருபாய் சம்பளம். மத்தியானம் சாப்பிடுவான். அது எங்க அம்மாவோட ஸ்பெஷல் போனஸ். வழக்கமா மற்ற யாரும் அவனுக்குச் சாப்பாடு கொடுக்க மாட்டாங்க. அதுனால எங்க

வீட்டு வேலையின்னா உயிரை விட்டுச் செய்வான். மலருக்கு அவன்கிட்ட ஒரு கதை தான்னு கேட்டேன். அவன் எனக்கு எழுதவே தெரியாதுன்னான். உனக்கு எழுதத் தெரியாதது பிரச்சனையில்ல. நீ சொல்லு, நான் எழுதிக்கிறேன்னேன். அவனுக்குச் சிறுகதை எழுதத் தெரியாது. வாழ்க்கையில் நடந்த சில சம்பவத்தைச் சொன்னான். அவன் சொல்ற மாதிரியே எழுதினேன். எழுதிட்டு ரகுநாதனுக்கு அனுப்பி, இது எங்க வீட்டில் வேலை பார்க்கப்பட்ட பெருமாளுடைய கதையாக்கும். பாருங்க, ஒரு சமயம் பரிசுக்கு தகுதியா இருக்கலாம். இதுமாதிரி நம்பியும் கிறுக்கு புடிச்சி, எல்லா இடங்களிலும் கதை கேட்டு எங்கிட்ட கொண்டு தருவான். மொத்தமா அனுப்புவோம்.

இதுக்கு முன்னால புதுமைப்பித்தன் விழா ஒண்ணு நடத்தினார் ரகுநாதன். அந்த விழாவில் நீ வரணும்னு எனக்கு லெட்டர் போட்டுருந்தார். அந்தக் கூட்டத்துல பேச என்கிட்ட கேட்காமலேயே என் பெயரைப் போட்டிருக்கார் ரகுநாதன். அதுக்கு முன்னால யாருமே என் பெயரை இப்படிப் போட்டதில்ல. என் பெயரப் போட்டிருக்கீங்களே, நான் மேடையிலே ஏறுனதில்லையே கை காலெல்லாம் நடுங்க ஆரம்பிச்சிருமேன்னேன். ஒண்ணும் நடுங்காது. நீங்க ஏறி உட்கார்ந்து பேசுங்கன்னாரு. அப்புறம் அதுல தோற்று போயிடப்பிடாதுன்னு. நான் வீட்ல ஏகப்பட்ட ஹோம் ஒர்க் பண்ணினேன். எனக்கு தோத்து போர்றதுல பிரச்சனையில்ல. நண்பர்கள் மத்தியில ரகுநாதனுக்கு ரொம்ப அவமானமாயிடும். இந்த மாதிரி என்ன ஏற்றிவிட்டுட்டு, நான் ஒண்ணுக்கொண்ணு உளறிட்டுப் போனேன்னா என்கிறதுனால ரொம்ப சிரமப்பட்டு ஒரு பேச்சு தயார் பண்ணிப் பேசினேன். ரொம்ப நல்லா பேசினேன்னு ரகுநாதன் சொன்னார்.

அப்போ ஒரு காரியம் பண்ணினேன். நானும் நம்பியும் பேசி முடிச்சவுடனே பஸ் ஏறி வந்துட்டோம். ஒரு ஆளக் கூடப் பார்க்கல்ல. நம்பி சொன்னான் எல்லாரையும் இருந்து பார்த்துட்டு போவோமேன்னு. பேசின பிறகு அவங்ககிட்ட போயி தங்குறதுக்கு இடம் இருக்கா? எங்க போயி சாப்பிடணும்? ஒண்ணும் கேட்கக் கூடாது. பேசியாச்சு, வீட்டுக்குப் போகவேண்டியதுதான். அப்படித்தான் கம்யூனிஸ்ட் செய்வான். மற்ற ஆள்கள்ன்னா இப்படிச் செய்யமாட்டான் என்று நான் சொல்ல, ரெண்டு பேரும் கிளம்பி வந்துட்டோம். ரகுநாதன் ரொம்ப வருத்தப்பட்டு லெட்டர் எழுதினாரு. அண்ணாச்சி சண்முகம் பிள்ளை வீட்ல தங்க ஏற்பாடு பண்ணினேனே. உங்கள்ட்ட பேசணும்னு நினைச்சிருந்தேனே நீங்க உங்கபாட்டுக்கு போயிட்டீங்களேன்னு எழுதினார். நான் வேணுன்னு வரல்ல. அப்படி வரதுதான்

கவுரமான காரியம்னு தோணிச்சுன்னு எழுதினேன். அதெல்லாம் ஒண்ணுமில்ல, நீங்க இருந்திருந்தாலும் உங்க கவுரவம் ஒண்ணும் போயிருக்காதுன்னு பதிலுக்கு எழுதினார் ரகுநாதன்.

அப்புறம் அந்தப் பத்திரிகை வந்தவுடனே அவருக்கும் எனக்கும் ரொம்ப நெருக்கமாச்சு. எல்லா மாசமும் மேட்டர் எழுதுவேன். ஆனா ஒரு மாசம் விட்டு ஒரு மாசம் போடுவார். ஒரு சில கதைகளுக்குத் தலைப்பு போடாமலே நான் அனுப்புவேன். தலைப்பு சரியாவரல்ல, நீங்களே போடுங்கன்னு எழுதுவேன். திருத்துறதே கிடையாது. ரொம்ப வெளிப்படையான தவறுகள் இருந்தால் திருத்துவார். அந்த சமயத்துலதான் டி. செல்வராஜ் கதை எழுத வர்றார்.

அந்த போட்டியில உங்களுக்குப் பரிசு கிடைச்சுதா?

நான் கதை அனுப்பல்ல. ஏன்னா நான் பத்திரிகைக் குள்ளேயுள்ள ஆளுலியா. அப்போ நானே அதுக்கு கதைகள் அனுப்பப்படாது. எடிட்டருக்கு அடுத்தாப்ல நம்பர் 2 நான்தானே. அதுனால நான் அனுப்பக்கூடாது என்கிறதுனால நான் கதை அனுப்பவேயில்ல. கதைகள் வந்துட்டேயிருக்குன்னு ரகுநாதன் எழுதினார். நான் அனுப்புறதாயில்ல. நானே அந்தப் பத்திரிகையின் ஆளு என்கிறதுனால போட்டிக்கு அனுப்புறதா எண்ணமில்லன்னு எழுதினேன். அப்படி ஒண்ணும் இல்ல, நீங்க தாராளமாக கலந்துக்கலாம்னு திட்டுறமாதிரி ஒரு லெட்டர் எழுதினாரு. ரொம்ப எல்லாம் மேலபோயிடாதீங்கோ, சின்னவயசுல கொஞ்சம் இறங்கி இருங்கோன்னு லெட்டர் எழுதினார். அப்புறம் நான் ஒரு கதை அனுப்பினேன். அது முதல் பரிசு வரும்னு எனக்குத் தெரியாது. அவங்கெல்லாம் சேர்ந்து தீர்மானம் பண்ணுனதாயிருக்கும் வானமாமலை, தி.க.சி., ரகுநாதன் ... டி.கே. சண்முகத்திட்ட இருந்துதான் பரிசு வாங்கினேன்.

கிருஷ்ணன் நம்பியும் சாந்தியோட ரொம்ப நெருக்கமாதான் இருந்திருக்காருல்லியா?

ரொம்ப நெருக்கமா இருந்திருக்காரு. அதாவது இந்தப் பரிசு கிடைக்கிற நேரத்துல 'சாந்தி' வெளிவரல்ல. சாந்தியினுடைய முதல் இதழ்ல இந்தப் பரிசுப் பெற்ற கதை வெளியாகியிருக்கு. அந்த சந்தர்ப்பங்களில்ல எனக்கு ரகுநாதனைப் பற்றி மிக உயர்வான எண்ணம் ஏற்பட்டிருக்கு. அவரப் பார்க்கிறதுக்கு முன்னாலேயே இலக்கிய விமர்சனம் படிச்சவுடன அந்த மொழி இருக்குல்ல, அது ரொம்ப என் மனசைக் கவர்ந்தது. இரண்டாவது, விசயத்த பட்டவர்த்தனமாச் சொல்லுவாரு. ஒரு கூச்சமோ ஒன்றுமே இல்லை. அப்படியே வெளிப்படையாக

சொல்லுறாரு. ஒவ்வொரு அத்தியாயத்தினுடைய அமைப்புமே ஒரு ரொம்ப திறமையான நாவலிஸ்ட் அமைச்சது மாதிரியான ஒரு கலைத்தன்மை மொத்தம் புத்தகத்துக்கு இருக்குன்னு. மூனுமாசம் நாலுமாசம் இடைவெளி விட்டுவிட்டு ஒரு ஐந்து தடவையாவது அந்தப் புஸ்தகத்தப் படிச்சிருப்பேன். அப்போ நான் ரகுநாதனப் பார்த்ததே இல்ல.

ரகுநாதனுடைய மத்த புத்தகங்கள் என்னைக் கவரவேயில்ல. ‘முதலிரவு’, ‘புயல்’, அப்புறம் ‘ஆணா? பெண்ணா’, ‘கன்னிகா’. கன்னிகா ஓரளவுக்கு ஆச்சரியமா இருந்தது. ஒரு பெண் பருவம் எய்துற விசயத்தைப் பற்றி எழுதியிருக்கிறார். அதுல ஒரு நுட்பமானப் பார்வை இருக்குன்னு அந்த கதையை படிக்கிறப்போ நெனைச்சேன். முன்னால ஹேவ்லக் எல்லிஸ் என்பவருடைய செக்ஸ் பற்றின புத்தகத்த படிச்சவுடனே சாதாரணமா தெரிஞ்சது. ‘முதலிரவு’ படிக்கிறதுக்கு அப்போ நான் பிரிப்பேர்டா இல்ல. அவ்வளவு செக்ஸ் தாங்கிக்கக்கூடிய அளவுக்கு நான் பிரிப்பேர்டா இல்ல. ரொம்ப அதிர்ச்சியாத்தான் இருந்தது. நாவலோட எனக்கு ஒண்ட முடியல்ல. இப்படியெல்லாம் விசயங்கள் சொல்லலாமா? எனக்கு உண்மையாகவே குழந்தை எப்படி பிறக்கும் என்று தெரியாது. இவர் வேற அந்த மர்மத்த பற்றிய பெரிய அளவுக்கு ஆச்சரியமும் என்ன ஏதுன்னு புரியாத தன்மையும்தான் அந்த நாவலை படிச்சதும் இருந்தது.

ஆனா கன்னிகாவப் படிக்கும்போது எனக்கு 20 வயசாயாச்சு. கன்னிகாவோட கவித்துவ நடை என்னை ரொம்ப கவர்ந்தது. ஆனா பின்னால படிச்சிப்பார்க்கும் போது, அவரு ஹேவ்லக் எல்லிஸ் போன்றவர்களுடைய புத்தகத்தைப் படிச்சிட்டுத்தான் எழுதிருக்காரேவொழிய சொந்த அனுபவமில்ல. கவனமாக பக்கத்துக் குடும்பம் ஒண்ண எடுத்துக்கிட்டாரு. அத பிளான் பண்ணிருக்காரு. திருநெல்வேலிப் பகுதியில ஒரு குடும்பத்தில நடக்கிறதா பிளான் பண்ணிருக்காரே ஒழிய அது நாவல் என்பதை விட ஒரு விசயத்த நாவல் வடிவில ருசிகரமாச் சொல்லக் கூடிய அமைப்புதான் என்ற எண்ணம் வந்தது.

அப்புறம் புதுமைப்பித்தன் வாழ்க்கை வரலாறு என்னைப் பைத்தியமா அடிச்சுது. நான் மட்டுமல்ல. என் தலைமுறையில குறைஞ்சது 50 பேர் கடுமையாய் பாதிக்கபட்டிருக்காங்க அந்தப் புத்தகத்தினால. ஒரு ஆசிரியருடைய வாழ்க்கைய இவ்வளவு ருசிகரமா, எங்கேயுமே அதிகம் இல்லாம, குறவுமில்லாமல், அந்த கேரக்டரை மனசுல கொண்டு வர்றதுமாதிரி செய்ய முடியுமா? இது ஒரு மனுச சாத்தியம் தானா? அப்படிண்னு எனக்கு ரொம்ப வியப்பா இருக்கும் அந்த வயசில.

அதுக்கப்புறம் பாரதி பற்றி அவர் எழுதின விஷயங்கள். அதாவது இலக்கிய விமர்சனம், புதுமைப்பித்தனுடைய வரலாறு, பாரதியைப் பற்றி அவர் எழுதின எல்லா எழுத்துக்களும். இந்த மூணுதான் ரொம்ப முக்கியமா என்னைக் கவர்ந்திருக்கு. இவைதான் அவரோட முக்கியமான பங்களிப்புகள் என்றும் நினைக்கிறேன். அவருடைய மிகப் பெரிய பங்கு வாழ்க்கை வரலாறு எழுதினதன் மூலம் புதுமைப்பித்தனை முன்னிலைப்படுத்தினது. அதற்குப் பதிலாக அவர் ஐந்நூறு பக்கத்தில் ஒரு விமர்சனம் எழுதியிருந்தாக்கூட அந்த நேரத்துல புதுமைப்பித்தன் இந்த அளவுல தமிழ்நாட்டுல பரவியிருக்கவே மாட்டான். அந்த ருசிகரமான வாழ்க்கை வரலாறு அவன ஒரு விசித்திரமான கேரக்டரா காணிச்சி எப்படியும் அந்த ஆளப் படிக்கணும். அவரோட மானசீகமாத் தொடர்பு வச்சிக்கணும் என்கிற தூண்டுதல மானசீகமா உண்டாக்கறார். அப்புறம் இலக்கிய விமர்சனம் பிறகு பாரதியை பற்றி அவர் எழுதின எல்லா புத்தகங்களும். இந்த மூணும் அவருடைய சிறப்பான பங்களிப்புண்ணு நினைக்கிறேன்.

புதுமைப்பித்தனை பற்றி ஒரு மலர் போட்டவர் நீங்கள். அந்த முறையில *புதுமைப்பித்தன் கதைகள், வரலாறு, சில விமர்சனங்கள் சில விஷமத்தனங்கள்*, என்கிற புத்தகம் பற்றிய உங்களுடைய மதிப்பீடு என்ன?

அவரு புதுமைப்பித்தனைப் பற்றி எழுதின எல்லா விஷயங்களும் எனக்கு உயர்வாத்தான் பட்டுது. புதுமைப்பித்தனை விமர்சனம் பண்றதுக்கான ஒரு இடதுசாரிப் பார்வை இருக்கே, ஒரு மார்க்ஸிஸ்ட் புதுமைப்பித்தனை எப்படிப் பார்க்கணும் அப்படிங்கிற விஷயத்த தமிழ்நாட்டுக்கு சொல்லி கொடுத்ததே அவர்தான். நீங்க தமிழ்நாட்டில பார்த்தீங்கன்னா, இதுவரையும் – நான் புதுமைப்பித்தன் சிறுகதைகள் முன்னுரையிலேயே இத எழுதியிருக்கேன் – இதுவரையும் வெவ்வேறு வார்த்தைகளைப் போட்டு புதுமைப்பித்தனை அதே மாதிரி பாராட்டியிருக்கிறார்களே ஒழிய அதுக்கு மேல ஒண்ணும் கண்டுபிடிச்சிச் சொல்லல்ல. ஆகவே அந்த விசயத்த உருவாக்கிக் கொடுத்தவரே அவர்தான். அத ஓரளவுக்கு துணிச்சலா செய்தார்ண்ணும் சொல்லலாம். புதுமைப்பித்தன் மேல கம்யூனிஸ்டுகளுக்கு ரொம்ப மாறுபட்ட அபிப்ராயம் இருந்தது – ஆனா அவர் தீர்மானமா புதுமைப்பித்தனை ஆதரிக்கிறதுன்னு முடிவு எடுத்திட்டாரு. அதுல ரொம்ப டென்ஷன் வருமானால், அவரு பார்ட்டி உறவ முறிச்சிருப்பாருன்னு தோணிச்சிதே ஒழிய, புதுமைப்பித்தனை அவரு விட்டுற மாட்டாரு. அப்படித்தான் நினைச்சேன். ஆனா பார்ட்டி அப்படி அவரை வற்புறுத்தவில்லை. நான், ரகுநாதன்

இன்னும் சில ஆட்கள் புதுமைப்பித்தன் பெயர்ல அப்படி மதிப்பு வச்சிருக்கோம். ஆனா கட்சியினுடைய நிலை அதல்ல. கட்சியினுடைய நிலை "புதுமைப்பித்தன் ஓரளவுக்கு முற்போக்குத் தன்மை இல்லாதவர்."

பின்னால, 20–25 வருஷத்துக்கு அப்புறம்தான் இவருடையப் பார்வையை கட்சியினுடைய பார்வையாய் மாற்ற வேண்டியச் சூழல் தமிழகத்துல உருவாயிட்டு. நான் நினைக்கிறேன் ரகுநாதன் பார்வைதான் கிட்டத்தட்ட எல்லார்ட்டேயும் இருக்கு. ரகுநாதன் இந்த அளவுக்கு உறுதியாக இருந்தது ஒரு நுட்பமான விஷயம். ஏன்னா புதுமைப்பித்தனைத் தவறாக நினைப்பதற்கு ஏதுவான பல கதைகள் இருக்கு. அவருடைய எழுத்து அரசியல் ரீதியாக சரியானதல்ல. அந்த மாதிரியான ஒரு அணுகுமுறை அவருக்குக் கிடையாது. ஆனா ரகுநாதன் புதுமைப்பித்தனைத் துருவித் துருவிப் பார்த்து அவருடைய சமூக அக்கறைதான் *(social concern)* முக்கியமானதுன்னு முடிவு பண்ணினார். என்ன தீர்வு சொல்லுறார், புரட்சிக்கு இழுத்துட்டுப் போறாரா? இந்த மாதிரியான அளவுகோலெல்லாம் அப்போ இருந்த காலத்துல, அது முக்கியமல்ல, சமூகத்துல என்ன நடந்திருக்கு என்கிறத அவர் ஆழ்ந்து பார்த்திருக்கார். அந்தக் கதைகளப் படிக்கிற ஒருத்தனுக்கு தமிழ் நாட்டுல என்னென்னக் கொடுமைகள் இருக்கு என்கிறது எப்படியோ மனசுக்குள்ள போயிடும். இதுதான் அடிப்படையான விசயம். இதுலயிருந்துதான் நாம வேறு விஷயங்கள உருவாக்கிண்டு போணும் அப்படிங்கிற விஷயத்துல அவருடைய பார்வை ரொம்பத் தெளிவாயிருந்தது.

அப்புறம் ரகுநாதன் என்கிட்ட பல சமயங்கள்ல மணிக்கொடிக்காரங்ககிட்ட சாதி சம்மந்தமா இருந்த பொறாமைகள், புதுமைப்பித்தனை இறக்கி பேசுறது, எல்லாம் சொல்லியிருக்கார். நானும் ஒத்துண்டிருக்கேன். ஒரு சமயத்துல சொன்னேன். நீங்க இதப் புத்தகமா எழுதுங்கோ, நானும் என் நண்பர்களும் சேர்ந்து இதப் புத்தகமாப் போடுறோம். அப்போ அவருக்கு பப்ளிஷர் இருக்காரா இல்லியானு எனக்குத் தெரியல்ல. நான் அவருக்கு ஆஃபர் பண்ணினேன், என்னுடைய சந்தோசத்தினால.

ஆனா புதுமைப்பித்தன ஏத்துக்காதவங்க அவர சாதிங்கிற காரணத்துக்காக மட்டும் ஒதுக்கல்ல. சில ஆட்கள் புதுமை என்கிற காரணத்துக்காக ஏத்துக்கல்ல. சில ஆட்கள் அவருடைய தமிழ் நல்ல தமிழ் இல்லை என்கிறதுக்காக ஏத்துக்கல்ல. இன்னும் சில ஆட்கள் இவர் ரொம்பத் துணிச்சலா எழுதுறார், இந்த துணிச்சல் நம் கலாச்சாரத்துக்கானதல்ல. அவர் ரொம்ப செக்ஸியா

எழுதுறார். இப்படிப் பல்வேறுபட்ட காரணங்களால அவருக்கு எதிரான மனோபாவம் வந்திருக்கு. இந்த எல்லாத்தையுமே நீங்க தொகுத்திருக்கணுமே ஒழிய சாதியை மட்டும் நீங்க தொகுத்தது எனக்கு உடன்பாடான விஷயம் இல்லை. புதுமைப்பித்தனுக்கு என்னெல்லாம் சோதனைகள் வந்ததோ, அதெல்லாம் நீங்க தொகுத்திருக்கணும். அந்தக் காலத்துல நிறைய பழைமைவாதிகள் இருந்தாங்க. பழமைவாதிகளுக்கு இவரப் பிடிக்காது என்கிறதுல சந்தேகமேயில்ல. அவர் சைவ மரபுல வந்தவர். நம்ம குலத்துக்குத் துரோகம் பண்ணக்கூடியவன் அப்படின்னு அவங்க எல்லாருமே நினைப்பா.

ரகுநாதன் வாழ்ந்த காலத்துல பல ஆட்களுக்கு, கவிமணி தேசிகவிநாயகம் பிள்ளைக்கு, வையாபுரிப்பிள்ளைக்கு, டி.கே.சிக்கு, வீட்டுக்கு உதவாத ஒரு பிள்ளையா பாஸ்கரத் தொண்டைமானுக்கு இப்படியா ஒரு தம்பி வாச்சார் என்கிற மாதிரிதான் அவங்க பார்த்திருக்காங்க. அதே மாதிரிதான் புதுமைப்பித்தனையும் பார்த்திருக்காங்க. புதுமைப்பித்தன் ஒரு போக்கிரி என்கிற மாதிரிதான் சின்ன வயசுல அவரப்பத்தின அபிப்ராயம். ஆனா அவர் அதுவும் கூடதான். அவர் ஒரு கலகக்காரர்தானே. எதுக்கும் அடங்காதவர்தானே. அப்படி எல்லாவிதமான சோதனைகளும் அவருக்கு வந்திருக்கு. இதுமட்டுமல்ல சோதனை அவருக்கு. ஆகவே இதுகூடவே சேர்த்து நீங்க அதையும் இணைச்சி, என்னல்லாம் விசயங்கள் ஒரு எழுத்தாளனுக்கு எதிரா வருது. அவன் ஒரு எழுத்தாளனா – உண்மை உள்ளவனா இருந்ததனால் – அவன் தமிழ் சமுதாயத்தைப் பற்றி அக்கறை உள்ளவனா இருந்ததனால் – தன்னுடைய சாதியைப் பற்றியும் அடுத்த சாதியைப் பற்றியும் வெளிப்படையாக சொல்லக் கூடியவனாயிருந்ததனால், எந்தெந்த மட்டங்கள்லயிருந்து என்னன்ன வரும் என்கிறத, கம்யூனிஸ்ட்டுகள் என்ன முடிவு எடுத்தாங்க என்கிறதுல ஆரம்பிச்சு, அவுங்க கூட இருந்த சாதிப்புத்தி உள்ளவங்க என்ன சொன்னாங்க என்கிறத எல்லாம் சொல்றதவிட்டுட்டு, ஒரு குறிப்பிட்ட விஷயத்த மட்டும் நீங்க வற்புறுத்திச் சொன்னீங்கன்னா அந்த ஒன்றுதான் தமிழ்நாட்டில் நடந்திருக்கு என்கிற தவறான எண்ணத்த தமிழ் நாட்ல உருவாக்குறீங்க. ரெண்டாவது, புதுமைப்பித்தன் விமர்சனம் பண்ணின அவங்க யாருக்கும் அந்த விஷயத்த வெளியில சொல்ல முடியாம ஆயிடிச்சி. அதுதான் காலத்தில ஏற்பட்ட மாற்றம். அந்தச் சமயத்தில, அதாவது மணிக்கொடி நடந்த காலத்துல, இந்த மனோபாவங்கள் வெளியில விட்டிருக்கலாம். ஆனால் 1950–க்கு பின்னால, ரகுநாதன் புதுமைப்பித்தனைப் பற்றி பேச ஆரம்பிச்சதுக்கப்புறம் அந்த மனோபாவத்த அவங்களுக்கு

அவ்வளவு வெளிப்படையாக் காட்ட முடியல்ல. அவங்க நடத்துன பத்திரிக்கை எல்லாத்திலயுமே புதுமைப்பித்தனுக்கு ஓர் இடம் கொடுத்திருக்காங்க. புதுமைப்பித்தன் மலர் வெளியிட்டிருக்காங்க. ஆனா புதுமைப்பித்தன் காலத்தோடு வளர்ந்து வரக்கூடிய சமயத்துல, அவங்க இந்த மாதிரி விஷயங்களைச் சொன்னாங்கன்னா காலம் நிச்சயமா அவங்களுக்கு எதிராகத்தான் இருக்கும். அப்படிங்கிற எண்ணம் வந்துவிட்டது. நீங்க புத்தகம் எழுதுற காலத்துல அந்த விஷயமேயில்லை. முன்னால இருந்தது. அது ஒரு வரலாறே ஒழிய இப்போது அது உண்மை இல்ல. 70 பக்கத்துல க.நா.சு புதுமைப்பித்தனுக்கு ஒரு முன்னுரை எழுதியாச்சு. அவருடைய மொத்த சிறுகதைகளும் காலச்சுவடு பதிப்பகம் போடுவதற்கு முன்னால, வந்த புத்தகத்துல 70 பக்கத்துல க.நா.சு ஒரு முன்னுரை எழுதியிருக்கார். அந்த முன்னுரையில கொஞ்சம் கூட தயக்கமில்லாமல் புதுமைப்பித்தன அவர் பாராட்டுகிறார். அந்த முன்னுரையை நீங்க படிச்சி பார்க்க நானே சொல்லிருக்கேன். யாருக்காவது முதல்ல புதுமைப்பித்தன பழக்கம் இல்லையா படிக்க வேண்டியது க.நா.சுவோட முன்னுரைதான். அப்படிச் சொல்லியிருக்கேன். இவ்வளவு காலமாற்றங்கள் நிகழ்ந்ததுக்குப் பின்னால, நீங்க ஒரு வரலாற்றுச் செய்தியாவேணுமானா அதப் பதிவு பண்ணுங்கோ. அத அடிப்படையாக வெச்சு ஒரு புத்தகம் எழுதவேண்டிய அவசியம் 80கள்ல 90கள்ல இல்லைன்னுதான் அவர்ட்ட சொன்னேன்.

புதுக்கவிதை பற்றிய ரகுநாதன் மதிப்பீடுகள்ல நீங்க அப்பவே வித்தியாசப்பட்டீங்க.

ரகுநாதன், அழகிரிசாமி, நா. பார்த்தசாரதி, கைலாசபதி நாலுபேருமே நெருங்கிய நண்பர்கள். நாலு பேருமே தமிழை முறையா படிச்சவங்க. புதுக்கவிதையில நான் ஈடுபட்டிருக்கேன்னு கேலி பண்றதுதான் இவங்களுக்கு வேலை. அழகிரிசாமி நல்ல பச்சையா என்னை கேலி பண்ணுவார். புதுக்கவிதையை ஆதரிச்சி நடக்கக்கூடிய கூட்டங்களுக்கெல்லாம் போயி குதர்க்கமான கேள்விகளையெல்லாம் கேட்பாரு. அந்தக் கேள்விகளுக்கு பதில் சொல்லக்கூடிய அளவுக்கு விஷய ஞானம் எனக்கு கிடையாது. நான் வேறு எதையாவது சொல்லுவேனுன்னு வச்சுக்குங்களேன். புதுக்கவிதை என்கிற விசயம் தமிழ்நாட்டுல உருவாகவே செய்யாது. அப்படின்னு நாலுபேருமே அப்போ ஒரு நிலை எடுத்திருந்தாங்க. இந்த நாலுபேர்லயும் ரகுநாதன் நிலை கொஞ்சம் வித்தியாசமானது. ரகுநாதன் என்ன சொல்றார்னா புதுமைப்பித்தன்கிட்ட ஒரு மீறல் இருக்கு. அவர் கவிதைகள்ல

அது பதிவாயிருக்கு. அதுதான் நியாயமானதேவொழிய, நீங்க சொல்லக்கூடிய உரைநடை வடிவம் இருக்கே – ஓசையை விட்டுட்டு, இசையை விட்டுட்டுப் பண்ணலாம் என்கிறது, கவிதையில அது நடக்கவே செய்யாது. அப்படின்னா உரைநடைக்கும் அதுக்கும் வித்தியாசமே இல்லியே. இந்த விஷயம் எங்களுக்குள்ள ரொம்ப விவாதமா நடந்ததுனாலதான் அவரு புதுமைப்பித்தன் கவிதைகளுக்கு 30 பக்கத்துல ஒரு நீளமான முன்னுரை எழுதியிருக்கார். ஆனா நான் சொன்னேன். எனக்கு இந்த விஷயத்துல நம்பிக்கையில்ல. எப்படி மேற்கத்திய நாடுகள்ல இந்த விஷயம் உருவாகியிருக்கோ, அப்படி தமிழ் நாட்டிலயும் உருவாகித்தான் ஆகும். இந்த நியாயங்கள் எல்லாம் அங்கே சொல்லும்படி ஆகலியே, நீங்க வால்ட் விட்மனோட கவிதையைப் படிச்சி, அதுக்கும் அங்கு இருக்கக்கூடிய உரைநடைக்கும் என்ன சம்மந்தம்னு சொல்லுங்க. ஏன் இன்னிக்கும் அந்தக் கவிதையை படிக்கத் தூண்டுது. உரைநடையிலேயே கவிதையைச் சொல்ல முடியுமுன்னு அவங்க ஸ்தாபிச்சாச்சு. நமக்கும் நம்முடைய மொழிவழியா ஸ்தாபிக்க முடியும். நம்முடைய மொழியுடைய மரபு வேறு விதமாக்கும். நாம ரெண்டாயிரம் வருஷமா தமிழை யாப்புலதான் எழுதியிருக்கோம்னாரு.

பிரிட்டீஸ்லயும் அப்படித்தான். நமக்கு எந்த அளவுக்கு டிரடிஷன் உண்டோ, அந்த அளவுக்கு அவாளுக்கும் டிரடிஷன் உண்டு. இப்போ அங்க உரைநடை கவிதையெல்லாம் வந்தாச்சு. ஆங்கில இலக்கியத்துடைய பகுதிதான் அமெரிக்க இலக்கிய மும். மொத்த இங்கிலிஷ் இலக்கியங்களுக்கும் அவங்க சொந்தக்காரங்கதான். இங்கிலிஷ் அவங்க தாய்மொழி. பிரிட்டீஷ் லிட்டரேச்சர் அவங்களுடைய இலக்கியமும்தான். எந்தெந்த தேசங்கள்ல இங்கிலிஷ் எழுதப்பட்டிருக்கோ, இங்கிலிஷ் தாய்மொழியாய் இருக்கிறவனுக்கு சொந்தம்தான். அங்கெல்லாம் அந்தந்த பாதிப்போடதான் அவங்க பல காரியங்கள் செஞ்சிருக்காங்க. அங்கெல்லாம் அது உருவாகியிருகிறதுனால இங்கும் அது உருவாகும். பாரதி அது உருவாகும் என்கிறத நிரூபிச்சிட்டே போயிருக்காரு. அப்படின்னு நான் சொன்னேன். ரொம்ப விவாதங்களும் சர்ச்சைகளும் நடந்திருக்கு. ஆனா கடைசிவரையும் அவர் இந்தக் கருத்தை ஏற்றுக் கொள்ளவில்லை. கடைசி காலத்துலக்கூட அவர் சொன்னார். இதெல்லாம் அசட்டுத்தனமான விசயம். நான் சொன்னேன் உதாரணமா நாங்க எழுதக்கூடியக் கவிதை உங்களுக்குப் பிடிக்காம இருக்கலாம். வைரமுத்து, அப்துல் ரஹ்மான் இவங்க எழுதக்கூடிய கவிதை உங்களுக்குப் பிடிக்குமான்னேன். யாருக்குமே கவிதை வரலை என்றார்.

மார்க்சிய சித்தாந்த நடைமுறைகளில் எந்தெந்த அம்சங்களில் நீங்கள் ஒன்றுபட்டீர்கள்? எந்தெந்த அம்சங்களில் வேறுபட்டீர்கள்?

ஒரு விஷயத்துலயும் எனக்கும் அவருக்கும் கருத்து வேற்றுமையே கிடையாது. இலக்கியத்துல கருத்து வேற்றுமை என்கிறது புதுக்கவிதை சம்மந்தமாகத்தான். இன்னொரு கருத்து வேற்றுமையின்னு சொல்லணுமானா க.நா.சு இலக்கியத்துல ஒரு முக்கியமான பங்கு ஆற்றுகிறார் அப்படி நான் நம்பினேன். க.நா.சு. எந்தப் பங்கும் ஆற்றல்லையின்னு அவர் மறுத்தார். எனக்குத் தோணுது, காலம் அவர் பங்கை நிரூபிச்சிருக்கே ஒழிய, இவர் வார்த்தையை நிரூபிக்கல்ல. 1950இல் தமிழ் இலக்கியத்தைப் பற்றிய நிலை என்னென்னா, எந்தப் புத்தகத்தைப் பற்றியும் யாருக்கும் அக்கறை கிடையாது. யாரு பிரபலமாயிருக்காங்களோ யாருக்கு வாசகர் எண்ணிக்கை அதிகமா இருக்கோ, யாரு பிரபலமான பத்திரிகையில் எழுதறாங்களோ, அவங்க மட்டும்தான் எழுத்தாளர்கள். பாக்கி யாருமே எழுத்தாளர் இல்ல, அப்படிங்கிறது 1950இல் அதாவது என்னுடைய 19வது வயசுல தமிழ்நாட்டுல தீர்மானமாயிருந்தது. இது எனக்கேத் தெரியும். அந்த நேரத்தில நான் புதுமைப்பித்தன் பற்றியோ கு.ப. ராஜகோபாலன் பற்றியோ அல்லது பிச்சமூர்த்தி பற்றியோ ஒரு வாசகன்கிட்ட பேசவே முடியாது. அவன் எங்கடா இருக்கான்? எத்தனை பேருடா அவனுக்கு வாசகன்? கல்கிக்கு எத்தனை வாசகன்? அகிலனுக்கு எத்தனை வாசகன்? அப்படின்னு சொல்லி என்னை மடக்கிருவான். அடேய், இவனுகளெல்லாம் முக்கியமான ஆளுன்னு ஒருத்தன் கிட்டேயும் சொல்ல முடியாது. படிச்சவன்கிட்டேயும் சொல்ல முடியாது. ஒரு வாசகன் கிட்டேயும் சொல்ல முடியாது. இந்த நிலை 1950ல இருந்தது. இந்த நிலைமைய உடைச்சி, எண்ணிக்கை இருந்ததனாலேயே அவன் சிறந்த எழுத்தாளன் ஆயிரமாட்டான். (எண்ணிக்கை கூடாதுன்னு சொல்லல்ல நான்.) எண்ணிக்கையில்லாததுனாலேயே அவன் ஒரு மோசமான எழுத்தாளரா ஆயிரமாட்டான்.

இதற்கு வேறு சில அளவுகோல் இருக்கு. அந்த அளவுகோலைப் போட்டுத்தான் நீ இந்தக் காரியத்தைத் தீர்மானிக்க முடியும் என்கிற விசயத்த க.நா.சு தன் வாழ்க்கைபூரா சொல்லி அதையே ஸ்தாபித்துவிட்டாரு. இன்னிக்கி தமிழ் நாட்டுல எண்ணிக்கையில்லாத எழுத்தாளனுக்கு ஒரு கர்வம் இருக்குன்னு சொன்னால் அது க.நா.சு. உருவாக்கின கர்வம்னு முதல்லயிருந்தே ரகுநாதன்கிட்ட சொல்ல ஆரம்பிச்சேன். ரகுநாதனுக்கு அந்த விசயம் ஒத்துவரல்லை. இரண்டாவது க.நா.சு.வை அவர் ஒரு பெரிய கம்யூனிஸ்ட் விரோதியாப் பார்த்தாரு. நான் அவர்கிட்ட ரொம்ப நெருக்கமாப் பழகிட்டிருக்கேன். எல்லா எழுத்தாளனும்

அவனுக்கு சில தாங்கமுடியாத கஷ்டங்கள் வருமானா சில விசயங்களை விட்டுக் கொடுத்து, அதனால வருமானம் வருதான்னு பார்ப்பான். தமிழ் நாட்டுலே இப்படிப்பார்க்கிறத ஒரு குற்றமா நீங்க நினைச்சேள்னா அந்தப் பட்டியல்ல எல்லா எழுத்தாளனும் வருவான். அப்படின்னா புதுமைப்பித்தன் எதுக்காக சினிமாவுக்குப் போனார்? அவருக்கு தெரியாதா வாசன் தன் சினிமா மூலம் ஒரு நல்ல படம் எடுக்க முடியாதுன்னு. தியாகராஜபாகவதர்கிட்ட தன் திறமையைக் காட்டமுடியாது என்கிறது அவருக்குத் தெரியாதா? அவருக்கு கடைசி காலத்தில ஒரு சலிப்பு ஏற்படுறது. பணம் அவசியம்னு தோணறது. அவர் வாழ்க்கையில வெற்றி அடையல்லன்னு குடும்பத்துல உள்ள ஆட்களே சொல்ல ஆரம்பிச்சுட்டா. ஆரம்பத்துல ரொம்பப் பெருமையா நெனச்ச மனைவி போகப்போக இந்த ஆளால ஒரு பிரயோஜனமுமில்லன்னு முடிவு செய்துட்டா. இதெல்லாம் பாரதி காலத்திலிருந்து சுமார் நூறு வருஷமா தமிழ்நாட்டுல நடந்திட்டிருக்கு. அப்போ கடைசிகாலத்துல அவங்க சில காரியங்கள் செய்யத்தான் செய்வாங்க. அவர் அந்த மாதிரி சில காரியங்கள் செய்யலாம். ஆனா அவர் மட்டும்தான் அந்தக் காரியம் செய்றாருன்னு சொல்ல முடியாது.

இன்னொரு முக்கியமான காரியம் அவரோட பிரதானமான காரியம் இதல்ல. அவருடைய பிரதான காரியம் தமிழ் இலக்கியம் சார்ந்தது. பிரபல எழுத்துதான் இலக்கியம் என்று சொல்றதுக்கு எதிரான ஒரு காரியம் என்கிறத உருவாக்குகிறது. அவருடைய நோக்கம் வெற்றியடைகிற நாளில், உங்களுடைய வாசகருடைய எண்ணிக்கையும் அதிகமாகும். யார் எத்தனை தீவிரமாப் பேசினாலும் சரிதான். அவன் எந்தப் பாயின்ட்ல பேசினாலும் சரிதான், அந்தத் தீவிரமான விசயத்தத் தெரிஞ்சுக்கணும் என்கிற ஆர்வமுள்ள வாசகர்கள அவர்தான் உருவாக்கியிருக்காரு. அப்படின்னு நான் சொல்லியிருந்தேன். ஒரு முக்கியமான கருத்து வேற்றுமை இது.

அப்போ கட்சிக்குள்ள வந்து க.நா.சு.வை ஆதரிச்சு ஆனா அவருடைய குறைகளை ஒத்துக்கொண்டே பேசக்கூடிய எனக்கு வேறு எந்த ரீதியாகவும் அரசியல் ரீதியாகவோ மற்ற ரீதியாகவோ கருத்து வேற்றுமை கிடையாது. இதோட புதுக்கவிதை பற்றியது. இது எங்களைப் புண்படுத்தவோ ஆழமான காயங்களை ஏற்படுத்தவோ வருத்தங்களை ஏற்படுத்தவோ இல்லை. ஒண்ணுமே கிடையாது. நான் இப்படிப் பேசுவேன்னுதான் எல்லோருக்கும் தெரியும் ஆனா மறுத்துப் பேசுவாங்க. இப்படி பல வருஷங்கள் போயிருக்கு.

பின்னால எனக்குத் தெரிஞ்சவரையும் நானும் ரகுநாதனும் சோவியத் தரப்பிலிருந்து வராத புத்தகங்களையும் படிக்கிற பழக்கம் வச்சிருந்தோம். எனக்கு அந்தப் பழக்கம் வரக் காரணமாயிருந்தவரே ரகுநாதன்தான். நான் சின்ன வயசுலயெல்லாம் சோவியத் ரஷ்யாவிலிருந்து வந்த புஸ்தகம், அதுக்கு முற்பட்ட பழய ரஷ்யாவுல உள்ள புஸ்தகம், மார்க்ஸ் பாராட்டக்கூடிய பால்சாக் அல்லது ஜோலா, மாக்சிம் கார்க்கி, இவாளுடைய புஸ்தகங்களை மட்டும்தான் நாம படிக்கணும், அப்படிங்கிற மனோபாவத்தோடதான் இருந்தேன். என்னுடைய பார்வை அன்னிக்கு அதுதான். ரகுநாதன் வீட்டுக்குப் போனவுடன்தான், அங்கே ஒரு பெரிய லைபரரி இருந்ததைப் பார்த்தேன். ரகுநாதன் வீட்ல நான் பல தடவ தங்கியிருக்கேன். எங்க வீட்டுல அவர் தங்கின மாதிரியே நான் அவர் வீட்ல தங்கியிருக்கேன். அவருடைய வீட்டு நூலகத்துல சாதாரண கம்யூனிஸ்டுகள் படிக்காத பல புத்தகங்கள் இருந்தன. உதாரணமா நான் தப்பித் தவறிப் படிச்ச 'க்ரேப்ஸ் ஆப் ராத்', ஜாண்ஸ்டீன்பெக் எழுதினது. அவன் ஒரு மார்க்ஸிஸ்ட். அந்த காலத்துல அமெரிக்கவுல 30–40கள்ல மார்க்ஸிஸ்ட் பாயிண்ட் ஆப் வியு ஆள்கள் நிறைய பேர் இருக்காங்க. தியோடோர், சிங்க்ளேயர் இவர்கள் எல்லாம் மார்கசீயப் பார்வை உள்ளவங்கதான். அப்போ இந்த நாவல் உங்ககிட்ட எப்படி வந்ததுன்னு கேட்டேன் நான். இந்த நாவல் எனக்கு ரொம்பப் பிடிக்கும் என்னாரு. நான் படிச்சி, என்ன ரொம்ப அளவுக்குக் கவர்ந்த நாவல்கள்ல ஒண்ணு அது. இவ்வளவுக்கும் அந்த நாவல் பாதிதான் புரிஞ்சிருக்கும்.

கலிபோர்னியாவுல பேங்குகளே நிலங்களப் பயிர் பண்றதுக்குக் குத்தகைக்கு எடுக்கும். அப்படிக் குத்தகைக்கு எடுத்து நிலப்பிரபுக்கு என்ன கொடுக்கணுமோ அத பேங்கே செலுத்தும். அந்த நேரத்துல அதிகமாக இலாபம் உருவாக்கு கிறதுக்காக பேங்க் ட்ராக்டர அறிமுகப்படுத்துது. ட்ராக்டரை அறிமுகப்படுத்தினவுடன் லட்சக்கணக்கான ஆள்கள் வேலையில்லாம ஆகுறாங்க. பெண்களும் ஆண்களும் குழந்தைகளும் ஊர் ஊராக போய் கஷ்டப்படுவாங்க. ரொம்ப பயங்கரமான நாவல் அது. அதுல பல காட்சிகள் அற்புதமாய் வந்திருக்கும். அந்த ஆட்கள் போகிற வழயில இறந்து போறது அவங்களுக்கு வரக்கூடிய கஷ்டங்கள், கஷ்டம் தாங்கமுடியாமல் அவங்களுக்கு ஏற்படக்கூடிய சண்டைகள். நல்ல நாகரீகமா இருந்தவங்கயெல்லாம் எவ்வளவு அநாகரீகமா ஆகுறாங்க. இப்படி பல்வேறுபட்ட விஷயங்கள் எல்லாம் அற்புதமாக சொல்றான். இதுக்கு இணையா ஒரு நாவல் அவரே எழுதல்ல. அந்த நாவல

இவர் படிச்சிருந்தார். நம்ம தோழர்ட்டே இதச் சொன்னேன்னா அவர் யாருன்னு கேட்பான், நான் சொல்வேன், அவர் ஒரு அமெரிக்கன் ரைட்டர்ன்னு. அமெரிக்கன் ரைட்டர்னா அவன் ஒன்றும் முற்போக்கா எழுதமாட்டானே என்பான். இப்படித்தான் எனக்குக் கட்சியோட சண்டைவரக் காரணம். சின்னச் சின்ன விஷயங்கள்தான். இதே மாதிரியெல்லாம் ஜீவா என்கிட்டே சொன்னது கிடையாது. மாணிக்கம் சொன்னது கிடையாது. வானமாமலை சொன்னது கிடையாது. இந்த உள்ளூர் ஆட்கள் இருக்காங்களே தொண்டர் மாதிரிப்பட்ட ஆட்கள், உடனே ஒரு முத்திரை வச்சிடுவாங்க. இப்படிச் சொல்லுவாங்க . . .

ஒரு படத்த நல்ல படம்னு உள்ளூர் ஆள்கள்கிட்டே சொன்னேன். அப்ப அவங்க சொன்னாங்க அது எங்கே எடுத்த படம்னு. அது ஹாலிவுட்ல எடுத்த படம்னு சொன்னேன். ஹாலிவுட்டப் பற்றி திட்டவட்டமா ஒரு அபிப்பிராயம் உண்டு. அந்த அபிப்பிராயத்துக்கும் எனக்கும் கருத்து வேற்றுமையே இல்ல. அவங்க மோசமான படங்கள எடுக்குறாங்க. செக்சியான படங்கள் எடுக்குறாங்க அப்படின்னு ஒரு கருத்து இருந்து. எனக்கு அதப்பற்றி அபிப்பிராயம் வித்தியாசம் இல்ல. ஆனால் என்ன காரணத்தினாலேயோ இந்தப் படம் நல்லாயிருக்கே. அப்படின்னு நான் சொன்னேன். அத ஒத்துக்க முடியாது. அது ஒரு அழிவுடைய சிம்பலா இருக்கு. ஆக்கத்தோட சிம்பலே அல்ல. அழிவுடைய சிம்பலா இருக்கிற தேசம் வந்து எப்படி ஆக்கபூர்வமான படத்தை எடுக்க முடியும்? அப்படின்னு சொல்லி கேள்வி கேட்டாங்க. அதுக்கு எனக்கு அப்ப பதில் சொல்லத் தெரியல்ல. நீங்க அந்தப் படத்தப் போயி பாருங்கோ. அது உங்களுக்கு பிடிச்சிருந்தா சரி. இல்லைன்னா விட்டிருக்கோன்னு சொன்னேன். இது எல்லாம் கொண்டு ரகுநாதன் கிட்ட சொல்லுவேன். இந்த விஷயங்கள் அவ்வளவுமே ரகுநாதன் கிட்டே சொன்னேன். அவர் என்னுடைய பார்வையைத்தான் சப்போட் பண்ணுவார். அப்படி முழுக்க முழுக்கச் சொல்ல முடியாது. அமெரிக்கா ஒரு பிற்போக்கான பூர்ஷ்வா கன்ட்ரிங்கிறதனால அங்கே ஒரு முற்போக்கான எழுத்தாளனே உருவாக முடியாது என்கிற விஷயங்களல்லாம் சரியில்லை. கண்முன்னால உருவாகியிருக்கிறதப் பார்க்கிறோமே. அப்படின்னா இந்தியாவுல எப்படியாக்கும் முற்போக்கான எழுத்தாளன் உருவாகுறான்? இவங்களுடைய இதுப்படி பூர்ஷ்வா டமாக்ரசிதானே இங்க நடக்குது. அப்ப இந்தியாவுல எப்படி நாம முற்போக்கான எழுத்தாளரா இருக்கோம்? இதே மாதிரி மத்த தேசங்கள்லயும் இருக்க முடியும்.

நிறையபேர் ஜெயிலுக்குப் போயிருக்காங்க அமெரிக்காவில. சாக்கோ வான் சிட்டி என்கிறவனக் கொல பண்ணிட்டாங்க.

அதில இருந்து 'மே டே'யே உருவாயிடுகிறது. மே ஒண் என்கிறதே அங்க நடந்த ஒரு ஊர்வலத்துல ரண்டு பேர் இறந்துபோனாங்க. அதப்பற்றி ஒரு பிரமாதமான நாவல் ஹோவேர்ட் பாஸ்ட் என்கிறவன் எழுதியிருக்கான். அவன் அமெரிக்க கம்யூனிஸ்ட் இல்லன்னு சொல்றதுக்கு ஒரு காரணமும் கிடையாது. முழுக்க முழுக்க கம்யூனிஸ்ட்தான். அவனுடைய எல்லா நாவலப் படிச்சாலும் உங்களுக்குத் தெரியும். ஸ்பார்டகஸ்ன்னு ஒரு நாவல் எழுதியிருக்கான். சினிமாவும் வந்திருக்கு. அப்போ நீங்க சொல்ற வாதம்தான் சரி. அவங்க அந்த விஷயங்கள்ல ரீடிங் இல்லாததனால அப்படிச் சொல்லுறாங்க. ஆனா இவங்களுடைய அபிப்பிராயத்த பொலிட்டிக்கல் லெவல்ல இருக்கிறவங்க சப்போட் பண்ணுவாங்க. எங்களுக்கு இலக்கியத்தில ரொம்ப ஈடுபாடு இல்ல. ரகுநாதன்கிட்டே போய் கேளுங்கோ, வானமாமலை கிட்டே விளக்கங்களைக் கேட்டுத் தீர்மானிச்சுக்குங்கோ என்னு சொல்லாம, அவங்களே ஒரு முடிவெடுத்துச் சொல்லுவாங்க. அதெல்லாம் எனக்குச் சங்கடமா இருந்தது. அப்புறம் ராமமூர்த்தி மாதிரிப்பட்ட ஆட்கள்ட்ட நாம் சந்தேகமே கேட்க முடியாது. நாங்க ஜீவாவோட பழகினதினால எங்களுக்கு ஒரு பெரிய தலைவர்ன்னு யாரும் கிடயாது. எந்தத் தலைவர்கிட்டேயும் எந்தக் கேள்வி வேணும்னாலும் கேட்போம். அப்படித்தான் ஜீவா எங்களப் பழக்கியிருந்தார். ஒரு நாள் ராமமூர்த்திக்கிட்டே ஒரு கேள்வி கேட்டா, கீழே உக்காரு அப்படிம்பார். இதெல்லாம் என் மனச பாதிச்சி. சின்ன சின்ன விஷயங்கள்தான். எல்லாக் கட்சியிலேயும் அந்த மாதிரி ஆட்கள் இருப்பாங்க. லட்சியப்பூர்வமான ஒரு மனோபாவம் இருக்கிறதினால, சிறுகுறைகள் கூட பெரிய குறைகளாத் தெரியக் கூடிய ஒரு விஷயமா உருவாகிடுது.

அப்புறம் போகப்போக இந்த எதிர் புஸ்தகங்க்ள் படிக்கப்படிக்க, சுருக்கமாச் சொல்லப் போனா எனக்கும் ரகுநாதனுக்கும் கருத்து வேற்றுமை ஏற்பட்டது. நான் சோவியத் யூனியன் ஒரு சர்வாதிகார நாடு, சர்வாதிகாரத்த உருவாக்கக் கூடியவன் ஸ்டாலின். ஆனா அப்படி ஒரு தனிமனிதனால சர்வாதிகாரத்த உருவாக்க முடியாது. எந்த மோசமான மனுஷனும் அவன் மட்டுமாகப் பாடுபட்டு ஒரு தேசத்த சர்வாதிகார நாடாக மாற்றமுடியாது. அதற்கான சூழல நீங்க உருவாக்கினால்தான், அந்தச் சூழல் மூலம் ஒரு விஷயத்த உருவாக்கி அதுக்குத் தலைமைப் பதவிக்கி ஒருத்தன் வர முடியும். ஆகவே அந்த மனோபாவம் அங்கே திட்டவட்டமா இருக்கு என்கிறதில எனக்கு சந்தேகமே இல்ல என்கிறத நான் சொன்னேன். இது சம்பந்தமாக அவருக்கும் எனக்கும் எவ்வளவோ பேச்சுவார்த்தை நடந்திருக்கு.

ஆனா அந்தப் பேச்சு வார்த்தையின் முடிவாக நான் தெரிஞ்சுண்ட விஷயம் என்னன்னு கேட்டீங்கன்னா, பெரும்பாலும் என்னுடைய கருத்துக்கள் அத்தனையுமே சந்தேகப்படத் தகுந்ததுதான் என்று ரகுநாதன் சொன்னார். நான் உறுதியாகவே சொல்றேன். ரகுநாதன் சொல்றது சந்தேகப்படத் தகுந்ததுதான். அதுசம்பந்தமாக கேள்விகள் எனக்கும் இருக்கு. அப்படின்னு ரகுநாதன் சொல்லியிருக்கார். அப்படிச் சொன்னதுக்கு அத்தாட்சி அவருடைய லெட்டேர்ஸ்ல என்கிட்டயே இருக்கு. ஆனா அந்த லெட்டர சின்ன வயசில கட்சியில இருந்து எனக்கு கருத்து மாறுபாடு வந்த உடனே, எந்த சந்தர்ப்பத்திலயும் அவருடைய கடிதங்கள் வெளியிடக் கூடாது என்கிற முடிவுக்கு நான் வந்தேன். ஏன்னா ஒரு குறிப்பிட்ட காலகட்டத்தில என்னை நம்பி சில விஷயங்கள என்னோட பகிர்ந்துக்கிட்டார். அவருக்கு அது நம்பிக்கை இல்லைன்னா அதைச் செயல்படச் செய்யவேணுமே ஒழிய அவருக்காக நான் வாதாட வேண்டிய அவசியம் இல்ல. நான் அவர வெளிப்படுத்த வேண்டிய அவசியம் இல்ல. அத வெளிப்படுத்துறதுக்கு என்கிட்டேயே வேறு சில அனுபவங்கள் இருக்கு. அந்த அனுபவங்களப் பயன்படுத்திக்கலாம்னுட்டு அந்த கடிதங்கள நான் பயன்படுத்திக்கவே இல்ல. என்பேர்ல ரகுநாதனுக்கு ரொம்ப பெரிய ரிகார்டு வர்றதுக்குக் காரணமானது இது. எவ்வளவோ சந்தர்ப்பங்கள் இருந்தும், ஒரு சந்தர்ப்பத்தில கூட ரகுநாதன் இப்படிப் பதில் சொல்றாரே அதுக்கு நீங்க என்ன பதில் சொல்லுறீங்க என்று நான் கேட்டதே கிடையாது. அவர ஒரு இடத்திலயும் ஒரு கான்ட்ரவர்சிக்குள்ளேயும் கொண்டு வந்ததே இல்ல. கொண்டு வரக்கூடாதுன்னு நான் நினைச்சிருக்கேன்.

ஆனா அவர் என்னோட வெளியில வந்திருந்தா – இந்த டிபரன்ஸ் ஆஃப் ஒபினியன்ல அதேமாதிரி எஸ். ராமகிருஷ்ணன் வந்திருந்தா, என்னுடைய வாழ்க்கையே வேறமாதிரி இருந் திருக்கும். நான் வாழ்க்கையில அடஞ்ச அதிகபட்ச ஏமாற்றமே ரகுநாதன் மூலமாத்தான். ஏன்னா நான் அவரைத்தான் ரொம்ப நம்பியிருக்கேன். அவர்தான் வெளியே வருவாரு. தி.க. சிவசங்கரன் இந்தப் பக்கம் திரும்பவேமாட்டார் என்கிறதில உறுதியாயிருக்கேன். எந்த விஷயத்திலயும் நான் அவர்கிட்டே வாதாடவே மாட்டேன். கட்சிக்கு இன்னிக்கி என்ன ஸ்டாண்டு இருக்கோ அதத்தான் சொல்லுவாரே ஒழிய மாத்திப் பேசமாட்டார். கட்சி தன் ஸ்டாண்ட மாத்தினா அவரும் தன் ஸ்டாண்ட மாத்திடுவாரு. எனக்கு சின்ன வயசிலே அந்த விஷயம் தீர்மானம் ஆயிடுத்து. சுயமா சிந்திக்கக்கூடிய ரகுநாதன் கிட்டதான் நாம இந்த விஷயத்தப் பேச முடியும்.

அவரு நமக்கு ஆதரவு காட்டுறார். அவருதான் கட்சிக்குள்ள இந்தப் பிரச்சனையை உருவாக்குவார். இந்தப் பிரச்சனையை உருவாக்கினா அதுக்குக் கட்சியில ஒரு மதிப்பு ஏற்படும். இவர் நம்மை சப்போட் பண்ண தயாரா இருக்கார். இந்த மாதிரி பொசிஷன்ல ரகுநாதனைத்தான் பயன்படுத்த முடியும் என்று நினைச்ச உடனே, அப்படியே உருவாகும், நீ வெயிட் பண்ணுன்னு சொல்லியிருந்தார். இந்த மாதிரி காரியம் உருவாகும். அவசரப்பட்டுக் காரியம் பண்ணாதேன்னார். நானும் ஒருவருசம் ரெண்டு வருசம் வெயிட் பண்ணியிருந்தேன். என்னால தாக்குப்பிடிக்க முடியல்ல, வெளியே வந்துட்டேன். அந்த நேரம்தான் எனக்கு ரகுநாதன் பேர்ல தாங்க முடியாத வருத்தம் வந்தது. என்ன அவர் வந்து கைவிட்டுட்டார். ஒரு விதத்தில வாழ்க்கையில ரொம்ப பெரிய சந்தோஷம் தந்ததும் அவர்தான். வேணும்னு அவர் பண்ணல்ல, அவர் ஸ்டாண்ட் பேர்ல எனக்கு ரொம்பப் பெரிய அளவுல வருத்தம் ஏற்பட்டது. அவர் சோவியத் லாண்டுக்குப் போனதுக்கப்புறம் நான் அவரப் பார்க்கவே இல்ல. சென்னைக்கு பல தடவை போயிருக்கேன். ரெண்டாவது சொல்வாங்க, சோவியத் லாண்டுக்குப் போயி நண்பர்களப் பார்க்கிறதில நிறையப் பிரச்சனைகள் இருக்குன்னு. சுலபமா விடமாட்டாங்க. எனக்கு இப்படிப் போயி அங்க நிக்கிறதில விருப்பம் இல்ல. நாங்க குளோசாப் பழகினவங்க எப்பவும் நினைச்ச நேரத்தில அவங்க வீட்டுக்குப் போயிருக்கோம். ஒரு ஆபிஸ்ல போயி அவங்க பேர்ல எழுதிக் குடுத்து ஒரு ஆள் வந்து நம்ம விசாரிச்சு, உள்ளே போய்ச் சொல்லி அதமாதிரி பார்க்க வேண்டாம்னு நினைச்சேன்.

ஆனா சோவியத் லாண்டில இருந்து வெளியே வந்ததுக்கப்புறம், அந்தப் பிரியட்லயும் நான் ரகுநாதனைப் பற்றி கூட்டங்கள்லேயோ வேறு எங்கேயோ சொன்னதே இல்ல. கிரிட்டிசிசம் எல்லாம் அவரோட ரைட்டிங்கப்பற்றி இருக்கலாம். ஆனா அவரோட பொலிட்டிக்கல் ஸ்டாண்டப் பற்றி எதுவும் சொல்லல்ல. கிரிட்டிசைஸ் பண்ணவே இல்ல. ஆனா திருநெல்வேலிக்கு வந்ததுக்குப் பின்னாடி எனக்கும் அவருக்கும் திரும்ப ஃப்ரண்ஷிப் உருவாச்சு. ஒருவிதமான கோபதாபமும் எங்கிட்டே இல்ல. எனக்கு அவர் பேர்லயும் அவருக்கு என் பேர்லயும் இல்ல. சுத்தமா இல்ல. அப்புறம் என்பேர்ல உள்ள பிரியம் அவருக்கு அப்படியேதான் இருக்கு. ரெண்டாவது என்னுடைய கருத்துக்கள எதிர்நிலையில உள்ள கருத்துக்களானால்கூட அத படிக்கணும் பரிசீலிக்கணும் என்று அவர் நினைக்கிறார். ஜே.ஜே. சில குறிப்புகள் அவருக்குப்

பிடிக்கல்ல. ஆனா அத மட்டம் தட்டுறதும் அவருக்குப் பிடிக்கல்ல. அத மட்டம் தட்டிப் பேசக்கூடாது, அவர் ஒரு வித்தியாசமான காரியத்தச் செஞ்சிருக்கார். இதுவரையும் உங்க நாவலுடைய ஃபாம உடச்சிட்டார் தன் நாவல் மூலம். அவருடைய மொழி ரொம்ப நுட்பமானது. ஆனா உள்ளடக்கம் உங்களுக்குப் பிடிக்கல்லைன்னு சொல்லுங்கோ. மொத்தத்திலே அது ஒரு வெறுக்கத் தகுந்த புத்தகம்னு நீங்க சொல்றத நான் ஒத்துக் கொள்ளமாட்டேன். அப்படியெல்லாம் அவர் சொல்லியிருக்கார். அப்ப அவருடைய பார்வைக்கும் மத்தவருடைய பார்வைக்கும் கடைசி வரை ஏதோ ஒரு வித்தியாசம் இருந்திண்டேதான் இருக்கு. முற்போக்கு இலக்கியம் சம்பந்தமான விஷயம் வந்த உடனே அவர் ரியலிசம், சோசலிஸ்ட் ரியலிசம் இதுகள ரொம்ப அளவுக்குக் கிரிட்டிசைஸ் பண்ணிட்டார்; தைரியமா கிரிட்டிசைஸ் பண்ணினார். அதுக்கு யாராலயும் பதில் சொல்ல முடியல்ல. அவர் எழுதின கட்டுரைகளுக்கு அவருடைய இயக்கத்திலே இருந்து ஒரு பதிலும் கிடையாது. ஏன்னா ஹிஸ்டாரிக்கலா அது கரக்ட்டாயிடுது. அது அவரோட சாமர்த்தியம்னு சொல்றதவிட ஹிஸ்டாரிக்கலா நடந்த மாற்றத்தை அவர் ஒழுங்கா ரிக்கார்ட் பண்ணியிருக்கார். ஒரு விதத்தில பார்த்தோம்னாக்கா, நடுவுல டைபாய்டு பேஷன்டுக்கு டெம்பரேச்சர் மேல இருந்துட்டு கீழே சரேர்னு வருமே, அதுமாதிரி ஒரு பிரிவு நடுவுல அவருக்கும் எனக்கும் இடையில வந்திருக்கு. அத என்னால தாங்கிக்கொள்ள முடியல்ல. திரும்பவும் அதேமாதிரி அந்த பிரன்ட்ஷிப் தெளிவாகி கடைசியில அவர் மறைவு வரையிலும் அந்த பிரன்ட்ஷிப் அப்படித்தான் இருந்தது.

காலச்சுவடு பதிப்பிச்ச புத்தகம் ஒண்ண ரகுநாதனுக்கு சமர்ப்பணம் பண்ணியிருக்கே அதுபற்றி.

அது நீங்க கண்ணனையும் சலபதியையும் கேட்கணும். புதுமைப்பித்தன் தொகுப்பு கொண்டு வர முயற்சி எடுத்த காலத்தில இருந்து அவரு சலபதிக்கு ரொம்ப ஹெல்ப் பண்ணியிருக்காரு. சலபதி ஒரு தி.க. அவர் ஒரு மார்க்சிஸ்ட். இருந்தாலுமே ஒரு ஆராய்சியாளர் என்கிற அடிப்படையில சலபதி பேர்ல ரகுநாதனுக்கு ரொம்ப உயர்வான அபிப்பிராயம். மனம்விட்டு ஹெல்ப் பண்ணி, அந்த காரியங்களச் செய்திருக்கார். அதுல சலபதிக்கு ரொம்ப அளவுக்கு ஒரு நெகிழ்ச்சி உண்டு. அத வெளிப்படுத்தியிருக்கார்னு சொல்லமுடியும். ஆனா இதற்கு மேல்பட்டு எவ்வளவோ காரணங்கள் இருக்கலாம். அது கண்ணனக்கும் சலபதிக்கும்தான் தெரியும்.

நீங்க வெளியில வர்றதுக்கு செக்கோஸ்லோவேக்கியா விஷயம் ஒரு காரணம்னு சொல்றாங்களே. . .

நான் வெளியில வர்றதுக்கு அது ஒரு காரணம். ஆனால் அதுக்கு முன்னாலேயே மனசுக்குள்ள ரொம்ப அளவுக்கு அந்த விஷயத்தப் பொறுத்துண்டே வர்றேன். செக்கோஸ்லோவேக்கியாவ்ல என்ன நடந்துதுன்னா, நான் படிக்க ஆரம்பிச்ச உடனே .... அந்த புரட்சிய உருவாக்கக்கூடியவங்க அவ்வளவு பேருமே ரைட்டர்ஸ். அதில இருக்கக்கூடிய எல்லாருமே ரைட்டர்ஸ். அந்த ரைட்டர்ஸ்தான் அந்த ரெவலியுஷன் உண்டாக்குறாங்க. எனக்கு மானசிகமா அவங்க தொடர்பு ரொம்ப அதிகமா இருந்துது. ஸ்டாலினுடைய கொடுமையை நான் முதன்முதலாக வருத்தத்தோட பார்த்தது அப்போதுதான். எனக்கு விருப்பமான சில கவிஞர்கள் காணாமப் போயிட்டாங்க. நான் ரொம்ப ஆழந்து படிச்சிண்டிருந்த சில கவிஞர்கள் காணவே இல்ல. ஹோவோர்ட் பாஸ்ட் வந்தது. அவர் புஸ்தகம் இன்னிக்குக் கூட இங்கிலீஷ்ல இருக்கு. நீங்க கூட படிச்சுப் பார்க்கலாம். அமெரிக்காவுல அவன் ஒரு லீடிங் கம்யூனிஸ்ட், அவன் என்ன சொல்றான்னா – அங்க உள்ள நண்பர்கள்ட்ட – இலியா அய்ரென்பர்க், மைக்கெல் ஷோலகோவ் அதுமாதிரி ரொம்ப உலகத்தரத்துல உள்ள ரைட்டேர்ஸ்தான் அவனுடைய பிரண்ட்ஸ். அங்க பாட புஸ்தகங்கள இவனுடைய சிறுகதைகள் சொல்லிக் கொடுக்குது. ஹோவோர்ட் பாஸ்ட்டுடைய நாவலுடைய பகுதிகள், சோவியத்து யூனியன், ரஷ்யன் லாங்வேஜில மொழிபெயர்த்து பாட புஸ்தகமா சொல்லிக் கொடுக்கக் கூடிய அளவுக்கு அவன் அங்கே ஒரு முக்கியமான ரைட்டர். வருஷா வருஷம் சோவியத்து யூனியன் போறான். அவன கவுரவிக்கக்கூடிய கூட்டங்கள் நடத்துறாங்க. அப்படி அவன் பல ஆட்கள்ட்ட பழகிய நிலையில இரண்டு மூணு ட்ரிப்கள்ல அவனுடைய முக்கியமான Friends Writers சிலரப் பார்க்கவே இல்ல. அப்ப அவங்க சொல்றாங்க இங்கே ஒரு காம்ப் உண்டு. அங்கே வருஷா வருஷம் ரைட்டர்ஸ்க்கு முழுக்க முழுக்க அரசாங்க செலவில அந்த காம்ப்ல போயி ரெண்டு மாசம் மூணு மாசம் தங்கிட்டு வர்றதுக்கான வசதி பண்ணுறாங்க. அந்தக் காம்ப்ல அவன் இருக்கான்னு சொல்றாங்க. அப்ப அந்தச் கேம்புக்குப் போகணும்னு சொன்ன உடனே, ரைட்டேர்ஸ் காம்ப்ல இருக்கும்போது அதப் போயி பார்க்கிற பழக்கமில்ல. ஹெல்த் ரிசார்ட் இருக்கும். அவங்க ரெஸ்ட் எடுத்துட்டிருப்பாங்க. காம்ப்ல இருக்கும் போது நாம பார்க்கிறத அவாய்ட் பண்ணனும். நீங்க நெக்ஸ்ட்டைம் வரும்போது பார்க்கலாம்.

அப்படி இரண்டு மூணு தடவ போயி அவாளப் பார்க்காம ஆனதும் இவருக்கு டவுட் வருது. ஒரு கரஸ்பாண்டன்சோட முடிவாக அவங்க முன்னாலயே காலமாயாச்சு என்கிற முடிவு அவருக்கு வந்துசுடுச்சு. அதுனால நான் வெளியே வாரேன்னு முடிக்கிறார். மற்றபடி மார்க்சீயத்தைப் பற்றியோ கம்யூனிஸ்ட் பார்டியோட ஆக்டிவிட்டீஸ் பற்றியோ ஒண்ணுமே அவர் சொல்லல்ல. அதே மாதிரி சில யங் பொயட்ஸ். அந்த பொயட்ஸ் காணாம போயிட்டாங்க என்கிறத என்னாலத் தாங்கவே முடியல்ல. அவங்க நல்ல பொயட்ஸாக இருக்கலாம் அல்லது மோசமான பொயட்ஸா இருக்கலாம் இப்படி நேரடியாகச் சொல்லலாம்.

ஒரு கம்யூனிஸ்ட்ட நான் நீ கம்யூனிஸ்ட்டா இல்லியா? உனக்கு மார்க்சீயத்துல நம்பிக்கை உண்டா இல்லியா? இந்த கேள்வியெல்லாம் நான் கேட்கவே மாட்டேன். உனக்கு ஜனநாயகத்துல நம்பிக்கை உண்டா என்கிற கேள்வியைத்தான் கேட்பேன். ஜனநாயகத்துல நம்பிக்கை இருக்கு என்று சொன்னால்தான் அவன கம்யூனிஸ்டாக கருதி மேற்கொண்டு பேசமுடியும். நீ மார்க்சீயம் படிச்சிருக்கியா? கடவுள் உலகத்த படைச்சிருக்கார்ணு நினைக்கிறியா? அது வேறு விதமாக உருவாச்சுன்னு நினைக்கிறியா? இந்த அடிப்படை கேள்விகளுக்கெல்லாம் வரணுமானால் அவன் முதல்ல நான் டெமாக்கரசிய நம்புறேன்னு சொல்லணும். டெமாக்கரசிய நம்பல என்று அவன் சொன்னால் அவன் கம்யூனிஸ்டாக இருக்கிறத பற்றி எனக்கு அக்கறையே கிடையாது. அவன் கம்யூனிஸ்டாக இருக்கட்டும் அல்லது பெரிய மார்க்ஸ்சிட்டாக இருக்கட்டும் அவனோட நான் எந்த விதமான உறவும் வச்சிக்கல்ல. இதுதான் என்னோட ஸ்டாண்ட். அந்த ஸ்டாண்டோட நான் பார்க்கும் போது எனக்கு அங்கே பெரிய வீழ்ச்சி தோணுச்சி. அவங்கள அங்கே அடக்கிட்டாங்கன்னு தோணுச்சி, அடக்கிட்டாங்க இல்ல மிருகத்தனமாக ஒடுக்கிட்டாங்க. அன்னிக்குத்தான் நான் அந்த பார்டியிலிருந்து மானசீகமா வெளியில வாரேன். எனக்கு மெம்பர் ஷிப் கார்டு ஒண்ணும் இல்லாததுனால ரிசைன் பண்ண வேண்டிய அவசியமும் இல்ல.

பின்னால குருஷேவுடைய சீக்ரெட் பேப்பரெல்லாம் நாம் சொன்ன அபிப்ராயங்கள மேலும் உறுதிப்படுத்துற மாதிரி இருக்கே ஒளிய வேறு இல்லை. பல ஆளுகள் கம்யூனிஸ்ட் சர்வாதிகாரத்தை எதிர்த்ததை கம்யூனிஸத்தையே எதிர்க்கிறதாக அவங்க பிச்சரைஸ் பண்ணினாங்க. பொதுவா பார்ட்டியை விட்டு போணும்னா அவங்க அத டாலரேட் பண்ணவே

மாட்டாங்க. அவங்க டார்ஜெட் பண்ணி அடிச்சி வீழ்த்துவாங்க. அப்படி செய்யவே கூடாது. கூப்பிட்டு உங்களுக்கு என்ன சங்கடம், என்ன வருத்தத்துல போறீங்க, லிட்ரேச்சர் சம்பந்தமான அபிப்பிராய வித்யாசம் உங்களுக்கு இல்லல்ல. அந்த ஸ்பிரிட்ல ஒர்க் பண்ணுங்க. இது ஒரு கேப்பிட்டலிஸ்ட் கண்ட்ரிதான். இங்கே ஜனநாயகம் இல்லையின்னு நீங்க சொல்லுவீங்க. நீங்க பார்ட்டி மெம்பர் ஒன்னுமில்லியே. இல்ல. ஆனா ப்ரொக்ரஸிவ் லிட்டரேச்சர்ல நம்பிக்கை இருக்கா? நம்பிக்கை இருக்கு, நீங்க அப்போ அதுல ஒர்க் பண்ணுங்க. இப்படிதான் அந்த பிரச்சனையை சால்வ் பண்ணனும். இப்படி அவங்க செய்யவே இல்ல. அன்னிலிருந்தே அவங்களுக்கு எதிராக என்ன பிச்சரைஸ் பண்றது என்ன ஒரு இமேஜ் கிரியேட் பண்றது... ஜே.ஜே. சில குறிப்புகள படிச்சீங்கன்னா உங்களுக்குத் தெரியும். நான் வந்து பாலிடீஷியனையாக்கும் உதறுரேன். அதுல இடம் பெற்றிருக்கிறவன் ஒரு மார்க்சிஸ்ட்டுதான். காரணம் என்ன? எனக்கு அவங்களோட உள்ள அனுபவங்கள்தானே ஜாஸ்தி. எனக்கு காங்கிரஸ்காரனோடேயோ ஜனதா காரனோடேயோ ஆர்.எஸ்.எஸ்.காரனோடேயோ அனுபவம் இல்லையே. நான் அவங்களத்தானே நம்பினேன். அவங்க மூலமாத்தானே நான் ஏமாற்றம் அடைஞ்சேன். ஆனா நான் அவங்கள மட்டும் எழுதல்ல. அத முன்னால போட்டிருக்கேன். ஆனா நான் அவங்கள மட்டுமே எழுதல்ல எல்லா பவர் சென்டர்ஸ்யும் நான் ஏற்றுக்கொள்ள மாட்டேன் என்கிற முடிவச் சொல்றேன். இது ஒரு முக்கியமான சம்பவம். இந்த இன்டர்வியுக்கு சம்பந்தம் இல்லாட்டாக்கூட நீங்க தெரிஞ்சுக்க வேண்டிய சம்பவம். அதாவது நான் கோழிகோடு பக்கம் ஒரு கிராமத்துல ஒரு சன்யாசியோட மடத்துக்குப் போயிருந்தேன். ராஜசேகரன்நாயர் என்னுட்டு என்னுடைய கிளாஸ்மெட், 25 வயதுல வக்கீலுக்கு படிச்சிட்டு சன்யாசியாப் போயிட்டான். அவங்க அப்பா பாகோடு நாராயணன்நாயர் பெரிய லீடிங் லாயர். பக்கத்து வீட்ல இருந்தார். இவன் அவருக்கு மூணாவது பையன். அவன் வந்து தன்னுடைய கேசையெல்லாம் பார்க்கப் போறான் என்று அவர் கனவு கண்டுகிட்டு இருந்த நேரத்துல அவன் கோழிக்கோட்டு ஆசிரமத்துல போயி சன்யாசியாப் போயிட்டான் அங்கிருந்து அவன் எனக்கு ஒரு லெட்டர் எழுதினான். நீ இங்கு வா; எனக்கு உன்னை பார்க்கணும் போல இருக்குன்னு எழுதினான்.

நேரே அங்கு போனேன். எனக்கு மலையாளம் நல்லா தெரியும். நான் தமிழ்நாட்டுல இருந்து வந்ததுனால அங்குள்ள சன்யாசி நினைச்சிட்டாங்க – இவன் தமிழ்நாட்டுப் பையன்னு. அங்க ஒரே ரூம்லதான் தூங்கணும். அங்க பாயோ துணியோ கீழே விரிக்கக்கூடாது. எல்லா சன்யாசிகளும் ஒரே ரூமல அடுத்தடுத்து

ஓரடி இடம்விட்டு படுத்திட்டிருக்கும். எனக்கு தூக்கம் வரல்ல. ஏன்னா வெளியிடத்துக்குப் போனவுடனேயே சில ஆட்களுக்கு தூக்கம் வராதில்லியா. நான் முழிச்சிட்டேக் கிடக்கிறேன். சன்யாசிகள் மலையாளத்துல பேச ஆரம்பிச்சாங்க. இராத்திரி ஒரு மணிக்கு பேச ஆரம்பிச்சாங்க. என்ன பேசுறாங்கன்னா அங்க இருக்கற சன்யாசித் தலைவர் இருக்கார்லியா, அவங்க குரு இருக்கார்லியா, அவரை தீர்த்துக் கட்டனுன்னு பேசுறாங்க. அதுக்கான கான்ஸ்பரசி நடந்துட்டிருக்கு. இந்த பையன் தூங்கிட்டிருக்கான்னு எண்ணம், முழிச்சாலும் மலையாளம் எங்கே புரிய போகுது என்கிற எண்ணம். ஏன் அவரை கொல்லணும்ன்னா அவர் சில ஆட்களுக்குத்தான் சப்போட் செய்றாரு. நீ கவனிச்சியா. நீயும் பகவத் கீதையில நல்ல சுலோகம் சொல்ல கூடியவன்தான். ஒன்னக் கொண்டு சுலோகம் சொல்லாம வேற ஒருத்தனைக் கொண்டு சுலோகம் சொல்ல சொன்னாரு. பாத்தியா நீ இதெல்லாம். அவரு வேணும்னு திட்டம் போட்டு செய்றதாக்கும். இவாள் அவ்வளவு பேருமே பெரிய படிப்பு படிச்சிட்டு படிப்ப விட்டுட்டு வந்தவங்க. சொத்த விட்டுட்டு. வந்தவங்க. தேசங்களை விட்டுட்டு வந்தவங்க. அவங்களுக்கு ஒரு மேல் சட்டை கிடையாது. வெறும் வேஷ்டி மட்டும்தான். வாழ்க்கையில எல்லாத்தையும் துறந்தாச்சு. வெறும் உடம்பு. மழைக்காலமானாலும் சரிதான், வெயில் காலமானாலும் சரிதான், தரையில கிடக்கணும் மழையில போனா நனைஞ்சிண்டுதான் போணும். அந்த மாதிரியானக் கட்டுபாடுகளையெல்லாம், ஒத்துண்டுதான் அங்கு உட்காந்துண்டிருக்கான். அவன் ஒரு டியூசன் எடுத்தால் மாசம் 1000 ரூபாய் சம்பாதிக்கலாம். பெண்களை வென்றாச்சு. பணத்தை வென்றாச்சு. ஆடையை வென்றாச்சு. பவரை வெல்ல முடியல்ல. எப்படி பவரைப் பிடிக்கிறதுன்னு பிளான் பண்ணுறான். அப்பதான் எனக்கு தெரிஞ்சுது. சன்யாசி மடங்கள்ல இருந்து அரசியல் கட்சி வரை எல்லா அமைப்புகளும். இதுகளுக்கு இடையில எனக்கு எந்த வித்யாசமும் தெரியல்ல. எல்லா இடங்கள்லயும் பவர் ஸ்ட்ரகிள்தான் பிரச்சனைகளை உருவாக்கிறது. இதைதான் ஜே.ஜே.யில சொல்ல முயற்சிச்சிருக்கேன். ஆனா என் அனுபவம் இந்த பகுதியில ஜாஸ்தியா இருக்கிறதுனால அதை அதிகமா சொல்லியிருக்கேன். காங்கிரஸ் பற்றி என் அனுபவம் குறைவா இருக்கு, அதெல்லாம் பற்றி எனக்கு தெரிந்த அளவு அதிலே சொல்லியிருக்கேன். இதுக்கு வேறொரு விதமான பிச்சர் வந்துருச்சிங்க. அதோட ரகுநாதனுடைய ஸ்டாண்ட கொஞ்சம் வித்தியாசமாகத்தான் இருந்தது.

எனக்கு வருத்தம் அவர் ரொம்ப பின்னாலதான் சொன்னார். சோஷலிச எதார்த்தவாதம் பற்றியெல்லாம் சோவியத் யூனியன்

வீழ்ச்சிக்கு பின்னாலதான் சொன்னாரு. சொல்லப்போனா தேசத்துல பின்னால என்ன நடக்கும்னு முன்னால கண்டு சொல்றவனுக்கு அதிக பெருமையாகவும் கடைசிவரை அதை பின்பற்றுறவனுக்கு பெருமை குறைவாகவும் இருக்கணும். ஆனா அந்த காரியம் நடத்துனதுக்கபுறமும் யார் அதை ஏற்கனவே கண்டு சொன்னானோ அவன் விரோதியாகவும், யார் ஒருத்தன் கண்மூடித்தனமா பின்பற்றிண்டு இருக்கானோ அவன் அன்னிக்கு நண்பனாக இருக்கான். இது ஒரு தவறானப் பார்வை என்று நினைக்கிறேன்.

எம்.கோவிந்தன் இருந்தார். 1950லேயே சோவியத்யூனியனை விமர்சிக்க ஆரம்பிச்சாரு. அவருக்கும் இ.எம்.எஸ்.க்கும் கடுமையான சண்டை. இ.எம்.எஸ் உங்களுக்கு தெரியமில்லியா ஒரு சின்ன சோட்டா எழுத்தாளன் ஒரு காரியம் பண்ணினாலும் தான் ஒரு பெரிய தலைவர், ஆல் இண்டியா அளவில தலைவர். இவன் இப்பதான் பீல்டுக்கே வந்திருக்கான், வயசு 23 இருக்கும். கம்யூனிஸ்ட் பார்ட்டியைத் திட்டி ஒரு லெட்டர் எழுதியிருக்கான். வேற ஆட்கள் அதை பார்த்துப்பாங்க. நாம போயி பதில் எழுத வேண்டாம்னு இருக்கமாட்டார். அவரே அதற்கு பதில் எழுதுவார். இப்படி ஓ.வி.விஜயன், எம். கோவிந்தன், சி.ஜே. தாமஸ், இவங்களுக்கு எதிராக குறைந்த பட்சம் ஒரு 100 கட்டுரை எழுதியிருப்பாரு. பின்னால அவரே சொன்னாரு. நான் சொன்ன விசயத்தை விட அவங்க சொன்ன விசயம்தான் கூடுதல் நடந்திருக்கு. இத இ.எம்.எஸ் வந்து தனிப்பட்ட பேச்சுல சொல்லியிருக்கார். இந்த ஸ்டாலின் என்ன கட்சியா வளர்க்கவே விடமாட்டான். காரணம் யோசிச்சு பாருங்கோ. நீங்க திட்டவட்டமா பிளான் பண்ணி ஒரு முடிவுக்கு வந்திருப்பீங்க. உங்க சூழல் சார்ந்து முடிவு பண்ணிருப்பீங்க, அவன் சர்வதேச நிலைமை காரணமா டக்குன்னு தன் நிலைய ஷிப்ட் பண்ணிடுவான். ஜனங்கக்கிட்ட நீங்க பல விசயங்கள சொல்லி பிரச்சாரம் பண்ணுவீங்க, அவன் உங்கக்கிட்ட எதுவுமே கேட்காமலேயே ஷிப்ட் பண்ணுறான் அந்த பாலிசிய. நீங்க ஜனங்கக்கிட்ட போய் நேற்றைக்கு சொன்னதுக்கு மாறாக இன்னிக்கு சொல்லணும். அப்போ நான் கேட்டேன். உங்ககிட்ட அவன் கன்சல்ட் பண்ணினானா? உங்கக்கிட்ட ஏதாவது வார்த்தைக் கேட்டானா? உங்களுக்கு எதாவது தலைவலி வருமா? நான் இந்த பாலிசிய ஷிப்ட் பண்ணினப் பிறகு. அப்படி கேட்காமதானே செஞ்சுண்டு இருக்கான். அப்போ என்ன பண்ணுறான் அவன். நாம இங்கே எப்படி கட்சி வளர்க்க முடியும்? அவன் சொன்னான்னுதானே நீங்க ஒவ்வொரு விசயத்தையும் ஜஸ்டிபை பண்ணி பேசிண்டு இருக்கீங்க.

கம்யூனிஸ்ட் கட்சிகளுக்குள்ளே விரோதிகளே கிடையாது. இந்த 80 லட்ச மக்களும் ஒரு காலமும் ஒருத்தருக்கொருத்தர் விரோதிகளாக மாட்டாங்க. ஏன்னா அவங்க எல்லாம் ஒரே வர்க்கத்த சேர்ந்தவங்கதானே. வர்க்கம் சார்ந்த விரோதம் அவங்களுக்குள்ளா எப்படி வரும்ன்னு சொல்லிட்டிருங்கீங்க நீங்க. இத சொல்றதுக்கு மட்டுமே நீங்க 20 வருஷம் செலவழிச்சிருக்கீங்க. ஒரு நாள் காலையில ரஷ்யா எனக்கு நம்பர் ஒன் எனிமி சைனா என்னுர்றான். எப்படி போயி அதை நியாயப்படுத்துவீங்க. இப்படி ஒவ்வொரு சந்தர்ப்பத்திலேயும் அவன் ஒங்கள கால வாரி விட்டுண்டிருக்கான். அப்படிங்கிற நிலையில அவரே பிரைவேட்டா நொந்து சொன்னாராம். நம்மளுடைய கட்சி வளர சம்மதிக்கல்ல அயாள். அப்படி அவர் பிரைவட் டாக்குல சொன்னாராம். அந்த விசயத்ததான் வேறொரு லேங்வேஜில எம். கோவிந்தனும் சி.ஜே. தாமஸுூம் சொன்னாங்க. சி.ஜே. தாமசை நீங்க நல்லா ஞாபகம் வச்சிக்கணும். ஐக்கிய கேரளம் என்கிற விசயத்த 1941–ல இ.எம்.எஸ் புக்கா வெளியிட்டிருக்கிறார். அதுக்கு சமமான புக்கு வேறு எந்த மொழிகளிலும் எழுதப்படலன்னு சொல்லியிருக்கான் சி.வி. தமாஸ். அந்த காலத்துல 5 வருஷத்துக்குள்ள அது 25.000 காப்பி வித்தது. இன்னிக்கு கேரளா கல்ச்சரை தீர்மானிக்கிறதுன்னா, ஒண்ணு நாராயணகுரு. இன்னொன்று இ.எம். எஸ்டோ அந்த குறிப்பிட்ட புத்தகம். இரண்டும்தான் கேரள, கல்ச்சரைத் தீர்மானிக்கிறது. ஆழ்ந்து பார்த்தீங்கன்னா நாராயணகுரு பெயர்ல இருக்கிற ஈடுபாடு. ஒரு விசயத்த பற்றி அவர் என்ன சொல்றாரு. என்கிறதுதான் ஜனங்கள் முன்னால இருக்கிற கேள்வி, தேசீய வாதிக்கு காந்தி என்ன சொல்லுறார்.

இந்த இரண்டுக்கும் பின்னால ஒருத்தன் கம்யூனிஸ்ட்டா இருக்கலாம் அல்லது ஆண்டி கம்யூனிஸ்ட்டா இருக்கலாம். ஒரு விசயத்தப் பற்றி இந்த காலத்துல இ.எம்.எஸ் என்ன சொல்றார் என்கிறதுதான் முக்கியம். அப்படி 30 வருஷம் 40 வருஷம் இருந்திருக்கு. அவருடைய வார்த்தைக்கு அவ்வளவு விலை. கேரளா கல்ச்சரை இவ்வளவு வித்யாசமா உருவாக்குனதுக்கு காரணமே அவர்தான். இது எல்லாம் அவங்க. கான்ட்ரீபியூட் பண்ணியிருக்காங்க. ஏன் ஒத்துக்குறாங்க. எப்போது நீங்க சுதந்திர மனுசனோ அப்போது நீங்க சர்வாதிகாரத்த ஒத்துக்க முடியாதுலியா. முக்கியமா எழுத்தாளர் ஒத்துக்க முடியாது. அவங்களுக்கு அரசியல் பவர் இருக்கலாம். நமக்கு என்ன பவர்? மினிஸ்டர் பவர் எனக்கு கொடுக்கப் போறதில்லை. கொடுத்தாலும் எனக்கு ஆளத் தெரியாது. எக்ஸ்போஸ் ஆகிவிடுவேன். நமக்கு அந்த மாதிரி ஆசை இல்லியே. நாம வந்து நாம காலத்துல நம்ம ஜனங்கள்கிட்ட ஒரு விழிப்பு நிலையை உருவாக்கணும்.

விழிப்பு நிலையை உருவாக்கினால் எந்த காலத்திலும் அது அந்த சமூகத்தை காப்பாற்றும். கேரளா வந்து தமிழ்நாட்டோட எப்போதும் பெட்டரா இருக்கிறதுக்குக் காரணம் அவங்க அடிப்படையா நம்மோட உயர்ந்த ஜனங்கள் என்பது அல்ல. உண்மையை சொல்ல போனா தமிழ்நாட்டுல இருக்கிறமாதிரி ஜனங்கள் வேறு எங்கேயும் இல்லை. அவ்வளவு உயர்வான ஜனங்கள் இங்கு. ஏன் நாம மோசமா இருக்கிறோம்? விழிப்பு நிலை ரொம்ப மங்கல். அதை மழுங்க அடிச்சிட்டான் சினிமா மூலமும். அரசியலில் தி.மு.க. பேச்சில் ஆடம்பரம் கூட்டங்கள் ஒவ்வொருத்தன புகழ்ந்து பேசுறது. மதவாதிகள். மதவாதிகள்ல 99% பிராடுகளும் இங்கத்தான் இருக்கான். இவர்களுடைய பேச்சு எல்லாம் சேர்ந்து மனுசன சிந்திக்கவே விடமாட்டான். சிந்திக்கிற எந்த விசயத்தையும் நீங்க பத்திரிகையில எழுதவே முடியாது. 'தினமணி' தலையங்கம் பக்கத்துல ஒரு கட்டுரை வெளியிடுறான். அந்த கட்டுரையை 'ஆனந்த விகடன்' வெளியிட்டா என்னா செத்தா போவான்? 'குமுதம்' வெளியிட்டா என்ன செத்தா போவான்? இப்போ எளிமையான கட்டுரை வழியா ஜனங்கள் கிட்ட பேசணுமானால் ஒரே வழிதான் இருக்கு. கேரளாவுல நூறு இடம் இருக்கு. 25–30 வருஷமாகவே அப்படி ஒரு நூறு இடம் வச்சிட்டிருக்கான். இப்படி பல்வேறுபட்ட விசயங்கள் இருக்கு.

அப்போ என்னப் பண்ணுறாங்க. யாரு இந்த விஷயங்கள முதல்ல படிச்சி வரக்கூடிய ஆபத்துகள முன்கூட்டி ஏழுதுறானோ அவன் அந்த காலத்திலேயும் பிற்போக்கு வாதி. அந்த விஷயங்களையெல்லாம் அவர்கள் ஏற்றுக்கொண்டப் பிறகும் அவன் பிற்போக்குவாதி. இது ரொம்ப கொடுமையின்னா அப்படி நான் நினைக்கிறேன். மடத்தனமா ரெண்டும் ரெண்டும் ஐந்துன்னு கட்சிக்காரன் சொன்னா இவனும் சொல்லுவான். அப்படி சொன்னவன் அன்னிக்கும் முற்போக்குவாதி இன்னிக்கு சோவியத் யூனியனை பற்றி ஒரு பேச்சு கிடையாது. இன்னிக்கு புரட்சிகரமான சக்திகள் என்கிற வார்த்தைய இவன் யூஸ் பண்ணமாட்டான் தமிழ்நாட்டுல இருக்கிற யாருமே புரட்சிங்கிற வார்த்தையை சொல்லுறதுக்கு தயார் இல்லை. ஆனா ஜெயலலிதாவ போயி சப்போர்ட் பண்ணிட்டிருக்கான். ஆனா குடின்னு சொன்னா முழுக்க சாராயம்தான். இது எதிராக சொல்லக்கூடிய சக்திகள் எதுவும் கிடையாது. சாப்பிடுறது அரசாங்க சாராயமா கள்ளச் சாராயமா என்கிறதுதான் பிரச்சனை. அதிக பட்சமான ஒரு லட்சியவாதி எடுக்கக் கூடிய ஸ்டாண்டு அரசாங்க சாராயம் சாப்பிடணும் எங்கிறதுதான். அந்த அளவுக்கு தமிழ்நாட்டை கொண்டு வந்தாச்சு. என்ன விமோசனம்? எங்க வீட்டுக்கு

பல பெண்கள் வாராங்க. பழம் விற்கிறதுக்கு ஒருத்தி வருவா, காய்கறி விற்கிறதுக்கு ஒருத்தி வருவா. இந்த பத்து பெண்கள் கிட்டேயும் நான் பேசியிருக்கேன். அவங்கள் எல்லாம் எங்கிட்ட நாங்க விதவையாயிடணும். வேறு ஒண்ணுமே கடவுள் செய்ய வேண்டாம். அப்படி விதவையாயிட்டா எங்க குடும்பத்த மேல கொண்டு வந்தறலாம். வருமானத்த குடும்பத்துக்காகப் பயன்படுத்தலாம். குழந்தைகளை படிக்க வைக்கலாம், எல்லாம் செய்யலாம். இன்னிக்கு நாங்க கஷ்டப்பட்டு 40 ருபாய் சம்பாதிக்கணும், அத அவன் கொண்டு போயி குடிச்சிட்டு வந்து எங்கள நை நையின்னு அடிக்கணும். தமிழ்நாட்டுப் பெண்கள் நாங்க விதவையாகணும்னு சொல்றாங்க பார்த்தீங்களா? எனக்கு வேறு எதுவுமே வேண்டாம் நிறைய விசயம் உங்களுக்கு சம்பந்தம் இல்லாம சொல்றேன். பாத்தீங்களா?

எல்லாமே சம்பந்தம் உள்ளதுதான்.

●

வாழ்க்கை அனுபவத்தை புரிந்துகொள்ள வாசிப்பு தேவை

நீங்கள் எழுத்துத் துறைக்கு வருவதற்குத் தூண்டுதலாக இருந்த படைப்பாளி யார்? அல்லது படைப்பு?

புதுமைப்பித்தன். புதுமைப்பித்தனின் 'காஞ்சனை' சிறுகதைத் தொகுதியில் இடம் பெற்றுள்ள 'மகாமசானம்' என்ற கதை என்னை மிகக் கடுமையாகப் பாதித்தது. அப்போது எனக்கு வயது பதினேழு, பதினெட்டு இருக்கும். அந்தக் கதையில் வெளிப்படும் யதார்த்தக் கூறுகள். நான் மிகுந்த பாதிப்புக்கு ஆளாகக் காரணமாக இருந்தன என்று பின்னர் எனக்குத் தெரிய வந்தது. புதுமைப்பித்தனின் சிறுகதைகள் ரொமான்டிசிசம் சார்ந்த என் கனவுகளை நீக்கி. சமுதாயத்தை யதார்த்தக் கண்கொண்டு பார்க்கச் செய்தன. அன்றிலிருந்து இன்று வரையிலும் யதார்த்தத்துக்கும் எனக்குமான இணைப்பு வலிமையாகவே இருக்கிறது. இந்த வாழ்க்கைப் பார்வையைச் சார்ந்துதான் நான் தமிழ்க் கலாசாரம், தமிழ்ப் பத்திரிகைகள், தமிழ் சினிமா, தமிழ்க் கல்வி, தமிழ் அரசியல் எல்லாவற்றையுமே பார்க்கிறேன். என் படைப்பு அனுபவம், வாசிப்பு அனுபவம் சார்ந்து என் பார்வை ஆழம் பெற்றிருக்கலாம்; விரிவு கொண்டிருக்கலாம். ஆனால், என் பார்வையின் அடிப்படையை உருவாக்கியவர் புதுமைப்பித்தன்தான்.

தினமணி கதிர், 20 டிசம்பர் 1998
பேட்டி கண்டவர்: **ராஜ மார்த்தாண்டன்**

நாற்பத்தேழு ஆண்டுகளாக எழுதி வருகிறீர்கள். இன்றைய பார்வையில் உங்கள் படைப்புகள் குறித்து உங்களுக்குத் திருப்தி இருக்கிறதா?

நான் எழுத ஆரம்பித்த காலத்திலிருந்து இன்று வரையிலும் எழுதியிருப்பவை எல்லாவற்றையுமே, அந்த எழுத்துக்கு அவசியமான சிந்தனையையும் உழைப்பையும் செலுத்தியே எழுதியிருக்கிறேன். இவ்வாறு செய்திருப்பது எனக்கு மிகுந்த திருப்தியைத் தருகிறது. ஆனால், உழைப்பைச் செலுத்திவிட்ட காரணத்தினாலேயே படைப்பில் ஆழம் கூடி வரவேண்டும் என்ற கட்டாயம் இல்லை. சில படைப்புகள் என் எதிர்பார்ப்பிற்கு ஏற்ப அமைந்திருக்கின்றன; சில அமையவில்லை. இன்னும் சிறப்பாக நிறையச் செய்யவேண்டும் என்ற விருப்பம் இருக்கிறது. வாசிப்பிலும் எழுத்திலும் எனக்கு எப்போதும் இருக்கும் நம்பிக்கை முன்னைவிடவும் இப்போது வலிமை பெற்றிருக்கிறது. என் விருப்பங்களுக்கு ஏற்ப முயற்சிகளை மேற்கொள்ள அவசியமான மனநிலை, உடல்நிலை, நம்பிக்கை இவற்றுடன் இருக்கிறேன். இன்னும் சிறப்பாகச் செயல்பட வேண்டும் என்ற யோசனைகளும் திட்டங்களும் நிறையவே இருக்கின்றன.

ஆனால், '2001 மே 30ஆம் தேதி வரையிலும் – அன்று 70 வயது நிறையும் – தொடர்ந்து எழுதிக்கொண்டிருக்க வேண்டுமென்ற எண்ணத்தில் இருக்கிறேன்' என்று உங்கள் 'காற்றில் கலந்த பேரோசை' கட்டுரைத் தொகுதியின் பின் இணைப்பில் கூறியிருக்கிறீர்களே . . .

வரக்கூடிய மூன்று வருடங்களில் கணிசமான காரியங்களைச் செய்யமுடியும் என்று நம்புகிறேன். எழுபது வயதில் படைப்பை முடிப்பேன் என்று சொல்லியிருப்பது என் வாசிப்பில் எனக்கு இருக்கக்கூடிய நம்பிக்கை சம்பந்தப்பட்டது. படிக்க விரும்புவதும் ஆனால் படிக்க அவகாசம் கிடைக்காததுமான புத்தகங்களின் எண்ணிக்கை கூடிக்கொண்டே போகிறது.

ஒரு சிறந்த படைப்பாளியாக இருந்தும் சாகித்ய அகாதெமி, ஞானபீட விருதுகள் கிடைக்கவில்லையே என்ற ஆதங்கம் எப்போதேனும் தங்களுக்கு ஏற்பட்டதுண்டா?

தமிழிலும் பிற மொழிகளிலும் சாகித்ய அகாதெமிப் பரிசு, ஞானபீட விருது ஆகியவற்றைப் பெற்றிருக்கும் படைப்பாளிகளைப் பற்றிப் பேசும்போது. இந்த இரண்டு பரிசுகளையும் பெற எனக்குத் தகுதி இருப்பதாகவே நம்புகிறேன். ஆனால் பரிசைக் குறிக்கோளாக வைத்து இயங்கும் ஒரு மனப்போக்கு எனக்கு என்றும் இருந்ததில்லை. எந்தச் சிறிய பரிசும் எழுத்தாளனைத் தேடி வந்தால் அது அவனுக்குக் கௌரவம். எந்தப் பெரிய

பரிசையும் எழுத்தாளன் தேடிச் சென்றால் அது அவனுக்கு அகௌரவம். அவனுக்கு மட்டுமல்ல, அவன் சக படைப்பாளிக்கும் அகௌரவம். ஏனென்றால், என்றாவது ஒரு நாள் இந்தப் பரிசுகள் என்னைத் தேடி வரும்போதுகூட, நான்தான் அவற்றைத் தேடிச் சென்றிருக்கிறேன் என்ற சந்தேகத்தை அவர்கள், அவர்களுடைய செயல்பாடுகள் மூலம் என்மீது சுமத்துகிறார்கள். நேர்மையாகப் பரிசு பெற்றேன் என்ற கௌரவத்தை என்னால் அடைய முடியாது.

சாகித்ய அகாதெமியின் தமிழ் அமைப்பு குறித்துக் கடுமையான விமர்சனங்களை முன்வைத்துள்ள நீங்கள், அந்த அமைப்பின் தமிழ் ஆலோசனைக் குழு உறுப்பினராக இருப்பது ஏன்? இப்போது உங்கள் கருத்தில் மாற்றம் ஏற்பட்டுள்ளதா?

சாகித்ய அகாதெமி அமைப்பு குறித்துக் கடுமையான விமர்சனங்களை ஒருவர் முன்வைப்பதற்கும் அதன் ஆலோசனைக் குழுவில் இடம்பெறுவதற்கும் இடையே முரண்பாடு எதுவும் இல்லை. அவருக்கு விமர்சனம் இருக்கக் கூடிய காரணத்தினாலேயே அந்தக் குழுவில் இடம்பெற்று, அந்த அமைப்பைச் செம்மைப்படுத்த முயலலாம். நான் வெளிநாட்டில் இருந்தபோது சாகித்ய அகாதெமிக் குழுவில் என்னை உறுப்பினர் ஆக்கினார்கள். அந்தக் குழுவுடன் எப்போதும் நான் ஒத்துழைக்கவில்லை. அவர்கள் நடத்திய கூட்டம் ஒன்றில்கூட நான் பங்கெடுத்துக் கொள்ளவில்லை. எனக்கும் மத்திய சாகித்ய அகாதெமிக்கும் எந்தத் தொடர்பும் இல்லை. என்னுடைய கடிதம் எதுவும் அவர்களுடைய கோப்பில் இல்லை. சக எழுத்தாளர்களுடனும் வாசகர்களுடனும் என் கருத்துகளைப் பகிர்ந்துகொண்டு, அவர்களுடைய எதிர்வினையைச் சாகித்ய அகாதெமித் தமிழ்க் குழுவுக்கு எதிராகத் திரட்டுவதில் நான் வைத்திருக்கும் நம்பிக்கை, உத்தியோகபூர்வமான பதவிகளைப் பெறுவதில் எனக்கு இல்லை.

இதுவரையிலும் தமிழ் எழுத்தாளர்கள் சம்பந்தப்பட்டு சாகித்ய அகாதெமியின் முடிவாக நிகழ்ந்திருக்கக் கூடிய காரியங்கள் எல்லாவற்றுக்குமே அந்தந்தக் காலங்களில் செயல்பட்ட தமிழ்க் குழுதான் முழுக்க முழுக்கக் காரணமாக இருந்திருக்கிறது. தமிழ்க் குழுவுக்கு அது விரும்பும் முடிவை எடுக்க மத்திய சாகித்ய அகாதெமி பரிபூரண சுதந்திரம் அளித்திருக்கிறது. தோப்பில் முஹம்மது மீரான், பிரபஞ்சன், அசோகமித்திரன் போன்ற சாகித்ய அகாதெமி விருது பெறத் தகுதியானவர்கள் என்று நான் நம்புகிற படைப்பாளிகளுக்குப் பரிசு போய்ச் சேரவும் இங்கிருந்த குழுதான் காரணம். தகுதியற்றவர்களுக்குப் பரிசு போய்ச்

சேரவும், தமிழ் சம்பந்தப்பட்ட சாகித்ய அகாதெமியின் பிற செயல்பாடுகளுக்கும் தமிழ்க் குழுதான் காரணமாக இருக்கிறது.

இன்றைய தமிழ் இலக்கியப் போக்கு உங்களுக்குத் திருப்தி அளிப்பதாக இருக்கிறதா?

சில நல்ல காரியங்கள் நடக்கின்றன. பல எழுத்தாளர்களும் பெரிய நாவல்களை உருவாக்குவதில் ஆசை கொண்டிருக்கிறார்கள். வணிகப் பத்திரிகைகளுக்கு வெளியே இந்தக் காரியங்கள் நடக்கின்றன. இது ஒரு நல்ல அறிகுறி. தமிழ்ச் சூழலில் கருத்துச் சார்ந்த விவாதம் ஓரளவுக்கேனும் ஆரோக்கியமான பாதையை நோக்கித் திரும்புகிறது. அடாவடித்தனமான பேச்சுகள் மதிப்பிழக்கின்றன. ஒவ்வொரு வாசகனுக்கும் அவனுடைய பார்வை சார்ந்த கருத்து ஒன்று இருக்கும் என்பதும், எழுத்தாளன் – அவன் எவ்வளவுதான் பெரிய படிப்பாளியாக இருந்தாலும் – அவன் சொல்வதை அப்படியே ஏற்றுக்கொள்ளும் மனோபாவத்தில் வாசகனும் இளம் எழுத்தாளர்களும் இல்லை என்பதும் வெளிப்பட்டுக் கொண்டிருக்கின்றன. இந்த அளவுக்கு இலக்கியப் போக்கு திருப்தி அளிப்பதாக இருக்கிறது.

'ஜே.ஜே.: சில குறிப்புகள்' நாவல் எழுதிப் பதினேழு ஆண்டுகளுக்குப் பின் புதிய நாவலை முடித்துள்ளீர்கள். இவ்வளவு நீண்ட இடைவெளி எடுத்துக் கொண்டதேன்? புதிய நாவல் உங்களுக்குத் திருப்தியாக அமைந்துள்ளதா?

'ஒரு புளிய மரத்தின் கதை'க்கும் 'ஜே.ஜே.: சில குறிப்புக'ளுக்கும் இடையே நான் எடுத்துக்கொண்ட இடைவெளியும் அதிகம்தான். முற்றிலும் புதிதாக ஒன்றை உருவாக்க முடியாத வரையிலும் மொழியை வீணாக்க வேண்டாம் என்ற எண்ணத்தில் நான் இருக்கிறேன். 'ஜே.ஜே.'யின் மொழி நடை, அதில் வெளிப்பட்டுள்ள கருத்துகள். அதன் உருவம் ஆகியவற்றிலிருந்து முற்றாக விடுபட்டு மற்றொரு தளத்தைச் சென்றடைய இவ்வளவு காலம் ஆகியிருக்கிறது என்று நினைப்பது எனக்குத் திருப்திகரமாக இருக்கிறது.

புதிதாக நான் எழுதியிருக்கும் 'குழந்தைகள் பெண்கள் ஆண்கள்' நாவல் எனக்குத் திருப்தியாக இருக்கிறதா, இல்லையா என்பது இரண்டாம் பட்சமானது. படைப்பாளிக்கு அவனது படைப்பைச் சார்ந்து நிறைய மயக்கங்கள் இருக்கின்றன. படைப்பை வாசகர்கள் – நம் சமூகத்தைப் பொறுத்தவரைக்கும் சக படைப்பாளிகள் – எப்படி எதிர்கொள்ளுகிறார்கள் என்பதுதான் முக்கியம். அந்த நாவலுக்குச் செலுத்த வேண்டிய உழைப்பை நான் திருப்திகரமாகச் செலுத்தியிருக்கிறேன்.

பத்தாண்டுகளுக்கு முன் பெரும் கனவுகளோடு நீங்கள் ஆரம்பித்த 'காலச்சுவடு' காலாண்டிதழின் ஆசிரியர் பொறுப்பை இளைஞர்களிடம் விட்டுவிட்டு ஒதுங்கியது ஏன்?

இரண்டு காரணங்களைச் சொல்லலாம். ஒன்று என் குடும்பச் சூழல். குடும்பப் பிரச்சினைகளையும் இதழையும் ஒரு சேரப் பார்ப்பது எனக்குச் சிரமமாக இருந்தது. மற்றொன்று – இதழை நடத்திக்கொண்டு வரும்போது இதழ் சார்ந்த பணிகள் படைப்பாளியாக நான் செயல்படுவதற்குத் தடையாக இருப்பதாக உணர்ந்தேன். இந்தச் சூழலில் என் மகன் கண்ணன் உட்பட பல இளைஞர்கள் அந்த இதழைத் தொடர்ந்து நடத்த ஆர்வம் காட்டினார்கள். மாறிவரும் காலப் போக்கிற்கு ஏற்ப இதழை அவர்கள் பார்வை சார்ந்து நடத்த இடம் தந்தது எனக்குத் திருப்தியான காரியமாக இருந்தது. இப்போது படைப்பில் கவனம் செலுத்த முடிந்திருக்கிறது.

சமீபத்திய காலச்சுவடு இதழில், நவீன கவிதை பற்றிய கேள்விக்கான பதிலில், 'சி. மணி, ஞானக்கூத்தன், பசுவய்யா, ஆத்மாநாம் போன்றவர்கள் சாதாரணக் கவிஞர்களாகக்கூட வசீகரிக்கவில்லை' என்று எஸ். ராமகிருஷ்ணன் கூறியிருக்கிறார். உங்கள் அபிப்ராயம் என்ன?

அப்படிச் சொல்வதற்கான உரிமை அவருக்கு இருக்கிறது. நாலு கவிஞர்களை ஒரே வரியில் நிராகரிக்கமுடியும் என்று எனக்குத் தோன்றவில்லை. குறைந்தபட்சம் ஆளுக்கு இரண்டு வரிகளையேனும் அவர் தந்திருக்கலாம்.

தமிழைப் போல் நீங்கள் அறிந்த மொழி மலையாளம். அம்மொழியுடன் ஒப்பிடும்போது தமிழ் இலக்கிய வளர்ச்சி எவ்வகையில் இருப்பதாக நினைக்கிறீர்கள்?

மலையாளத்தில் தீவிரமான படைப்புகளை வாங்கிப் படிக்கும் பழக்கம் வாசகர்களிடம் இருக்கிறது. ஆனந்த் என்ற நாவலாசிரியர் ஒரு தீவிரமான படைப்பாளி. அவர் படைப்புகள் நுட்பமான சிந்தனைத் தளத்தைச் சார்ந்தவை. கருத்தூன்றிப் படிக்க வேண்டியவை. அவருடைய நாவல்கள் எல்லாமே ஆறு மாதங்களுக்கு ஒரு முறை மறுபதிப்பு கண்டுகொண்டிருக்கின்றன. ஈ.எம்.எஸ்ஸின் மொத்த எழுத்துகளும் நூறு வால்யூம்களாக வெளிவர இருக்கின்றன. ஒரு வால்யூமின் விலை 150 ரூபாய். மொத்த விலை 15,000 ரூபாய். முன்கூட்டிப் பணம் அடைத்தால் ரூ. 9000. இந்தத் திட்டத்தை அறிவித்து ஒரு மாதம் அல்லது அதிகபட்சம் இரண்டு மாதங்கள் ஆகியிருக்கலாம். இதுவரையிலும் 5000 வாசகர்கள் சேர்ந்திருப்பதாகக் கேள்வி.

தமிழில் தீவிரமான சிந்தனையை எழுத்தில் எந்தப் பத்திரிகையிலும் வெளிப்படுத்தமுடியாது. 'தினமணி' தலையங்கப் பக்கத்தில் வெளிவரும் ஒரு சில கட்டுரைகள், 'தினமணி கதிரி'ல் வெளிவரும் மனிதன் பதில்கள், இலக்கியம், சமூகம் பற்றி வெளிவரும் ஒன்றிரண்டு கட்டுரைகள், புத்தகங்கள் பற்றி 'தினமணி'யில் வியாழக்கிழமை வெளிவரும் பக்கம் – இவற்றை விட்டால் நான் தமிழ்ப் பத்திரிகைகள் எவற்றையும் படிப்பதில்லை. பயண நேரங்களிலோ அல்லது எங்காவது காத்திருக்கும் போதோ ஒரு பிரபல இதழைச் சக மனிதரிடமிருந்து வாங்கிப் பார்க்க, உடனடியாகத் திருப்பித் தந்துவிடலாம் என்ற எண்ணம்தான் ஏற்படுகிறது.

மலையாளத்தில் லட்சக்கணக்காக விற்கும் பல பத்திரிகைகளும் பாதிப் பக்கங்களேனும் என்னைப் படிக்கத் தூண்டுபவையாக இருக்கின்றன. இதழ்களின் வணிகப் போக்கு பற்றி நான் எப்போதும் விமர்சித்து வந்திருக்கிறேன். என் விமர்சனத்தையும் தாண்டி அவை இப்போது பல படிகள் இறங்கிவிட்டன. அந்த அளவில் இப்போது எனது விமரிசனம் கடுமை இல்லாததாக நீர்த்துப் போயிருக்கிறது.

பின்நவீனத்துவம், மேஜிக்கல் ரியலிசம் என்று புதுப்புதுப் பாணி எழுத்துகள் இப்போது தமிழில் வெளிவந்துகொண்டிருக்கின்றன. இவை பற்றி உங்கள் அபிப்ராயம் என்ன?

தமிழில் பாரதியிலிருந்து இன்று வரையிலும் நாம் பொருள்படுத்தி வரும் படைப்பாளிகள் எல்லோருமே, அவர்கள் எழுத்துகள் கொண்டிக்கும் பொதுத் தன்மையிலிருந்து வித்தியாசமான முயற்சிகளைச் செய்திருக்கிறார்கள். பாரதி வசன கவிதைகள் எழுதியிருக்கிறார். யதார்த்தத்தில் ஆழ்ந்த நம்பிக்கை கொண்ட புதுமைப்பித்தன் யதார்த்தத்தைத் தாண்டி சில கதைகளும் எழுதியிருக்கிறார். மௌனி யதார்த்தத்தை ஏற்றுக்கொள்ளாமலே கதைகளைப் படைத்திருக்கிறார். புதிய முயற்சி என்பது தமிழுக்குப் புதிதல்ல. பெயர் சூட்டிக்கொள்வது, அந்தப் பெயருக்கு விசுவாசமாக மட்டுமே நின்று படைப்பது ஆகியவைதான் இப்போதைய மாற்றங்கள். படைப்பாளி தன் படைப்புக்கு என்ன பெயர் சூட்டுகிறான் என்பது முக்கியமல்ல. படைப்பில் புதுமையை வரவேற்கும் மனோநிலையில்தான் நான் எப்போதும் இருந்திருக்கிறேன். இந்த அர்த்தத்தில் புதுமைப்பித்தன் மட்டுமல்ல. எல்லா எழுத்தாளர்களும் புதுமையில் பித்துக் கொண்டவர்கள்தான். எனக்கு அனுபவம் தரக்கூடிய எந்தப் படைப்பையும் நான் மதிக்கிறேன்; அதை நான் வரவேற்கிறேன். என் அபிப்ராயத்தை வெளிப்படையாக வைத்திருக்கிறேன்.

லேபிள்கள் சார்ந்த மயக்கங்கள் எனக்குக் கிடையாது. சாதனை சார்ந்த மதிப்பீடுகள் எனக்கு உண்டு.

தலித் இலக்கியம் பற்றி...

ஒடுக்கப்பட்ட மனிதன் தன் ஏற்றத்தாழ்வுகளை, அதனால் பெற்ற புண்களை, அவமானங்களை, கஷ்டங்களைப் படைப்பாக வெளிப்படுத்திக்கொள்ள உரிமை பெற்றவன். பிறப்பு மூலம் மனிதனுக்கு இழிவும் இல்லை; உயர்வும் இல்லை. பிறர் சமூகத்தில் பெற்றிருக்கும் சகல அங்கீகாரங்களுக்கும் உரிமை உள்ளவர்கள்தான் தலித் மக்கள். அதை அவர்கள் போராட்டத்தின் மூலமே பெறமுடியும். இந்த அடிப்படையில் நான் தலித் இலக்கியத்தை வரவேற்கிறேன்.

ஆனால், அந்தப் படைப்புகளை மதிப்பிடும்போது அதைப் படைத்தவர் தலித் என்பதற்காக அந்தப் படைப்புக்கு நான் எந்தச் சலுகையும் தரமாட்டேன். படைப்பின் நியதிகளுக்குத் தன்னைத் தயார்படுத்திக்கொள்ள வேண்டியது தலித் படைப்பாளியின் பொறுப்பு. இந்தப் பொறுப்பை அவர்கள் ஏற்றுக் கொண்டால்தான் சமூகப் பாதிப்பையே அவர்களால் நிகழ்த்தமுடியும். தட்டிக்கொடுக்கும் விமர்சனங்கள் மூலம் அவர்கள் தங்கள் வீர்யத்தை இழப்பார்கள். கூரான, சமரசமற்ற விமர்சனம் மூலம் அவர்கள் வளர்ச்சி பெறுவார்கள். அவர்கள் வளர்ச்சியில் நான் அக்கறை கொண்டிருக்கிறேன்.

புதுமைப்பித்தன் சிறுகதைகளில் 'சைவ வேளாள மரபை' மேன்மைப் படுத்தும் மனோபாவம் உள்ளார்ந்து வெளிப்படுவதாக அ. மார்க்ஸ் போன்றோர் கூறுவது பற்றி என்ன நினைக்கிறீர்கள்?

அ. மார்க்ஸ் போன்றவர்கள் இலக்கியத்தை மதிப்பிட முன் வைக்கும் அளவுகோல்கள் மீது எனக்குச் சிறிதும் மரியாதை கிடையாது. இந்த அளவுகோல்களைப் பயன்படுத்தி எந்தப் படைப்பாளியையும், இறக்க முடியும், ஏற்றவும் முடியும். இதில் இருக்கக்கூடிய சாதாரணமான தந்திரம், ஒரு பகுதியைப் பார்த்துவிட்டு மறு பகுதியை மறுப்பதுதான். காலப்போக்கில் இந்தத் தந்திரத்தின் மீது எழுத்தாளர்களும் வாசகர்களுமே அலுப்புக் கொள்வார்கள். முழுமையாக வாழ்க்கையைப் பார்க்கக் கூடிய படைப்பாளியும் முழுமையாகப் படைப்பைப் பார்க்கக் கூடிய விமர்சகனும் வாசகனும் எப்போதும் சமூகத்தில் இருந்து கொண்டிருப்பார்கள். அவர்களை ஏமாற்றுவது அவ்வளவு சுலபமானதல்ல.

சமீபத்தில் பெரும் சர்ச்சைக்குள்ளாகியிருக்கும் ஜெயமோகனின் 'விஷ்ணுபுரம்' நாவல் பற்றி உங்கள் மதிப்பீடு என்ன?

'விஷ்ணுபுரம்' நாவலைச் அக்டோபர் மாதம்தான் படித்தேன். அது மிக முக்கியமான நாவல். வாசகர்களும்

எழுத்தாளர்களும் மனம் திறந்து விவாதிக்க வேண்டிய நாவல். அந்த நாவலை வாசித்த முறை எனக்குத் திருப்தி அளிக்கவில்லை. அதில் தோன்றும் கதாபாத்திரங்களைத் தொடர்ந்து என்னால் போக முடியவில்லை. இது என் குறை. ஒரு இடைவெளிக்குப் பின் மீண்டும் அதைப் படிக்கவேண்டும் என்றிருக்கிறேன். அப்போதுதான் என் மனதில் அந்த நாவலைப் பற்றிய அபிப்ராயம் முழுமையாக உருவாகும்.

படைப்பில் பெரிய கனவுகளைக் கொள்வது. அந்தக் கனவை நிறைவேற்ற பெரிய தயாரிப்புகளை ஏற்பது, படைப்பை உருவாக்கக் கடுமையான முயற்சி செய்வது இவற்றையெல்லாம் எப்போதுமே சிலாகித்துக் கூறி வந்திருக்கிறேன். இந்தச் சிந்தனைகள் எல்லாமே இப்போது 'விஷ்ணுபுர'த்துக்குச் சாதகமாக நிற்கின்றன. வாசிப்பு மூலம் ஜெயமோகன் திரட்டிக் கொண்டிருக்கும் அறிவு படைப்பிற்குள் சந்தர்ப்பம் சார்ந்து வெளிப்படாமல், தேவை சார்ந்து வெளிப்படாமல், ஆசை சார்ந்து வெளிப்பட்டிருக்கிறது.

பெரிய நாவல் வாழ்வின் அகண்டமான போக்கை அனுபவமாக்கி, மனித மனத்தில் நெகிழ்ச்சியை உருவாக்குகிறது. அனைத்து உணர்வுகளும் இயற்கையும் ஜீவராசிகளும் ஒரே குடும்பம் என்ற உணர்வை மேலோங்கச் செய்கிறது. 'விஷ்ணுபுரம்' வியப்பை ஏற்படுத்துகிறது. படைப்பாளியைப் பற்றி வியப்புணர்ச்சியை ஏற்படுத்துவது பெரிய நாவலின் குறிக்கோள் அல்ல என்பது எனது நம்பிக்கை. படைப்பாளியை மறந்து படைப்பைப் படிக்க முடிய வேண்டும். படைப்பிற்குள் அனைத்துக்குமே காரணம் அவன்தான். ஆனால், நான் எங்குமே இல்லை என்ற பாவனையில் அவன் வெற்றி பெற வேண்டும்.

உங்களுக்குப் பிடித்தமான தமிழ்ப் படைப்பாளிகள் யார் யார்?

பாரதி. புதுமைப்பித்தன், ஜானகிராமனின் சிறுகதைகள், அழகிரிசாமியின் சிறுகதைகள், ஷண்முகசுந்தரத்தின் நாவல்கள், மௌனியின் சிறுகதைகள் என்று பல படைப்புகள் இருக்கின்றன. என் பார்வைக்கு உதாரணமாக இவற்றைத் தந்திருக்கிறேன். மொத்தப் படைப்புகளையும் வரிசைப்படுத்துவது நடைமுறைச் சாத்தியமானது அல்ல.

சகல துறைகளிலும் ஆழத்தையும் செய்நேர்த்தியையும் தரத்தையும் விரும்பும் படைப்பாளியான உங்கள் பார்வையில் இன்றைய சினிமா, டிவி., பத்திரிகைகள், அரசியல் பற்றிய மதிப்பீடு என்ன?

பொதுவாக எனக்கு எந்த உயர்வான எண்ணமும் இல்லை. ஒவ்வொரு விஷயத்தைப் பற்றிப் பேசும்போதும் பொது இயல்பு சார்ந்து பேச வேண்டிய கட்டாயத்துக்கு ஆட்படுவது அவ்வத்

துறைகளில் சிறப்பாகச் செயல்படுவதை நிராகரிப்பதாக முடிவதே எனக்கு வருத்தத்தைத் தருகிறது. எல்லாத் துறைகளிலுமே விதிவிலக்காகச் செயல்படுபவர்கள் இருக்கிறார்கள். லஞ்சம் வாங்காத அதிகாரி, குற்றவாளியிடம் கருணை காட்டும் போலீஸ் அதிகாரி, ஒரு மாணவனுக்கு இயன்ற அளவுக்குச் சிறப்பாகக் கற்றுத் தரவேண்டும் என்பதில் நம்பிக்கை வைத்திருக்கும் ஆசிரியர்கள், சிறந்த சினிமாக்களை ஓயாமல் கனவு கண்டு கொண்டிருக்கும் இளைஞர்கள், மக்களுக்கு நன்மை செய்ய விரும்பும் அரசியல்வாதிகள் எல்லோருமே இருக்கிறார்கள். இவர்கள் எண்ணிக்கையில் குறைவானவர்கள். இவர்களுடைய செயல்பாடு நம் சமூகத்தைப் போதிய அளவு பாதிக்கவும் இல்லை. இதைப் பற்றித்தான் நான் சொல்லிக்கொண்டிருக்கிறேன்.

இதழ்கள், டி.வி., சினிமா ஆகியவை பெண் உடலை ஒரு வியாபாரப் பொருளாக நம்பிச் செயல்பட்டுக் கொண்டிருக்கின்றன. மனிதனுடைய சிந்தனையைத் தூண்டுவதில் இவற்றுக்குச் சிறிதும் நம்பிக்கை கிடையாது. லாபத்தைக் குறிக்கோளாக வைப்பதுதான் தொழில். லாபத்தை மட்டுமே குறிக்கோளாக வைத்து எதை வேண்டுமென்றாலும் செய்யலாம் என்று நம்புவது சமூக விரோதச் செயல்பாடு. இந்தச் செயல்பாட்டில்தான் இவை ஈடுபட்டிருக்கின்றன. சமயத் தலைமையுடனும் அரசியல் தலைமையுடனும் இவ் ஊடகங்கள் கொண்டிருக்கும் உடன்பாடு காரணமாக எதிர்ப்பே இல்லாத ஒரு செயல்படாக இது இன்று தமிழ்ச் சமூகத்தில் மாறிவிட்டது.

இளம் படைப்பாளிகளுக்கும் வாசகர்களுக்கும், அனுபவம் மிக்க படைப்பாளி என்ற நிலையில் நீங்கள் சொல்ல விரும்புவதென்ன?

இளம் படைப்பாளிகள் தங்கள் படைப்புச் சுதந்திரத்தை விரித்துக்கொண்டே போகவேண்டும். தங்கள்மேல் அதிகாரத்தைச் செலுத்த யாருக்கும் உரிமை கிடையாது என்பதில் அவர்களுக்கு நம்பிக்கை இருக்க வேண்டும். படைப்புக் கலை என்பது தேர்ச்சி சார்ந்தது. தேர்ச்சி, கடுமையான உழைப்பு சார்ந்தது. வாழ்க்கை அனுபவத்தைப் புரிந்துகொள்ள வாசிப்பு தேவை. இந்த மதிப்பீடு களில் அவன் நம்பிக்கை கொண்டவனாக இருக்க வேண்டும்.

●